“ सद्रक्षणाय खलनिग्रहणाय
जपतो मनी
गर्जतो ध्वनी
वीर मी
पीर मी
जयहिंद मी
जयहिंद मी ॥ ”

विश्वास नांगरे पाटील

‘एकलव्यां’ना विश्वास देणारे पुस्तक ....

एक कर्तव्यदक्ष, धाडसी पोलीस अधिकारी इतकीच विश्वास नांगरे पाटील यांची ओळख मर्यादित नाही. हे नाव विश्वासार्ह ‘ब्रँड’ बनले आहे. स्पर्धा परीक्षा देणाऱ्या विद्यार्थ्यांसाठी तर ते जणू दैवतच. अशा या ‘आयपीएस’ अधिकाऱ्याची आत्मकथा अर्थात ‘कर हर मैदान फ़तेह’ हे पुस्तक. ‘आयपीएस’ अधिकारी म्हणून निवड झाल्यानंतर आवश्यक प्रशिक्षण घेऊन ‘ड्युटी’ सांभाळताना सुरुवातीच्या टप्प्यात करावा लागणारा संघर्ष आणि उच्चपदस्थ अधिकारी म्हणून नेतृत्व करताना आलेले अनुभव यात वाचायला मिळतात. प्रशिक्षणामुळे लागलेल्या सकारात्मक सवयी; त्यामुळे व्यक्तिमत्त्वात झालेले रचनात्मक बदल, त्याचा भविष्यातल्या आव्हानांना तोंड देताना झालेला फायदा, या बाबी लेखकाने प्रांजळपणे मांडल्या आहेत. ज्यांना या अकादमीत जाऊन प्रशिक्षण घेता येत नाही, त्यांना ही प्रक्रिया समजावून देण्याचा प्रयत्न नांगरे पाटील यांनी या पुस्तकाद्वारे केला आहे.

– महाराष्ट्र टाइम्स संवाद : २४ फेब्रुवारी, २०२१

माणूस घडण्याचं बाळकडू!...

प्रशासकीय अधिकाऱ्याचं पुस्तक म्हणजे अधिकारी होण्याचं बाळकडूच असावं, हा सरधोपट सिद्धांत मोडीत काढत मुंबईचे सहपोलीस आयुक्त विश्वास नांगरे पाटील यांच्या ‘कर हर मैदान फ़तेह’ या पुस्तकाचं स्वागत करायला हवं. हे पुस्तक फक्त स्पर्धा परीक्षेची तयारी करणाऱ्या मुलांसाठी नाही. समस्त तरुण वर्ग वाचक म्हणून लेखकानं डोळ्यांसमोर ठेवलाय. त्यामुळं अभ्यास कसा करावा, अशा विषयांऐवजी जीवनकौशल्यांवर भर देत माणूस घडविण्याची प्रक्रिया लेखकाने पुस्तकात वर्णन केली आहे. हे मांडताना पाटील यांनी व्यक्तिगत आयुष्य ते प्रशासकीय अधिकाऱ्याची कर्तव्य पूर्ण करताना त्यांना आलेल्या वेगवेगळ्या अनुभवांचा समावेश पुस्तकात केलाय.

– दैनिक सकाळ (सप्तरंग) : २४ जानेवारी, २०२१

आपल्या स्नेहीजनांना पुस्तके भेट द्या

कर हर मैदान फ़तेह

विश्वास नांगरे पाटील

मेहता पब्लिशिंग हाऊस

Please contact us at **Mehta Publishing House,** Pune 411030.
✆ +91 020-24476924 / 24460313
Email : production@mehtapublishinghouse.com
author@mehtapublishinghouse.com
Website : www.mehtapublishinghouse.com

KAR HAR MAIDAN FATEH by VISHWAS NANGRE PATIL

कर हर मैदान फ़तेह : विश्वास नांगरे पाटील / आत्मकथन

vnnpatil@gmail.com

संस्थापक	:	अनिल मेहता आणि सुनील मेहता
प्रकाशक	:	अखिल सुनील मेहता, मेहता पब्लिशिंग हाऊस, १९४१ सदाशिव पेठ, माडीवाले कॉलनी, पुणे – ३०
मुद्रक	:	पार्कसन्स ग्राफिक्स, अंधेरी (प.) मुंबई – ४०० ०५३.
मुखपृष्ठ	:	चंद्रमोहन कुलकर्णी
छायाचित्रे सौजन्य	:	सिकंदर शेख
आतील मांडणी	:	अनंत खासबारदार
प्रकाशनकाल	:	जानेवारी, २०२१ / फेब्रुवारी, २०२१ / फेब्रुवारी, २०२१ / चौथी आवृत्ती : मे, २०२२
किंमत	:	₹ २९९

P Book ISBN 9789353175214
E Book ISBN 9789353175283
E Book available on : play.google.com/store/books
www.amazon.in
books.apple.com

कोविडच्या संक्रमण काळात
आपल्या सर्वस्वाचे बलिदान देणाऱ्या
पोलीस दलातील
कोरोना योद्ध्यांना समर्पित !

...जिंकायचं

मनोगत

आय.पी.एस.मध्ये निवड झाल्यानंतर प्रशिक्षण सुरू होण्यापर्यंतचा काळ कसा निघून गेला, कळलेच नाही. सत्कार, हार-तुरे, फेटे, फटाके, मिरवणुका जणू काही निवडणूक जिंकल्याचीच मांदियाळी होती. मीही न कंटाळता शाळा, महाविद्यालयांना भेटी दिल्या. अभ्यासतंत्रे व यू.पी.एस.सी. या विषयांवर मार्गदर्शन केले. माझी सही घेण्यासाठी मुलांची झुंबड उडायची. एवढ्या मोठ्या परीक्षेशी कसे झुंजायचे, हे सोप्या शब्दांत समजावून दिल्यामुळे त्यांच्या डोळ्यांत आत्मविश्वासाची चमक उडायची. खारगे, गगराणींच्या शब्दांमुळे आमच्यामध्ये ऊर्जा निर्माण झाली होती. ती ऊर्जा आणि अपार मेहनत घेतल्याने एकावेळी आनंद, हेमंत आणि माझी निवड झाली. त्यातून वाढलेला आत्मविश्वास आणि मिळालेली ऊर्जा ग्रामीण भागात वाटायचे काम आम्ही सुरू केले होते. आम्ही सुरू केलेल्या स्टडी सेंटरला भेट द्यायला मुले येऊ लागली व एक चळवळ सुरू झाली. असे म्हणतात, 'वंगाळ पसरायला लागलं की खूप वेगानं पसरायला लागतं, तसं चांगल्याचंही आहे.' आशादायक भविष्यकाळाला समोर ठेवून यू.पी.एस.सी.ची मुहूर्तमेढ रोवायला अनेक जण उत्सुक झाले. तयारीला लागले आणि त्यातून यशाची शिखरे ग्रामीण मुले झटाझट पादाक्रांत करू लागली. शेजारच्या सरुड गावातील सुगंध चौगुलेची आय.एफ.एस.मध्ये निवड झाली. कोतोलीचा श्रीधर पाटील आय.पी.एस.मध्ये निवडला गेला. शिराळ्याचा अभिनय कुंभार आणि सरुडच्या योगेश कामतची आय.आर.एस.मध्ये तर मांगल्याचा संदीप दिवाण आणि सरुडचा पी. आर. पाटील डी.वाय.एस.पी. झाले.

आय.पी.एस.मध्ये निवड झाल्यावर जीवनाचे संदर्भ बदलले. आजपर्यंत भेडसावणारे सर्व प्रश्न सुटले आणि नवी आव्हाने आ वासून उभी राहिली. काही दिवस सत्कार-सोहळे झाले. मोठ्या घरांतली स्थळे चालून यायला लागली. लोकांची घरातली वर्दळ वाढली. घरच्यांच्या व गावातील गोतावळ्याच्या अपेक्षाही वाढल्या. मी मात्र अंतर्मुख होऊन स्वत:चा आणि येऊ घातलेल्या वर्दीचा अन्वयार्थ

लावायचा प्रयत्न करीत होतो. खेड्यातल्या जीवनशैलीतून अचानक उच्चभ्रू नोकरशाहीच्या जीवनरीतीकडे होणारे स्थित्यंतर निश्चितच आव्हानात्मक होते. मला ही व्यक्तिमत्त्वाची जडणघडण साठवून, समजून घ्यायची होती. पारखायची होती, निरखायची होती. खरे तर अशा बदलातूनच जीवनाची नवी ओळख होते, कंगोरे कळतात आणि रोज नवीन शिकण्याचा आनंद मिळतो.

प्रशिक्षण हा त्यातलाच एक महत्त्वाचा अध्याय. सुरुवातीला 'लाल बहादूर शास्त्री राष्ट्रीय प्रशासकीय अकादमी'मध्ये १६ आठवड्यांचा मूलभूत कोर्स पार पडला. त्यानंतर ५४ आठवड्यांचे 'भा.पो.से.'चे खडतर प्रशिक्षण पूर्ण करावे लागले. हे अकादमीतील प्रशिक्षण पूर्ण झाल्यानंतर प्रत्यक्ष फिल्डवर प्रॅक्टिकल प्रशिक्षणही घ्यावे लागले. हा एकूण प्रशिक्षणाचा कालावधी माझ्यासारख्या अनेक शिकाऊ अधिकाऱ्यांचे व्यक्तिमत्त्व मूलत: बदलून टाकतो. खरे तर ब्रिटिशांनी कमी वयात प्रशासकीय सेवेत येण्याचा आग्रह धरण्यामागचे कारणही हेच असावे. जी नीतिमूल्ये, मानसिकता व व्यावसायिक कौशल्य विशीच्या पूर्वार्धात एखाद्या युवकाच्या अंगवळणी पडतात, ती वाढत्या वयाच्या युवकांच्या अंगवळणी पडणे तुलनेने जिकिरीचे ठरते. डोक्यामध्ये शिकण्याची जबरदस्त इच्छाशक्ती, हृदयामध्ये आशावादी भावना व डोळ्यांमध्ये काहीतरी आगळेवेगळे करण्याची किमया घेऊन मीही या वातावरणात शिरकाव केला. तिथल्या ऐश्वर्यसंपन्न वैभवाने काही काळ डोळे दिपून गेले. तिथल्या इंग्रजी आवेशाने उरात धडकीही भरली. तिथल्या विद्वत्ताप्रचुर प्रॅक्टिकलने डोक्यात आणि मेंदूत आवर्तने आणली. मसुरीच्या काकडत्या थंडीत मी आणि माझा अहंभाव गोठला, गारठला. हैदराबादच्या उष्णतेने माझ्यातले न्यूनगंड, शारीरिक कमतरता करपून निघाल्या. या दोलायमान, झटके देणाऱ्या, कणखर, ठाम, भूकंपासारख्या वैचारिक आणि मानसिक धक्क्यांनी मी बदललो, पार बदललो. ही बदलण्याची प्रक्रिया व्यक्तिमत्त्व विकसनाची, शिक्षणाची, प्रगतीची आणि परिवर्तनाची परिपूर्ण नांदी होती. ही नांदी उलगडण्याचा प्रयत्न मी या माझ्या पुस्तकात केला आहे.

हा दुसरा भाग लिहिण्याचा प्राथमिक उद्देशच हा आहे की, जी माझी भावंडे अकादमीत जाऊन उत्कृष्ट दर्जाचे शारीरिक, मानसिक, आध्यात्मिक प्रगती साधणारे प्रशिक्षण घेऊ शकत नाहीत, त्यांच्यासाठी सोप्या शब्दांत ही प्रशिक्षणाची प्रक्रिया समजावून सांगणे. त्या प्रशिक्षणामुळे माझ्यामध्ये झालेले सकारात्मक बदल आणि त्या बदलांमुळे मला जडलेल्या रचनात्मक सवयींनी साधलेली किमया विशद करणे. त्या सवयींमुळे आयुष्यातील आव्हानांना दिलेली कडवी झुंज कशी रोचक आणि प्रेरक बनली, त्याचे कथन करणे! माझ्या वैयक्तिक आणि करिअरमधली

स्थित्यंतरे आणि त्याच्याशी जुळवून घेणाऱ्या माझ्या प्रशिक्षित मन आणि शरीरातील अंतरंगांची उधळण करणे! माझ्या शारीरिक आणि मानसिक क्षमतांच्या जडणघडणीची प्रक्रिया व्यक्त करणे! अनुभवाच्या आधारावर या क्षमतांची रोज दरमजल होणारी प्रगती हाच माझा आजवरचा जीवनप्रवास आहे. तो जीवनप्रवास छोट्या भावंडांना मार्गदर्शकाच्या भूमिकेतून सांगण्यासाठी ही पाने मी लिहिली आहेत. हा माझा प्रवास माझ्या नव्या पिढीतील भावंडांना त्यांच्या उमेदीच्या वयात योग्य दिशा दाखवेल आणि त्यांच्या मनातील भंडावून सोडणाऱ्या झंझावाताला सकारात्मक रूप आणि ऊर्जा देईल, ही माझी अपेक्षा आहे. मला लागलेल्या ठेचांचा आणि त्यावर मी शोधलेल्या औषधांचा त्यांना त्यांच्या व्यक्तिमत्त्व विकसनासाठी निश्चित फायदा होऊ शकेल, असा माझ्या मनात 'विश्वास' आहे.

मुळात क्षमतांचा विकास व न्यूनगंडाचा खात्मा करणे आणि त्यासाठी आत्मविश्वास व स्वयंस्फूर्ती तयार करणे, हा या पुस्तकाचा हेतू आहे. ग्रामीण जीवनशैलीत वाढलेल्या एका तरुणाची मुळात ब्रिटिशांनी बनविलेल्या आणि स्वातंत्र्यानंतर कल्याणकारी रूप धारण केलेल्या पोलादी नोकरशाहीच्या स्टील फ्रेममध्ये घुसताना होणारी घुसमट, त्यातून साकार होणारे द्वंद्व आणि मग एकदा हातात कमान घेतली की सुरू होणारे स्वैर आणि मुक्त जीवन रेखाटण्याचा हा प्रयत्न आहे. शारीरिक, मानसिक व आध्यात्मिक अंगांची जाणीवपूर्वक केलेली मशागत आणि त्यातून रोज नवीन घडणारा 'विश्वास' तुम्हाला या पुस्तकाच्या पानापानांत दिसेल. ट्रेनिंग हा तर एक भाग झाला; पण त्या अनुषंगाने पाहिलेले नवे प्रदेश, भेटलेली नवी माणसे व फुललेले भावभावनांचे आविष्कार आपल्याला यात आपलेसे वाटतील. 'मन में है विश्वास' या आत्मकथनामध्ये सुरुवातीचा संघर्षाचा कालखंड मी मांडला आहे. माझी आय.पी.एस.मधील निवड हा त्यातील सर्वोच्च बिंदू आहे. आता निवड झाल्यानंतर कुंभार मातीला आकार देतो, तसे एका युवकाचे एका अधिकाऱ्यामध्ये रूपांतर घडण्याच्या प्रक्रियेला शब्दबद्ध करण्याचा हा प्रयत्न आहे. खरे तर हे सर्व व्यक्तिमत्त्वातील सकारात्मक व रचनात्मक परिवर्तन विशीच्या कालखंडामध्ये प्रत्येक शिकलेल्या युवकाकडून अपेक्षित असते. त्याने किंवा तिने निवडलेला व्यवसाय, नोकरी किंवा जीवनमानाप्रमाणे ते आपसूक घडतच असते; पण माझ्या बाबतीत ही प्रक्रिया जलद होती, अधिक प्रभावी होती; कारण आय.पी.एस. अधिकाऱ्यांना त्यासाठी आवश्यक असणारी सर्व साधनसामग्री, प्रशिक्षण देणारी यंत्रणा शासनाच्या माध्यमातूनच उपलब्ध होत असते. त्यामुळे रोजच्या व्यावसायिक व व्यक्तिगत जीवनामध्ये आपल्याला ज्या ज्ञानाची, विज्ञानाची आणि व्यवहारी वर्तनाची आवश्यकता असते, ते सोप्या भाषेत मांडण्याचा

प्रामाणिक प्रयत्न मी केला आहे.

खरेच आहे, 'एन.पी.ए.'चे माजी संचालक आणि डेकोरेटेड आय.पी.एस. अधिकारी श्री. के. विजयकुमार सरांसोबत मी एकदा चर्चा करीत होतो. त्यांनी मला चांगला लीडर कसा असावा, याचे विश्लेषण करून सांगितले होते. त्यांच्या मते चांगला लीडर हा चांगला मोटिव्हेटर असला पाहिजे. त्याने उत्साह आणि आशावादाची कास कधीही सोडता कामा नये. हे खरे आहे की, आपण या जगाला स्वर्गात परिवर्तित करू शकत नाही; पण ज्या रस्त्यावरून चालत आहोत, त्या रस्त्यावरचे दोन-चार काटे जरी दूर केले, तर त्या प्रवासाचे सार्थक झाले, असे म्हणता येईल. त्यामुळे जिथे जायचे, राहायचे; तिथे आपल्यातला चांगुलपणा, ऊर्जा आणि आशावाद वाटायचा, ही खूणगाठ बांधली होती. मी गेल्या वर्षी बीडला एका मुलीच्या सत्काराला आवर्जून उपस्थित राहिलो होतो. तिला दहावीला ९८.५टक्के गुण मिळाले होते; पण महत्त्वाची बाब म्हणजे ती एका स्मशानात काम करणाऱ्या कुटुंबात जन्माला आली होती. रात्री ज्या वेळी घरात दिवा पेटायचा नाही, त्या वेळी स्मशानात पेटलेल्या चितेच्या उजेडात जाऊन पुस्तकात, अभ्यासात मग्न व्हायची, रमायची. तिला ना भुताची भीती होती, ना सरणातून येणाऱ्या पेटत्या शरीराच्या-प्रेताच्या उग्र वासाची घृणा! तिला फक्त तिचे ध्येयाप्रती पेटलेले मन दिशा दाखवत होते, खुणावत होते! तिच्या उज्ज्वल आणि रंगीबेरंगी भविष्यासाठी आज तिला जीवघेण्या संघर्षाला समोरे जावे लागत होते. तिला ज्या वेळी ९८.५टक्के गुण मिळाले, तेव्हा तिच्या आईला हा आकडा किती असतो, हेही कळत नव्हते. ती आईला समजावून सांगत होती की, नव्वदवर आठ असत्यात आणि त्याच्यावर अर्धा! सॅल्यूट टू धिस ब्रेव्ह गर्ल! गावाने जमा करून दिलेल्या निधीचा एक लाख रुपयांचा चेक माझ्या हस्ते स्वीकारताना तिला गहिवरून आले. थरथरत्या शब्दांत तिने तिच्या सत्काराला प्रतिक्रिया दिली, 'मला पण हैदराबादला जायचं आहे साहेब, पण मला हैदराबादेत 'सैराट'मधल्या परशा आणि आर्चीसारखं प्रेम-प्रकरण करून पळून जायचं नाही, तर साहेब मला तुमच्यासारखं 'सरदार वल्लभभाई पटेल राष्ट्रीय पोलीस अकादमी'मध्ये आय.पी.एस. अधिकारी म्हणून ट्रेनिंग घ्यायला जायचं आहे! आणि त्यासाठी तुमची नुसती पाठीवर शाबासकी राहू दे, आणि माझ्या आई, बा आणि गावाचा आशीर्वाद!' मला पूर्ण खात्री आहे, ही ध्येयासाठी चवताळलेली वाघीण तिच्या ध्येयाचा फडशा पाडल्याशिवाय राहणार नाही.

पण, याचबरोबर हृदय पिळवटून टाकणाऱ्या दुसऱ्या घटनेचाही साक्षीदार होण्याचे दुर्भाग्य मला लाभले. मी औरंगाबादला आय.जी. होतो, त्या वेळी

मराठवाड्यात भयानक दुष्काळ पडला होता. पिके तर करपलीच; पण माणसे आणि जनावरेही चहू बाजूंनी होरपळून निघाली. दुष्काळाचे सलग पाचवे वर्ष बळीराजाला पेलवले नाही. अनेक घरांत अकाली निधनाने मौतीचे दिवे पेटले आणि मने मात्र पुरती विझली. लातूरजवळच्या किनगावच्या अशाच एका घरातली शोकांतिका! दुष्काळात तीन एकरमध्ये असलेले टोमॅटोचे पीक जळून गेले! घरात इन मिन पाच माणसे; पण पोट भरेना! म्हणून वडील कर्नाटकात आणि भाऊ पुण्याला रोजंदारीवर कामासाठी निघून गेला. मोठ्या बहिणीच्या लग्नाचा प्रश्न दांडगा होता. धाकटी मात्र हिशेबात हुशार आणि अभ्यासात उजवी होती. दहावीला तिला ८२ टक्के गुण मिळाले, त्यामुळे सायन्सला प्रवेश घेतला होता. घरातल्या परिस्थितीमुळे बारावीचे वर्ष असून कॉलेजला दांड्या माराव्या लागत होत्या. आई धुणीभांडी करून पुस्तकांसाठी आणि एस.टी.च्या पाससाठी पैसे द्यायची; पण कामपण मिळेना, त्यामुळे आई एस.टी. बसच्या पाससाठी पैसे देऊ शकली नाही म्हणून पंधरा दिवस कॉलेज बुडले. बारावीची परीक्षा जवळ आली होती. तणाव वाढला, स्वप्ने धूसर दिसायला लागली, भविष्य दोलायमान वाटायला लागले. आशा संपली, स्वप्ने विझली आणि मग गळ्याला फास आवळला. द एन्ड! दॅट्स द फायनल सोल्यूशन! काळीज तुटेल, अशी ती शेवटी व्यक्त झाली होती. आत्महत्येपूर्वी आईबाबांना उद्देशून लिहिलेल्या चिठ्ठीत होते, 'बाबा, मला माफ करा! पण सहनच होत नव्हतं, म्हणून हा आत्मघात केला. तुम्ही मात्र माझ्या या निर्णयानं खचून जाऊ नका. मला ना तुमचं एक ओझं हलकं करायचं होतं म्हणून हे सगळं केलं. आता आक्काच्या लग्नाचा एकच भार तुमच्यावर आहे ना? आणि हो, माझी एक कळकळीची विनंती आहे, बाबा, माझ्या तेराव्याचं गोड जेवण गावाला, नातेवाइकांना घालू नका, त्यात पैका खर्च होईल. तो जपून ठेवा आणि माझ्या आक्काचं लग्न चांगलं लावून द्या. बाबा, मला माफ करा!'

मला प्रश्न पडतो की, स्वातंत्र्यानंतर ७३ वर्षांनीही आपण अशा हताश करणाऱ्या, अवेळी मालवलेल्या दीपज्योतींना सामोरे जायचे का? कुठेतरी कुठल्यातरी कोपऱ्यात अशा अनेक शोकांतिका रोज घडतात. पोटात गोळा येतो, मनात आक्रोश निर्माण होतो, काहूर माजते आणि विचार करायच्या शक्तीचा नि:पात होतो. ज्या वेळी माझी खेड्यातली अशी कडाडणारी वीज बोथट पडते आणि स्वत:ची राख करून घेते, त्या वेळी माझे काही देणे लागते का? माझ्या वैयक्तिक आयुष्यात अशा घटनांनी काही फरक पडतो का? माझे रहाटगाडगे यामुळे थांबले का? अशा स्वार्थी आणि स्वत:च्या संकुचित मनोवृत्तीत अडकलेल्या पराभूत सर्वसामान्यांना याचे काहीच वाटत नाही. सर्वसामान्य माणसांनी

संवेदनशीलता ज्या वेळी प्रकट रूप धारण करेल आणि तो त्याचा मूकपणा सोडून समाजातल्या चांगल्या-वाइटाबाबत सक्रिय प्रतिक्रिया देईल आणि रचनात्मक उपाययोजना करेल, त्या वेळी खऱ्या क्रांतीला सुरुवात होईल. ही फक्त धग नसावी, तर तिच्यात ज्वालामुखीसारखी ऊर्जा असणे आवश्यक आहे. आजपर्यंतच्या आयुष्यात असे काही ज्वलंत, भीषण आणि पेटवून उठवणारे अनुभव आणि प्रसंग सामोरे आले. अशा अनुभवांना प्रेरणांचे पंख लावून नवीन पिढीसमोर भरारी घ्यायला लावणे, निराशेच्या गर्तेतील भावनिक आव्हानांना हळुवार फुंकर घालून, शिडीचा आधार देऊन ताकदीने तोंड देणे कसे शक्य आहे ते पटवून देणे, आणि तरुण व कोवळ्या वयाच्या युवक-युवतींच्या नाजूक मनांना साद घालून मोठ्या भावाच्या नात्याने सांगणे, त्यांना सावध करणे, हाही या पुस्तकामागचा हेतू आहे. 'मी ऐकतो आणि मी विसरतो, मी पाहतो आणि माझ्या लक्षात राहते, मी कृतीत आणतो आणि मला त्याची समज येते' या उक्तीप्रमाणे मी ज्या गोष्टी केल्या आहेत, अनुभवल्या आहेत आणि समजून घेतल्या आहेत, त्यांना स्पष्ट आणि नीट भाषेत मांडण्याचा हा प्रयत्न आहे.

जीवन हा एक ताळेबंद आहे. जन्म हा त्याचा ओपनिंग स्टॉक. मृत्यू हा क्लोजिंग स्टॉक. जे काही आपल्याला प्राप्त होते, ते आपले 'क्रेडिट.' जे आपल्यापासून निघून जाते, ते 'डेबिट.' आपल्या 'आयडिया' या आपल्या 'ठेवी' आहेत. आपल्या वाईट सवयी या आपल्यावरील 'कर्ज' आहे. आपल्याला मिळणारे सुख, आनंद हा आपला 'नफा' आहे. प्रत्येक दुःख हे आपले 'नुकसान' आहे. आपला आत्मा ही आपली 'पत' आहे. आपले हृदय ही आपली 'स्थिरमत्ता' आहे. आपले चारित्र्य हे आपले 'भांडवल' आहे. आपण ज्ञान आणि शिक्षणात आपली 'गुंतवणूक' करीत असतो. आपले वय आणि आरोग्य हे आपले कालपरत्वे होणारे अवमूल्यन आहे. सरतेशेवटी वर खूप कडक ऑडिटर बसला आहे. रोजचा हिशेब लिहीत असतो. न चुकता, न टाळता त्याचा सी.सी.टी.व्ही. कॅमेरा सगळ्या बारीकसारीक गोष्टी टिपत असतो. त्यामुळे हा ताळेबंद कसा उत्तम राहील, याचे योग्य नियोजन मी प्रशिक्षण कालावधीत करण्याचे निश्चित केले. त्यातील मन आणि शरीराचे व्यवस्थापन हे आउटडोअर ट्रेनिंगने शक्य होणार होते. आरोग्य उत्तम ठेवणे आणि वयामुळे आणि तणावामुळे होणारी त्याची पडझड रोखणे; हे फक्त कडक शिस्त, नियमित व्यायाम आणि योग्य आहारशैलीनेच शक्य होणार होते. दिवसाचे तीन समान भागांत नियोजन करायचे. आठ तास मन लावून प्रामाणिकपणे कष्ट करायचे, इमाने-इतबारे भारतीय पोलीस सेवेला द्यायचे. आठ तास चांगली झोप घ्यायची. राहिलेले आठ तास ३Fs, ३Hs आणि ३Ss ला

द्यायचे. ३Fs म्हणजे फॅमिली, फ्रेन्ड्स आणि फेथ. ३Hs म्हणजे हेल्थ, हायजीन आणि हॉबी. आणि ३Ss म्हणजे सोल, सर्व्हिस आणि स्माईल. मग रोजचा ताळेबंद कसा सुटसुटीत आणि सोपा होऊन जातो. हा सगळा आत्तापर्यंतच्या माझ्या आयुष्याचा ताळेबंद मी या पुस्तकाच्या पानांमध्ये मांडला आहे. त्यामागची भूमिका ही तात्त्विक आणि सात्त्विक जीवनशैली स्वीकारण्याची आहे. आयुष्याच्या प्रवासात चुका सगळेच करतात; पण त्या चुका इतरांच्या आणि स्वतःच्या अनुभवातून निश्चित टाळता येतात किंवा एकदा झालेली चूक परत होता कामा नये, हा नियम महत्त्वाचा आहे.

एका बापाने आपल्या किशोरवयीन मुलीला लिहिलेले पत्र माझ्या वाचनात आले होते. ते आपल्या लेकीला म्हणतात, 'हे पत्र मी तीन कारणांसाठी लिहीत आहे. एक आपलं जगणं, नशीब आणि दुर्घटना आपल्या हातात नसतात. आपण किती जगणार, हे कोणीही सांगू शकत नाही. दुसरं म्हणजे मी जर तुला हे सगळं नाही सांगितलं, तर दुसरं कोण सांगणार? तिसरं कारण, मी सांगतो आहे तो सगळा माझा कटू अनुभव आहे आणि तो कदाचित तुला तुझ्या भविष्यातील नको त्या डोकेदुखीपासून वाचवू शकेल. तुझ्या जीवनप्रवासात तू या गोष्टी नेहमी ध्यानात ठेवाव्यास. जर तुझ्याशी कोणी चांगलं वागत नसेल, तर त्यांच्याबाबत तू मनात कटुता ठेवू नकोस. मी आणि तुझी आई सोडून तुझ्याशी चांगलं वागायची जबाबदारी कोणीही घेतलेली नाही. आणि जर तुझ्याशी कोणी खूप जवळीक दाखवत असेल, तुला खूप गोडीगुलाबी लावत असेल, तर जरा जपून राहा; कारण अशा लोकांच्या प्रत्येक चालीमागे काहीतरी स्वार्थ लपलेला असतो. ते तुझे खरंच शुभचिंतक आहेत, असं आंधळेपणानं समजू नकोस. दुसरा धडा, जगात कोणीच अपरिहार्य नाही. आणि अशी कोणतीच वस्तू किंवा गोष्ट नाही, जी तुझ्याकडे असलीच पाहिजे. हे सर्व जेवढे लवकर तुला समजेल, तेवढे आयुष्यातील धक्के तुला अधिक सक्षमतेनं पेलता येतील. ज्या वेळी तुला कोणी झिडकारेल, फसवेल, हाकलून देईल किंवा ज्या वेळी तुला अत्यंत प्रिय असणारी व्यक्ती किंवा वस्तू तू गमावशील, त्या वेळी पुन्हा ताकदीनं उभं राहायला अडचण येणार नाही. तिसरं हे ध्यानात ठेव, जीवन हे झपाट्यानं व्यतीत होतं. ते रोज हातातून सुटत असतं. अगदी हातातलं पाणी झिरपावं तसं! जर आज वाया घालवलास, तर उद्या तुला जाणवेल की आयुष्य संपतंय. हे लवकर ध्यानात आलं, तर तुला तुझ्या जीवनप्रवासात मजा चाखता येईल. हो, चौथं सूत्र प्रेमाबद्दल आहे. प्रेम ही सापेक्ष आणि सतत बदलणारी भावना आहे. काळ आणि मूड यांप्रमाणे ती अनेकदा पुसट होत जाते. आणि प्रेमात पडलीस आणि प्रेमभंग झाला, तर निराश होऊ नकोस.

संयम ठेवलास, तर काळ तुझ्या वेदना आणि दुःख दोन्ही भरून काढेल. त्यामुळे प्रेमाच्या सौंदर्याचा आणि गोडव्याचा किंवा त्याच्या विरहातून येणाऱ्या दुःखाचा अतिरेक आणि भावनावेग नको! आणि शेवटचा धडा, जगात असे अनेक यशस्वी लोक आहेत, ज्यांनी चांगलं शिक्षण घेतलं नाही. याचा अर्थ असा नाही की अभ्यास न करता, कष्ट न करता सहज मोठं होता येतं. तुम्ही ज्ञान संपादन करता, तेच तुमचं शस्त्र आहे. अगदी राईपासून पर्वत गाठणं शक्य आहे; पण सुरुवात तर राईपासूनच करावी लागेल.'

हे किती बोलके शब्द आहेत. कमी-अधिक फरकाने मीही याच गोष्टी या पुस्तकात लिहिल्या आहेत. समाजात भेडसावणाऱ्या समस्या ज्यांच्याबद्दल शाळेमध्ये शिकवले जात नाही, कॉलेजमध्ये बोलले जात नाही; त्या युवावर्गाला समजतील अशा सोप्या शब्दांत सांगितल्या आहेत. सायबर गुन्हे, पोलीस प्रणाली, व्यसनाधीनता, सार्वजनिक जीवनात सुरक्षितता, वैयक्तिक आणि व्यावसायिक जीवनाचे व्यवस्थापन, वेळेचे आणि कामाचे नियोजन अशा रटाळ विषयांना माझ्या अनुभवांच्या आधारे रंजक बनवण्याचा प्रयत्न केला आहे. एकूण काय; तर हे पुस्तक माझ्या अनुभवांची, प्रशिक्षणाची आणि कर्तव्यांची सरभेसळ आहे. ज्याला जे पाहिजे, ते त्यातून निवडून घेऊन ते आपापल्या व्यक्तित्वाशी सांगड घालू शकतील, अशी पुस्तकाची मांडणी आहे.

मला आशा आहे की, माझ्या पहिल्या पुस्तकाप्रमाणे हे पुस्तकही नव्या पिढीला आवडेल. ते माहितीपूर्ण बनवताना मनोरंजक बनेल, असा प्रयत्न मी केला आहे. हा काही व्यक्तिमत्त्व विकासाचे किंवा व्यवस्थापनाचे परिपूर्ण ज्ञान देणारा ग्रंथ नाही. यात अनेक सुप्रसिद्ध अशी कवने, विचार गुंफण्याचा प्रयत्न केला आहे. अलीकडे आपण सर्वजण व्हॉट्स ॲप, फेसबुक यांसारख्या सोशल मीडियाच्या विद्यापीठातील विद्यार्थी झालो आहोत. रोज वाइटाबरोबर चांगलेही मोबाइलच्या माध्यमातून स्क्रीनवर धडकत असते. कृत्रिम स्क्रीनवर येणारे काही वेचक जर मनाच्या आणि हृदयाच्या स्क्रीनवर पोहोचले, तर ते मी टिपून ठेवत असतो. असे काही संदेश आणि विचारही मी प्रसंगानुरूप मांडले आहेत. त्यात ज्यांचे ते विचार आहेत, त्यांचा नामोल्लेख चुकीचा झाला असल्यास किंवा राहिला असल्यास मी अगोदरच माफी मागतो. हे संदर्भाने मांडलेले विचारमंथन पुढच्या पिढीला मार्गदर्शक ठरू शकेल, या स्वच्छ आणि प्रांजळ हेतूने या पुस्तकरूपाने आपल्यासमोर ठेवले आहे. मला जे दिसले, पटले, आवडले आणि जे मला उपयोगी ठरले, अशा रोजच्या जीवनातील अनुभवांचा आणि शिक्षणाचा परिपाक नव्या पिढीच्या ब्रेन स्टॉर्मिंगसाठी या मंजिरीत मी सादर केला आहे.

◆

अनुक्रम

रीकॅप

सह्याद्रीच्या कपारीमध्ये वसलेल्या आणि वारणा नदीने वेढा घातलेल्या सांगली जिल्ह्यातील देखण्या कोकरूड नावाच्या खेड्यात माझा जन्म झाला. वयाच्या तेविसाव्या वर्षापर्यंत गाव हा केंद्रबिंदू होता. नाव आणि ओळख बनवण्यासाठी अभ्यासाच्या भोवऱ्यात स्वतःला झोकून दिले होते. आय.पी.एस.मध्ये निवड झाल्यावर आयुष्याची भिंगरी काही काळ स्थिरावली. हा सगळा प्रवास मी 'मन में है विश्वास'मध्ये मांडला आहे; पण तो थांबा तात्पुरता होता. खरेतर बेडूकउडी टाकत टाकत स्वतःला स्थिर करण्याचा प्रवास थांबला होता. आता मोठे ध्येय उभे ठाकले होते आणि ते स्वसंरक्षणासाठी व स्वार्थापोटी मारलेल्या बेडकासारख्या उड्यांनी गाठता येणार नव्हते. त्यासाठी गती घेऊन पूर्ण ताकदीनिशी पोल वोल्टसारखी उंच झेप घेऊन झोकून देऊन खेचावे लागणार होते. थिअरी संपली होती आणि प्रात्यक्षिक सुरू होणार होते. आणि त्या पोल वोल्टच्या उडीची तयारी ही अकादमीत करून घेतली जाणार होती. गेली तेवीस वर्षे झगडत, लढत भारतीय पोलीस सेवेत तग धरून आहे. त्या तयारीचा आणि प्रवासाचा मेळ मी या पुस्तकात घातला आहे.

१९९०च्या दशकात ग्रामीण महाराष्ट्रात स्पर्धा परीक्षेची जागृती झाली. त्यामुळे वारणाकाठावरील काही ग्रामीण मुलांना

स्फूर्ती मिळाली आणि ही मुलं तपश्चर्येने दिल्लीच्या यू.पी.एस.सी.च्या तख्ताला जाऊन भिडली आणि यशस्वीही झाली. १९९७च्या यादीत माझेही नाव झळकले. त्या वर्षी सलग बारा परीक्षा मी पास झालो होतो आणि एम.पी.एस.सी.ची परीक्षा देऊन उपजिल्हाधिकारी आणि विक्रीकर निरीक्षक; आणि यू.पी.एस.सी. भेदून आय.पी.एस. अशा तीन पदांकरिता माझी निवड झाली होती. हे काय लग्गा मारून झाले नव्हते, तर यासाठी एक अतिशय अभेद्य असा फुलप्रूफ प्लॅन केला होता. १९९०पासून त्या प्लॅनवर रीतीने आणि नीतीने पद्धतशीर काम केले. आणि सुम्बडीमध्ये तो चक्रव्यूह भेदला होता. सुपर ३०-सारखी ती गेम होती.

वडील पहिलवान, एकत्र कुटुंब, शेतीभाती आणि मातीचे घर अशी माझी बालपणीची पार्श्वभूमी. बालपण शेतात भांगलणी, नांगरणी करण्यात; आंबे, जांभळे पाडून खाण्यात; नदी, तळे, आडात डुंबण्यात; रात्ररात्रभर गावठी कुत्री सोबत घेऊन शिकारीसाठी भटकण्यात गेले. गावातल्या जिल्हा परिषदेच्या शाळेत माझे प्राथमिक शिक्षण झाले. माध्यमिक शिक्षणासाठी तालुक्याच्या ठिकाणच्या 'न्यू इंग्लिश स्कूल'या विद्यालयात आलो. सुरुवातीला आत्याच्या घरी राहत होतो. इथल्या शिक्षकांची प्रेरणा आणि आत्याची शिस्त यांमुळे अभ्यासाची गोडी लागली; पण माझ्या गाडीने स्पीड पकडला तो गायकवाड सरांच्या मात्रेने. दहावीच्या वर्षी मी सरांच्या जागेत भाड्याने खोली घेऊन राहत होतो. असे म्हणतात, मोठी माणसे जी उंची गाठतात, ती एका दमात सर होत नसते. तर ज्या वेळी इतर स्पर्धक झोपा काढत असतात, आरामात मश्गूल असतात; त्या वेळी रात्री-बेरात्री अविरत प्रयत्न आणि तप करून त्यांनी यशोशिखर काबीज केलेले असते. असेच काहीसे माझ्यासोबत झाले. सरांनी मला पहाटे तीन वाजता उठून अभ्यास करायची सवय लावली. या ब्राह्ममुहूर्तावर उठून अभ्यास करण्याच्या सवयीमुळे मी दहावीला अठ्ठ्याऐंशी टक्के गुण मिळवून तालुक्यात पहिला आलो.

उच्च माध्यमिक शिक्षणासाठी कोल्हापूरला 'न्यू कॉलेज'ला प्रवेश घेतला. विज्ञान शाखा इंग्रजीत. त्यामुळे पहिले सहा महिने सगळे डोक्यावरून जात होते. तिथे मन रमेना. मी बारावीत असतानाच मराठी वाङ्मय आणि इतिहास हे विषय घेऊन कोल्हापूरचे भूषण गगराणी आय.ए.एस. परीक्षेत भारतात तिसरे आले. तेव्हाच सायन्स सोडायचे निश्चित केले; पण धीर होत नव्हता. वडलांशी हितगुज करून निर्णय पक्का केला. आय.ए.एस. करायचे पक्के ठरवले. बारावीचा निकाल लागला. चांगले गुण असूनदेखील पारंपरिक अभियांत्रिकीला न जाता, थेट बी.ए. इतिहाससाठी 'राजाराम कॉलेजा'त प्रवेश घेतला. शिक्षक, नातेवाईक, मित्रमंडळी सर्वांना माझा हा निर्णय आत्मघातकी वाटला; पण माझे वडील माझ्यामागे खंबीर उभे राहिले. त्यांनी माझ्या खुशालीसाठी आपले सर्वस्व पणाला लावले. मला आठवते, ज्या वेळी मी परीक्षांच्या तयारीसाठी मुंबईत, दिल्लीत असायचो; त्या वेळी न चुकता ते मला मोडक्यातोडक्या मराठीत पोस्टकार्ड पाठवायचे. त्यात कधीही मला टेन्शन येईल अशा गावाकडच्या अडचणी लिहिल्या नाहीत की अवजड प्रबोधन केले नाही. खूप आशीर्वाद आणि प्रेमाने भरलेल्या पत्राचा अंत ते एका पेटवणाऱ्या ओळीने मात्र करायचे. मला गावाकडे 'भावड्या' म्हणतात. ते लिहायचे, 'भावड्या, माझ्या वाघा, माझे डोळे मिटायच्या आधी तुला एकवार तरी कलेक्टर म्हणून लाल दिव्याच्या गाडीतून आलेलं मला पाहायचं आहे.' हे शब्द वाचले की रग पेटायची, अंगात दहा हत्तींचे बळ निर्माण व्हायचे. अंगात वीज कडाडायची. ऊर्जेचे अगणित सूर्य जन्म घ्यायचे; पण बारावीनंतर मार्गच दिसत नव्हता. कला शाखेत प्रवेश घेतल्यामुळे समोर 'करू किंवा मरू' अशी परिस्थिती उभी होती. इच्छाशक्ती होती, जिगर होती; पण ट्रॅक सापडत नव्हता. आय.ए.एस.ची परीक्षा कधी, केव्हा होते हेही माहीत नव्हते.

राजाराम कॉलेजमध्ये बी.ए.चे क्लास क्वचित व्हायचे. कॉलेज भन्नाट होते. उनाडक्या करण्यात वेळ जाऊ लागला; पण सुदैवाने

तिथल्याच प्री-आय.ए.एस. सेंटरच्या संपर्कात आलो. तिथे तयारी करणारे उमेदवार आणि प्राध्यापक यांचा वरदहस्त लाभला. त्या कॅम्पसमध्ये मला स्पर्धा परीक्षेचे स्वरूप आणि व्याप्ती समजली. तिथले संचालक घोलकर सर यांनी खरेतर मला या अभेद्य अशा अश्वमेधाचे बाळकडू पाजले. कॉलेजमध्येही एन.सी.सी., एन.एस.एस., शूटिंग स्पर्धा, ग्रंथालय यात रमत होतो. बी.ए.ला इतिहासात विद्यापीठात चमकलो. मुंबईत पदव्युत्तर शिक्षण घेण्यासाठी दाखल झालो. मुंबई विद्यापीठातील हायफाय वातावरणात पुन्हा गुदमरू लागलो. न्यूनगंड पाठ सोडत नव्हता. एम.ए. करण्यातही तथ्य वाटेना. १९९४ला राज्य प्रशासकीय सेवा संस्थेत म्हणजे एस.आय.ए.सी.मध्ये पूर्ण वेळ प्रशिक्षणार्थी म्हणून निवड झाली. झोकून देऊन अभ्यास केला; पण पहिल्या प्रयत्नात पूर्व परीक्षेतच दांडी उडाली. सोबतीला एम.पी.एस.सी.ची पूर्वपरीक्षा दिली होती. ती मात्र पास झालो. झटपट दीडेक महिना नेटकी तयारी करून मुख्य परीक्षा दिली. त्यात यशस्वीही झालो; पण मुलाखतीत दोनशेपैकी ७५च गुण मिळाल्याने क्लास टूचे पद पण मिळाले नाही. सगळीकडे दारुण अपयश आल्याने वैतागलो. १९९५चा उत्तरार्ध अतिशय निराशेचा आणि उद्वेगाचा गेला.

स्पर्धा परीक्षेच्या सापशिडीच्या खेळातून बाहेर पडून गावाकडे जाऊन उत्तम शेती करण्याचे ठरवले; पण पुन्हा आडवे आले बापाने दाखवलेले स्वप्न! त्या माझ्या कमी शिकलेल्या बापाने माझ्यासाठी काहीबी कमी पडू दिले नव्हते. मग मी कसा एवढ्या लवकर कच खाणार, कसा हरणार? ध्येयाचा शोध घेताना खूपदा तोल जायचा, अडथळे यायचे. संयम आणि धीर ठेवून ट्रॅकवरून घसरू नये, यासाठी प्रयत्न करायचो. दोरी तुटलेल्या पतंगाप्रमाणे कधीकधी मन भरकटायचे. नको नको ते अविचार डोक्यात यायचे; पण एकच मंत्र जपला, 'शिवाजी, शिवाजी, शिवाजी!' प्रौढ-प्रताप-पुरंदर अशा या महान जाणत्या राजाची प्रेरणादायी संघर्षगाथा समोर ठेवली. शिवाजी विद्यापीठात काही काळ अभ्यास केला. तिथल्या मराठमोळ्या मातीचा गंध, फुलांचा

सुवास आणि रांगड्या माणसांचा सहवास ऊर्जा द्यायचा. छत्रपतींच्या पुतळ्यासमोरच्या बाकड्यावर बसून रात्ररात्रभर केलेला अभ्यास आठवतो. निराशेच्या गर्ता ज्या वेळी घेरायच्या, चारी बाजूंनी आक्रमण करायच्या; त्या वेळी हाच विद्यापीठाच्या नावाचा मंत्र 'शिवाजी शिवाजी शिवाजी,' मनात आणि शरीरात स्फुलिंग भरायचा आणि आत्मविश्वासाचे फूत्कार आपोआप बाहेर पडायचे. लढण्याची, धडपडण्याची उमेद द्यायचे. रोमरोम पेटून उठायचे आणि रोजचे अभ्यासाचे उच्चांक प्रस्थापित व्हायचे. 'प्रतिपच्चंद्रलेखेव वर्धिष्णुर्विश्ववंदिता'– चंद्रकोर जशी हळूहळू आणि निश्चितपणे वाढत जाते, तसा अभ्यासाचा आलेख चढता ठेवला. आत्मविश्वासही अभ्यासासोबत दुणावत गेला. स्वतः जमिनीवर बसून आकाशाकडे बघत राहिलो नाही. त्या आव्हान देणाऱ्या स्पर्धेच्या अवकाशात उंचच उंच भरारी घेतली. कोणाला दोष दिला नाही की कारणे सांगत बसलो नाही. कारणे सांगत बसलात, दोष देत बसलात तर यश विसरा आणि यश पाहिजे असेल, तर कारणे देणे विसरा. डोळ्यांतल्या स्वप्नांना प्रयत्न आणि कष्टाची संगत दिली. स्वतःवर कमालीचा विश्वास ठेवला. नकारात्मक लोक आणि गोष्टी दहा कोसांवर ठेवल्या. अपयशांना इष्टापत्ती म्हणून स्वीकारले आणि 'कष्ट, कष्ट, कष्ट' असा मंत्र जपला.

फुल्ल चार्ज होऊन ठाण्याला आलो. एका मित्रासोबत एकांतवासात पुनश्च अभ्यासाला सुरुवात केली. आय.ए.एस. पूर्वपरीक्षा दिली. सोबतीला स्थैर्यासाठी पोटापाण्याचा विचार करून एम.पी.एस.सी.चीही परीक्षा दिली. दोन्हीत पास झालो. हुरूप वाढला; पण दोन्हींच्या मुख्य परीक्षा एकाच वेळी पायात पाय घालून आल्या. भलती तारांबळ उडाली; पण लक्ष भरकटू न देता निरीक्षणशक्ती आणि प्रसंगावधान राखून जमेल तशी पण नेटाने तयारी केली. फिनालेचे परफेक्ट टाइमटेबल बनवले. वेळेचे भान ठेवले आणि कमालीची शिस्त पाळली. सलग सोळा सोळा तास अभ्यास करायला मजा यायला लागली. ही परीक्षा कष्टसाध्य आहे; पण बऱ्याचदा संदर्भहीन आणि आगंतुक प्रश्न

विचारले जातात. त्यामुळे जेवढी तल्लख आणि अचूक अंदाजक्षमता, तेवढे यशाचे गुणोत्तर अधिक. अभ्यासक्रम आवाक्याच्या बाहेरचा असतो. त्यामुळे काय करायचे, यापेक्षा काय करायचे नाही हे समजणेदेखील महत्त्वाचे असते; पण सगळा अभ्यासक्रम एकदातरी नजरेखालून गेला पाहिजे. किती अभ्यास केला यापेक्षा कसा, कशाचा आणि कोणत्या प्रकारे केला, हे लक्षात ठेवायला हवे. गाढव मेहनत घ्यायची नाही. परीक्षा समोर ठेवून उचित आणि नेमका अभ्यास करायचा. आणि हो, या परीक्षेचा अभ्यास कधीही पूर्ण होत नाही. त्यामुळे परीक्षेला जाताना हे राह्यले, ते राह्यले असे करीत न बसता; जे जमते ते इकडचे-तिकडचे, आसपासचे भरून उत्तरे अधिक वेगळी, आकर्षक, मसालेदार आणि सुसज्ज कशी होतील, हे पाहायचे. मात्र मुद्देसूदपणा सोडायचा नाही. उत्तरे कशी छान, सुवाच्य अक्षरात, स्वच्छपणे लिहावीत. हा नीटनेटकेपणा परीक्षकास भुरळ घालतो. या माझ्या साऱ्या अभ्यासाच्या युक्त्यांना घेऊन मुख्य परीक्षेच्या अग्निपरीक्षेस सिद्ध झालो. वैकल्पिक विषयांची आधीच तयारी करून ठेवली होती. त्यामुळे भात्यातली शस्त्रे अवधानाने वापरली. प्रश्नपत्रिका आणि अभ्यासक्रमाचे अचूक विश्लेषण केल्याने नेमके प्रश्न सापडले. मग काय धुरळाच केला. सगळे पेपर अपेक्षेपेक्षा चांगले गेले.

दोन्ही मुख्य परीक्षा लीलया सर केल्या आणि मुलाखतीच्या अंतिम टप्प्याची तयारी सुरू केली. तयारीसाठी एक महिन्याचा अवधी होता. स्वतःचा बायोडेटा आणि चालू घडामोडींचा अभ्यास केला. माझ्या व्यक्तिमत्त्वातला साधेपणा, खरेपणा, प्रामाणिकपणा आणि ग्रामीण रांगडेपणा लपू दिला नाही. माझा छंद लोकविकास व लोकजागृतीसाठी युवकांचे संघटन हा असल्याने मुलाखतीत अपेक्षित प्रश्न विचारले गेले. एन.सी.सी. आणि शूटिंगमधील प्रावीण्यावर मुलाखत मंडळाचे चेअरमन ले. जन. सुरेंद्रनाथ यांनी खोचक प्रश्न विचारले. मराठीच्या न्यूनगंडाने सुरुवातीला सतावले; पण एकदा कमान हातात आल्यावर प्रसन्न व हसतमुख चेहऱ्याने

जमतील तशी मराठी, इंग्रजी आणि हिंदी अशा तिन्ही भाषांच्या संमिश्र माध्यमातून आत्मविश्वासाने उत्तरे दिली. जन. सुरेंद्रनाथांनी शेवटचा प्रश्न हिंदीत विचारला, 'इस दुनियामें आप क्यों आये हो?' गोंधळ उडवणाऱ्या या गुगली प्रश्नाला तेवढेच समर्पक उत्तर दिले. 'अशक्य आहे ते स्वप्न पाहायचं आहे. अजेय शत्रूचा पराभव करायचा आहे. सत्यासाठी संघर्ष करायचा आहे. त्या वेळी कोणताही थांबा घ्यायचा नाही की प्रश्न विचारायचा नाही. माझी नरकात जायची तयारी आहे; पण कारण स्वर्गीय असलं पाहिजे.' कवितेच्या या ओळी उद्धृत करून मला सिस्टिममध्ये येऊन त्यात सकारात्मक आणि रचनात्मक बदल करायचे आहेत, असे आत्मविश्वासाने आणि ठामपणे प्रतिपादित केले. 'सिर्फ हंगामा खडा करना मेरा मकसद नहीं, सारी कोशिश है कि ये सूरत बदलनी चाहिये। मेरे सीने में नहीं तो तेरे सीने में सही, हो कही भी आग, लेकिन आग जलनी चाहिये!'

अपेक्षेप्रमाणे देदीप्यमान यश मिळाले. एकाच वेळी आय.पी.एस., उपजिल्हाधिकारी आणि विक्रीकर निरीक्षक अशा तीन पदांसाठी निवड झाली. अर्थातच गणवेश माझे पॅशन होता. भारतीय पोलीस सेवेत दाखल होण्याचा निश्चय केला. भारतीय पोलीस सेवेसाठीचे प्रशिक्षण हे देशातील डायनॅमिक आणि कठीणतम ट्रेनिंगमध्ये गणले जाते. देशाच्या सर्व राज्यांत आणि केंद्रशासित प्रदेशांत आय.पी.एस. अधिकाऱ्यांना सशस्त्र पोलीस दलासोबत नागरी पोलीस सेवांचेही नेतृत्व करावे लागते. हा ट्रेनिंगचा कालखंड अत्यंत खडतर पण त्याचबरोबर यशसिद्धीची आणि आत्मसमाधानाची अनुभूती देणारा असतो. या ट्रेनिंगचे पडघम वाजत असताना टागोरांच्या कवितेतील प्रार्थनेच्या ओळी अंतर्मनात नाद करीत परमेश्वराकडे काहीतरी मागत होत्या.

'विपत्तीमध्ये तू माझं रक्षण कर, ही माझी प्रार्थना नाही. मात्र विपदकाळात मी भयभीत होऊ नये, हीच माझी इच्छा.

माझ्या दुःखी, व्यथित मनाचे सांत्वन करावंस, ही माझी अपेक्षा नाही; पण त्या दुःखावर विजय मिळवता यावा, एवढीच माझी इच्छा.

माझ्या मदतीला कोणी आलं नाही, तरी माझी तक्रार नाही; मात्र माझं बळ मोडून पडू नये, एवढीच माझी इच्छा.

माझी फसवणूक झाली तर मला तू सावरावंस, ही माझी प्रार्थना नाही. माझं मन खंबीर राहावं, हीच माझी इच्छा.

मला तू तारावंस, अशी माझी मागणी नाही; पण तरून जाण्याचं सामर्थ्य माझ्यात असावं, हीच माझी इच्छा.

माझं ओझं तू हलकं करू नकोस; पण ते ओझं वाहायची शक्ती मात्र माझ्यात असावी, हीच माझी इच्छा.

सुखाच्या दिवसांत नतमस्तक होऊन मी तुझा चेहरा ओळखून काढेनच; पण दुःखाच्या रात्री सारं जग जेव्हा माझी फसवणूक करेल, तेव्हा माझ्या मनात तुझ्याविषयी शंका निर्माण होऊ नये, एवढीच माझी इच्छा!'

◆

शीलं परम भूषणम्

आय.पी.एस. ट्रेनिंगच्या आधी उत्तराखंडातील मसुरीच्या 'लाल बहादूर शास्त्री राष्ट्रीय प्रशासकीय अकादमी' (लबास्ना) मध्ये चार महिन्यांचा पायाभूत कोर्स करावा लागतो. मसुरी हे थंड हवेचे नयनमनोहर ठिकाण आहे, एवढेच ऐकलेले होते. ७ सप्टेंबर, १९९८ रोजी प्रशिक्षण सुरू होणार होते. हा कालखंड कडाक्याची थंडी आणि शरीर गारठण्याचा होता, म्हणून दिल्लीत जाऊन गरम कपड्यांची खरेदी केली. बस पकडली व मसुरीला पोहोचलो. 'इंग्लिश ऑगस्ट' पुस्तक वाचले होते. पुस्तकात मांडलेली 'माणूस चालवत असलेल्या सायकल रिक्षामध्ये बसायचं की नाही' ही द्विधा मलाही भेडसावू लागली; पण अकादमीत पोहोचण्यासाठी वाहतुकीचा हाच सर्वोत्तम पर्याय होता. माझ्याकडे असणाऱ्या दोन मोठ्या सुटकेस घेऊन तुलनेने तरुण दिसणाऱ्या सायकल रिक्षाचालकासोबत माझा अकादमीच्या दिशेने तीन-साडेतीन कि.मी.चा प्रवास सुरू झाला.

मनात काहूर माजले होते. या अकादमीत पूर्ण देशातील आय.ए.एस., आय.पी.एस., आय.एफ.एस., आय.आर.एस. व सर्व ग्रुप 'ए' सर्व्हिसमधील प्रशिक्षणार्थी भेटणार होते. आमचा सर्वांचा तीन महिन्यांचा पायाभूत कोर्स येथे होणार होता. खरे तर फक्त आय.ए.एस.चे प्रशिक्षण देणारी ही अकादमी आहे. त्यामुळे आमच्यातल्या टॉपर्सचा म्हणजेच भारतीय प्रशासकीय सेवेतील प्रशिक्षणार्थींचा वर्षभराचा मूलभूत कोर्स, चार महिन्यांचा आमचा पायाभूत कोर्स पूर्ण झाल्यावर होणार होता. प्रशस्त गेटवर नाव व इतर माहिती भरून लबास्नाच्या विलोभनीय कॅम्पसमध्ये प्रवेश केला. सोबतीला एक जण सुटकेस घेऊन हॉस्टेलपर्यंत येणार होता. कॅम्पसमधील वास्तू नवीन पद्धतीच्या होत्या. हिमालयाच्या उत्तुंग पर्वतरांगांच्या पार्श्वभूमीवर गेरू रंगाच्या इमारती देखण्या आणि उठून दिसत होत्या. लांबवरच्या पर्वतरांगांवर शुभ्र बर्फाचे

कवडसे चमकत होते. हे सगळे खरेच अद्‌भुत होते, स्वप्नवत होते, आजपर्यंत सिनेमातच पाहिले होते. आजवर कुठल्यातरी खेड्यापाड्यांतल्या सारवलेल्या घरात किंवा मुंबईतल्या अचकटविचकट मळकटलेल्या रूमवर राहण्याचा योग असायचा. ही अकादमी म्हणजे पृथ्वीवरचा स्वर्गच वाटत होती. 'गंगा' हॉस्टेलवरच्या दोन जणांसाठी असणाऱ्या रूमची बेल वाजवली. एका उंच्यापुऱ्या, थोड्याशा खलनायकासारख्या दिसणाऱ्या रुबाबदार रूम पार्टनरने दरवाजा उघडला. 'हॅलो, आय एम सुरिंदर पाल, आय.आर.एस., इन्कम टॅक्स!' आय.आर.एस.मध्येही इन्कम टॅक्स व कस्टम्स आणि एक्साईज अशा दोन सर्व्हिस असतात. मीही माझी ओळख करून दिली; पण एकंदरीत या महाभागाशी माझे फार पटेल, असे वाटले नाही. मी माझी सुटकेस नीटपणे लावली. बाथरूममध्ये गेलो, तर उग्र वास येत होता. कुडकुडणाऱ्या थंडीमुळे रूममध्ये ए.सी. तर दूर, फॅनही नव्हता. कोपऱ्यात एक हिटर मात्र होता. थोडावेळ बेडवर पडलो. मनात उद्यापासून सुरू होणाऱ्या प्रशिक्षणाचे पडघम वाजत होते. जोगेश्वरीच्या झोपडपट्टीत राहणाऱ्या माझ्या आत्तेभावाने माझी आय.पी.एस.मध्ये निवड झाली म्हणून एक ब्लेझर दिला होता. तो हँगरला व्यवस्थित लावला. थकलो होतो, जवळच्या ढाब्यावर जाऊन पराठा व दही खाऊन आलो आणि लवकर झोपलो.

बी ओपन, बी पॉझिटिव्ह

सकाळी ७ वाजता प्रशिक्षण सुरू होणार होते. गरम कपडे घालूनही रात्रभर थंडीने कुडकुडत होतो. हिटरचे तापमान वाढवले, तर सुरिंदर गरम होत होता. पहाटे पहाटे थोडी झोप लागली, तोवर साडेपाचचा गजर वाजला. उठलो. दोघांमध्ये बाथरूम वापरण्यावरून कुरबुर सुरू झाली होती. लगबगीने तयार झालो व अकादमीच्या सभागृहात पोहोचलो. सुरुवातीला प्रशिक्षणार्थींचे समुपदेशन होणार होते. सडपातळ शरीरयष्टीचे, सावळ्या रंगाचे के. एन. कुमार, आय.ए.एस. आमच्या बॅचचे कोर्स डायरेक्टर होते. 'बी ओपन, बी पॉझिटिव्ह' हे आमच्या मूलभूत कोर्सचे बोधवाक्य होते. ६४व्या कोर्सच्या बोधचिन्हासाठी खोपडी उघडलेले डोके 'बी' आकारात बसवले होते व त्याच्यावर होकारात्मकता दाखवणारे अधिक चिन्ह होते. स्टडी मटेरिअलबरोबर एकशे वीस पानांचे दैनंदिन विचारांचे एक कॉम्पेडियमही दिले गेले. येणाऱ्या सोळा आठवड्यांत त्यातला त्या तारखेचा विचारांचा धडा आत्मसात करायचा होता. के. एन. कुमारांचे नेटक्या व स्पष्ट शब्दांमध्ये उद्‌घाटनपर भाषण झाले. त्यांच्या बोलण्यात उत्साह व ऊर्जा खचाखच भरलेली होती.

"हॅलो फ्रेंड्स, आजपासून तुमचा सोळा आठवड्यांचा पायाभूत कोर्स सुरू होत

आहे. या सोळा आठवड्यांत तुमच्या व्यक्तिमत्त्वात पूर्ण परिवर्तन आणायचा या अकादमीचा मानस आहे. आयुष्यात महान बदल हे दीर्घ काळाच्या टप्प्यांनी घडत नसतात, तर आयुष्याच्या एका महत्त्वाच्या टप्प्यावर काही निर्णय जाणीवपूर्वक ठरवून घ्यावे लागतात. ते घाईने घेतलेले निर्णय नसतात, तर तुमच्या विचारात आणि कृतीत झंझावात आणणारे, खोलवर रुजलेले, निग्रहपूर्वक केलेले संकल्प असतात. आणि हे परिवर्तन, स्थित्यंतर कधी घडणार? त्या क्षणी, मित्रांनो ज्या क्षणी तुम्ही ते ठरवणार! आणि ते संकल्प आणि प्रतिज्ञा करण्याची हीच ती वेळ आणि जागा! 'तुमची अल्मा माटर अकादमी!' आज इथे फक्त आणि फक्त तुमच्या स्वतःच्या ठाम कमिटमेंटची गरज आहे! आणि एकदा तुम्ही स्वतःशी ती कमिटमेंट केली की, तुम्ही स्वप्नातही कल्पना केली नसेल ती ऊर्जा आणि शक्ती तुमच्या नसानसांत तयार होईल. तुमचे वैयक्तिक, व्यावसायिक जीवन, तुमचे मन आणि शरीर, तुमचे नातेसंबंध, तुमचा दृष्टिकोन सारे काही नव्या जोमाने प्रभावित होईल. तुमचा जोश वाढेल. हाउ इज द जोश!''

''व्हेरी हाय सर!'' एका आवाजात सर्वांनी प्रतिसाद दिला.

''जोपर्यंत तुम्ही स्वतः ठरवत नाही; तोपर्यंत काहीही घडत नाही, बदलत नाही! या सोळा आठवड्यांत तुमचे विचार, आचार, वागणे, ध्येय, तुमच्या सवयी, तुमची दृष्टी बदलण्यासाठी रोज काही प्रयोग आणि प्रयत्न होणार आहेत! या प्रयोगासाठी आहात का तुम्ही तयार!?''

''येस सर!'' म्हणून सर्वांनी एकदिलानी संमती दिली.

''तुमच्या कोर्सचे बोधवाक्य 'बी ओपन आणि बी पॉझिटिव्ह' असण्याचे हेच कारण आहे. तुम्ही त्या आवश्यक परिवर्तनासाठी तयार आणि सहमत होणे, हाच सर्वांत मोठा निर्णय आहे. तुम्ही म्हणाल, आम्ही स्पर्धा परीक्षेची तयारी करताना असे अनेक संकल्प करून पाहिले; पण संरचनात्मक असे काहीच बदलले नाही! एव्हरेस्ट चढताना तीनदा अपयशी होणारा पुन्हा का तयार होतो त्याला सर करायला? कारण त्या जिद्दी गिर्यारोहकाला माहीत असते, की तो एक दिवस जिंकणार आहे! तो त्या पर्वताला म्हणतो, 'तू मला एकदा हरवलेस, दुसऱ्यांदा पराभूत केलेस, तिसऱ्यांदाही धूळ चारलीस! पण मी तुला एक ना एक दिवस माझ्या पायाखाली घेईन! तुला लीलया सर करेन! कारण तू आता मोठा होऊ शकत नाहीस, तुझी उंचीही वाढणार नाही. मी मात्र अजून मोठी झेप घेईन. बेडूकउडी बस झाली आता! आणि आता घेईन पोल वोल्टसारखी तुझ्यावर उत्तुंग उसळी आणि तुला जिंकेन! डोक्यात नावीन्यपूर्णता, हृदयात संवेदनशीलता व पोटात प्रचंड ऊर्जा घेऊन आजपासून वाटचाल करायची आहे. हे पाहा, आयुष्यात निवडायचं काय हे तुम्ही ठरवाल कदाचित; पण त्याचे परिणाम मात्र एकट्या तुमच्या हातात नसतील.

परिवर्तनासाठीची दृष्टी व मी समाजासाठी काहीतरी चांगले करेन ही नीती ठेवली; तर तुमच्या हातून तुमच्या पदाचा, अधिकाराचा योग्य वापर होईल आणि यासाठी मात्र तुम्हाला तुमचे मन व डोके नेहमी उघडे आणि आशावादी ठेवायचे आहे, हे ध्यानात घ्या.''

के. एन. कुमार यांच्या चेहऱ्यावर शांत आणि प्रगल्भ भाव होते. ते कमालीचे प्रभावशाली, फर्डे वक्ते होते. त्यांचे शब्द थेट अंत:करणाला भिडत होते. कुमार सरांचे बौद्धिक ऐकून कोलंबसाचे गीत माझ्या अंतरंगात गुंजू लागले! आपले शरीर आणि मन दोन्ही रोज बदलत असते. आपण नदीत पाणी पाहतो; पण आजची नदी आणि उद्याची नदी वेगळी असते. पाण्याचे अनेक प्रवाह वाहून गेलेले असतात. बदलाला घाबरायचे नाही, तो तर जिवंतपणाचा द्योतक आहे. जर शरीरातील मरणाऱ्या पेशींची जागा नव्या पेशींनी घेतली नाही, तर मृत्यू अटळ आहे! काहीच स्थायी नाही, पर्मनन्ट नाही! तुमच्या भावना, संवेदना, व्यक्तिमत्त्व, दृष्टिकोन सगळे सगळे सतत बदलत असते; पण हे सगळे बहुतेकांच्या आयुष्यात दिशाहीन आणि अनियंत्रित मार्गाने घडते. आपण जर या बदलाचा लगाम नाही खेचला, मांड नाही खंबीरपणे बसवली की या बदलांमुळे खूपदा निराशा आणि अपयश पदरी पडते. मग आम्ही त्रागा करतो. नशिबाला दोष देतो.

यू.पी.एस.सी.च्या परीक्षेची तयारी टोकाची कसोटी असते. या बिनभरवशाच्या तयारी आणि संघर्षामुळे माझे व्यक्तिमत्त्वही असेच अनुकूल आणि प्रतिकूल परिस्थिती, यश-अपयशाच्या हेलकाव्यांनी नाजूक बनले होते. मी दैववादी झालो होतो. अपेक्षाभंग आणि दुःखाच्या गर्तेत मी थेट परमेश्वराला शरण जायचो. अडथळे आले, अवघड प्रश्न समोर उभे ठाकले, संकटांची मालिका सुरू झाली की मी अंधश्रद्धांच्या आहारी जायचो. माझ्या सर्व निकालांवेळी मी सिद्धिविनायक मंदिरासमोरचाच एसटीडी टेलिफोन बूथ निवडायचो. उपासतापास, व्रतवैकल्ये, राशीभविष्य आणि हस्तरेषांमध्ये उपाय शोधायचा प्रयत्न करायचो. अनेकदा व्यक्तिमत्त्व विकासाची पुस्तके आणि प्रेरणादायी लेखांमध्ये ऊर्जा सापडतेय का, ते पाहायचो. काही संकल्प करायचो आणि योजना बनवायचो. अशा हिंदोळ्यातून मार्ग काढत मसुरीपर्यंत मजल मारली होती. रोज मी अजून कसा सरस होईन, यासाठी छोटी छोटी रचनात्मक पावले टाकत आलो होतो. भौतिक व वैषयिक सुख आणि चंगळवादापासून दूर राहा, दूर राहा असे सतत बजावूनही अनेकदा मोह अनावर व्हायचे. अनेकदा त्या अगतिकतेने ओढणाऱ्या आणि आकर्षक वाटणाऱ्या भोगवादी प्रवृत्तीच्या आहारी जायचो. तरीही आतली लढाई मी जिवंत ठेवली होती. विवेक आणि प्रयत्न सोडले नव्हते. मी अजून कसा प्रगल्भ होईन असा रोज विचार करायचो आणि चांगल्या सवयी आत्मसात करायचो; पण तरीही असूया आणि तिरस्कार माझी पाठ सोडायचे नाहीत. मी कधी

खूप चांगला असतो तर कधी खूप वाईट! कधी सज्जन असतो तर कधी दुर्जन! कधी खूप विधायक कामे करतो तर कधी कळतनकळत विघातक वृत्तीही माझा बळी घेते. रोज चारित्र्य आणि सदसद्विवेकाची झुंबड उडालेली असते. गोंधळ उडतो साला! माझा आकार रोज बदलतो आणि माझ्या महत्त्वाकांक्षा रोज नवे रूप धारण करतात.

यू.पी.एस.सी.ची मुहूर्तमेढ रोवताना यश अपयश हुलकावण्या देत असते. आशा निराशेचा लपंडाव सुरू असतो. भविष्याबद्दलच्या अस्थिरतेमुळे विचार अविचारांचा नेहमी गर्दा उडत असतो. एक मन सांगते, 'भविष्याचा विचार कर, गणित मांड आणि प्रॅक्टिकल वाग आणि सोडून दे हा अस्थिर आणि बेभरवशाचा सापशिडीचा खेळ! कुठेतरी सेटल व्हायचं बघ!' दुसरे मन मात्र उधाण वाऱ्याचे असते. भरकटणारे असते. ते बंडखोर असते, धाडस करायला भाग पाडते, रिस्क घ्यायला उद्युक्त करते! आव्हान देते. हेच ते मन जे क्रांतिकारक असते आणि उत्तुंग ध्येयासक्ती ठेवायला उद्युक्त करते. पण ते खूपदा उद्दीपित होते, तक्रारींचा पाढा वाचायला सुरुवात करते! न पेलवणारा आक्रोश आणि आक्रंदने सुरू होतात. अन्याय झाला, भेदभाव किंवा पक्षपात झाला की, हे मन शांतपणे झोपू देत नाही, सारखे उसळी मारते, काळीज धडधडायला लागते आणि तणावामुळे शरीरातून वेदना निर्माण होतात. अशा मनाला नियंत्रित करायचे आणि काबूत कसे आणायचे हे दिव्यच होते.

ट्रेनिंगदरम्यान त्या उधळणाऱ्या विशीतल्या मनावर अधिराज्य करायला मला शिकायचे होते. सगळ्यात आधी ध्यान शिकायचे. स्वतःच्या आत डोकावायचे. आतल्या चेतनेला स्पर्श करायचा. मनाला विषारी बनवणारे आतले सगळे विषाणू आणि जीवाणू नेस्तनाबूत करायचे. मन प्रफुल्लित आणि ताजेतवाने ठेवायचे. ध्यान त्याचा सर्वोत्तम मार्ग आहे. आपल्या गरजा किती तकलादू आणि कमी आहेत, याची जाणीव करून घ्यायची. सगळे तणाव अर्थहीन आहेत, हे मनावर बिंबवायचे. त्या ईश्वराच्या अनंत रूपांशी एकरूप व्हायचा प्रयत्न सोडायचा नाही. स्वतःला सूचना द्यायच्या. अंतर्मनावर आपले ध्येय, आपली इबारत कोरून ठेवायची. आपल्या दीर्घ, मध्यम आणि तातडीच्या कामांचे नियोजन करून त्यासाठी स्वतःला स्वयंसूचना द्यायच्या. आपण जे विचार करतो, ज्याचा सारखा ध्यास धरतो; त्या गोष्टी आपसूक आपल्याकडे खेचल्या जातात आणि ईश्वर त्या आपल्याला देण्यासाठी सर्व शक्ती एकवटून मदत करायला धावतोदेखील! चांगले बोलायचे, भला विचार करायचा आणि कष्टाने व पुण्याने समाधान मिळवायचे. आपण जी स्वप्ने पाहतोय, ती सगळी वास्तवात उतरली आहेत, असे कल्पनाचित्र उभे करायचे. ऑलिम्पिकमध्ये खेळणाऱ्या खेळाडूंना हे तंत्र शिकवले जाते. मला सुवर्णपदक मिळाले आहे, हे चित्र मनाच्या गाभाऱ्यात तेवत

ठेवायचे. त्यातून अनामिक दैवी शक्ती तुमच्यात हळूहळू निर्माण होते. यश खरेतर दोनदा मिळते. एकदा मनात आणि दुसऱ्यांदा वास्तव जगात!

चांगले मन चांगल्या शरीरात राहते. शरीरातून आळसाला रामराम करायचा आणि त्याच्यात ऊर्जा भरायची. व्यायाम आणि योग करायचा. वैषयिक वासनांना दूर ठेवायचे. वासनेचे गुलाम व्हायचे नाही. वाईट सवयी लागल्या की चैतन्य हरपते. एकाग्रता संपते आणि एकटेपणा वेढा टाकतो. आनंद विरतो आणि भय सुप्तपणे मानगुटीवर बसते, त्यासाठी शरीराचा व्यायाम आणि मनाची मशागत चालूच ठेवायची. भरपूर वाचायचे आणि अखंडित लिहायचे. हे केले, तर रोज नव्याने तुमची स्वतःशी भेट होत असते. या गोष्टी स्पर्धा परीक्षेच्या तयारीच्या काळात मी अंतर्मनावर सतत बिंबवल्या होत्या. आता अकादमीत त्या मला प्रकर्षाने अजून प्रगल्भ करायच्या होत्या. माझे क्षितिज आता विस्तारले आहे; कारण आता मी माझा नाही राहिलो. मी समाजाचा झालो! मोठी जबाबदारी आणि कर्तव्यांना भिडायचे होते.

सगळ्यात पहिले दैववादी राहायचे नाही. 'दैवायत्तं कुले जन्म मदायत्तं तु पौरुषम्!' आपले भविष्य आपण आपल्या कर्माने घडवायचे. आव्हाने स्वीकारायची. संकटांना घाबरायचे नाही. आयुष्याला भिडायचे. जो कोणी सामोरा येईल, त्याच्या नजरेला नजर रोखून सामना करायचा. भविष्याचा विचार राशीभविष्य पाहून किंवा हस्तरेषा पाहून करायचा नाही. नक्षत्र, अमावस्या, राहू, केतू, शनी कोण आहेत माझी वाट अडवायला? माझ्या आणि माझ्या स्वप्नांच्या मध्ये का बरे येईल साडेसाती? का मी माझे दिवस वाया घालवू शुभ मुहूर्त पाहण्यात आणि का मी माझी ऊर्जा खर्ची करू चिंतातुर जंतू बनून! जिथे इच्छाशक्ती, तिथे मार्ग असतो. ती फक्त सक्षम आणि दांडगी असेल, याची दक्षता घेईन. यश खेचून आणताना ओठांवर हसू, डोक्यावर बर्फ आणि पाय जमिनीवर राहतील, याचे भान ठेवीन. माझ्या येथून पुढच्या प्रवासात प्रामाणिकपणा आणि नम्रपणा ही माझी प्राथमिकता असेल. मी माझ्या आणि माझ्या टीमच्या कामाबद्दल जबाबदारी घेईन.

कलाम सरांनी सांगितलेला एक प्रेरक अनुभव ऐकला होता. १९७९मध्ये 'एसएलव्ही ३' या उपग्रह उड्डाणवाहनाच्या प्रकल्पाचे ते संचालक होते. त्यांचे काम उपग्रहाला ऑर्बिटमध्ये व्यवस्थितपणे सोडणे हे होते. हजारो कर्मचारी आणि शास्त्रज्ञांच्या दहाएक वर्षांच्या परिश्रमानंतर उपग्रहाच्या उड्डाणाची ती वेळ आली. श्रीहरीकोटा येथे हे महत्त्वाकांक्षी काम सुरू होते. टी मायनस ५ मिनिट्स, टी मायनस ४ मिनिट्स, टी मायनस १ मिनिट, टी मायनस ४० सेकंड्स आणि संगणकाने धोक्याची घंटा वाजवली. सिग्नल आला, उड्डाण थांबवा! कलाम सर मिशन डायरेक्टर होते. त्यांना अंतिम निर्णय घ्यायचा होता. त्यांच्या पाठीमागे सहा विशेषज्ञ बसले होते. त्यांनी संगणकावरचा डेटा पाहिला, सिग्नल वाचले आणि अनुमान काढले की समस्या

गहन आहे! कंट्रोल सिस्टिममध्ये लिकेज आहे! पण त्यांनी गणित मांडले. कन्ट्रोल सिस्टिममध्ये लिकेज असले तरी उपग्रहाला ऑर्बिटपर्यंत नेता येईल, एवढे इंधन होते. त्यांना यशाबद्दल आत्मविश्वास होता. त्यांनी एक्सपर्ट्‌सच्या मताविरुद्ध निर्णय घेतला. पहिल्या टप्प्यात रॉकेट यशस्वीपणे गेले; पण दुसऱ्या टप्प्यात ते भरकटले. आणि उपग्रहाला ऑर्बिटमध्ये पोहोचवायच्याऐवजी त्याला थेट बंगालच्या उपसागरात समाधिस्थ केले. खूप मोठे अपयश होते. यश हाताळणे सोपे असते; पण अपयश कसे पचवायचे, हे आव्हान होते; पण त्यावेळचे 'इस्रो'चे मुख्य आणि महान लीडर सतीश धवन कलाम सरांजवळ गेले आणि म्हणाले, "चल, आपण प्रेसला माहिती देऊ." हे ऐकताच कलाम सरांच्या अंगावर काटा आला; कारण या प्रेस कॉन्फरन्ससाठी जगभरातून मीडियाचे प्रतिनिधी आले होते. त्यांना भीती वाटली की, अर्थातच त्या प्रकल्पाचे संचालक असल्याने त्या सगळ्या गडबडघोटाळ्याचे खापर त्यांच्या माथी फोडले जाणार! आणि सतीश धवन सरांनी प्रेसला संबोधले, "मित्रांनो, आम्ही आज अयशस्वी झालो; पण या क्षणी मी माझ्या तंत्रज्ञ, शास्त्रज्ञ आणि स्टाफच्या पाठीशी खंबीरपणे उभा आहे; कारण मला माहीत आहे, ते पुढच्या वर्षी यशस्वी होणार आहेत." धवन सरांनी सगळी जबाबदारी स्वतः घेतली. सगळा दोष एकट्याने घेतला. बंगालच्या उपसागरात शेकडो कोटी बुडवले म्हणून मीडियाने खूप दूषणे लादली; पण ते ठाम होते आणि सगळ्यांच्या पाठीशी उभे राहिले आणि निक्षून म्हणाले, "माझी टीम पुढच्या वर्षी जिंकेल!" आणि पुढच्या वर्षी खरेच १८ जुलै १९८०, टीम यशस्वी झाली. उपग्रह यशस्वीपणे ऑर्बिटमध्ये पोहोचला. उत्तुंग यश होते ते! पण मोठेपण पाहा, डॉ. धवन त्या वेळी कलाम सरांना म्हणाले, "तू जा आणि प्रेस कॉन्फरन्सला संबोधित कर! तू या यशाची माहिती जगाला दे!" याचा काय अर्थ? ज्या वेळी अपयश येते, त्या वेळी लीडर ते आपल्या खांद्यावर घेतो. जबाबदारी स्वीकारतो; पण ज्या वेळी यश मिळते, त्याचे श्रेय तो आपल्या टीमला देतो. हो! टीमवर्क, कॅमराडरी परस्परांमधील सद्‌भाव, सौहार्द आणि जबाबदारीने काम करायचे.

माझ्या कामात निष्ठा राहील. माझी कामे ही ध्येयाने प्रेरित असतील आणि माझे प्रत्येक पाऊल कृतिशील असेल. सगळ्यात महत्त्वाचे म्हणजे अखंडपणे आणि अविरतपणे नावीन्याचा शोध घेईन, सतत शिकत राहीन. जी काही व्यावसायिक कौशल्ये आणि ज्ञान आहे, ते मन लावून आत्मसात करीन. माझे संवादकौशल्य सुधारावे लागेल. इंग्रजीत मी कच्चा आहे. मी जोमाने, नेटाने ते सुधारण्यासाठी मेहनत घेईन. वक्तशीरपणा, नियोजन आणि संघटन या त्रिसूत्रीचा रोजच्या जीवनात अवलंब करीन. कामाचा दर्जा उंचावण्यासाठी सतत उपक्रमशील राहीन. आशावादी दृष्टी आणि प्रतिसाद हा माझा मूलमंत्र असेल आणि कोणत्याही क्षणी वैयक्तिक

सुखाचा विचार न करता लोकांसाठी दत्त म्हणून हजर राहीन. इतरांसाठी आदर्श ठरतील आणि संदर्भासाठी योग्य आणि उत्कृष्ट ठरतील, अशी प्रशासकीय आणि सामाजिक कामे करण्यासाठी कटिबद्ध राहीन!

लहानपणी वाचलेल्या हरिवंशराय बच्चन यांच्या कवितेचा सारांश आठवला. छोटीशी मुंगी साखरेचा कण घेऊन भिंतीवर चढत असते, तेव्हा अनेकदा घसरते, पडते. त्या वेळी तिच्या मनातील विश्वास तिच्या नसानसांत ताकद भरतो. चढून पडणे, पडून चढणे चालूच असते. शेवटी तिचा संघर्ष सफल होतो आणि प्रयत्न हा नेहमी यशस्वीच होतो. पाणबुड्या जेव्हा मोती शोधण्यासाठी महासागरात छलांग घेतो, त्या वेळी त्याला अनेकदा रिकाम्या हाती परतावे लागते. अथांग सागरात सहज मोती मिळत नाहीत. या चिंतेतच त्याचा कधी उत्साह वाढतो. मनोबल उंचावते. प्रत्येक वेळी त्याची मूठ रिकामी नसते, कधी त्याच्या हाती मोतीही लागतात. प्रयत्न करणारा नेहमी यशस्वी होतो. अपयश हे आव्हान आहे. त्याचा स्वीकार करा. काय कमतरता राहिली, त्याचा शोध घेऊन सुधारणा करा. जोपर्यंत यश मिळत नाही, तोपर्यंत साखरझोप नाही. संघर्षच माझे मैदान आणि विजय हाच माझा ध्यास! चमत्कार केल्याशिवाय लोक नमस्कार घालत नाहीत. प्रयत्न नेहमी यशस्वी होतात.

शाळा, कॉलेजच्या अभ्यासानंतर स्पर्धा परीक्षेच्या तयारीचा कालखंड हा माझा मानसिक, आध्यात्मिक व वैचारिक जडणघडण करणारा होता. प्रशिक्षणादरम्यान माझी मूल्य व्यवस्था व नैतिक ध्येयधोरणे घडत असल्याची जाणीव मला क्षणोक्षणी होत होती. करिअरमध्ये यशस्वी होण्यासाठी मला निःस्वार्थीपणा हाच मूलभूत मंत्र ठेवायचा होता. त्याचबरोबर हृदयात समानुभूती, तटस्थ पण संयमी मनोवृत्ती आणि सदोदित कष्ट करण्याची तयारी सोबतीला असणेही महत्त्वाचे होते. सकाळच्या सेशनमध्ये फक्त ब्रेन स्टॉर्मिंग झाले. वेगवेगळ्या अकरा सर्व्हिसेसमधले सुमारे तीनशेच्या आसपास बॅचमेट्स उत्साहाने एकमेकांना भेटत होते. ओळखी होत होत्या. मी मात्र माझ्या कम्फर्ट ग्रुपला शोधत होतो. तसा आम्हा १५ जणांचा भलामोठा मराठी चमू सर्वांचे लक्ष वेधून घेत होता. दुपारी भोजनासाठी आलिशान मेसमध्ये गेलो. आयुष्यात पहिल्यांदाच हवी तेवढी फळे व आईस्क्रिम उपलब्ध होते. लज्जतदार भोजनावर ताव मारला; मात्र मेसचे बिल अडीच-तीन हजारांवर जाते, हे ऐकल्यावर बिथरल्यासारखे झाले. एकूण पगारच आठ हजार आणि त्यातले एवढे पैसे जेवणावर खर्च होणार म्हणजे घरी किती पाठवू शकेन; याचे गणित नीट, व्यवस्थित बसत नव्हते.

कायदा आणि प्रशिक्षण

आत्तापर्यंत कायद्याचा अभ्यास राज्यघटनेच्या अनुषंगाने केला होता. मूलभूत अधिकार, राज्याची मार्गदर्शक तत्त्वे, संघराज्य प्रणाली, अधिकार वाटप, नागरिकत्व, न्यायप्रणाली हे घोकून घोकून पाठ केले होते. आपण ब्रिटिश संसदीय पद्धती अवलंबिली आहे. जगातील सर्व आदर्श संकल्पना घटनाकारांनी आपल्या घटनेत समाविष्ट केल्या आहेत. अमेरिकेकडून मूलभूत अधिकार घेतले, तर आयर्लंडकडून राज्याची मार्गदर्शक तत्त्वे. घटनादुरुस्तीची प्रक्रिया दक्षिण आफ्रिकेकडून तर आणीबाणीची धोरणे जर्मनीच्या घटनेतून. घटनेवर १९३५च्या भारतीय सरकारच्या कायद्याचा मोठा पगडा आहे. घटनेच्या सरनाम्यातच घटनेचा गाभा आहे.

'आम्ही, भारताचे लोक,
भारताला एक सार्वभौम, समाजवादी, धर्मनिरपेक्ष, लोकशाही, गणराज्य घडविण्याचा
व त्याच्या सर्व नागरिकांस
सामाजिक, आर्थिक व राजकीय न्याय,
विचार, अभिव्यक्ती, विश्वास, श्रद्धा व उपासना यांचे स्वातंत्र्य,
दर्जाची व संधीची समानता,
निश्चितपणे प्राप्त करून देण्याचा आणि त्या सर्वांमध्ये व्यक्तीची प्रतिष्ठा व राष्ट्राची एकता व एकात्मता यांचे आश्वासन देणारी बंधुता प्रवर्धित करण्याचा गांभीर्यपूर्वक निर्धार करून, आमच्या संविधान सभेत आज दिनांक २६ नोव्हेंबर, १९४९ रोजी याद्वारे हे संविधान अंगीकृत आणि अधिनियमित करून स्वतःप्रत अर्पण करीत आहोत.'

सर्व अधिकारांचे उगमस्थान हे भारताच्या जनतेमध्ये आहे. लोकांनी लोकांच्यासाठी चालवलेले लोकांचे राज्य म्हणजे लोकशाही, अशी लोकशाही प्रणाली आम्ही स्वीकारलेली आहे. न्याय, स्वातंत्र्य, समता आणि बंधुता हा घटनेचा गाभा आहे. आता आपले कल्याणकारी आणि धर्मनिरपेक्ष राज्य आहे. आपली लोकशाही राजकीय आणि सामाजिकदेखील आहे. घटनेच्या तिसऱ्या भागात प्रत्येकाला विचार, श्रद्धा, आचार, पूजा आणि उच्चाराचे स्वातंत्र्य देण्यात आले आहे. कायद्याचे राज्य आणि कायद्याचे समान संरक्षण या दोन संकल्पनांना मूर्त रूप देण्यात आले आहे. अशा आदर्श राज्यघटनेतील मूल्यांचे आणि नियमांचे रक्षण व अंमलबजावणी करण्याची महत्त्वाची जबाबदारी भारतीय नोकरशाहीवरदेखील आहे.

सकाळच्या सत्रामध्ये 'कायदा आणि प्रशासन' या विषयावर डॉ. बॅनर्जी सरांचे

व्याख्यान होते. उंच, गोरेपान, घाऱ्या डोळ्यांचे डॉ. बॅनर्जी सुटाबुटात एखाद्या ब्रिटिश अधिकाऱ्यासारखे दिसत होते. आल्याबरोबर त्यांनी सर्वांना खड्या आवाजात अभिवादन केले आणि ग्रीक इतिहासातील कायद्याच्या उत्पत्तीबाबतची अतिशय गूढ वाढवणारी आणि रंजक अशी 'कायद्याच्या विरोधाभासाची' एक गोष्ट सांगितली. कायद्याचा पंडित प्रोटॅगोरस आणि त्याचा शिष्य यूथालॉस यांची 'प्रोटॅगोरसचा विरोधाभास' नावाने ओळखली जाणारी कथा आहे. तार्किक प्रश्न म्हणून आजही लॉ कॉलेजेसमध्ये या गोष्टीवर वादविवाद केले जातात. प्राचीन काळात एक विद्यार्थी कायद्याचे ज्ञान घेण्यासाठी एका कायदेपंडितांकडे गेला; पण त्याची हलाखीची परिस्थिती असल्याने तो त्यासाठीचे शिक्षण शुल्क द्यायला असमर्थ होता. म्हणून त्या विद्यार्थ्याने त्या कायदेपंडिताला प्रस्ताव दिला, ज्या क्षणी मी माझा पहिला खटला जिंकेन, त्या क्षणी मी तुमची फी देईन! शिक्षकाने हा करार मान्य केला आणि त्या विद्यार्थ्याला पूर्ण प्रशिक्षण द्यायला सुरुवात केली. ज्या वेळी प्रशिक्षण संपले, त्या शिक्षकाने आपली फी देण्यासाठी विद्यार्थ्याकडे तगादा लावला. विद्यार्थ्याने त्याला कराराची आठवण करून दिली आणि फी द्यायचे टाळत गेला. शेवटी वैतागून शिक्षकाने विद्यार्थ्यावर कोर्टात खटला दाखल केला आणि दोघेही आपआपली बाजू मांडण्यासाठी कोर्टात उभे राहिले. शिक्षकाने आपला युक्तिवाद सादर केला, 'जर मी ही केस जिंकलो तर विद्यार्थ्याला माझी फी द्यावी लागेल; कारण ही माझ्या देय शुल्कासंबंधी केस आहे. आणि जर मी ही केस हरलो तरीही विद्यार्थ्याला माझी फी द्यावीच लागेल; कारण करारानुसार तो त्याची पहिली केस जिंकल्यावर माझी फी देणे लागतो. याअर्थी मी जिंकलो काय किंवा हरलो काय, मला माझे पैसे मिळायलाच हवेत!'

आता त्या विद्यार्थ्याने त्याला तेवढाच प्रभावी उलट प्रतिवाद केला. 'केस ही फी देण्याबद्दल आहे; त्यामुळे मी जर केस जिंकली, तर फी द्यायचा प्रश्नच उरत नाही. आणि जर मी केस हरलो, तर मी फी देणार नाही; कारण कराराप्रमाणे मी अजून माझी पहिली केस जिंकलीच नाही. त्यामुळे केसचा निकाल काहीही लागला, तरी मी शिक्षकाला शुल्क देणे लागत नाही.' हा एक अनन्यसाधारण असा न सुटलेला कायद्याचा ऐतिहासिक तिढा आहे. हे उदाहरण कायद्याच्या अभ्यासाबद्दल कुतूहल वाढवणारे होते. डॉ. बॅनर्जी म्हणाले, ''तुमच्या सेवेत असे अनेक पॅराडॉक्स तुमच्यासमोर उभे ठाकतील आणि तुमच्याजवळ त्याचे उत्तर नसेल. तुम्ही गोंधळून जाल! अनेकदा तर तुम्हाला अडचणीत आणायला असे द्विधावस्था निर्माण करणारे प्रसंग मुद्दाम तयार केले जातील. त्या वेळी संयमी वृत्ती, निर्णयक्षमतेसोबत कायद्याचे अचूक ज्ञान आणि त्या प्रसंगी त्या ज्ञानाचे समयोचित उपयोजन तुम्हाला अशा प्रसंगातून बाहेर काढते.''

कायद्यातील नैसर्गिक न्यायतत्त्वांची संकल्पना डॉ. बॅनर्जींनी सोप्या भाषेत

समजावून सांगितली. नैसर्गिक न्यायाचा अभ्यास करताना दुसऱ्याला बाजू मांडण्याची संधी देणे व ज्याचे एखाद्या निवाड्यात हितसंबंध गुंतले आहेत, त्याने त्याचा न्याय न करणे; या दोन संकल्पना ध्यानात आल्या. ब्रिटिश न्यायप्रक्रियेची दोन तत्त्वे निष्पक्ष सुनावणीची संधी आणि पूर्वग्रह न बाळगण्याचा नियम प्रशासकीय सेवेचा गाभा आहेत. प्रोफेसर बॅनर्जी खड्या आवाजात सांगायचे, 'जे काम प्रशासकीय अधिकारी म्हणून तुम्हाला करायचे आहे; ते न्याय्य, कायदेशीर, निष्पक्ष व समाजहिताचे असले पाहिजे आणि कोणत्याही नि:स्पृह अधिकाऱ्याने हा नियम पाळला, तर वैचारिक गोंधळ निर्माण होत नाही. जे काम हातून होते, ते योग्य आणि परिणामकारक ठरते. या तत्त्वाचा अंगीकार केला, तर कोणतेही विवाद किंवा वादंग निर्माण होत नाहीत. म्हणून प्रशासकीय अधिकाऱ्याने किंवा कोणत्याही जबाबदार नागरिकाने 'प्रामाणिकपणा व सचोटी' याच दोन संज्ञांची निष्ठा राखली पाहिजे. आपल्या शब्दांशी कटिबद्ध राहणे ही कनिष्ठ सचोटी, आपल्या आदर्शांशी किंवा तत्त्वाशी प्रतारणा न करणे म्हणजे मध्यम दर्जाची सचोटी आणि स्वत:शी, आत्मिक शक्तींशी एकरूप राहणे, ही उच्च दर्जाची सचोटी! काय स्वीकारायचे आणि काय नाही, हे पर्याय नेहमीच आपल्या हाती असतात. त्यामुळे योग्य आणि न्याय्य पर्याय निवडायचा. परिणाम आपसूकच चांगले होतात. आपले अधिकार हे समाजाच्या हितासाठीच वापरायचे,' अशा प्रोफेसर बॅनर्जींच्या अस्खलित प्रवचनांनी वैचारिक बैठक पक्की व्हायला लागली.

गुन्हा म्हणजे मेन्सरिया व अक्टेस रियसची गोळाबेरीज. कोणतीही कृती जर वाईट उद्देशाने केली, तरच ती कृती गुन्हेगारी स्वरूपाची होऊ शकते. डॉक्टर जर आपल्या रुग्णांचे शरीर धारदार शस्त्राने शस्त्रक्रियेसाठी कापत असेल, तर ती कृती चांगल्या उद्देशाने केली असल्याने गुन्हा होत नाही. पहिलीवहिली गुन्ह्याची व्याख्या कळली. मग 'युथनेसिया' म्हणजे स्वेच्छामरण, आत्महत्या करणे या गोष्टी गुन्हा होऊ शकतात का, अशा अनेक वादग्रस्त प्रश्नांवर गरम चर्चा व्हायच्या. घटनेत मूलभूत अधिकार असतात. त्याचबरोबर राज्याची मार्गदर्शक तत्त्वेही असतात. खरे तर समाजातील तळागाळातील लोकांचे, पीडित आणि वंचित घटकांचे हित लक्षात घेऊन शासन कायदे बनवत असते. मार्गदर्शक तत्त्वे ही राज्याला दिशा देण्याचे काम करतात. आपल्याकडे शेकडो कायदे पारित केलेले आहेत. प्रत्येक कायद्याला एक नैतिक अधिष्ठान असते. त्या त्या काळात राज्य संस्थेने कायदे केले आणि ते सामान्य जनतेच्या अंगवळणी पडल्याने त्यांचे संस्कृतीमध्ये रूपांतर झाले. त्यातून सामाजिक शिस्त निर्माण झाली. कायदे का केले जातात, त्यांचे स्वरूप कसे ठरवले जाते, त्यांच्या अंमलबजावणीचे धोरण कसे असावे; अशा मूलभूत संकल्पनांची डॉ. बॅनर्जींनी ओळख करून दिली.

राज्य कसे असावे, याचे वर्णन महाभारतातील शांतिपर्वात भीष्मांनी युधिष्ठिराला केलेल्या उपदेशात आहे –

न राज्यं न राजाऽसीन्न दण्डयो न च दाण्डिकः ।
धर्मेणैव प्रजास्सर्वा रक्षन्ति स्म परस्परम् ॥

राजा आणि राज्यच अस्तित्वात नसावे. शिक्षा देणारा आणि भोगणारा असा भेद नसावा. सर्व प्रजेने एकमेकांचे संरक्षण करावे. अशी आदर्श राज्यव्यवस्था आणि समाजव्यवस्था निर्माण व्हावी. अशा राज्यात पोलिसांची आवश्यकता आहे का? पण आजच्या समाजव्यवस्थेत पोलीस हा शासनव्यवस्थेचा अविभाज्य घटक बनला आहे. ब्रिटिशांनी पोलीस व्यवस्थेला संघटित रूप दिले; पण तिचा वापर 'फोडा आणि झोडा' या आपल्या स्वार्थी उद्दिष्टपूर्तीसाठी केला. त्यांनी पोलीस राज प्रस्थापित करून वसाहतवादी मानसिकता रुजवली. आज स्वातंत्र्यानंतर त्या पोलीस राजचे रूपांतर कल्याणकारी राज्यात होत असताना पोलीस व्यवस्था योग्य मार्गाने बदलली आहे का? कायदे तर तेच आहेत. भारतीय दंड संहिता १८६० साली पारित झाली. भारतीय पुरावा अधिनियम १८७२चा आहे. भारतीय पोलीस कायदा १८६१चा आहे. मग त्याची अंमलबजावणी करताना २१व्या शतकातली मानसिकता कशी येणार? मग कोणते बदल झाले? मानवाधिकारांचे महत्त्व का आणि कसे वाढले? स्वातंत्र्यानंतर अट्रॉसिटीविरुद्ध ॲक्ट, स्त्रीभ्रूणहत्या विरोधी कायदा, हुंडाबंदी विरुद्ध अधिनियम, भ्रष्टाचाराविरुद्ध अधिनियम, पोटा, मोका हे व असे अनेक नवीन कायदे पारित करून समाजातील वाईट वृत्ती आणि असामाजिक चालीरीतींवर कठोर पावले उचलली जात आहेत. आयपीसी, सीआरपीसी, पुरावा कायद्यात नव्या गरजांप्रमाणे वेळोवेळी बदल केले जातात. हुंडाबळी रोखण्यासाठी आयपीसीमध्ये ४९८अ आणि ३०४ब ही कलमे वाढवण्यात आली. त्यात तरुण विवाहितेच्या संशयास्पद मृत्यूच्या वेळी जर हुंडाबळीची फिर्याद दाखल झाली, तर आरोपीला आपले निरपराधित्व सिद्ध करावे लागते. बर्डन ऑफ प्रूफ सिद्ध करण्याची जबाबदारी आरोपीवर असते. त्यासाठी पुरावा कायद्यातही आवश्यक ते बदल करण्यात आले आहेत. अलीकडे दिल्लीतील गंभीर निर्भया घटनेनंतर क्रिमिनल अमेन्डमेन्ट ॲक्टद्वारे ॲसिड हल्ले, विनयभंग आणि बलात्काराची व्याख्या व्यापक केली गेली. आयपीसीत बदल करून गंभीर शिक्षेची तरतूद करण्यात आली. कायदे का करतात आणि ते का बदलले जातात, यावर चर्चासत्रे आयोजित केली गेली. एकूण काय, तर लबास्नात कायद्यापेक्षा कायद्याच्या मागचे अधिष्ठान आणि तत्त्वज्ञान शिकवण्यावर भर होता.

रूमवर आलो. डायरी काढली आणि माझे निश्चय, निग्रह लिहिले. एकतर नेहमीसारखी पांचट बडबड कमी करायची. काही झाले, तरी दोन तास वाचन करायचे. खरे, सत्य बोलायचे. आळस झटकायचा. मुद्देसूद बोलायचे आणि वागायचेही. प्रत्येकाला आदराने व सन्मानाने वागणूक द्यायची. 'आपण समोरच्यांच्या जागी असतो तर', हा समानुभूतीचा भाव नेहमी जिवंत ठेवायचा. अतिउत्साह आणि भडकपणा टाळायचा. शांतपणे, निग्रहाने आणि शिस्तीने नेतृत्व करण्याचा प्रयत्न करायचा. इच्छाशक्ती असेल, तर प्रत्येक मार्ग हा सुकर आणि यशस्वीच ठरतो. रोजच्या जीवनात आनंदी आणि उत्साही राहण्याचा प्रयत्न करायचा. जसे मन राहते, विचार करते; तसाच माणसाचा मूडही आनंदी किंवा दु:खी होतो. प्रत्येक दिवस जगायचा. परिपूर्णतेने, जिद्दीने, प्रचंड इच्छाशक्तीने. परमेश्वराने संधी दिली आहे. स्वत:च्या शारीरिक, मानसिक, आध्यात्मिक विकासासाठी अनुकूल परिस्थिती दिली आहे. हा काळ शांततेचा आहे. हा काळ शिकण्याचा आहे. संघर्षाच्या वेळी जशी आपण सर्व शक्ती पणास लावतो आणि ध्येय साध्य करतो; तसे बळ जर अशा रोजच्या कामात वापरले तर? आपल्या हातून किमया, चमत्कार वाटेल अशी कामे होऊ शकतील!

कुठेतरी मी एक गोष्ट वाचली होती की, परदेशात एक माणूस त्याची अवजड कार मागे घेत होता आणि अशात त्याने हृदयाचा ठाव घेणारी किंचाळी ऐकली. पाहतो तर काय, त्याचा स्वत:चा पाच वर्षांचा मुलगा त्याच्या स्वत:च्या गाडीच्या चाकाखाली अडकला होता. कोणताही विचार न करता बॉनेटला पकडून त्या सडपातळ शरीरयष्टीच्या ७०किलो वजनाच्या व्यक्तीने ७०० किलो वजनाची गाडी लीलया उचलली व आपल्या मुलाची चाकाखालून सुटका केली. संकटाच्या आणि संक्रमणाच्या काळात असे दहा हत्तींचे बळ अंगात शिरत असते. स्वत:मधील शक्तींचा सुगावा योग्य वेळेत लागला पाहिजे. मग त्या शक्तींच्या बळावर ऊर्जा निर्माण करायची आणि ती ऊर्जा आपल्या ध्येयसिद्धीसाठी म्हणजेच आपल्या रोजच्या कर्तव्याप्रती अर्पण करायची, या ध्येयनिष्ठेने आजपासून काम करायचे. रूटीन आखायचे; पण रूटीनमध्ये अडकायचे नाही. नाही जगायचे, कुढत कुढत! जगायचे कसे, छत्रपती शिवरायांच्या मावळ्यासारखे; दमदार, तजेलदार आणि तेजस्वी वीरासारखे!

एका प्रख्यात लष्करप्रमुखाने म्हटले आहे, 'ज्या सैन्यात शंभर सिंह असतील; पण त्यांचे नेतृत्व एक शेळी करत असेल, तर अशा सैन्याची मला किंचितही भीती वाटत नाही; मात्र ज्या सैन्यात शंभर शेळ्या असतील; पण त्यांचे नेतृत्व एक सिंह

करत असेल, तर त्या सैन्याशी भिडताना मला शंभर वेळा विचार करावा लागेल.' शिवराय प्रतिकूलतेशी धैर्यासह झुंजणारे लोहपुरुष होते, अख्खे लष्कर म्हणजे ते एकटेच होते. चमत्कार वाटावा अशा त्यांच्या कर्तृत्वाचा आणि झंझावाती जीवनाचा आदर्श ठेवून आपले चरित्र आणि करिअरची बांधणी करायचा प्रयत्न करायचा. त्यांच्या स्वराज्याच्या संकल्पनेशी बांधील असणारा सह्याद्रीतील सर्जनशील मावळा या हिमालयातील बर्फाच्छादित अकादमीत रोज घडवायचा.

अकादमीत अनामिक हुरहूर वाटायची. न्यूनगंड जागा व्हायचा. तिथल्या विद्वत्ताप्रचुर वातावरणात जीव गुदमरायचा. त्या वेळी अंगी 'शूर आम्ही सरदार आम्हाला काय कुणाची भीती' अशी लढाऊ वृत्ती आणि जोश जागा व्हायचा. जर ब्रिटिशांनी भारताचे वसाहतीकरण केले नसते, तर अख्ख्या भारतवर्षावर मराठ्यांचे साम्राज्य पसरले असते. तंजावरपासून ते अटकेपार मराठा साम्राज्य पसरले होते. असे म्हणतात की, संभाजी महाराजांना ज्या वेळी तंजावरला वरण मिळालं नाही, त्या वेळी त्यांच्यासाठी सांबाराचा शोध लावला गेला. डाळीत चिंच आणि मसाले वाढले, त्याची टिपिकल चव तयार झाली आणि छत्रपती संभाजीवरून सांबाराची उत्पत्ती झाली. अठराव्या शतकाच्या पूर्वार्धात दिल्लीचा बादशाहदेखील मराठ्यांचा मांडलिक होता. १७६१च्या तिसऱ्या पानिपतचा झटका बसला नसता तर हिंदुस्थानचा इतिहास वेगळा असता. आपण उत्तरेत आलो आहोत आणि कोणताही अभिनिवेश न ठेवता अभ्यास आणि कष्टाच्या जोरावर आपण आपले अस्तित्व दाखवायचे, स्थान निर्माण करायचे. आपण आता अखिल भारतीय सेवेचा घटक आहोत, हे ध्यानी ठेवायचे. डायरी लिहिता लिहिता झोप कधी लागली कळलेच नाही! ७ सप्टेंबर, १९९८ संपला.

८ सप्टेंबरपासून पी.टी. सुरू होणार होती. पहाटे साडेपाचलाच पी.टी. ग्राऊंडवर हजेरी होती. बगळे एकत्र जमून कलकल करतात, तसे पांढराशुभ्र पीटीचा ड्रेस घालून सर्व प्रशिक्षणार्थी कल्लोळ करीत होते. तेवढ्यात एक दमदार आवाज आला. 'अटेन्शन प्लीज!' या सडपातळ शरीरयष्टीच्या, खुज्या उंचीच्या अधिकाऱ्याच्या खड्या आवाजाने सर्वांना चिडिचूप केले. काही जण आळोखेपिळोखे देत मैदानात उशिरा पोहोचले होते. त्यांना सगळ्यांसमोर वेगळ्या रांगेत उभे केले होते.

"आय एम तरुण श्रीधर, मी तुमचे आउटडोअर प्रशिक्षण पाहणार आहे. अर्थातच या थंडीत तुमचा किती घाम निथळतो, ते माझ्यासमोरचे खरे आव्हान आहे. चांगला व्यायाम, चांगला आहार आणि चांगली विश्रांती हे आरोग्याच्या पिरॅमिडचे त्रिकोण आहेत. त्यामुळे आजपासून नव्वद दिवस टाइम टेबलप्रमाणे रोजचा योग, पिटी, घुडसवारी, खेळ, ट्रेकिंग किंवा क्रॉस कंट्री रन तुम्हाला ऊर्जा देईल. इथल्या

गुलाबी थंडीत तुम्हाला तुमच्या पांघरुणातून बाहेर यायला यातना होतात, हे मला माहीत आहे; पण मी थकलो आहे. आज खूपच थंडी आहे. बाहेर पाऊस पडतोय. मला बरे वाटत नाही– अशा सगळ्या निमित्तांवर फुली मारायची आणि गुमान वेळेवर मैदानावर हजर राहायचे. फिटनेसला तुमची सगळ्यात आवडणारी सवय बनवा. उठता-बसता, चालता-बोलता फिटनेसचा विचार करा. व्यायामाची स्वप्ने पाहा. घाम निघेल, शरीराला पीळ येईल अशा कृतींना छंद बनवा. प्रत्येक दिवस हा तुम्हाला अधिक बलवान, सशक्त, तंदुरुस्त बनवू शकतो. तुम्ही रोज तुमचे उत्तम व्हर्जन घडवू शकता. त्यासाठी चांगले खा, चांगले प्या. देशातील सर्वोत्तम आणि सर्व प्रकारचा आरोग्यदायी आहार रोज मेसमध्ये तुमची वाट पाहत असेल. आणि हो, कृपया ध्यानात ठेवा, रात्रीची झोप बिघडवून पार्ट्या होणार नाहीत. होस्टेलला अचानक भेटीही दिल्या जातील. तुमच्या रूम तपासल्या जाऊ शकतात.''

सरांचे शब्द जरब, दहशत आणि धमकीवजा डोससारखे वाटले. हिमाचल प्रदेश कॅडरमधील हे तरुण आय. ए. एस. अधिकारी शिस्तीचे भोक्ते होते. त्यांच्या व्यक्तिमत्त्वात करारीपणा ठासून भरलेला होता. त्यांनी आम्हाला मोजक्या शब्दांत शारीरिक तंदुरुस्तीचे महत्त्व समजावून सांगितले. खेळ, व्यायाम आणि योग यांचा रोजच्या जीवनात समावेश कसा आणि का करायचा, रिफ्लेक्सचे महत्त्व काय, फिटनेसमुळे ऊर्जा आणि उत्साह कसा अबाधित राहतो, व्यायामामुळे स्नायू कसे बळकट होतात, हे सांगितले. त्यांनी बजावले की, हे फक्त एकशे वीस दिवसांसाठी नाही. हे आयुष्यभर जोपासायचे आहे. अनेक जणांनी श्रीधर सरांच्या बोलण्याची खिल्ली उडवली. आपली जुनी खोड बदलली नाही व जीवनशैली आणि सवयी अजून बिघडवल्या. दुर्दैवाने आज बावीस वर्षांनंतर अशा काही बॅचमेट्सची अवस्था बिकट आहे. शरीराने बेडौल रूप तर धारण केले आहेच; पण लाइफस्टाइलशी संबंधित अनेक आजारांनी त्यांना घेरले आहे. मी मात्र माझ्या करिअरमध्ये श्रीधर सरांच्या डोसला प्रमाण मानले. मी माझ्या जीवनशैलीमध्ये व्यायाम आणि खेळाला अविभाज्य भाग बनविले. मला या सवयींचे अनेक फायदे झाले. माझे वजन स्थिर राहिले. कोणत्याही व्याधी जडल्या नाहीत. तणाव हाताळता आला आणि हो, प्रसंगावधान व समयसूचकता या दोन्ही कौशल्यांची जडणघडण झाली.

पहिला दिवस पी.टी. आणि मैदानावर चकरा मारायचा होता. शरीर सहजपणे वळत नव्हते; पण पुरता जोर लावून कशीबशी पी.टी. केली. रूमवर जाऊन अर्ध्या तासात आवरले व ब्रेकफास्टसाठी लबास्नाच्या प्रशस्त डायनिंग हॉलमध्ये गेलो. रोज न्याहारीसाठी दक्षिण आणि उत्तर भारतीय पद्धतींचे शाकाहारी आणि मांसाहारी असे गरमगरम, रुचकर पदार्थ टेबलांवर ओळीने नीटपणे लावलेले असायचे. शिवाय फळफळावळांची मांदियाळी. चहा, कॉफी, ज्यूस कितीही घ्या, कितीही प्या!

सकाळच्या व्यायामानंतर यथेच्छ न्याहारी केल्यावर लेक्चरसाठी हॉलमध्ये वेळेवर पोहोचावे लागे. थोड्याच वेळात क्लासमध्ये सुस्ती यायची. सकाळी ९ ते २ वाजेपर्यंत प्रशासन, कायदा आणि व्यवस्थापनाशी संबंधित वेगवेगळ्या विषयांवर व्याख्याने ठेवली जायची, शिवाय अनेक उच्चपदस्थ अधिकारी विशेष मार्गदर्शनासाठी यायचे. दुपारचा वेळ हॉबी क्लासेससाठी होता. ज्यांना वेगळी भाषा शिकायची आहे, घुडसवारी करायची आहे किंवा संगणकाचे प्रशिक्षण घ्यायचे आहे, त्यांच्यासाठी वेगळ्या ॲक्टिव्हिटी चालायच्या. एकूण दिवसभर कार्यक्रमांची रेलचेल असायची आणि सायंकाळी सांस्कृतिक मेळ्यांचे आयोजन व्हायचे. संगीत, नाच, गाणी, नाटके सगळ्या कलांमधून लहानसा भारत उभा राहायचा. प्रांतिक अस्मिता जपून मुलामुलींचे गट पडायचे; पण ते सरमिसळ होऊन विरघळून जायचे. दिवस कसे मजेत चालले होते. या पायाभूत कोर्समध्ये प्रशिक्षणार्थींना मुख्यत्वेकरून प्रशासनाची तोंडओळख करून दिली जाते. गावापासून ते केंद्रापर्यंत यंत्रणा कशी कार्यरत असते, त्यात कोणत्या त्रुटी आणि दोष आहेत; त्यावर स्वतःचे मत काय, कशा उपाययोजना करता येतील यावर विचारमंथन व्हायचे. केस स्टडी आणि फील्ड व्हिजिटच्या द्वारे विषयांचे आकलन होण्यास मदत व्हायची.

रूपकुंड ट्रेक, एक चित्तथरारक अनुभव

ट्रेकिंग या अनोख्या आणि माझ्यासाठी अनोळखी प्रकाराची इथेच ओळख झाली. लहानपणी डोंगरात, दरीखोऱ्यांत उन्हातान्हात खूप भटकलो होतो. जांभळे, बोरे, करवंदे शोधत अनेकदा रस्ता भरकटलादेखील होता. अनेकदा पायांतील चपला तुटायच्या आणि काटे घुसायचे. झाडावरून कितीदा पडलो असेल त्याचा नेम नाही. सगळे कसे नैसर्गिक चालायचे. त्या भटकंतीमध्ये कुठलेही नियोजन नसायचे की उद्दिष्ट! व्यक्तिमत्त्वातील शारीरिक व मानसिक क्षमता या नेहमी कठीण आव्हान देऊन ऊर्जित केल्या पाहिजेत. प्रतिकूल परिस्थितीत काही जण तुटून पडतात, तर काही जण रेकॉर्ड तोडतात. आपल्या आयुष्यातील छोटी छोटी रेकॉर्ड्स तोडण्याचा संकल्प बालपणापासूनच केला होता. त्यामुळे साधा ट्रेक न निवडता हाय अल्टिट्यूड ट्रेक निवडला होता. ट्रेकसाठी उबदार असे थंडीचे जॅकेट, हातमोजे, टोपी, ट्रेकिंग शूज आणि पाण्याची बंद बाटली विकत घेतली होती; पण या सगळ्या वस्तू, स्लीपिंग बॅग आणि स्वयंपाकाच्या सगळ्या वस्तूंसह एक सॅक ज्या वेळी पाठीवर घेतली, त्या वेळी ओझ्याने वाकलो आणि हातात काठीचा आधार घ्यावाच लागला. ट्रेकची माहिती देण्यासाठी डॉ. स्वामी आले होते. त्यांनी थोडक्यात पण नेमकी माहिती आमच्या गटाला दिली.

"'रूपकुंड' ट्रेक आव्हानात्मक आहे. घनदाट जंगले, सोसाट्याचा घोंगावणारा वारा, विस्तीर्ण हिरवीगार वनराई, कडाक्याची थंडी आणि शेवटी बर्फाळलेल्या कड्यांमधून मार्गक्रमण! आगळावेगळा अनुभव या ट्रेकमुळे मिळणार आहे. समुद्रसपाटीपासून साधारण १५,७५० फूट उंचीवरचे रूपकुंड सर करणे, हे तुमच्यासमोरचे उद्दिष्ट आहे. अली व बेदनी ही विस्तीर्ण, हिरवीगार, देखणी कुरणे तुमची वाट पाहत आहेत. ही कुरणे संपताच अल्फाईनची खडतर चढाई सुरू होते. जसजसे तुम्ही उंचीवर पोहोचता, तसा त्रिशूळ पर्वताचा कडा तुमच्या दृष्टिक्षेपात येत जातो आणि शेवटी जेव्हा तुम्ही रूपकुंडची चढण चढाल, तेव्हा तुम्ही आयुष्यातला सर्वांत रोमांचक थरार अनुभवणार आहात. सहा दिवसांत आठ हजार फुटांपासून सोळा हजार फुटांपर्यंत तुम्ही चढाई करणार आहात. आततायीपणा आणि अतिउत्साह अंगलट येईल, हे ध्यानात ठेवा. हिमालयाला काबीज करून सुरक्षित परत या! तुम्हाला या रोमांचक सफरीसाठी शुभेच्छा!" डॉ. स्वामींच्या या शब्दांनी कुतूहल तर वाढले; पण एक अनामिक ओढ लागली.

हिमालयाच्या विस्तीर्ण आणि सुरुवातीला घनदाट जंगलातून वाट शोधत मार्गक्रमण करावे लागणार होते. रोज साधारणपणे ३० ते ३५ कि.मी.चा पल्ला पार पाडण्याचे उद्दिष्ट होते. १२ तासांचा प्रवास करून लोहाजंगला पोहोचलो. लोहासुर नावाच्या दैत्याला पार्वती देवीने या ठिकाणी जंगमध्ये पराभूत केले होते, म्हणून या गावाचे नाव म्हणे 'लोहाजंग.' येथूनच एक तासाच्या अंतरावर असणाऱ्या 'वाण' या ठिकाणाहून ट्रेकचा आरंभ होणार होता. बसमधून खड्ड्यांनी भरलेल्या रस्त्यावरुन प्रवास करत 'वाण'ला पोहोचलो. गाव सोडले आणि शेकडो वर्षे जुन्या अशा सायप्रस वृक्षांच्या घनदाट जंगलात प्रवेश केला. इथली वनराई सुंदर, आल्हाददायक वाटत होती. सोसाट्याचा वारा घोंगावत होता. पुढील वाटचालीसाठी जणू शुभेच्छा देत होता. वृक्ष एवढे रुंद होते की, आम्ही चार जणांनी एकाला विळखा घालण्याचा प्रयत्न केला, तरी हात पोहोचत नव्हते. रस्त्यात लता देवीचे एक मंदिर दिसले. गाईड म्हणाला, "दर्शन घ्या, हिच्याच भरवशावर तुम्ही परत येणार आहात." त्याने 'रणकाधर' नावाचा पर्वत दाखवला, लोहासुराला पार्वती मातेने लोळवले होते व त्याच्या रक्ताच्या चिळकांड्या उडाल्या होत्या, त्या चिळकांड्या म्हणजे 'रणकाधर', यावरून या ठिकाणाला हे नाव पडले. अनेक गूढ आणि रहस्यमयी गाथा ऐकायला मिळत होत्या, शिवाय ३०० मानवी सांगाडे रूपकुंडच्या कुंडात वाट पाहत होते. अनामिक ओढ आणि भीती यांच्या संयुक्त जाणिवेतून वाट तुडवत आमचा चमू चालला होता. खळाळणारी नीलगंगा नदी रस्त्यात लागली. तिथे पाण्याच्या बाटल्या भरून घेतल्या व थोडा वेळ विश्रांती घेतली. वीसेक कि.मी.च्या चालण्याने पाय

थकायला सुरुवात झाली होती. लॅक्टिक ॲसिड जमायला सुरुवात झाली होती.

ध्येयासक्ती

'The woods are lovely, dark and deep
Miles to go before I sleep
Miles to go before I sleep

रॉबर्ट फ्रॉस्टच्या या ओळी वनराईमध्ये कानांत घुमत होत्या. ही वनराई खूप सुंदर आहे, शांत आहे, आल्हाददायक आहे; पण मी कुणालातरी शब्द दिला आहे. मला ध्येय गाठायचे आहे. त्या वेळी कोणताही आराम नाही, थांबा नाही. प्रश्न नाहीत की किंतु नाही. 'If we rest, we rust' आपण थांबलो, आराम करायला लागलो की गंज चढतो. त्यामुळे ऊठ, तुला रूपकुंड सर करायचे आहे. प्रभू रामचंद्रांना दिलेला शब्द पूर्ण करण्यासाठी जातेवेळी हनुमानाला जसे अडथळे आले, तसे छोट्या स्वरूपात तुला छोट्या-मोठ्या अडथळ्यांना सामोरे जावे लागणार आहे. अतिआराम केला, तर ध्येय दूर जाते. ज्या वेळी संघर्ष असतो, त्या वेळी यशोगाथा तयार होते. ज्या वेळी आत्मविश्वास असतो, त्या वेळी चमत्कार घडतात. आणि ज्या वेळी ध्येयनिष्ठा असते, त्या वेळी विजय निश्चित असतो. ध्येयाचा शोध घेताना कुठेही थांबायचे नाही, विसावायचे नाही. हनुमानाची कथा या संदर्भात केवढी प्रेरणादायी आहे. सीतामातेचा शोध घेण्यासाठी जेव्हा बजरंगबलीने ९०० मैलांचे अंतर पार करून लंका गाठायची ठरविली, तेव्हा त्यांच्या मार्गात मोह व संकटांचे तीन अडथळे आले होते. रामाच्या सेवेशी असणाऱ्या कटिबद्धतेने, खडतर आणि प्रामाणिक प्रयत्नांनी हनुमान या सर्व मोहांवर व संकटांवर मात करू शकले.

पहिला अडथळा होता, महासागराच्या मध्यभागी असणारा 'मैनाक' पर्वत. हा पर्वत म्हणजे सर्व प्रकारांच्या ऐषोराम व सुखसोयींनी युक्त असे आनंददायी नंदनवन! थोडक्यात काय, आजकालचे फाईव्ह स्टार हॉटेल! तिथल्या गंधर्वांनी व अप्सरांनी हनुमानजींना काही काळ थांबून विश्रांती करण्यासाठी आर्जवे केली; पण मी प्रभू रामचंद्रांना शब्द दिला आहे आणि माझे काम पूर्ण होईपर्यंत मी क्षणभरही थांबणार नाही, असे उत्तर त्यांनी दिले. ज्या वेळी आपले ध्येय उच्च आणि उदात्त असते, त्या वेळी ते पूर्ण करताना मनात किंतु असता कामा नये. अनेकदा आपण उत्साहाने सुरुवात करतो; पण मध्येच विश्राम करावासा वाटतो. मार्गात मोह आडवे येतात. मनही अनेकदा भटकते. रस्ता चुकतो व ध्येय दृष्टिक्षेपात येत नाही. एकदा आपण अशा मोहाच्या आहारी गेलो किंवा विश्रामस्थळी विसावलो की जडत्व येते. आपली

वाटचाल मंदावते. म्हणून नेहमी विवेक आणि चातुर्य सोबत असले पाहिजे. विवेक म्हणजे चांगल्यावाइटातील फरक ओळखण्याचे शहाणपण आणि चातुर्य म्हणजे परिस्थितीचे गांभीर्य ओळखून निर्णय घेण्याची क्षमता. या दोन गुणांमुळे यशाचा मार्ग सुकर होत असतो.

जसे हनुमानजी पुढे चालले, रस्त्यात दुसरा अडथळा उभा ठाकला. अक्राळविक्राळ 'सुरसा' ही सर्पमाता आडवी आली. 'तू माझे भक्ष्य आहेस आणि मी तुला गिळंकृत करणार' असा तिने मारुतीरायाला दम भरला. हनुमानजींनी तिला विनवणी केली की, 'मी प्रभू रामाला दिलेला शब्द पूर्ण करून येतो, त्यानंतर मी राजीखुशी तुझ्या तोंडात प्रवेश करीन.' पण तिने ऐकले नाही. 'मी तुला आत्ताच खाणार,' म्हणून जबडा उघडला. मग हनुमानजींनीही विशाल रूप धारण केले. सुरसाला आपला जबडा अजून मोठा करावा लागला. मग हनुमानजी अजून मोठे झाले. दोघांमध्ये विशाल रूप धारण करण्याची स्पर्धा सुरू झाली. ज्या वेळी सुरसाने जबडा प्रचंड मोठा केला, त्या वेळी मात्र क्षणार्धात त्यांनी सूक्ष्म रूप धारण केले आणि सुरसेचा जबडा मिटायच्या आत पटकन उडी मारून तिच्या जबड्यात जाऊन परत आले. 'तुझ्या म्हणण्याप्रमाणे मी आता तुझ्या जबड्यात जाऊन आलो, आता तू मला न अडवता जाऊ देशील.' असा युक्तिवाद केला. सुरसा हनुमानाच्या चाणाक्षपणावर आणि युक्तिवादावर प्रसन्न झाली. तिने त्यांना पुढील वाटचालीसाठी आणि महान कार्यासाठी आशीर्वाद दिले. याचा अर्थ एवढा सोपा नाही. आपल्याला कधी शक्ती वापरायची आणि कधी युक्ती, हे उमगले पाहिजे. कधी छोटे व्हायचे आणि कधी मोठे, ही समयसूचकता अंगी असली पाहिजे. कधी मृदू व्हायचे व कधी कठोर, याची जाण असली पाहिजे. प्रत्येक प्रसंगाला इगो आणि प्रतिष्ठेचा प्रश्न बनवू नये. आपण जेव्हा 'मी'पणा सोडत नाही, तेव्हा ध्येयाप्रती असणारी आपली दृष्टी विचलित होते व आपण पुढे सरकत नाही.

जसे हनुमानजी पुढे जाऊ लागले, तशी एक अनामिक शक्ती त्यांना सागराकडे खेचत आहे, असे जाणवले. ती शक्ती 'सिंहिका' म्हणजे असूया, द्वेष यांचे प्रतीक. असूयेला कधीही दुसऱ्याचे चांगले झालेले बघवत नाही. इतरांची प्रगती सहन होत नाही. कोणत्याही अधोगतीचे वा ऱ्हासाचे मूळ कारण हे प्रत्येकाच्या मनात असणाऱ्या असूयेतच असते. आपण असूयेची वाढ जाणीवपूर्वक रोखली पाहिजे. हनुमानाने जसा कांदा फोडावा, तसा सिंहिकेचा नाश केला. यातून एकच शिकायचे, आयुष्यात नकारात्मक भावना उचल खाऊ लागल्या रे लागल्या की त्वरेने त्यांचा खात्मा केला पाहिजे.

पुराणातल्या गोष्टी हातातल्या काठीसोबत मानसिक आधार देत होत्या. उत्साह आणि ऊर्जेचा झरा आटू देत नव्हत्या. कठीण परिस्थितीत मनाला नेहमी बजावावे

लागते. त्याची हळुवार समजूत काढावी लागते. आतल्या शक्ती या भात्यातल्या शस्त्राप्रमाणे असतात. त्या वेळप्रसंगी कधी आणि कशा बाहेर काढायच्या, हेच तर चातुर्य आहे. पाहा ना, माहूत शक्तिशाली हत्तीला छोट्याशा दुर्बळ साखळीला बांधून ठेवतो. जर हत्तीने जोराचा एक हिसका दिला, तर त्या साखळीची शकले होऊन तो सहज मुक्त होऊ शकतो; पण का बरे त्या साखळीच्या बंधनात तो गुलाम झालेला असतो? लहानपणी त्या साखळीला उखडण्यासाठी त्या बालहत्तीने अयशस्वी प्रयत्न केलेले असतात. त्यामुळे ती साखळी अभेद्य आहे, हे त्याच्या अंतर्मनात बिंबलेले असते. साखळी तीच आहे; पण तुझी शक्ती कैकपटीने वाढली आहे, हे त्याला सांगणारे कोणीही नसते. अगदी तसेच माणसाचे आहे; पण सुदैवाने माणसाला आई-वडील, गुरू भेटतात; इतिहास आणि पुराण उदाहरणे देतात, पुस्तकातून धडे मिळतात. आणि मग त्याच्यातला कोलंबस, नील आर्मस्ट्रॉंग, एडमंड हिलरी, वास्को द गामा जागा होतो.

नीलगंगेच्या तीरावर पहुडून अशा विचारांच्या गर्तेत असतानाच टीम लीडर हेमंतने आवाज दिला, ''भावड्या, उठा, अजून लय लांब पल्ला गाठायचा आहे. ये तो शुरुवात है। पिक्चर अभी बाकी है ।'' एकमेकांना आधार देत प्रवास सुरू होता. अली बुग्वालची विस्तीर्ण हिरवीगार कुरणे पादाक्रांत करीत हिमालयाच्या चढतीला लागलो. ट्रेकिंगचे बूट काढून या हिरव्यागार गालिच्यावर चालताना स्वर्गानुभवच येत होता. 'हिरव्या-पिवळ्या माळावरून हिरवी-पिवळी शाल घ्यावी, सह्याद्रीच्या कड्याकडून छातीसाठी ढाल घ्यावी' अशा विंदांच्या कवितेतल्या ओळी आपसूकच ओठांवर येत होत्या. इथले माळ संपतच नाहीत एवढे दूरदूर पसरलेले. हिरव्यागार, लुसलुशीत गवतांच्या मखमली गालिच्यावर वेडावल्या कुत्र्यासारखे गडाबडा लोळावेसे वाटे. इथून दिसणारा 'त्रिशूल' शिखराचा कडा तर किती भव्यदिव्य! नजरेतही न मावणारा. भव्यदिव्य स्वप्न दाखवणारा आणि उंच उंच भरारी घेण्यासाठी उद्युक्त करणारा! रंगीबेरंगी हिमालयाच्या सुंदर आणि रमणीय निसर्गातून चालायला मजा येत होती. पुढे वाट पाहत असलेल्या आणि 'आ' वासून उभ्या राहिलेल्या खडतर वाटचालीची पुसटशी चाहूलही लागली नाही. घोंगावणारा वारा आणि सळसळणारे ओक वृक्ष येणाऱ्या वादळाची सूचना देत होते. दिवसभराच्या चढणीनंतर नुकतेच स्लीपिंग बॅगमध्ये विसावलो असताना विजांचा कडकडाट सुरू झाला आणि तंबूवर पावसाचे टपोरे थेंब पडू लागले. टपटप थेंबावरून बदाबद सरी बरसू लागल्या. पाणी तंबूमध्ये घुसले. आम्ही गारठून गेलो. पावसासाठीची पुरेशी तयारी आम्ही केली नव्हती. पेंगत पेंगत रात्र काढली.

सकाळी लवकर उठून नचौनी पठाराच्या दिशेने कूच केले; पण आमचा गाईड नवखा होता, त्याने रस्ता चुकवला. आम्ही जंगलात भरकटलो. हेमंतने गाईडला

अस्सल कोल्हापुरी शिव्या हासडल्या, त्यामुळे तो अजूनच बिथरला. तो त्याची दोन खेचरे घेऊन परत जाण्याची भाषा करू लागला. आम्ही काही जणांनी त्याला आंजारून-गोंजारून वाट शोधायला मदत करण्याची आर्जवे केली. आम्ही जंगलाच्या अंधारलेल्या निसरड्या वाटेवरून धडपडत चालत होतो. वादळ कमी होण्याची चिन्हे नव्हती. जोराची भूकही लागली होती. निसरड्या वाटेवर अनेकदा पाय घसरले आणि चिखलाने रकसॅक व शूज माखले. अंग ओलेचिंब झाले होते. थंडी, पाऊस, भूक आणि रस्ता चुकल्याची भीती यांमुळे पाय आपसूकच बंड करू लागले. झाडांचा आडोसा घेऊन रात्र कशीबशी डुलक्या घेत काढली. सकाळी उठून पाहतो, तर खेचरांना घेऊन गाईड पळून गेला होता. आता दुहेरी संकट ओढवले होते. रकसॅकसोबत इतर सामानही खांद्यावर घ्यावे लागणार होते आणि गाईड पळून गेल्याने परतीचे दोरही कापले गेले होते. हेमंतला सर्वांनी शिव्यांची लाखोली वाहिली. त्याच्यामुळे गाईड पसार झाला होता; पण हेमंतकडे कम्पास होता, त्याने सर्वांना धीर दिला. दिशा ठरवली व आम्ही पुन्हा चालायला सुरुवात केली. हळूहळू जंगल विरळ होऊ लागले. आम्हाला थोडी मळलेली वाट अचानक दिसली. हा ट्रेकिंगचाच रूट होता. काही अंतर या मळलेल्या मार्गावर चालल्यावर आम्हाला एक ऑस्ट्रेलियन ट्रेकर्सचा ग्रुप भेटला. ते परतीच्या वाटेवर होते. आम्ही आमचा रस्ता बरोबर असल्याची त्यांच्याकडून खातरजमा केली. त्यांच्या गाईडकडून सविस्तर माहिती घेतली. दोन दिवसांचे अंतर पार करायचे होते. भागुबासाला पोहोचून एक मुक्काम आणि मग थेट रूपकुंडची अंतिम चढाई. आम्ही आमच्या भिजलेल्या शरीरात मानसिक ऊर्जा भरली. काल्हूविनायकच्या अभयारण्यातील चालणे कमालीचे थकवणारे होते. रस्ता ओबडधोबड आणि वळणांचा होता. जिकिरीनं पाऊल रोवून आम्ही वाट चालत होतो. एकदा पाय घसरला तर कमीत कमी कंबरडे तरी मोडणार, हे पक्के होते. समुद्रसपाटीपासून चौदा हजार फूट उंचीवर असणाऱ्या भागुबासाला पोहोचताना दैवी अनुभूती येत होती. एका बाजूला विशाल व उंच त्रिशूल कडा आणि दुसऱ्या बाजूला नंदाघंटीचा तेजस्वी विस्तारलेला हिमालय! भागुबासाला पोहोचलो, तेव्हा बर्फाने आच्छादलेल्या रूपकुंडच्या चढाईचे दर्शनही झाले. थंडीने शरीर गारठले होते; पण ही अंतिम चढाई खुणावत होती. पांढऱ्याशुभ्र दिसणाऱ्या रूपकुंडच्या मागे मात्र ढगांची रेलचेल सुरू होती. सोसाट्याचा वारा सुरू होता आणि वादळाची चिन्हे स्पष्ट दिसत होती. ५ ऑक्टोबर, १९९८, तो दिवस विसरू शकत नाही. हेमंत उच्चारला, "भावड्या लिहून ठेव, आपल्या पुण्यतिथीचा दिवस दिसतोय हा!"

सकाळी उठलो, बाहेर बर्फ पडत होता. सुपर गोल रूपकुंड आव्हान देत होते. ट्रेकिंग शूज ओले झाले होते आणि पायाला फोडही आले होते. निसर्गाने साथ दिली

असती आणि गाईडने रस्ता चुकवला नसता, तर हा ट्रेक लीलया पार केला असता; पण अपुरी तयारी, अती आत्मविश्वास आणि निसर्गाला गृहीत धरणे, यांमुळे आमच्यावर कोप झाला होता; पण आता आमच्यातला समन्वय चांगला होता आणि आम्ही एकमेकांना आधार देत रूपकुंड सर करण्याचा संकल्प केला.

एकमेका साहाय्य करू

'When the going gets tough, the tough gets going', ज्या वेळी मार्ग खडतर होतो, त्या वेळी कणखर आणि साहसी वाटचाल सुरू करतात; या प्रतिकूलतेचा होकारार्थी अर्थ लावायचा आणि इच्छाशक्तीने कुंड गाठायचे, हे निश्चित केले. उशीर झाला, तर बर्फ वितळणार होता आणि पाय घसरणार होते. त्यातून जीवघेणा अपघातही होऊ शकत होता. एकमेकांच्या आधाराने एक एक पाऊल टाकायला सुरुवात केली. कदाचित याच उद्देशाने अकादमीने ट्रेक ठेवला असावा. 'एकमेकां साह्य करू, अवघे धरू सुपंथ!' लहानपणी एक गावठी गोष्ट ऐकली होती. गावाकडे कच्च्या रस्त्यावरून साईट बघायला जाताना एका श्रीमंत व्यक्तीची गाडी चिखलात फसली. मदतीसाठी कोणाची मदत मिळतेय का, याचा शोध घेताना त्यांना एक वृद्ध शेतकरी आपल्या एका बैलासह येताना दिसला. त्या शेतकऱ्याला थांबवून त्याला मदतीसाठी विनवणी केली. शेतकऱ्याने गाडीचे खोल रुतलेले चाक बारकाईने पाहिले आणि म्हणाला, 'तुक्याची मदत घ्यावी लागेल!' उद्योगपती गोंधळला. त्याला तुक्या म्हणजे कोणी मेकॅनिक वाटला आणि म्हणाला, 'बोलवा ना तुक्यालापण त्याच्या टूलकिट सोबत, त्याचाही काही मोबदला असेल तर देऊ.' 'अहो, बोलवायची काय गरज आहे, तुक्या तर इथंच आहे!' आणि त्याने बैलाला दोरीच्या साहाय्याने गाडीला जुंपले. आणि जोराने हाकारा देऊ लागला, 'हे ढवळ्या खेच, हे तुक्या खेच, हे नाम्या जोर लाव गा, हे पवळ्या वढ की लेका.' हा हाकारा ऐकून तुक्याच्या अंगी हत्तीचे बळ संचारले आणि त्याने ती गाडी चिखलातून लीलया खेचून बाहेर काढली. उद्योगपती खुश झाले; पण त्यांना प्रश्न पडला की एकच बैल खेचत होता; पण हा म्हातारबाबा चार चार बैलांची नावे घेऊन का बरे हाकारा देत होता?

त्याचे कुतूहल वाढले आणि त्या बाबाला त्याने कारण विचारलेच. त्या वेळी ते म्हातारबाबा उत्तरले, 'त्याचं असं आहे! आमचा तुक्या आहे म्हातारा आणि आंधळापण. त्याला कमी दिसतं, त्यामुळे त्याला एकट्यालाच गाडीला जुंपला आहे, हे त्याला माहीत नाही. मी अजून तीन बैलांची नावं घेतली; कारण तुक्याला वाटावं, त्याच्यासोबत अजून तीन बैल आहेत. म्हणजे अखखा संघच म्हणा की!

म्हणूनच तो आपल्या मैतरांबरोबर पूर्ण ताकदीनिशी भिडतो.' त्या उद्योगपतीला कळलं की, कॉर्पोरेट क्षेत्रात 'टीम स्पिरिट' म्हणतात ते हेच आहे. रूपकुंड सर करायला हेच टीम स्पिरिट खचाखच भरून घेतले होते. ज्या वेळी रस्ता बिकट होतो, तेव्हा योद्धा चिवट होतो. आता आमची टीम थोडी कमजोर आणि साधनविरहित असली तरी एकसंघ आणि चिवट होती. आम्ही ठरवले की, सोबतीला आणि मदतीला सारे जग उभे राहणार आहे.

रूपकुंडची अंतिम लढाई सर करताना वैयक्तिक साहस आणि सामूहिक ऊर्जेची सांगड घातली. रूपकुंडच्या एकेरी पायवाटेवर असणारे खाचखळगे शोधून त्यात एकमेकांना आधार देत पाय गच्च रोवले. १६,४९९ फुटांवरच्या रूपकुंडाच्या चार कि.मी.च्या चढाईत ऑक्सिजनच्या कमतरतेमुळे श्वास कोंडतो, धाप लागते. वितळणाऱ्या बर्फावरून स्वत:ला सावरत रूपकुंडच्या तळ्यापर्यंत पोहोचलो. क्षणभर विसावलो. दीर्घ श्वास घेतला आणि जिंकल्याची शिरशिरी अंगभर अनुभवली. सोललेल्या पायांना बुटांतून बाहेर काढले आणि थंडगार बर्फाला पाय लावले. धुक्यातून सऽऽरकन पुढचे कुंड सामोरे आले. तळ्यात मानवी सांगाडे अस्ताव्यस्त विखुरलेले दिसत होते. पूर्वी कधीकाळी ३००च्या वर साधू त्रिशूळकडे वाटचाल करताना गारांच्या वादळात सापडले आणि त्यांचेच सांगाडे रूपकुंडच्या आसपास आढळतात, अशी आख्यायिका सांगतात. ऊन वाढायच्या आत परतीचा प्रवास सुरू केला आणि घसरत घसरत, रांगत रांगत पर्वताच्या पायथ्याशी पोहोचलो. आयुष्य हे काही मोठे युद्ध जिंकण्यासाठी नसते, त्यात अनेक छोट्या लढाया असतात आणि अशीच एक छोटी लढाई प्रतिकूल परिस्थितीत जिंकल्याचा आनंद आम्हाला मिळाला होता. या मोहिमेतून अनेक धडे शिकायला मिळाले होते. जिद्द, चिकाटी आणि इच्छाशक्तीच्या जोरावर सगळे काही शक्य आहे, हे पटले होते.

ट्रेकवरून परत आल्यानंतर आमचे डी. ब्रीफिंग घेण्यात आले. म्हणजे आम्ही काय चुकलो आणि आम्ही काय शिकलो, यावर चर्चासत्र. ज्या वेळी आमच्या कोर्स डायरेक्टरनी आम्हाला सांगितले की, "तुम्हाला जाणीवपूर्वक उत्कृष्ट सुविधा देण्यात आल्या नव्हत्या. तुमच्या गाईडने ठरवून आणि सूचना दिल्याप्रमाणे तुमचा रस्ता चुकवला होता व रस्त्यात साथही सोडली होती; पण गाईडचे पूर्ण लक्ष तुमच्यावर होते आणि जर तुमच्यावर खोल दरीचे भयंकर संकट ओढवले असते, तर त्याने तुम्हाला योग्य वेळी सूचित केले असते." हे ऐकून आम्हाला खरे तर संताप आला. आम्ही तक्रारीचा सूर धरला; पण त्या वेळी डायरेक्टर म्हणाले की, "तुमच्या प्रशिक्षणाचा उद्देशच मुळी तुम्हाला लीडर बनवणे हा आहे आणि संक्रमणाच्या काळात, नैसर्गिक आपत्तीच्या काळात, दंगली हाताळताना तुम्हाला अशाच प्रसंगांना सामोरे जावे लागणार आहे."

सोळा आठवड्यांचा मूलभूत प्रशिक्षणाचा काळ झपाट्याने संपत चालला होता. कॉम्प्यूटरची तोंडओळख करून घेतली. घुडसवारीचे काही धडे घेतले. कायद्याचे प्रशिक्षण, व्यवस्थापनाची आणि प्रशासकीय कौशल्याची व्याख्याने आयोजित केली जात होती; पण या सगळ्याचे स्वरूप हे विषयाची ओळख करून देण्याचे होते. खरी कसोटी हैदराबादला राष्ट्रीय पोलीस अकादमीत असणाऱ्या दहा महिन्यांच्या खडतर प्रशिक्षणावेळी लागणार होती. या मूलभूत प्रशिक्षणात वेगवेगळ्या सेवांतील अधिकाऱ्यांचा एकमेकांशी असणारा समन्वय आणि संवाद वाढावा, हा उद्देश असतो. यातलाच एक भाग म्हणजे खेडेगावास भेट.

गावभेट

उत्तर प्रदेशातील शाहजहानपूर जिल्ह्यातील एका छोट्या खेड्यात आम्हाला पाठवण्यात आले होते. त्या गावातील सामाजिक आणि आर्थिक संरचना अभ्यासणे व सद्यःस्थितीतील प्रशासकीय यंत्रणा ग्रामीण व्यवस्थेच्या विकासाशी किती पूरक आहेत हे पाहणे, हे आमच्या चमूसमोरचे लक्ष्य होते. शाळेच्या इमारतीत आमची राहायची सोय केली होती. गावाचे मुखिया व पटवारी आमची ख्यालीखुशाली विचारायला येत होते.

सकाळी सहज रपेट मारायला निघालो, तर पाऊस सुरू झाला. एका खोपटीच्या ओसरीला उघडीप व्हायची वाट पाहत होतो, तेवढ्यात एका वृद्ध स्त्रीने आवाज दिला.

"तनीक जरा अंदर तो आओ, बिटवा!"

मी विस्मयाने तिच्याकडे पाहिले. ती अंगणातील ओले कपडे गोळा करून आतल्या दोरीवर सुकवत होती. मी उत्तरलो,

"रहने दो चाची, बारिश रुक जायेगी!"

पण ती पिच्छा सोडायला तयार नव्हती. "तुम भीग गये हो, बेटा! थोडी गरम चाय पीके जाना, अच्छा लगेगा।"

तिला उगाच त्रास नको म्हणून मी पुन्हा टाळण्याचा प्रयत्न केला; पण तिच्या एका वाक्याने मी हादरलो.

"अरे बेटा, तुम्हारे लिये नही, मेरे लिये तनीक अंदर आओ! न जाने कौन से रूप में सुबह सुबह भगवानजी आंगन में आ सकते है! बाद में ऐसा न बोले की मैंने उन्हे पहचाना नहीं!"

केवढी ही ईश्वरावरील श्रद्धा व त्यातून निर्माण होणारा सेवाभाव आणि भक्ती! अशा संस्कृतीमुळेच खायला नसतानाही ग्रामीण अर्थव्यवस्थेतील सहजीवन अबाधित आहे. लहानपणी वाचलेले आज पटले. स्वतःच्या ताटातले खाणे ही प्रकृती,

दुसऱ्याच्या ताटातले हिसकावून घेणे ही विकृती आणि स्वतः उपाशी राहून स्वतःच्या ताटातले दुसऱ्याला भरवणे ही संस्कृती.

या आजीचा एवढा आग्रह मी टाळू शकलो नाही. मी तिच्या छोट्याशा झोपडीवजा घरात एका मोडक्या चारपाईवर बसून चुलीवर बनविलेला गुळाचा चहा मिटक्या मारत प्यालो. जातेवेळी मी तिला गावाकडचा माझा पत्ता आणि फोन नंबर दिला. चारेक वर्षांनी ज्या वेळी मी लातूरचा एस. पी. होतो, त्या वेळी अचानक मला गावाकडच्या पत्त्यावर त्या वृद्ध मातेचे पत्र आले. तिचा नातू नवी मुंबईत कामाला होता. त्याला दोन वर्षांचा पगार न देता कामावरून अन्यायपूर्वक काढून टाकले होते. मी माहिती काढली. त्या नातवाची तक्रार खरी होती. मी त्याला पोलीस ठाण्यात अर्ज करायला सांगितला आणि मग काय बऱ्या बोलाने त्याला त्याचा पगार आणि गेलेली नोकरीसुद्धा मिळाली. तिचा नातू माझ्या संपर्कात राहिला आणि माझे ज्या वेळी मुंबईत पोस्टिंग झाले, त्या वेळी तो त्याच्या थकलेल्या आजीला घेऊन मला भेटायला आला. त्या वेळी ती आजी बोलली, "मैंने कहा था ना बेटा, भगवान कौन से रूप में आ जायेंगे क्या पता? तुम मेरे लिये भगवान ही बनकर आये और मेरे बुढापे का सहारा बने!" त्या वेळेपासून खूणगाठ बांधली की, माझ्या कार्यालयात येणारी प्रत्येक व्यक्ती ही माझा ईश्वर आहे. मग काम करणे सोपे होऊन गेले. ईश्वराची सेवा आणि व्यावसायिक काम यांत फरकच राहिला नाही. गावभेटीच्या कार्यक्रमातून इतर काय शिकलो ते माहीत नाही; पण त्या आजीकडून जीवनाकडे पाहण्याचा प्रचंड आशावाद आणि मानवतावादाची मूळ शिकवण मात्र घेऊन आलो.

अलीकडे मी नाशिकला सीपी असताना रेल्वे स्थानकावर भीक मागत आपला उदरनिर्वाह करणाऱ्या एका आजीचा एक व्हिडिओ व्हायरल झाला होता. तिची दोन्ही मुले शासकीय सेवेत होती; पण तिला सांभाळत नव्हती, असा तिचा आरोप होता. एक नाशिकला पोलीस सब इन्स्पेक्टर असल्याचे ती त्या व्हिडिओत सांगत होती. उत्सुकतेपोटी मी या गोष्टीचा खोलवर तपास केला व त्या वृद्धेला शोधून काढले. तो मुलगा पोलीस यंत्रणेमध्ये नव्हता, तर जीएसटी विभागात अधीक्षक या क्लास वन पदावर होता. दुसरा मुलगा नंदुरबारला राज्य परिवहन विभागात सेवेस होता. किरकोळ कारणावरून मायलेकांचे वाद झाले होते आणि ती बिचारी वृद्धा घर सोडून निघून गेली होती. आजी स्वाभिमानी होती, अपमान सहन न झाल्याने ती घरी परतायला तयार नव्हती. त्या क्लास वन अधिकारी आणि त्याच्या पत्नीला समजेल, अशा भाषेत मी समजावून सांगितले. कायदेशीर कारवाई केली तर नोकरी जाईल, असा दमही भरला. दोघांनीही आईला सांभाळण्याची हमी दिली. सीपी ऑफिसमध्ये नातवंडेही आली होती. आजीला पाहताच त्याही अवस्थेत तिला ती बिलगली. हे पाहून त्या मातेचा अश्रूंचा बांध फुटला. सारे कुटुंब भावनिक होऊन रडू लागले. लेक

आणि सुनेने आईचे पाय धरले आणि माफी मागितली. तिरस्काराच्या आणि गैरसमजाच्या भिंती कोसळल्या, आई लेकाच्या घरी आनंदाने राहू लागली. नंतर मी स्वतः तिची ख्यालीखुशाली विचारायला गेलो, तर मला तिने स्वतःच्या हाताने जेवू घातले. अशा घासातले समाधान हे एखाद्या मेडल किंवा प्रमोशनपेक्षा कितीतरी पटींनी अधिक असते.

पायाभूत सोळा आठवड्यांचा कोर्स अखेरच्या टप्प्यात आला होता. प्रत्येक ग्रूपला अकादमीचे संचालक चहापाण्यासाठी घरी बोलावत होते. आमच्याही ग्रूपला एके दिवशी सायंकाळी पाचारण करण्यात आले. आमचे स्वागत स्वत: संचालकांनी उभे राहून एकेकाशी हस्तांदोलन करीत केले. हस्तांदोलन करते वेळी ते प्रत्येकाला नावानिशी बोलवत होते. गप्पांच्या वेळीदेखील त्यांनी आम्हापैकी अनेकांच्या वैयक्तिक पार्श्वभूमीबद्दल सविस्तर माहिती दिली. मला आश्चर्य वाटले की, सुमारे साडेतीनशे प्रशिक्षणार्थींची एवढी सखोल माहिती संचालकांनी कशी मुखोद्गत केली. मी कुतुहलाने प्रश्न विचारला, तर त्यांनी खूप सुंदरपणे त्याचे विश्लेषण केले आणि जीवनाविषयीचे तत्त्वज्ञानही त्या ४५ मिनिटांमध्ये विशद केले.

ते म्हणाले की, ''कन्फ्युशिअसचं एक साधं तत्त्व मी ध्यानात ठेवलं आहे.

I hear and I forget
I see and I remember
I do and I understand.

तुम्ही यायच्या आधी तुमच्या सगळ्यांच्या बायोडाटाचा मी बारकाईनं अभ्यास केला. तुमचे फोटो मी काळजीपूर्वक पाहिले. लक्षात ठेवताना साधर्म्याच्या काही क्लृप्त्या वापरल्या. या सवयी मी विकसित केल्या आहेत. कार्यालयात काम करताना मला याचा प्रचंड फायदा होतो. मी माझ्या सहकाऱ्यांची नावं सहजपणे आठवू शकतो. त्यांच्या वैयक्तिक जीवनाविषयी अनेक पैलूंनी मी त्यांची माहिती एकत्रित करून ठेवलेली आहे. त्यांच्या कुटुंबीयांविषयी विशेषत: मुलांविषयी मी आस्थेवाईकपणे चौकशी करतो, त्या वेळी त्यांच्या डोळ्यांत माझ्याविषयी एक वेगळा आदर आणि प्रेम पाहायला मिळतं. मग ते निष्ठापूर्वक आणि सचोटीनं कार्यालयात कर्तव्यं पार पाडतात. तुम्ही तुमच्या कर्मचाऱ्यांच्या कल्याणकारी आणि त्यांच्या प्रशासकीय समस्यांची जाण ठेवली पाहिजे. आणि हो, चांगल्या सवयी जाणीवपूर्वक जोपासा. असं म्हणतात, की विचारांवर लक्ष ठेवा, ते तुमचे उच्चार आणि शब्द ठरवतात. शब्दांवर लक्ष ठेवा, ते तुमच्या कृती निश्चित करतात. कृतीवर लक्ष ठेवा, त्यातूनच

तुम्हाला सवयी जडतात आणि चांगल्या सवयी जडल्या तर चांगलं चारित्र्य घडतं आणि वाइटाची परिणती नेहमी वाइटातच होते. तुमच्या चारित्र्यावरच तुमचा भविष्यकाळ अवलंबून असतो.''

त्यांच्या ओघवत्या वाणीतून येणारे हे शब्द आमच्यावर प्रशासकीय संस्कार करीत होते. चांगल्यावाइटाची, सदसद्विवेकाची कास कशी धरायची, हे पटवून देत होते.

जाता जाता त्यांनी एक खूप सुंदर कविता ऐकवली. १९७२च्या दरम्यान पाब्लो नेरुदा नावाच्या स्पॅनिश कवीनी जीवनाविषयी लिहिलेली ही कविता अत्यंत प्रेरणादायी आहे. त्याचा मराठीत सारांश सांगण्याचा मी प्रयत्न करतो.

'तुम्ही हळूहळू मरता; जेव्हा तुम्ही भटकत नाही, प्रवास करीत नाही, वाचन करीत नाही, जीवनाचं संगीतच ऐकत नाही. तुम्ही स्वत:चं कौतुकच करीत नाही. स्वत:चं मन मारून तडजोड करता आणि कुणी मैत्रीचा हात पुढे करतो, त्या वेळी त्याला झिडकारता, तेव्हा तुम्ही हळूहळू मरता.

तुम्ही हळूहळू मरता; ज्या वेळी तुम्ही सवयीचे गुलाम बनता. त्याच त्या मळक्या वाटेवर चालता, कधी चुकूनही नव्या रस्त्यावर पाऊल ठेवत नाही की नवी दिशा चोखाळत नाही. अनोळखी, परक्याची ओळख करण्याचा प्रयत्न करीत नाही. मनाला आनंद देणारे रंग परिधान करीत नाही.

आणि हो, तुम्ही जिवंतपणीच मरता, ज्या वेळी तुम्ही तुमच्या भावनांना मोकळीक देत नाही. ज्या तुमच्या हृदयाची धडकन तेज करतात आणि तुमच्या डोळ्यांत चमक आणतात, त्या भावनांना तुम्ही अडवता, रोखता, दाबता आणि चिरडून टाकता.

आणि हो, पोटाची खळगी भरण्यासाठी मन मारून चिकटून बसता त्या नोकरीला आणि रेटत बसता रटाळवाणे रहाटगाडगे आयुष्याचे. आयुष्याला सुंदर वळण देण्याचा धोकाच स्वीकारत नाही. स्वत:च्या स्वप्नांच्या मागे धावत नाही आणि त्यांच्या पूर्ततेसाठी झपाटून झोकून देत नाही आणि एकही संधी देत नाही स्वत:ला स्वत:साठी जगण्याची, त्या वेळी तुम्ही हळूहळू मरता. तुमच्या हृदयात जर अनामिक हुरहूर असेल, तर तुम्ही जिवंत आहात. तुमच्या डोळ्यांत जर स्वप्नांची वीज असेल, तर तुम्ही जिवंत आहात. वाऱ्यासारखे बंधमुक्त राहा, नदीसारखे वाहत राहा. आयुष्यातील प्रत्येक क्षण जगा. प्रत्येक क्षण वेगळा आहे आणि वेगळेपणात आनंद आहे. कळपात सामील होणे टाळा आणि परिवर्तनाची नांदी व्हायला शिका.'

'You are dying slowly.' रूमवर आलो आणि बेडवर पहुडलो, तरी

डॉ. बोस यांचे शब्द कानात घुमत होते, मनात घर करीत होते आणि हृदयात धडधडत होते. जीवन किती सुंदर आणि अर्थपूर्ण आहे. त्याचे संदर्भ किती विविध अंगांनी नटलेले आहेत. त्याला पूर्णत्वास नेण्यासाठी सर्वतोपरी कष्ट करायचे. आयुष्याची एक ठाम, अर्थपूर्ण, फंटॅक रूपरेषा बनवायची; हा निश्चय केला. आयुष्याच्या प्रवासाचा भलामोठा कॅनव्हास रंगीबेरंगी करायचा. त्यात समृद्धीचा आणि निसर्गाचा हिरवा, आध्यात्मिकतेचा भगवा, प्रेमाचा गुलाबी, शांततेचा पांढरा, शक्तीचा लाल, प्रेरणेचा निळा, स्वच्छंदी आनंदाचा पिवळा असे सगळे सप्तरंगी छटांचे कवडसे असावेत. हाच माझ्या आयुष्याला कलाटणी देणारा काळ आहे. आत्ता मी जे निश्चय करीन आणि जी दिशा ठरवेन, तीच माझा भविष्यकाळ ठरवेल. त्यासाठी विचारांवर प्रभुत्व मिळवायचे. भावभावनांवर विजय मिळवायचा; कारण या विचारांमुळेच व भावदशांमुळे माझे शब्द ठरणार आहेत. शब्दांची निवड नेमकी व अचूक करायची. योग्य विचारांची बैठक असल्याशिवाय शब्द उच्चारायचे नाहीत; कारण शब्दच माझ्या कृती, क्रिया आणि कर्माची दिशा ठरवतील व कृती ही सदसद्विवेकाची आणि चांगल्यावाइटाची जाण ठेवून करायची; कारण यातूनच मला सवयी जडणार आहेत आणि या सवयीतूनच माझे चारित्र्य. चांगल्या सवयी लागल्या तर चांगले चारित्र्य आणि वाईट सवयी लागल्या तर वाईट. माझ्या चारित्र्यावरच माझे भवितव्य अवलंबून आहे. त्यामुळे माझ्या आयुष्याचा ब्ल्यू प्रिंट बनविताना मी माझे विचार, शब्द, कृती, सवयी आणि चारित्र्य यांची पारख सत्यासत्यतेच्या आणि सदसद्विवेकाच्या कसोटीवर करेन.

माझ्या आयुष्याची रूपरेषा ही दूरदृष्टी, कणखरपणा आणि मजबुतीवर आधारलेली असेल. माझ्या स्वतःच्या आत्मसन्मानाबाबत मी त्यात कोणतीही तडजोड करणार नाही. मी कोणीतरी आहे, माझ्या अस्तित्वाला काहीतरी अर्थ आहे. माझे असणे, माझे बोलणे, माझे इथे उपस्थित असणे मॅटर करते. मी कोणी ऐरागैरा नाही. माझ्या जगण्याला महत्त्व आहे, अर्थ आहे आणि माझा आत्मसन्मान माझ्यासाठी सर्वोत्तम आहे. मी माझ्या जीवनप्रवासात नेहमी उत्कृष्ट ते आत्मसात करण्याचा प्रयत्न करीन, ध्यासपूर्वक रोज माझ्या प्रगतीची एकतरी पायरी चढेन. मी जे क्षेत्र निवडेन, त्यात टॉपला जाण्याचे उद्दिष्ट ठेवीन आणि ते प्राप्त करण्यासाठी जिवाचे रान करीन आणि रात्रीचा दिवस करेन, जिवापाड कष्ट करीन. तन, मन, धन सर्व काही अर्पण करेन; पण त्या टॉपला जाण्यासाठी सदैव कटिबद्ध राहीन. येणारा प्रत्येक क्षण, तास, दिवस कसे व कोणते उद्दिष्ट गाठणार आहे, ते निश्चित करणार आहे. त्यामुळे नो थकवा, नो विश्रांती. अडथळ्यांना भिऊन अडखळणे पावलांना पसंत नाही. वादळे येतील, खेटेल तुफान; पण मी थांबणार नाही. उसंत घेणार नाही. माझा प्रगतीचा आलेख त्या

परमोच्च बिंदूकडे घेऊन जाणारच! जे माझे काम आहे, कर्तव्य आहे, ते प्रत्येक वेळी माझ्या आत असणारे जे सर्वोत्तम आहे, ते पणाला लावून प्रामाणिकपणे पूर्ण करेन. मी वटवृक्ष नाही, झालो तर एखादे रोपटे होईन. सूर्य झालो नाही तर काजवा होईन, महामार्ग झालो नाही तरी एक पायवाट होईन; पण रोपटे होऊन पर्यावरण जपण्याचा, काजवा होऊन चमकण्याचा आणि पायवाटेने दिशा दाखवण्याचा अहोरात्र प्रयत्न करीन. आकारमान नव्हे, तर अंतर्मन निश्चित करते हरण्याची किंवा जिंकण्याची भाषा! माझ्या आयुष्याच्या रूपरेषेमध्ये आहे ते संघर्ष करणे, लढाई करणे, झुंज देणे. ते झगडणे, लढणे आहे ते चिरंतन सत्य, न्याय आणि शांततेच्या तत्त्वांसाठी. माझे कर्तव्य हे याच तिकडीच्या सिद्धान्तावर अढळ राहील. हो, बाहेरच्या संक्रमणशील परिस्थितीत हा मार्ग निश्चित खडतर असेल, त्रासाचा असेल; पण जीवन जर सपाट आणि मिळमिळीत असेल, तर त्याला काय अर्थ? ते तर रोलरकोस्टरसारखे असायला पाहिजे. पुन्हा पुन्हा उसळी घेणारे, झेपावणारे, वरून खाली आणि खालून वर जाणारे! नेहमी त्या ईप्सिताच्या दिशेने आक्रंदन करत आक्रमण करणार! भले मी उडू नाही शकलो, तर धावेन. धावू नाही शकलो, तर चालेन. चालू नाही शकलो तरी सरपटत, फरपटत, रांगत रांगत जाईन; पण काही झाले, तरी माझी गती महत्तम ठेवण्याचा प्रयत्न करीन. संकटे खूप आहेत; पण थांबणार नाही. नेहमी ध्येयाला निरोप देईन. वाट पाहा, मी पोहोचेनच. माझ्या पायांना अडथळे बांधू शकणार नाहीत. अरे मार्गांनो, मी भटकणार नाही आणि माझा संयम संपला, तर मी अग्निपात करीन आणि हेच माझ्या शत्रूंना, षड्रिपूंना सांगा; कारण मी अजून माझी डरकाळी फोडलेली नाही. माझे पंख छाटण्याचा प्रयत्न करू नका, माझ्या संकल्पांना आगी लावण्याचा अट्टहास धरू नका; कारण मी अग्निपथावर वादळ निर्माण करण्यासाठी जन्म घेतला आहे. त्या वादळामध्ये सगळ्या नकारात्मक, निराशाजनक दुष्ट प्रवृत्तींचा मला खात्मा करायचा आहे. मसुरीच्या कडाक्याच्या थंडीत अशा ज्वालामुखीसारख्या विचारांनी माझी धग अखंड ठेवली.

शेवटच्या टप्प्यात सांस्कृतिक कार्यक्रमांची रेलचेल होती. आपापल्या राज्यांचा पेहराव घालण्यावरून, खाद्य संस्कृती दाखविण्याच्या दिवशी पावभाजी, श्रीखंड, पुरणपोळी, तांबडा-पांढरावरून वादंग झाले. शेवटी भारतीय संस्कृती हे सर्व प्रांत, भाषा, पंथ, धर्म, परंपरांचे बनलेले बेमालूम मिश्रण आहे. सर्व जण गुण्यागोविंदाने इथे राहतात. अशा प्रकारचे सहजीवन काश्मीरपासून कन्याकुमारीपर्यंत आणि गुजरातपासून अरुणाचलपर्यंत सर्वत्र पाहायला मिळते. सहजीवन फक्त आणि फक्त सहिष्णुता आणि विविधतेतील एकता, या मूलभूत तत्त्वांवर अखंडित उभे राहिले आहे. राष्ट्रीय एकात्मतेचा हाच संदेश घेऊन, अनेक प्रांतांतील नव्याने झालेल्या बॅचमेट्सच्या

आठवणींची शिदोरी घेऊन लबास्नाच्या त्या सर्वांगसुंदर अल्मामाटरला निरोप दिला.

२००५मध्ये एका छोट्याशा आफ्रिकन मुलाने एक खूप प्रभावी कविता लिहिली होती. रंगाधारित विषमतेवर ओढलेला तो एक असूड आहे. तो मुलगा म्हणतो,

'मी जन्माला आलो, तेव्हा ब्लॅक होतो. मोठा झालो तरी ब्लॅक होतो आणि कडक उन्हात गेलो तरी ब्लॅक होतो. मी घाबरलो तरी ब्लॅकच होतो. आजारी पडलो तरी ब्लॅकच आणि मेलो तरी ब्लॅकच होतो. आणि तुम्ही गोरे, तुम्ही जन्मता त्या वेळी पिंक असता, तुम्ही मोठे होता त्या वेळी व्हाईट होता. उन्हात जाताच लाल होता. आजारी पडल्यावर हिरवे होता. थंडीत निळे पडता आणि घाबरल्यावर पिवळे पडता. सरतेशेवटी मेल्यावर ग्रे पडता आणि तरीही तुम्ही लोक मलाच कलर्ड आहे, असं का बरं म्हणता?'

या झाल्या पाश्चिमात्य देशांतल्या भिंती. माझ्या देशातही जातीपातीच्या अशा भिंती पिढ्यान्‌पिढ्या उभ्या केल्या गेल्या आहेत. डॉ. बाबासाहेब आंबेडकरांनी लिहिलेल्या घटनेने एका झटक्यात त्या भिंतींचा पाया गदगदून हलवला आहे. 'शिका, संघटित व्हा आणि संघर्ष करा' या मंत्राने खचलेला, पिचलेला वर्ग वेगाने उन्नत आणि प्रगत होत आहे; पण काय करायचे त्या बुरसटलेल्या प्रतिगामी मानसिकतेला. बाहेरच्या भिंती जमीनदोस्त होत आहेत; पण आतल्या भिंती विषारी सापटळूसारख्या संधी मिळाली की वळवळायला लागतात. फूत्कारतात आणि डोकी भडकवतात. त्यांना ठेचायला वैचारिक संघर्षच अधिक महत्त्वाचा आहे.

मसुरीच्या प्रशिक्षणानंतर मनातल्या, डोक्यातल्या अशा अनेक भिंती गळून पडल्या होत्या, अनेक बुरूज ढासळले होते. या भिंती पूर्वग्रहांच्या होत्या, हे बुरूज बुरसटलेल्या मानसिकतेचे होते. उत्तर आणि दक्षिण भारतातील सवंगडी आपले वाटत होते. उच्चभ्रू आणि गरीब यांच्यातील दरी जाणवेनाशी झाली होती. नव्याने ओळख झालेल्या परप्रांतीय आणि परभाषेतील अनेक मित्रांबद्दल आपुलकी आणि जिव्हाळा निर्माण झाला होता. हेच तत्त्व घेऊन पोलीस खात्यात रुजू झाल्यावर काम करण्याचा निश्चय केला. म्हणूनच माझ्या २३ वर्षांच्या सेवेत ज्या अधिकारी, कर्मचाऱ्यांसोबत काम करण्याची संधी मिळाली, त्यांच्यासोबत एक चांगली 'टीम' बनविण्याचा मी प्रयत्न केला. कुठलाही अधिकारी किंवा कर्मचारी माझा 'फेव्हरिट' झाला नाही आणि मी कुठेही माझ्या सोबत कोणाची बदली करून घेतली नाही. छत्रपती शिवरायांना 'प्रौढ, प्रताप, पुरंदर' म्हटले जाते. म्हणजे अत्यंत प्रगल्भ, पराक्रमी आणि नैपुण्य असणारे राजे. त्यांनी सामान्यातल्या सामान्य कुटुंबातली

कुशल, गुणी आणि दर्जेदार माणसे हेरली. त्यांना टाकीचे घाव दिले आणि स्वराज्यनिर्मितीसाठी त्यांचा परिपूर्ण उपयोग करून घेतला. आपणही आपल्या महान राजाच्या तत्त्वांचा आदर्श घ्यायचा आणि त्यांची जी रयतेच्या विश्वस्ताची भूमिका होती, त्याच भूमिकेतून जनतेचा पाईक म्हणून सेवा करायची. ही माझ्या संकल्पांची बीजे होती. त्यांना अंकुरण्याची, वाढण्याची व फुलण्याची परिस्थिती आणि वातावरण माझी वाट पाहत होते.

◆

ब्रेक

२० डिसेंबरला मसुरीचे प्रशिक्षण संपले आणि १२ दिवसांनी 'सरदार वल्लभभाई पटेल राष्ट्रीय पोलीस अकादमी'मध्ये आमचे व्यावसायिक प्रशिक्षण सुरू होणार होते. या बारा दिवसांमध्ये अनेक जबाबदाऱ्या पार पाडायच्या होत्या. घरी पोहोचलो. मसुरीवरून येताना उबदार कपड्यांची खरेदी केली होती. गावाकडच्या थंडीत कुडकुडणाऱ्या वडीलधाऱ्यांना त्या कपड्यांनी ऊब दिली. स्वत:च्या पगारातून आणलेली भेट आई-तात्यांना देताना भरून आले.

दहा दिवस मला माझ्या खडतर प्रशिक्षणाच्या मानसिक तयारीसाठी मिळाले होते. मी लोकांमध्ये तर होतो; पण या 'ब्रेक'मुळे माझ्यात सकारात्मक ऊर्जा कशी ओतप्रोत भरेल याची तयारी करत होतो. आयुष्याचा ताळेबंद कसा सर्वांगसुंदर होईल आणि त्यात कसा समतोल राहील, याची अंतर्मनात खलबते सुरू झाली होती आपल्याला मिळालेल्या आयुष्यात परमेश्वराने आपल्याला अनमोल संधी दिली आहे आणि त्या संधीचे सुवर्णसंधीत रूपांतर कसे करायचे, कसे आपले शरीर घडवायचे, कसे आपले भावनिक विश्व फुलवायचे आणि कसे आपले मानसिक जीवन सजवायचे, याचा आत्ताच आराखडा बनवायचा.

'नॉट' नावाची इरिन हॅनसनची खूप बोलकी कविता आहे. तो म्हणतो की,

'तुम्ही म्हणजे तुमचे वय नाही की तुमचे वजन नाही. तुम्ही तुमच्या केसांचा रंग नाही की तुमच्या कपड्यांचे मोजमाप. तुम्ही तुमचे नाव नाही की तुमच्या गालांवरच्या खळ्या. तुम्ही तुमच्या मुखातून पडणारे शब्द आहात. तुम्ही वाचलेली पुस्तके म्हणजे तुम्ही आहात. तुमच्या हास्यातला गोडवा तुम्ही आहात आणि तुम्ही रडताना ढाळलेला अश्रू तुम्ही आहात. तुम्ही एकटे असता, तेव्हा मोठ्याने गायलेली

गाणी तुम्ही असता आणि तुम्ही ज्या ज्या प्रदेशांना भेटी दिल्या, तिथे तुम्ही असता. तुम्ही म्हणजे ज्या लोकांवर तुम्ही अतोनात प्रेम करता. तुम्ही म्हणजे ज्या संकल्पांवर तुम्ही अटळ विश्वास ठेवता. जी नीतिमूल्ये तुम्ही जोपासता. इतक्या सगळ्या अंतर्बाह्य सौंदर्याने तुम्ही बनलेले असता. मात्र ज्या गोष्टींचा तुमच्याशी काही संबंध नाही, त्यांनीच तुम्ही तुमचे मोजमाप लावता आणि तुमच्या स्वत:च्या व्यक्तिमत्त्वाची चुकीची व्याख्या करता. अर्थातच निश्चय पक्का केला की, फक्त बाह्य आणि भौतिक गोष्टींनी आपला जीवनप्रवासाचा रस्ता ठरवायचा नाही; तर आपल्या आतल्या, खूप आतल्या प्रदेशाचा शोधही घ्यायचा आणि त्या प्रदेशातही तितकीच खोल झेप घ्यायची आणि मनसोक्त भ्रमंती करायची.

मला आकर्षित करणारा गवळोबाचा डोंगर आणि डोंगराच्या टोकावर असणारी शिळा मला या अनुभूतीच्या साधनेत मदत करायचे. दहा दिवस रोज त्या डोंगरावर जाऊन सकाळच्या प्रहरी चिंतन केले. आयुष्याची बॅलन्सशीट आखण्याचा प्रयत्न केला. त्यातल्या प्रत्येक अंगाचा बारकाईने विचार केला. आत्ता आपण २४ वर्षांचे आहोत. संस्कृतमध्ये एक खूप छान सुभाषित आहे.

शैशवेऽभ्यस्त विद्यानां यौवने विषयैषिणाम् ।
वार्धक्ये मुनिवृत्तीनां योगेनान्ते तनुत्यजाम् ।।

आपली शैशवावस्था अभ्यासात आपण व्यतीत केली. आत्ताची युवावस्था खरेतर विषयभोग घेण्यासाठी आहे का? जर आपण विषय आणि इंद्रियसुखाच्या नादी लागलो; तर आपल्या हातचे संकल्प, मनसुबे आणि कार्य अपुरे राहील का? हो, त्या ताळेबंदामध्ये वेगळे काहीच दिसणार नाही. जी मुनीवृत्ती वार्धक्यकाळात स्वीकारायची, त्यातला काही अंश आत्ताच का पत्करायचा नाही? जो विद्याभ्यास बालवयात करायचा, त्याला आत्ताच का पूर्णविराम द्यायचा. अभ्यास हा अखंड आणि सतत चालू ठेवायचा आणि हो, योगाने शेवटी तनूचा म्हणजे शरीराचा त्याग करायचा. मग योगा शिकण्यासाठी काय म्हातारे व्हायची वाट पाहायची का? योग हा आचार आणि विचारांत, उक्ती आणि कृतीमध्ये असणे आवश्यक आहे. त्याचा ध्यास आत्तापासून घेतला, तर जीवन शरीर, मन आणि वृत्ती या तिन्ही स्तरांवर सत्त्वशील आणि शुद्ध राहील. अशा विचारांनी अंतरंगात स्फुरण यायचे; पण मन काय वळवाल तसे वळते आणि घडवाल तसे घडते. चांगल्या विचारांची संगत जशी विधायकतेकडे खेचते, तशी वात्रट आणि इरसाल मित्रांची संगत मर्कटचेष्टा करायला भाग पाडते. कधीमधी अशा गावठी तडक्याची गरज पण भासते. फक्त

मर्यादाभंग होणार नाही, याची दक्षता बाळगली पाहिजे.

जोपर्यंत आय.ए.एस. वा आय.पी.एस. होत नाही, तोवर मांसाहाराला हात न लावण्याची नरसोबावाडीला घेतलेली प्रतिज्ञा यशस्वीपणे पूर्ण झाली होती. या तीन वर्षांत शरीराला सात्त्विक आहाराने योगावस्थेकडे नेले होते; पण आता प्रण पूर्ण झाला होता. अडीच वर्षांच्या गॅपनंतर वाजतगाजत मांसाहार सुरू केला होता. रोज रात्री एका तरी पाहुण्याकडे मटणाच्या जेवणासाठी आमंत्रण असायचे. दोन-तीन पाहुण्यांनी माझ्या स्वागतासाठी तर अख्ख्या बकऱ्याची कुर्बानी देऊन भावकीला पार्टी दिली. तर्री असलेला रस्सा, तोंडाला पाणी आणणारे सुक्के मटण, सोबतीला तळलेला भेजा, नळीचे पाया सूप, खरपूस शिजवलेली रक्ती, तव्यावर भाजलेली कलेजी फ्राय असा बिचाऱ्या बकऱ्याच्या सगळ्या अवयवांचा खुर्दा केल्याने शरीर आळसावून जायचे. मुलखाची सुस्ती यायची. माझ्या व्यक्तिमत्त्वाच्या घुसमटीचा हा कालखंड होता. एका बाजूला माझे मन प्रगल्भ आणि पुरोगामी होण्याचा प्रयत्न करीत होते, तर दुसऱ्या बाजूने गेली तेवीस वर्षे मनावर बिंबलेल्या काही बुरसटलेल्या मानसिकता आणि प्रतिगामी प्रवृत्ती उचल खाऊ पाहत होत्या. लग्न, स्थळ पाहणे आणि पाहुणचार हा त्यातल्याच द्वंद्वाचा विषय जो या वेळी घरच्यांनी ऐरणीवर घेतला होता.

लगीनघाई

निवड झाल्यापासूनच घरात माझ्या लग्नाची चर्चा सुरू झाली होती. आमदार-खासदारांपासून उद्योगपतींपर्यंतच्या मुलींचे प्रस्ताव येऊ लागले होते. भुरळ पाडतील अशा आमिषवजा हुंड्याच्या ऑफर दिल्या जात होत्या. साहजिकच गावातल्या तात्यांच्या मित्रांनी त्यांचे कान फुंकण्याचा प्रयत्न केला. त्यांना अशी सुवर्णसंधी पुन्हा येणे नाही, असे निक्षून बजावले. 'आत्ताच हात मारा आबा, परत पोरगा हातातून निघून जाईल.' पण मी ठामपणे माझा निर्णय घरात सांगितला होता. काही झाले तरी मी हुंडा घेणार नाही. उलट ज्या सेवेत मी चाललो आहे, तिथे मला या व अशा प्रवृत्तींविरुद्ध तर लढायचे आहे. तात्यांचा माझ्यावर पूर्ण विश्वास होता, त्यामुळे मित्रांच्या सांगण्याने त्यांची चलबिचल झाली नाही. मी सुट्टीवर येणार हे माहीत असल्याने, तात्यांनी संभावित चार-पाच स्थळांची माहिती घेऊन ठेवली होती. साधारणपणे या दहा दिवसांत चार-पाच मुली पाहून एक स्थळ ठरवयाचेच आणि सुपारी फोडण्याचा मुहूर्त साधायचा, असा बेत होता.

माझे आत्तेभाऊ तानाजी जाधव हे स्थळांच्या पडताळणीचे काम करायचे. तानाजी अण्णा आमच्या भागातले मोठे कंत्राटदार, त्यामुळे त्यांची कमाण्डर जीप

माझ्या दिमतीला तयार असायची. सर्वानुमते पहिल्यांदा कोल्हापूरचे स्थळ पाहायला जायचा बेत ठरला. सकाळी एका साखर कारखानदाराची लेक पाहण्याची आणि सायंकाळी एका कार्यकारी अभियंत्याची मुलगी पाहण्याची तयारी होती. मी गावातले काही मित्र सोबत घेतले होते. मी त्यावेळची फॅशन असणारा नाना स्टाईलचा पठाणी पोशाख घातला होता. पोलीस अधिकारी झालो होतो, म्हणून पीळ बसतील अशा मिशा वाढवल्या होत्या. मिशांना तलवारीसारखा शेप राहावा आणि पीळ खाली येऊ नये, म्हणून तूप लावून पीळ दिला. मसुरीवरून येताना आणलेला रेबॅनचा टिपिकल पोलिसी स्टाईलचा गॉगल चढवला. मुलगी पाहायला जाणार, म्हणून आईने तिच्याजवळची दोन तोळ्यांची सोन्याची चेन घालायला दिली. पावलागणिक कराकरा वाजणारी कोल्हापुरी पायताणं पायांत घातली. शरीरयष्टी कृश, त्यात असा पेहराव, त्यामुळे मी बऱ्यापैकी गावगुंड दिसत होतो; पण कोल्हापूरच्या लोकांवर असेच इम्प्रेशन मारायचे असते, असे माझे गावाकडचे सोबती सांगत होते. कोल्हापूरकरांना कसा रांगडा, मर्द मराठा वाटला पाहिजे आमचा साहेब, असे मला हरभऱ्याच्या झाडावर चढवणे सुरू होते. मोठमोठ्या गप्पांचा फड रंगवत आम्ही कोल्हापूरला पोहोचलो.

साखरसम्राटांच्या वाड्यावर आमचे जंगी स्वागत झाले. थोड्याफार गप्पा झाल्या. ज्येष्ठांनी बढाया सुरू केल्या. मिशांवर ताव मारत पोह्यांचा फडशा पडला. मग मुख्य कार्यक्रम मुलगी पाहण्याचा! नऊवारी साडीत स्वतःला सावरत मुलगी चहा घेऊन बाहेर आली. तिला नखशिखान्त सोन्याच्या दागिन्यांनी मढवलेले होते. डोक्यावर पदर आणि कोल्हापुरी आब स्पष्ट दिसत होता. मला बायोडेटामध्ये सांगितलेल्या माहितीत मुलगी पदवीधर असल्याचे लिहिले होते; पण उंची जास्त असूनही चेहऱ्यावरून तिचे वय कमी वाटत होते. ज्येष्ठांनी काही प्रश्न विचारले. आणि मग सर्वांच्या मतानुसार मुलामुलीला वेगळे बोलण्याची संधी दिली गेली. मी अस्वस्थ होतो; कारण मला थोडी गडबड वाटत होती. मी पहिला प्रश्न विचारला, "तुम्ही खरंच कॉलेज पूर्ण केलं आहे का?" तिने नकारार्थी मान हलवली. "मी आता एफवायबीएला आहे आणि माझं वय एकोणीस आहे. आणि मला आत्ताच नाही लग्न करायचं," असे तिने स्पष्ट सांगितले. माझी त्रेधातिरपीट उडाली. तिने तर अश्रू ढाळायला सुरुवात केली होती. "मला आई आणि पप्पांना नाही सोडून जायचं. आणि सगळे म्हणतात, तुमचं तर कुठं भी पोस्टिंग होतं!" तिच्या या आर्जवी शब्दांवरून माझ्या पूर्ण लक्षात आले होते की, घरच्यांच्या आग्रहाखातर हिला बोहल्यावर जबरदस्ती चढवलं जातंय. मी तिला "काळजी करू नको, मी पसंती कळवणार नाही," असे आश्वस्त करून बाहेर पडलो. माझे मित्र मिश्कीलपणे माझ्या चेहऱ्याकडे पाहत होते. तांबडा-पांढराचा बेत करूनच जा, असा आग्रह

पाहुणे करीत होते; पण मी सर्वांना निघण्याचा इशारा केला. असा झाला माझ्या आयुष्यातील मुलगी पाहण्याचा पहिला कार्यक्रम. अनपेक्षित एन्काऊंटरमुळे माझा मूड पुरता ऑफ झाला होता. ओपल हॉटेलमध्ये जाऊन सर्वांनी मटणावर ताव मारला.

सायंकाळपर्यंत वाट न पाहता कार्यकारी अभियंत्यांच्या घरी दुपारीच स्थळ पाहायला जायचे ठरवले. त्या वेळी मोबाइल नव्हते. अण्णांनी लँडलाइनवर फोन केले; पण प्रस्तावित पाहुण्यांचा फोन लागतच नव्हता. आमच्याकडे पत्ता होता, त्यामुळे आम्ही पूर्वकल्पना न देता घरी जायचा निर्णय घेतला. एका आलिशान बंगल्यासमोर आमची जीप थांबली. आतून कुत्र्याच्या भुंकण्याचा आवाज आला. आम्ही कम्पाउंडच्या गेटमधून थोडे सावधपणे आत घुसलो. मटणानंतर येणारी सुस्ती आणि सकाळच्या पाणउताऱ्यानंतर चेहऱ्यावरचा नूर पालटला होता. आळसावलेले आम्ही त्या बंगल्यासमोर कुठूनतरी आलेल्या निर्वासितांसारखे भासत होतो. बंगल्याची बेल वाजवली. काही क्षणांनंतर दरवाजामागून आवाज आला, ''कोण पाहिजे?'' तानाजी अण्णा म्हणाले, ''अहो, आम्ही आपल्या घरी पाहुणे म्हणून आलोय.'' दरवाजा उघडला गेला. अण्णांचे बोलणे वधुपित्याशीच झाले होते, त्याशिवाय आम्ही सायंकाळच्या ऐवजी दुपारी आल्याने गोंधळ उडाला होता. घरात आम्ही येणार असल्याची कल्पनाच नव्हती. घरातील काम करणाऱ्या मावशीने आम्हाला सांगितले, ''आमच्याकडे कोणी पाव्हणंबिव्हनं येणार नाहीत.'' तरीही अण्णा म्हणाले, ''अहो, आमच्या साहेबांसाठी हे स्थळ पाहायला आम्ही आलो आहोत.'' तर ती छपाक मावशी म्हणाली, ''कुठला बरं यातला तुमचा साहेब?'' मी हे ऐकून ओशाळलो होतो. कोणत्याही अँगलने मी साहेबासारखा दिसत नव्हतो. मला पाहून मावशीने नाक मुरडले आणि म्हणाली, ''अहो, तुम्ही कसले साहेब म्हणताय, सांजच्याला आमच्या ताईसाहेबांना बघायला कलेक्टर साहेब येणार हाईत! अहो, घरची सगळी झोपल्याती. तुम्ही का माझं डोस्कं खाताय. सायेब घरात नायतं. तुम्ही सायेब असताना या बरं!'' आता मात्र आम्ही भलते खजील झालो होतो.

तेवढ्यात गेटमधून एक आलिशान कार आत आली. त्यातून कार्यकारी अभियंता साहेब उतरले. अण्णांच्या चेहऱ्यावर हसू तरळले. ''अहो साहेब, नमस्कार!'' त्या साहेबांच्या चेहऱ्यावर आश्चर्य दिसले, ''अहो अण्णासाहेब, तुम्ही सायंकाळी येणार होता ना? सॉरी हं, मी जरा आमच्या फार्म हाउसवर गेलो होतो.'' त्यांनी उतरताच मावशीला दरडावले, ''अगं, पाहुण्यांना दरवाजात कुठं ताटकळत ठेवलं आहेस. मॅडमला बोलाव. कोकरूडचे पाहुणे आलेत.'' मावशी घाबरली होती. ती लगबगीने आत गेली. आम्ही आत जाऊन बसलो. माझा चेहरा उतरलेलाच होता. मावशीने माझा रुबाब पुरता उतरवला होता. वधुपित्याची आमच्या अचानक भेटीने

तारांबळ उडाली होती. त्यांनी ड्रायव्हरला बाजारात कोल्ड्रिंक आणायला पाठवले. फोन करून त्यांच्या नात्यातल्या एका आमदार महोदयांना बोलवून घेतले. सकाळसारख्याच मोठ्या गप्पा सुरू झाल्या. सायंकाळी येणारा मीच तो कलेक्टर मुलगा हे कळल्यावर त्या घरात काय करू आणि काय नको, असे झाले होते. मुलीची आई जातीनिशी मला काय खायला आवडेल, याची चौकशी करीत होती. अण्णांचा भाव वधारला होता. मावशी काही घेऊन आली की तिला ते हेकटपणे बोलत होते. त्यांचा राग आणि तोरा पाहून मावशी भेदरलेल्या मांजरीसारखी खाण्याचे पदार्थ ठेवून पळ काढायची. प्रचलित प्रथेप्रमाणे मुलगी चहा घेऊन आली; मात्र ही मुलगी मॉडर्न पेहरावात होती. साडी परिधान केली होती; पण तिने तिचे लांबसडक केस मोकळे सोडले होते. उंच, गोरीपान आणि सडपातळ शरीरयष्टी आणि देहबोलीत आत्मविश्वास होता. वडीलधाऱ्यांच्या प्रश्नांना तिने बेधडक उत्तरे दिली. बोली कोल्हापुरी असली, तरी स्पष्ट आणि शुद्ध होती. सगळ्यांच्या चेहऱ्यावर समाधान तरळत होते. मला मात्र थोडा कॉम्प्लेक्स आलाच होता. पहिल्या मजल्यावर आम्हा दोघांना मोकळ्या गप्पा मारण्यासाठी बोलावण्यात आले. आम्हा दोघांना एसी रूममध्ये बसवून मुलीच्या वडलांनी दरवाजा ओढून घेतला. एसी असूनही मला थोडा घाम फुटला होताच. सकाळपासून खूपदा वापरलेला आणि चुरगळलेला माझा हात-रुमाल मी काढला आणि चेहऱ्यावरून फिरवला. तिची नजर चुकवून मिशीला थोडा पीळ मारण्याचा प्रयत्न केला. थोडे उसने अवसान आणले आणि धाडस करून प्रश्न विचारला,

"आपली हॉबी काय आहे बरं?"

माझा प्रश्न गिरवलेला आणि ठोकळ स्वरूपाचा होता; पण तिचे उत्तर थोडे विस्मयकारक होते, "मला घोड्यावर रपेट मारायला आवडतं आणि बुलेट चालवायलाही आवडतं." विणकाम, बागकाम, गायन, वाचन असे काहीतरी मला अपेक्षित होते; पण ही स्वारी तर खूपच डॅशिंग होती.

"गेल्या वर्षी राजाराम रायफल्सनं घेतलेल्या एक्वेस्टरीन स्पर्धेत टेन्ट पेगिंगमध्ये मला चॅम्पियनशिप मिळाली होती. बाय द वे, मी घोड्यांना सहज कन्ट्रोल करू शकते." हे प्रश्नाचे उत्तर होते की इशारा, मला समजले नव्हते. घोडा इतका छान कन्ट्रोल करते, तर नवरा किती सहज काबूत आणू शकेल, हा त्या रूपगर्वितेचा अहं तिच्या बोलण्यातून अप्रत्यक्षपणे व्यक्त झाला होता.

"तुमची हरकत नसेल, तर मी तुम्हाला एक जोक सांगू का?" तिने संवादाची कमान आपल्या हाती घेतली होती.

"हो हो, सांगा ना." आता पुढे ही बाई काय बॉम्बशेल टाकणार, याची मला धाकधूक लागली.

"आपल्याकडचा नाही बरं हा किस्सा आणि तुम्ही फार सीरिअसली घेऊ नका. एका जोडप्यानं आपल्या लग्नाचा २५वा वाढदिवस साजरा केला. हे जोडपं २५ वर्षांत एकदाही भांडलं नाही, अशी त्यांची ख्याती होती. अशा या आदर्श जोडप्याच्या सुखी जीवनाचं रहस्य जाणून घेण्यासाठी मुलाखत घ्यायला मोठ्या उत्सुकतेनं मीडियाचे लोक पण आले होते. त्यांनी पतिदेवांना प्रश्न विचारला, 'सर, पत्नीशी एकदाही न भांडता २५ वर्षं यशस्वी संसार करणं, हे अविश्वसनीय आहे. कसं बरं तुम्ही हे शक्य केलंत?"

पतिदेव उत्तरले, 'आम्ही लग्नापासून आजपर्यंत सुखी जोडपं आहोत, याचं श्रेय आमच्या माथेरानच्या हनिमूनला जातं. तिथं आम्ही दोघांनी घोड्याची रपेट मारायचं ठरवलं. मी ज्या घोड्यावर बसलो होतो, तो चांगला होता. शिस्तीत चालत होता; पण माझी पत्नी ज्या घोड्यावर बसली होती, तो मध्येच उधळत होता. अचानक त्यानं नको त्या ठिकाणी उडी मारली आणि माझ्या पत्नीला खाली पाडलं. तिला थोडं खरचटलं; पण उभं राहून तिनं घोड्याला थोडं थापडलं आणि म्हणाली, 'ही तुझी पहिली चूक बरं का!' तिनं पुन्हा लगाम खेचून घोड्यावर मांड टाकली आणि आमची रपेट सुरू राहिली; पण पुन्हा तसंच घडलं आणि विनाकारण घोड्यानं उसळी मारली आणि माझ्या पत्नीला खाली पाडलं. ती काही न बोलता उठली. तिच्या बॅगपॅकमधून पिस्तूल काढलं आणि घोड्याला थेट गोळ्या घालून ठार मारलं. हे पाहून मला शॉक बसला आणि मी माझ्या बायकोवर ओरडलो, 'क्रूर बाई, तू हे का केलंस? तू सायको आणि दुष्ट आहेस! तू मुक्या प्राण्याला मारलंस. कुठं हे पाप फेडशील?' माझ्या पत्नीनं माझ्याकडे थंड आणि करारी नजरेनं पाहिलं आणि म्हणाली, 'ही तुझी पहिली चूक होती!' आणि मग काय, त्यानंतर न भांडता सुखानं संसार आपसूकच झाला!" हा किस्सा होता, जोक होता की मला दिलेला सज्जड, गर्भित दम? माझे धाबेच दणाणले होते.

तिने स्पष्टपणे समारोप केला, "काही पुरुष हे विनाकारण आपल्या पीळदार मिशा आणि कराकरा वाजणाऱ्या कोल्हापुरी चपला घालून मर्दुमकीचा आव आणतात, असं नाही का तुम्हाला वाटत? आम्ही मुलीही बाहेरून नाजूक दिसत असलो, तरी शरीर आणि मनानं खंबीर आणि कणखर असू शकतो बरं. माझ्या बाबांनी मला मुलगा म्हणूनच मोठं केलं आहे. मी जशी आहे, ते तुम्हाला माहीत असणं मला महत्त्वाचं वाटतं. मी शाहू राजांच्या नगरीत वाढले आहे. महाराणी ताराबाईंचा आमचा वारसा आहे. चूल आणि मूल या चौकटीत मला अडकायचं नाही. मला माझं स्वतःचं व्यक्तिमत्त्व घडवायचं आहे. तुम्ही आय.पी.एस. अधिकारी झाला आहात. बाबा म्हणाले, शेतकऱ्यांच्या घरातून अशी मोठ्या पदावर गेलेली मुलं ही आदर्श असतात. म्हणून मी या सगळ्या प्रथेप्रमाणे होणाऱ्या सोपस्कारांसाठी तयार झाले.

खरं तर मला माझं पदव्युत्तर शिक्षण पूर्ण करायचं आहे आणि हॉर्स रायडिंगच्या तयारीसाठी इंग्लंडला जायचं आहे. तुम्हाला जर अशी मुलगी पत्नी म्हणून चालत असेल, तरच प्लीज हो म्हणा. माझे बाबा खूप आग्रही आहेत. तुमचं स्थळ हातचं जाऊ द्यायचं नाही, हा त्यांनी अट्टाहास धरला आहे. तुम्हाला मला अजून काही विचारायचं आहे का?''

माझी गात्रे सुन्न पडली होती. मी या वीरांगनेसाठी योग्य वर नाही, याची मला पुरती जाणीव झाली होती. मी मानेनेच नकार दिला आणि विचारांच्या भोवऱ्यात फिरत जिन्यावरून खाली उतरलो. बैठकीत सगळ्यांचे चेहरे खुलले होते. जणू काही सुपारी फोडायची तयारी झाली होती. मी अण्णांना नंतर आरामात निरोप कळवू, असे सांगून कोल्हापूरचा निरोप घेतला. जीप पंचगंगेचा पूल ओलांडून कोकरूडच्या रस्त्याला लागली. दोन्ही बाजूंनी घनदाट झाडी होती आणि उसाचे विस्तीर्ण मळे होते. मध्येच तांबड्या रंगाचा नदीचा प्रवाह अधेमध्ये डोकावून जायचा. 'काय भाऊसाहेब, घंटी वाजली का? पोरगी पसंद पडली रे पडली! आता बँड, बाजा, बारातची तयारी सुरू करायला हवी,' अशा मित्रांच्या वल्गना सुरू झाल्या होत्या. मी शांत होतो. माझ्या मनात मात्र विचारांनी थैमान घातले होते. सुरुवातीला दोन्ही ठिकाणी असा नकारात्मक अनुभव आल्याने त्रागा आणि चिडचिड झाली होती; पण आता त्याची जागा प्रगल्भ मानसिकतेने घेतली होती. एका शेलमध्ये गोशा वातावरणात वाढलेली षोडशवयीन कन्या आणि दुसऱ्या शेलमध्ये समान संस्कृतीतील मात्र शिक्षणामुळे सक्षम झालेल्या स्वतंत्र विचाराची तरुणी! दोघींच्या अल्पकाळ झालेल्या भेटीने विवाहसंस्था आणि कुटुंबव्यवस्थेबाबत माझा दृष्टिकोन बदलला होता. स्त्रीची जीवनकहाणी आणि तिची भारतीय उतरंडीतील घुसमट मला जाणवत होती. महात्मा जोतिबा फुल्यांनी एकोणिसाव्या शतकात एक स्वप्न पाहिले. 'विद्येविना मती गेली. मतीविना नीती गेली. नीतीविना गती गेली. गतीविना वित्त गेले. वित्ताविना शूद्र खचले. हे सगळे अनर्थ एका अविद्येने केले.' मीही खरे तर शूद्रच. एका शेतकऱ्याच्या घरी जन्म घेऊन लोकशाही व्यवस्थेत समान न्यायाच्या तत्त्वाने शिक्षणाची कवाडे उघडी झाल्यामुळे इथपर्यंत पोहोचलो होतो. राजकीय आणि प्रशासकीय व्यवस्था येनकेन प्रकारे महिलांना शिक्षण आणि सन्मान देऊन सक्षम आणि सबळ करण्यासाठी कटिबद्ध आहे; पण आमची प्रतिगामी मानसिकता आमच्या मुलींना अडगळीत टाकते आहे का? त्यांना स्वप्न पाहण्यापासून आणि त्यांच्या स्वप्नांना साकार करण्यापासून रोखते आहे का? त्यांना किचनपासून बेडरूमपर्यंतच्या विश्वातच मुक्त संचार करण्याचे बंधन घालते आहे का? अंधार दूर करण्याचे प्रयत्न सर्व स्तरांतून सुरू आहेत; पण प्रकाश का तेवढ्या झपाट्याने पसरत नाही?

ज्यांना स्वप्ने साकारता आली, चौकट मोडता आली, त्या महिला तेवढ्याच पोटतिडिकीने आपल्या भगिनींच्या उत्थानासाठी झटत आहेत का? मुळापासून याचा विचार होणे आवश्यक आहे. आपण कितीही शिकलो, तरी दुसऱ्या मुलीचे स्वागत मनापासून करतो का? आपण कितीही समानतेच्या बाता मारल्या, तरी ऐन घडीला मुलामुलींमध्ये द्वंद्व उभे ठाकले की नकळत मुलाच्या पारड्यात थोडे अधिक वजन टाकतो. मुलामुलींमध्ये उच्च दर्जाचे शिक्षण कोणाला द्यायचे, असा प्रश्न उभा राहतो, त्या वेळी वंशाचा दिवा, म्हातारपणाची काठी असे बिरुद असणाऱ्या लेकालाच प्राथमिकता मिळते. अजूनही ग्रामीण भारतात अगदी बाराव्या-तेराव्या वर्षीच मुलगी वयात आली असे अनुमान काढले जाते आणि ती लग्नासाठी व प्रजननासाठी योग्य झाली आहे, असे समजले जाते. असन्‌तसं तिचे लग्नच करायचे आहे, तर कशाला तिच्या शिक्षणावर पैका खर्च करायचा, या मानसिकतेचा पगडा असतो. मुले मात्र या वयात बालपणीची मौज करत असतात, बैलाच्या खोंडासारखी उधळत असतात. घरात आणि समाजात मुलींच्या मूलभूत अधिकारांना मात्र नाकारले जाते. तिच्यावर अनेक अमानवी बंधने लादली जातात. अगदी आरोग्याच्या साध्या सुविधांपासून त्यांना वंचित ठेवले जाते. 'टॉयलेट' किंवा 'पॅडमॅन' यांसारखे सामाजिक चित्रपट सद्य:स्थितीतील महिलांच्या मानसिक आणि भावनिक कोंडमाऱ्याचे वास्तव चित्रण करतात. प्रातःकाळी उघड्यावर प्रातर्विधीला गेलेल्या मुलींना कितीतरी लैंगिक अत्याचाराच्या गुन्ह्यांमध्ये भक्ष्य व्हावे लागते.

'जिच्या हाती पाळण्याची दोरी । ती जगाते उद्धारी ।।'
जगातील सगळ्यात सुंदर निर्मिती म्हणजे स्त्री!

आणि दुर्दैवाने आज तिलाच तिच्या गर्भरूपात, बालरूपात जीवघेण्या संकटांना सामोरे जावे लागते. मुलींमध्ये जग बदलण्याची शक्ती आहे; कारण त्या आदिशक्तीचेच रूप आहेत. गेल्या दोन शतकांत एवढी प्रगती होऊनही आज तिला शाळेत पाऊल ठेवताना शेकडो अडचणींचा सामना करावा लागत आहे. आपल्या देशातील दीड कोटी मुलींना साध्या लिहिण्यावाचण्याची किंवा अक्षरओळख होण्याची संधीसुद्धा मिळत नाही. बालविवाह, शरीर व्यापार, लैंगिक अत्याचारातील पीडित मुलींचे प्रश्न तर हृदय पिळवटून टाकणारे आहेत. या भीषण सामाजिक समस्येवर उपाय शोधण्यासाठी, क्रांतिकारी बदल होण्यासाठी वणवा भडकवण्याची गरज आहे. त्यासाठी मानसिकता आणि दृष्टिकोन बदलण्यासाठी घराघरांतून, शाळामहाविद्यालयांतून, शासकीय व्यवस्थेतून संततधार इंधन मिळाले पाहिजे; तरच सावित्रीच्या लेकी निर्भय आणि निष्पक्ष भारतात मोकळा श्वास घेऊ शकतील. मुलीचे शिक्षण हे फक्त

कुटुंबालाच नव्हे; तर समाजाला, अर्थव्यवस्थेला सक्षम करीत असते. ज्याला आवाज नाही, त्याला आवाज देणे ही आपली प्रत्येकाची वैयक्तिक जबाबदारी आहे. पंचगंगेच्या आणि वारणेच्या काठाने दौडणाऱ्या रस्त्यावर माझे मनही हेलकावे खात प्रवास करत होते. प्रवासात लागणाऱ्या ठेचांनीच तर शहाणपण येत असते.

आणि हो, दुसरा महत्त्वाचा पैलू म्हणजे माझ्या दिसण्याच्या आणि वागण्याबाबतच्या भ्रामक कल्पना! वर्षानुवर्षे असणारा, खोल अंतर्मनात लपलेला पुरुषी अहंकार आणि त्याला जिरवण्यात व हरवण्यात मला आलेले अपयश! तो आज त्या युवतीला कसा बरे स्पष्टपणे जाणवला आणि तिच्या स्पष्ट बोलण्याने मात्र आत-बाहेर सुरुंग लागले होते. माझ्या एवढ्या शिक्षण आणि प्रशिक्षणानंतरही तो अहंभाव गोठला कसा नाही? मी अजूनही मास्लोच्या गरजांच्या पहिल्या टप्प्यातच तर नाही ना? मी शरीराची गरज म्हणून विवाह करण्याच्या मानसिकतेत तर नाही ना? असे स्वतःविषयी अनेक प्रश्न घोंगावू लागले. नागरीकरणाच्या प्रक्रियेमध्ये आपले सामाजिक भान आणि वागणूक अधिकाधिक सुसंस्कृत आणि प्रगल्भ होत असते. आपल्या अभ्यासाच्या आणि वाचनाच्या प्रक्रियेनेही हेच शहाणपण येत असते. साधनेमुळे प्रेम आणि वासना यांतला फरक कळायला लागतो. कोणत्या ठिकाणी बोलावे, कुठे काय बोलावे आणि काय बोलू नये, हे कळायला लागते. गरिबाच्या आणि भिकाऱ्याच्या रूपात ईश्वर दिसू लागतो. गरजूंना मदत करायला मिळणे, ही ईश्वराने त्याच्या जवळ यायची संधी दिली आहे, असे वाटते. गुन्हेगार गुन्हा का करतो त्याचे कारण शोधणे, हे त्याला शिक्षा देण्यापेक्षा अधिक महत्त्वाचे वाटते. धारदार चाकूसुऱ्यांपेक्षा शब्द अधिक तीक्ष्ण असतात, हे समजते. समोरच्याच्या चुकीसाठी क्षमा करण्याची प्रवृत्ती निर्माण होते. वडीलधाऱ्यांच्या सन्मानास पात्र राहावे, हा नियम बनतो. मुक्या प्राण्यांबद्दल दयाभाव आपसूक येतो. सोशल मीडियावरचे जीवन, हसू आणि स्माइली बेगडी आहेत हे जाणवते आणि त्या खोट्या विश्वात जीव रमत नाही. प्रेमभंग, घटस्फोट, जवळच्याचा मृत्यू असे मोठमोठाले शॉक स्वीकारायची आणि त्यामुळे सगळे काही संपत नाही, अशी मानसिकता तयार होते. या गोष्टी जीवनाच्या इतर गोष्टींप्रमाणे अविभाज्य भाग आहेत, हे जाणवते. इतरांना प्रोत्साहन देऊन त्यांच्या यशात समाधान सापडायला लागते. हरल्यावर हाराकिरीचा विचार शिवत पण नाही. जगण्याचे नवे नियम सापडतात, जे जीवनाची उमेद वाढवतात. आयुष्य सुंदर आणि परिपूर्ण व्हायला लागते. नव्या अनुभूती आणि अनुभवांनी ते सजायला सुरुवात होते. थोडक्यात काय, जीवन हे रचनात्मक सेलिब्रेशन बनून जाते.

तर मग हे असे परिवर्तन आणण्यासाठी काय करावे लागेल. असा नानाचा वेष, गॉगल, गळ्यात सोन्याची चेन आणि कराकरा वाजणाऱ्या कोल्हापुरी चपला घालून तो सुसंस्कृतपणा येणार का? बाह्य पेहरावावर सगळेच अवलंबून आहे का? नाही

साहेब, त्यासाठी गोऱ्या साहेबानी आणलेले बाह्य संस्कार आणि भारतीय संस्कृतीतील बालवयापासून केल्या जाणाऱ्या सोळा संस्कारांची मन आणि शरीरावर योग्य पखरण केली पाहिजे. सोप्या शब्दांत मॅनर्स आणि एटीकेट्स शिकले पाहिजेत आणि रोजच्या जीवनात सवय लावून त्यांचा अवलंब केला पाहिजे. सूटबूट घालून चांगले शिष्टाचार कमवता येत नाहीत. अब्राहम लिंकनचे प्रसिद्ध वाक्य आहे, 'तुम्ही सर्व लोकांना काही काळासाठी मूर्ख बनवू शकता, काही लोकांना सर्व काळ मूर्ख बनवू शकता; पण तुम्ही सर्व लोकांना सर्व काळ मूर्ख बनवू शकत नाही.' तुम्ही कितीही लाजवाब वेषभूषा केली, तरी तुमचे खरे रूप योग्य वेळी बाहेर येते. या ब्रेकच्या आठवड्यात योगायोगाने घरात दोन मंगलकार्ये होती. शिराळ्याला आत्तेभाऊ विजयकुमारच्या आणि पुण्याला चुलतभाऊ मेजर परागच्या विवाहसमारंभास मला उपस्थिती लावायची होती. या वेळी मी निश्चय केला, अगदी व्यवस्थितपणे सगळे शिष्टाचार सांभाळायचे. अतिशय सभ्य आणि स्मार्ट पेहराव परिधान करायचा, शुद्ध बोली बोलायची आणि मस्त इम्प्रेशन पाडायचे.

विजयकुमारचे लग्न शिराळ्याला पंचायत समितीच्या बहुउद्देशीय कार्यालयात सर्व सोयऱ्यांच्या साक्षीने संपन्न होणार होते. मसुरीला थंडी असल्याने रोज ब्लेझर परिधान करूनच क्लासला हजेरी लावावी लागे. मग शर्टवरती कधी टाय तर शर्टच्या आत मानेभोवती क्रॅवाट स्कार्फही परिधान करायचो. खरेतर पूर्वी कधीही हा गळ्याभोवतीचा स्कार्फ घातला नव्हता. यू.पी.एस.सी. मुलाखतीवेळी पहिल्यांदा टाय घालण्याचा प्रयत्न केला. महत्प्रयासाने हेमंत निंबाळकरने मला स्कार्फची समोसा नॉट बांधायला शिकवले होते; पण तरीही टाय बांधताना गोंधळ उडायचाच. कधी नॉट जमली तर लांबी जास्त व्हायची आणि लांबी जमली की गाठ नीट नसायची. क्रॅवाट स्कार्फ बांधणे तर त्यापेक्षा किचकट होते. क्रॅवाट बांधताना शर्ट आणि मान दोघांची वाट लागायची. त्यामुळे सरळ वेलक्रोने सहज मानेभोवती फिट करता येईल, असे क्रॅवाट खरेदी केले होते. शर्टच्या आत हा स्कार्फ घातला की रुबाबदारपणा यायचा. मानेभोवती ऊब देण्यासोबत चेहऱ्यावरचा कॉन्फिडन्स वाढायचा. विजयकुमार आणि मी शिराळ्याला एकाच वर्गात शिकलो. आमच्या शाळेतल्या मैत्रिणी लग्नात भेटणार, याची उत्सुकता होती. शिवाय आता साहेब झालो होतो, त्यामुळे सगळ्या जणींच्या आकर्षणाचा केंद्रबिंदू मी असणार, याची उत्सुकता जास्त होती. म्हणून माझा आवडता फिकट निळ्या रंगाचा शर्ट, त्यावर नेव्ही ब्ल्यू रंगाची पॅन्ट आणि शर्टच्या आत क्रॅवाट म्हणजे तो वेलक्रोचा स्कार्फ असा स्मार्ट ड्रेस घालून जीपमधून विवाहस्थळी पोहोचलो. उंची थोडी अधिक दिसावी म्हणून पायांत नवेकोरे, उंच हिल असणारे बूट घातले. मंगलाष्टका सुरू होणारच होत्या.

मला आलेले पाहताच माईकवरून सूत्रसंचालकाने उद्‍घोषणा केली आणि

स्टेजवर पाचारण करण्यात आले. मी ऐटीत स्टेजवर निघालो; पण घात झाला. गुळगुळीत फरशीवर नवा बूट घसरला. सोबतच्या मित्राने सावरल्याने पडता पडता वाचलो; पण उजवा पाय बेकार मुरगळला होता. सुदैवाने माझी ही फजिती गर्दीमुळे कोणाच्या लक्षात आली नव्हती. मित्राचा हात धरून लंगडत लंगडत स्टेजवर पोहोचलो. स्टेजवर येणाऱ्या प्रत्येकाची माईकवर ओळख करून स्वागत केले जात होते. माझ्या आगमनानंतर सूत्रसंचालकाने घोषणा केली, 'आपले एस.पी.साहेब ट्रेनिंगवरून आले आहेत. त्यांना मानेचा त्रास होत असल्याने यायला थोडा उशीर झाला असावा. मी नगराध्यक्ष साहेबांना त्यांचे स्वागत करण्याची विनंती करतो.'' मी सूत्रसंचालकाला शोधत होतो. मी स्कार्फ गळ्याला बांधला आहे स्टाईल म्हणून, मला मानेचा त्रास नाही. आणि लंगडतो आहे; कारण माझा पाय नुकताच मुरगळला आहे. तेवढ्यात माझा सत्कार करायला नगराध्यक्ष साहेब स्टेजवर आले. त्यांनी मला हार घातला. त्यांना वधू-वरांना शुभेच्छा देण्यासाठी आणि माझ्या निवडीबद्दल कौतुक करण्यासाठी चार शब्द बोलायची विनंती केली गेली होती. त्यांनी सुरुवात केली, ''आमचे नांगरे साहेब हे त्यांची मान दुखत असल्याने तीन महिन्यांतच मध्येच ट्रेनिंग सोडून आलेले दिसत आहेत. ते लंगडत आहेत आणि मानेला पट्टा पण लावला आहे. त्यांना मोठी इजा झालेली दिसते; पण साहेब, तुम्ही कायबी काळजी करू नका. तुम्ही जरी मान मोडल्यानं अधू झाला असला, तरी मी मुख्यमंत्रीच काय, पंतप्रधानांना भेटेन आणि तुमचं ट्रेनिंग वाया जाऊ देणार नाही. आपल्या तालुक्यातील एवढ्या मोठ्या अधिकाऱ्याचं नुकसान होऊ देणार नाही. तुम्ही तुमच्या मानेची काळजी घ्या. आपण बेस्टमधल्या बेस्ट डॉक्टरला सांगून तुमची ट्रीटमेंट करू.'' मी त्यांना सांगण्याचा प्रयत्न करत होतो, 'अहो, मला काहीही झालेलं नाही. मी धडधाकट आहे आणि दहा दिवस सुट्टीवर आलो आहे!' पण बँडबाजाच्या आवाजात त्यांना काही कळत नव्हते. उलटपक्षी ते माझे अजून सांत्वन करण्याचा प्रयत्न करू लागले. मी वैतागून मानेचा स्कार्फ काढून टाकला. माझ्याकडे सगळे सहानुभूतीच्या नजरेने पाहत होते. माझा पोपट झाला होता. तेवढ्यात शुभमंगल सावधान झाले, फटाके वाजले. मी सगळ्यांच्या प्रश्नांना उत्तरे देण्यापेक्षा तिथून काढता पाय घेतला. माझ्या मित्रांनी मात्र परतीच्या प्रवासात माझी पुरती टर उडवली.

दोन दिवस गेले आणि असाच दुसरा किस्सा अनुभवायला मिळाला. पुण्याला परागदादाचे लग्न. आर्मीमधल्या अधिकाऱ्यांची मांदियाळी असणार म्हणून अकादमीत नवा शिवलेला, बंद गळ्याचा जोधपुरी सूट चढवला. लग्न पुण्यातील उच्चभ्रू वस्तीतील मंगल कार्यालयात होते. कार्यालयात पाहुणेमंडळी जमली होती. आईने जवळ बोलवून घेतले आणि एक उंच, स्मार्ट, देखणी मुलगी दाखवली. ''ही मुलगी बघ, माझ्या माहेरकडची आहे. चांगली शिकली आहे. तुला पसंत असेल, तर

तिच्या वडलांशी बोलते.'' मी नव्या नवरीसारखा लाजून गेलो. आईने माझ्या नजरेतून पसंती हेरली. काही वेळाने पाहिले, तर आई त्या मुलीशी आणि तिच्या सोबतच्या बाईशी गप्पा मारत होती. मला खात्री होती, ती माझ्याबाबतच बोलत असणार. तेवढ्यात आईने मला बोलवून घेतले. मीपण लगबगीने गेलो. आईने माझी ओळख करून दिली, ''हा माझा मुलगा विश्वास. मोठा पोलीस अधिकारी झाला आहे. त्याच्यासाठी मुलगी पाहतोय आम्ही.'' मी चोरून त्या मुलीकडे पाहिले; पण तिचे लक्ष तिसरीकडेच होते. ती तिच्या आईला म्हणाली, ''आई, मला भूक लागली. मी माझ्या मैत्रिणीसोबत जेवायला चालले आहे.'' आईला नमस्कार करून ती तिथून सटकली. तिने मला कवडीचाही भाव दिला नव्हता. सरळ सरळ दुर्लक्ष केले होते.

मी शिराळ्याच्या अनुभवामुळे थोडा सांभाळूनच होतो. मीही तिथून हळूच तिच्या मागेमागे जेवणाच्या पंगती बसल्या होत्या, त्या हॉलमध्ये गेलो. माझी नजर भिरभिरत त्या मुलीला शोधत होती. पाहतो तर काय, माझा आणि जेवण वाढणाऱ्या वाढप्यांचा पेहराव सारखाच होता. तेही सर्व जण काळ्या जोधपुरी सुटात होते. माझा गुलाबी रंगाचा फेटाही त्यांच्या फेट्याशी मिळताजुळता होता. मला कापरे भरले, आता माझी परत फजिती होणार की काय? तेवढ्यात आमच्या डॉलीचा आवाज आला! ही माझी भाची माझी टर खेचायला तयारच असते. पाहतो तर काय, पंगतीत डॉली मी शोधत असलेल्या मुलीच्या शेजारीच बसली होती. ती मला बघून मोठ्याने ओरडली, ''मामा, इकडे इकडे, थोडा मसाले भात आणा की, या जोधपुरीत तुम्ही बेस्ट अगदी त्या वाढप्यांसारखेच डिट्टो दिसताय बरं!'' हे ऐकून ती मुलगी पण मान खाली घालून फिदीफिदी हसली. मी गुमान गेलो. भाताची बादली आणली आणि डॉलीला ताटभर मसालेभात वाढला. तेवढ्यात त्या मुलीनेही आवाज दिला, ''अहो मामा, माझ्यासाठी पण थोडी कोशिंबीर आणि बटाट्याची भाजी आणता का?'' झाले, आमच्या सगळ्या स्वप्नांचा चक्काचूर झाला. एकतर आज वाढपी झालो ठीक आहे; पण माझ्यापेक्षा तीन-चार वर्षे कमी वयाच्या आणि मला पहिल्या नजरेत आवडलेल्या मुलीने मला 'मामा' करून टाकले. सगळा दोष त्या जोधपुरी सुटाचा आणि गुलाबी फेट्याचा होता, का माझ्या शिष्टाचाराबद्दलच्या चुकीच्या निकषांचा? याचा विचार मी सुरू केला.

खरे तर, शिष्टाचार हे सहज श्वासाप्रमाणे, नैसर्गिकपणे तुमच्या व्यक्तिमत्त्वाचा अविभाज्य भाग झाले पाहिजेत. आधुनिक जीवनपद्धतीमध्ये चांगली नाती, वातावरण, यशस्वी आणि आनंदी जीवन जगण्यासाठी या शिष्टाचारांचा निश्चित फायदा होतो. प्रशिक्षणादरम्यान आणि सेवेत आल्यावर माझ्यात जे बदल मी जाणीवपूर्वक घडवून आणले, त्याने माझ्या व्यक्तित्वाची परिभाषा आणि जाणीव अंतर्बाह्य बदलली. त्यासाठी आवश्यक आहे, ते म्हणजे बारकाईने निरीक्षण करणे; आणि चांगल्या गुण

आणि सवयींचे अनुकरण करण्याची सवय!

शिष्टाचार

शिष्टाचाराचे काही साधे नियम आहेत. तुम्ही स्वतःला काही प्रश्न विचारून पाहा. तुम्ही तुमच्यापेक्षा ज्येष्ठ लोकांशी बोलताना उभे राहता का? तुमच्या घरी कोणी आले, तर त्यांचे उठून स्वागत करता का? आपली कामे कुरकुर न करता पार पाडता का? आपण इतरांच्या खासगी विषयात लुडबूड तर करत नाही ना? माझ्या शब्द आणि कृतींनी इतरांना इजा होऊ शकते, याची मला पूर्ण कल्पना आहे का? मी संवाद साधताना इतरांचे ऐकून घेतो का? अनोळखी व्यक्तींशी भिडस्त न राहता मला सहज परिचय वाढवता येतो का? मी जबाबदारीने वागतो का आणि परिस्थिती चुकून हाताबाहेर गेली, तर मी तक्रारींचा पाढा वाचतो का? माझ्यात सकारात्मक बदल व्हावेत, यासाठी मी जाणीवपूर्वक प्रयत्न करतो का? मी इतरांच्या समस्यांविषयी संवेदनशील असतो का आणि त्यांना मदत करण्यासाठी तत्पर असतो का? मी माझ्या कुटुंबीयांना आणि मित्रमंडळींना त्यांच्या सत्कृत्याबद्दल आणि यशप्राप्तीबद्दल शाबासकी देतो का? मला काही सामाजिक संकेत आणि नियम ज्ञात आहेत का आणि त्यांचे मी पालन करतो का? घरातील शिस्तीबाबत मी उदासीन तर नाही ना? मी जिथल्या तिथे वस्तू ठेवतो का? खाताना खडा लागला किंवा चव बिघडली, तर मी आकांडतांडव करतो का? मी प्रसंग आणि स्थानानुरूप पेहराव आणि वागणूक ठेवतो का? मी माणूसघाणा तर नाही ना? नवीन भेटलेल्या पाहुण्यांचा योग्य पद्धतीने परिचय करून देतो का? पत्र किंवा आजकाल व्हॉट्स ॲप करताना मायना आणि भाषेचे तारतम्य बाळगतो का? आणि या सगळ्या लांबलचक प्रश्नावलीतील विषयांबाबत माझे वागणे बरे नसेल, तर मी ते सुधारण्यासाठी काही नियोजन, तयारी आणि प्रयत्न करतो आहे का?

असे म्हणतात, की संधीचे आणि प्रगतीचे जे दरवाजे शिक्षणाने उघडू शकणार नाहीत, तेसुद्धा चांगले शिष्टाचार तुमच्यात भिनले असतील तर सहजपणे उघडतात. म्हणून आधी ऐकायला शिका. चिडायला, संतापायला आणि रागवायला चौसष्ट स्नायू वापरायला लागतात आणि हसायला फक्त अठरा! कशाला उगाच त्या बिचाऱ्या स्नायूंना जास्त आणि अनावश्यक त्रास द्यायचा?

शिष्टाचारावरून त्या व्यक्तीवरील संस्कार दिसतात. त्यांचा अवलंब केला की परस्परसंबंध सुधारतात आणि सहकार्य वाढते. आपण चांगले वागलो की इतरांनाही त्याचा संसर्ग होतो. शिष्टाचाराचे पालन करणाऱ्या व्यक्तीची सामाजिक प्रतिष्ठा आणि पत निश्चितच वाढते. तिला मित्र, आप्तेष्टांचे मन जिंकता येते. कोणत्याही

वादावर पडदा टाकता येतो आणि ती व्यक्ती कौटुंबिक, सामाजिक आणि व्यावसायिक तिन्ही स्तरांवर यशशिखरे गाठू लागते. चांगले शिष्टाचार हे दयाभाव, सभ्यता, सामंजस्य, कदर आणि आदरभावावर आधारलेले असतात. आडात नसेल, तर पोहऱ्यात कसे येईल. त्यामुळे हे चांगले गुण मुलांमध्ये लहानपणापासून जोपासावे लागतात. पिढ्यापिढ्यांत चांगल्या-वाईट गोष्टी घडत असतात. यातूनच संस्कारांची शिदोरी तयार होत असते. पिढ्यान्‌पिढ्यांमध्ये वैचारिक संघर्ष आणि दरी उभीच राहते. तिला आपण 'जनरेशन गॅप' म्हणतो; पण भूतकाळातून धडे घेऊन भविष्यकाळ आकार घेत असतो. असाच एक किस्सा माझ्या वाचनात आला होता. एकदा एका तरुणाने आपल्या आजोबांना विचारले, "आजोबा, तुमच्या काळात तुम्ही कसं बरं राहत होतात? मोबाइल फोन, इंटरनेट, नेटफ्लिक्स नव्हतं. विमानं, संगणक, एअर कंडिशनर फक्त अतिश्रीमंतांसाठीच होते. जुन्या खटारा गाड्या आणि कच्चे रस्ते, बोअरिंग संगीत नाटक आणि पाच दिवस टुकटुक चालणारं क्रिकेट! कसं बरं जगत होता तुम्ही अशा जुन्या तंत्रज्ञानात आणि मंद जगात? सगळ्या सुखसोयींच्या अभावात?"

त्या वेळी आजोबांनी छान उत्तर दिले, "बाळा, तू कसं बरं जगतोस या बेगडी, तांत्रिक आणि स्वार्थी जगात? श्रद्धा आणि प्रार्थना नाही. प्राणिमात्रांविषयी करुणा नाही, कुणाशी सन्मानपूर्वक वागणं नाही. तोंड सारखं त्या मोबाईलमध्ये खुपसलेलं. वडीलधाऱ्यांविषयी आदर नाही, सुशीलता नाही, लाजलज्जा नाही. ज्येष्ठांसमोर ॲडल्ट वेब सिरीज बघताना काहीच वाटत नाही. विनम्रता नाही, मैदानावरचे खेळ नाहीत, सारखे ते व्हिडिओ गेम्स! कसल्या, तर एकमेकांचे मुडदे पाडण्याच्या किंवा आत्मघात करण्याच्या! योग आणि प्राणायाम तर नाहीच नाही! प्रत्येकाशी जीवघेणी स्पर्धाच आणि धावपळ सुरू आहे. निकोप, निरपेक्ष मैत्री नाही. सखोल वाचन नाही! वाचायच्या फक्त विकृत, विचकट ईमोजी. अवघं जगणं उथळ! तर बाळा, आमच्या वेळी तंत्रज्ञानाचा अभाव होता आणि तुमच्या जगात तत्त्वज्ञानाचा! मी नशीबवान आहे, की आमच्या तरुणपणी तंत्रज्ञानाचा अतिरेक नव्हता. सायकल चालवताना आम्ही हेल्मेट घातलं नाही. शाळा सुटल्यावर जिवाभावाच्या मित्रांसोबत मैदानावर, निसर्गात खेळलो. बनावट, खोट्या, बेगडी इंटरनेटी जगात नाही रमलो. तहान लागल्यावर कुठेही विहीर, तलाव किंवा नळाला तोंड लावून पाणी प्यायलो. बाटलीबंद पाण्याची गरज नाही भासली. भरपूर भूक लागल्यावर भाजी, भाकरी खाल्ली. दही, दूध, ताक प्यायलो. पिझ्झा, बर्गर, चायनीज, फास्टफूड खाऊन लठ्ठ नाही झालो. आम्ही थकलो-भागलो की घरी येऊन आपल्या माणसांमध्ये रमायचो. माणसांमध्येच विरंगुळा शोधायचो. कधीही मादक पदार्थांची गरज भासायची नाही. रोज पहाटे उठायचो. सकाळचा सूर्योदय पाहायचो. त्या ऊर्जादायी वातावरणात

निसर्गात सूर्यनमस्कार घालायचो. मग दिवस कसा मस्त जायचा. चेहऱ्यावर हसू आणि उत्साह असायचा. डोळ्यांखाली स्क्रीनच्या अतिरेकानं आलेली काळी वर्तुळं नव्हती की मादक पेय सेवनाच्या अतिरेकानं आलेला हँगओव्हर! रोज आमची पार्टी रंगायची; पण तिला मैफील म्हणायचो. त्यासाठी पब लागत नव्हता की बार! असायची फक्त जिवाभावाच्या मित्रांची संगत आणि निर्व्याज विनोदांचा व हशांचा फड!!''

आजोबांचे बोल निर्विवाद सत्य आहेत आणि अंतर्मुख करायला लावतात; पण आजच्या पिढीत सगळ्याच गोष्टी नकारार्थी आणि निराशाजनक आहेत, असे नाही. ही पिढी जिनिअस आहे. त्यांचा बुद्ध्यांक प्रचंड वाढला आहे. स्पीड आहे; पण काही ब्रेकरची गरज वाटते. त्यांना फक्त विधायक आणि रचनात्मक दिशा द्यायला हवी. मीही अभ्यासकाळात पहाटे उठायचो. दहावीला असताना मला पहाटे तीन वाजता उठायची सवय लागली. पहाटेत अमर्याद ताकद असते. आम्ही लहान असताना मोठी माणसे सांगायची, 'लवकर निजे, लवकर उठे, त्याला आयु-आरोग्य लाभे!' पहाट, तांबडं फुटणे, सूर्य उगवणे खरंच जादुई असते. या वेळी आपल्याला शांत बसून आपल्या आत डोकावता येते. मनाचा, शरीराचा कॉम्प्यूटर फॉरमॅट करून त्यातले सगळे व्हायरस साफ करण्यासाठी ही उत्तम वेळ आहे. चिंता, स्वार्थी वृत्ती आणि तणाव या तिन्हींचा निचरा करण्यासाठी ध्यानात बसण्याची हीच ती अचूक वेळ! या वेळी आपण आपल्याला सूचना देऊ शकतो. आपल्या मनःशक्तीवर आपले धगधगते ध्येय कोरू शकतो. वार्षिक, मासिक, साप्ताहिक आणि दिवसाचे मनातल्या मनात नियोजन करून त्यासाठी स्वयंसूचना देण्याची हीच ती वेळ. असे म्हणतात, 'शुभ बोल नाऱ्या! म्हणजे भलं होईल!' मनोविज्ञानच आहे हे. दिवसाच्या सुरुवातीला शुभ चिंतायचे आणि दिवसभरात त्या चिंतनाला सुख आणि आनंदात परावर्तित करायचे! आपली कल्पना ही अद्भुत शक्ती आहे, म्हणूनच तर तिला कल्पनाशक्ती म्हणतात. मी योजलेले जे यश आहे, ते मी प्राप्त केले आहे, असे मनात कल्पनाशक्तीची मदत घेऊन घोळवले पाहिजे. मी ज्या वेळी सिव्हिल सर्व्हिसेसमध्ये जायची तयारी करायचो, त्या वेळी मी नेहमी मनात एक चित्र उभे करायचो, माझे सिलेक्शन झाले आहे. गावातील लोक फेटा बांधून माझा सत्कार करीत आहेत. माझे यश पाहून आई-तात्यांच्या डोळ्यांतील आनंद ओसंडून वाहत आहे. आणि हो, कष्ट आणि नियोजनाच्या आधारावर हे स्वप्न डिट्टो वास्तवात उतरले. कुणीतरी म्हटले आहे, 'यश दोनदा मिळते, एकदा मनात आणि दुसऱ्यांदा प्रत्यक्षात!'

असे म्हणतात, की जो उशिरा झोपतो आणि उशिरा उठतो, त्याचे शरीर आळसावते. ते आळसावले की माणूस वैषयिक वासनांच्या आहारी जातो. त्याच्यातले चैतन्य लयाला जाते. तो एकाकी व्हायला लागतो. वाईट सवयींचा गुलाम होतो.

एकाग्रता भंग पावते आणि हळूहळू मनात एक अनामिक भय तयार होते. या सगळ्या दुष्टचक्राला भेदण्याचा उत्तम उपाय म्हणजे लवकर झोपणे आणि पहाटे लवकर उठणे. नाही जमले, तरी निदान सकाळी लवकर उठा. जिममध्ये जा, डोंगरावर ट्रेकिंगला जा, व्यायाम करा, योगासने, प्राणायाम करा. ते जर बोअर होत असेल; तर झुंबा करा, नृत्य शिका; पण घाम गाळा. शरीरात सकारात्मक ऊर्जा तयार करा. वाचन आणि लिखाण केले, तर पहाटेची किमया अजून वाढते. या दोन राजमार्गांनी रोज तुम्ही स्वतःला भेटता. रोज नवे प्रगतीचे रस्ते उघडतात. म्हणूनच संत सांगतात, 'दिसामाजी काहीतरी लिहीत जावे.' आपण दिवसभर काय करणार आहोत, ते रोज सकाळी लिहून ठेवावे. एखादा प्रश्न भेडसावत असेल, तर त्यावर उत्तर शोधून तेही कागदावर मांडावे. लिहिल्यामुळे अंतर्मन मोकळे होते, हलके होते. प्रेरणा देणारी पुस्तके वाचावी. जवळच्या व्यक्तीला पत्रे लिहावी. असल्या भन्नाट आणि जादुई सवयी तुम्हाला सशक्त मन व सशक्त शरीर कमवायला मदत करतील. मी विशीच्या पूर्वार्धात होतो. माझे मन आणि शरीर हे योग्य मशागत केलेला सुपीक कच्चा माल होता. आयुष्यात येऊ घातलेल्या गणवेशातील संस्कृतीच्या मशागतीसाठी, येणाऱ्या नव्या अध्यायातील शिष्टाचारांसाठी ते उमललेले मन उत्सुक होते आणि सुपीक शरीर तयार होते.

ब्रेकदरम्यान रोज जुन्या सवयीप्रमाणे पहाटे धावत धावत गवळोबाचा डोंगर चढलो. तिथल्या शिळेवर बसून विचारमंथन केले आणि हैदराबादच्या सरदार वल्लभभाई पटेल राष्ट्रीय पोलीस अकादमीच्या प्रशिक्षणासाठी आवश्यक असणारी मानसिक तयारी केली. डिसेंबरच्या शेवटच्या आठवड्यातच निनाईची यात्रा भरते. खरे तर हा कोकरूडच्या पीरबाबाचा उरुसाचा मुहूर्त; पण ग्रामीण भागातील समाजजीवनात जातीय सलोख्याची इतकी बेमालूम सरभेसळ झालेली असते की, निनाई आणि पीरबाबा सर्वांसाठी तेवढेच पूजनीय झालेले आहेत. किशोरवयात असताना कुस्तीच्या मैदानात उतरून शड्डू ठोकायचे, मैदान मारायचे, कुस्ती जिंकायची, हे स्वप्न होते; पण अभ्यासामुळे ते कधी वास्तवात उतरले नाही; पण या वेळी मला मैदानात मानाने बोलावले गेले. सरपंचांनी जरतारी फेटा बांधला. एका पहिलवानाचा मुलगा मोठा पोलीस अधिकारी झाला, म्हणून पंचक्रोशीतील लोकांच्या उपस्थितीत जाहीर सत्कार झाला. त्या वेळी तात्यांच्या डोळ्यांत अभिमानाचे पाणी तरळले. माझ्या निवडीनंतर ते थोडे निर्धास्त झाले; पण थकलेले वाटले. अंगाखांद्यावरचे ओझे हलके झाल्यावर थोडी विश्रांती घ्यावी, असा त्यांच्या अंगकाठीने निर्णय घेतला की काय, याची मला कुणकुण लागली. आई-तात्यांचा आशीर्वाद घेऊन कोल्हापुरातून हैदराबादची बस पकडली आणि अकादमीचे स्वप्न पाहत रात्रभर प्रवास केला.

◆

एनपीए

हैदराबादच्या बस डेपोमध्ये उतरलो. सामान रिक्षामध्ये कोंबून भरले आणि शिवरामपल्लीच्या दिशेने कूच केले. शहरातील गर्दीतून वाट काढीत रिक्षा मोकळ्या रस्त्याला लागली. साधारण १४ कि.मी.चे अंतर कापल्यावर राष्ट्रीय पोलीस अकादमीचे प्रवेशद्वार लागले. 'सलाम साहब' अशा दमदार आवाजात सेंट्रीने स्वागत केले. रिक्षाचा नंबर नोंदवून घेतला गेला आणि आय.पी.एस. मेसकडे जायचा रस्ता सांगितला गेला. विस्तीर्ण अशा प्रवेशद्वारातून आत प्रवेश केला. हिरव्यागार झाडांनी आच्छादलेल्या काळ्याभोर, सुबक डांबरी रस्त्यावरून पाचशे मीटर आत गेल्यावर वळणावर थबकलो. एका विशाल शिळेवर लोहपुरुष सरदार वल्लभभाई पटेलांचा हाताची घडी घातलेला उंच, महाकाय पुतळा उभा होता. मी रिक्षा थांबवायला सांगितली. देशाला एकसंध करणाऱ्या या महान नेत्याला साजेशी करारी मुद्रा, भेदक नजर आणि भक्कम देहबोली काळ्या शिळेतील अप्रतिम कलाकृतीतून प्रतिबिंबित होत होती. असहकार चळवळीपासून सरदार स्वातंत्र्यलढ्यात अग्रणी होते. देशाचे गृहमंत्री झाल्यावर ५६२ संस्थानांचे एकत्रीकरण करून भारत हे कणखर आणि सामर्थ्यशाली संघराज्य उभे केले. ते निरंतरपणे अखंड ठेवण्याची महत्त्वाची जबाबदारी भारतीय पोलीस सेवेवर आहे. 'कोणतेही महान कार्य करायचे असेल, तर श्रद्धा आणि शक्ती दोन्ही महत्त्वपूर्ण आहेत. सत्याग्रहाला दोन आघाड्यांवर लढावे लागते. एक युद्ध अन्यायाविरुद्ध लढावे लागते आणि दुसरे स्वतःमधील दुर्बलतेविरुद्ध!' अशी शिकवण देणाऱ्या या पोलादी पुरुषाचा पुतळा सजीव भासत होता आणि येणाऱ्या प्रत्येक प्रोबेशनरी अधिकाऱ्याशी संवाद साधत होता.

सरदार पटेलांच्या पुतळ्याला रोमारोमांत भिनवण्याचा प्रयत्न केला. मायकेल

अँजेलोला कोणीतरी प्रश्न विचारला होता, "एवढ्या सजीव, भावनांनी भरलेल्या पुतळ्यांना तू कसा घडवतोस?" त्याने उत्तर दिले की, "संगमरवराच्या शिळेमध्ये पुतळे आधीच लपलेले असतात. त्यांना फक्त छिन्नी आणि हातोड्यांनी बाहेर काढण्याचे काम मी करतो." अकादमीत पाऊल टाकताना मला माझे अंतर्मन बजावत होते की, 'तुझ्यामध्ये एक निर्भीड आणि सक्षम अधिकारी लपलेला आहे आणि ही 'अल्मा माटर' त्याला ठोकून, मापून, तावूनसुलाखून बाहेर काढण्याचे काम करणार आहे. इथे तुझ्या शरीराचे आणि मनाचेही प्रशिक्षण होणार आहे. तुझ्यामध्ये लोकसेवेसाठी असणारी नीतिमूल्ये आणि जाणीव रुजवली जाणार आहे. तुझ्यातूनच सक्त पण संवेदनशील, कठोर पण मानवतावादी, शारीरिकदृष्ट्या सक्षम पण तात्त्विक बैठक असणारा, सदसद्विवेकबुद्धीची जाण असणारा पोलीस अधिकारी घडणार आहे. इथेच तुला धाडसाचे, व्यावसायिक नैपुण्याचे धडे मिळणार आहेत. या अकादमीच्या बोधवाक्यातील 'सत्य, सेवा आणि सुरक्षा' ही त्रिसूत्री तुझ्या तनात आणि मनात पुढच्या ५४ आठवड्यांत उतरणार आहे.

सरदार वल्लभभाई पटेल राष्ट्रीय पोलीस अकादमीचे मूळ उद्दिष्ट भारतीय पोलीस सेवेसाठी नेतृत्व तयार करण्याचे आहे. तेथून प्रशिक्षित झालेले आय.पी.एस. अधिकारी हे धैर्य, प्रामाणिकपणा, समर्पणवृत्ती आणि लोकाभिमुख सेवेशी कटिबद्ध असतील, अशा उद्देशानेच इथल्या प्रशिक्षणाची रचना केलेली आहे. बदलत्या सामाजिक आणि आर्थिक परिस्थितीशी सांगड घालून मानवाधिकार, कायदा, न्याय व व्यावसायिक मूल्यांची शिकवण देणे आणि शिकाऊ अधिकाऱ्यांच्या शारीरिक व मानसिक क्षमतांचा समतोल विकास साधणे, ही उद्दिष्टे येथे केंद्रस्थानी ठेवली जातात. कायद्याचे राज्य, लोकशाही, धर्मनिरपेक्षता, समानता अशा राष्ट्रीय मूल्यांशी निष्ठा बांधताना, संवेदनशीलता आणि समानुभूती इथे अंगाअंगात भिनविली जाते.

लोहे जैसी हिंमत है
लोहे सा जज्बा अपना
आँखो में लिए चलते हैं हम
लोहपुरुष का सपना

हम चलते हाथ लिए
अमन प्रेम की रोशनी
देश ही दिल देश ही जान

इस देश के ही हैं हम
सरदार वल्लभभाई पटेल राष्ट्रीय पोलीस अकादमी,

यह देश मेरा मै देश का
हर दिशा से चुनकर आए
कुछ ऐसा कर्म कर जाए
व्यक्तित्व तराशे ऐसा
जो मुल्क के काम आ जाए

नेतृत्व की अमर कहानी
हर सांस में हम दोहराएं
मेहनत कर हिंमत से हम
देश की आन बचाए

हम चलते हाथ लिए
अमन प्रेम की रोशनी
देश ही दिल देश ही जान
इस देश के ही हैं हम
सरदार वल्लभभाई पटेल राष्ट्रीय पोलीस अकादमी.

कायद्याचे राज्य निर्माण करणे व कायद्याने सर्वांना समान संरक्षण देणे, यासाठी घटनेची निर्मिती झाली. घटनेच्या ३११व्या कलमातून आय.ए.एस., आय.पी.एस., आय.एफ.एस या अखिल भारतीय सेवा निर्माण झाल्या. भारतीय प्रशासनाची मजबूत पोलादी पकड याच सेवांच्या माध्यमातून तयार झाली. यातील आय.पी.एस. अधिकाऱ्यांना प्रशिक्षण देण्यासाठी ही प्रशस्त, अत्याधुनिक आणि सर्व सोयींनी युक्त अकादमी निर्माण झाली. या अकादमीत प्रवेश करताना माझ्या मनात अनामिक हुरहूर होती. जिद्द, ध्यास, चिकाटी आणि ऊर्जा होती. इथे माझ्या शरीराबरोबर माझ्या मन, आत्मा आणि बुद्धीला नवे आयाम मिळणार होते. असे म्हणतात, 'How becomes easy, when why is clear.' मला इथे पोलिसिंग कसे करायचे आणि का करायचे, याचे बाळकडू मिळणार होते. इथे कौशल्य तर विकसित होणार होतेच; पण या महान सेवेचा वारसा आणि नीतिमूल्ये कळणार होती. सर्वांत महत्त्वाचे माझा समाजाबद्दल, पोलीस दलाबद्दल एक निश्चित दृष्टिकोन तयार होणार होता.

हा ५४ आठवड्यांचा प्रवास संपूर्णतेकडे जाणारा, मन आणि शरीराला सक्षम व संवेदनशील बनवणारा होता. ७ जानेवारी, १९९९ रोजी या खडतर प्रवासाची सुरुवात झाली.

मसुरीमध्ये ३००च्या वर प्रशिक्षणार्थी असल्याने दोघांत एक खोली देण्यात आली होती. इथे मात्र आलिशान पोलीस मेसमध्ये स्वतंत्र खोली देण्यात आली होती. सामान खोलीत टाकले व बेडवर पहुडलो. सकाळी १० वाजता सर्व प्रशिक्षणार्थींचे स्वागत आणि सूचनांचे सत्र ठेवले होते. नीट वेष परिधान करून अकादमीच्या सभागृहात प्रवेश केला. लबास्नामधलेच सगळे सवंगडी होते, त्यामुळे ओळखी करण्यात वेळ गेला नाही. काही वेळात अकादमीचे संचालक, उपसंचालक आणि सहायक संचालक दाखल झाले. सर्वांनी आपआपली ओळख करून दिली. संचालकांनी आम्हाला प्रशिक्षण आणि पोलीस सेवेचे गमक थोडक्यात पण प्रभावीपणे समजावून सांगितले.

"माझ्या प्रिय अधिकारी मित्रांनो, तुमच्या आयुष्यातील नव्या अध्यायात तुमचं स्वागत आहे. येणाऱ्या दहा महिन्यांत तुम्हाला अधिकारी होण्यासाठीचे आवश्यक गुणधर्म आणि कौशल्ये विकसित करण्यासाठीचे प्रशिक्षण या अकादमीत दिले जाईल. तुम्हाला रोज तापवले जाईल. लोहार घालतो, तसे घाव रोज तुम्हाला सहन करावे लागतील. आजपासून तुम्हाला 'मी, माझा आराम व माझे स्वार्थ' हा संकुचित दृष्टिकोन बाजूला ठेवावा लागेल.

"आजपासून मी, माझा समाज आणि माझा देश! विस्तृत आणि मोठ्या विषयांना आणि आव्हानांना भिडण्यासाठी तुम्ही रोज वाढणार आहात. रंजले-गांजलेले, पीडित, दलित, अल्पसंख्याक, मुले, महिला, ज्येष्ठ नागरिक हे सगळे तुमच्या कुटुंबाचा अविभाज्य भाग आहेत. त्यांच्या वेदना तुमच्या वेदना आहेत. एका शेतकऱ्याच्या पायात काटा रुतला, तरी तुमच्या डोळ्यांत अश्रू उभे राहिले पाहिजेत. तुमच्या खांद्यावर चमकणाऱ्या आय.पी.एस.मधील 'एस स्टँड्स फॉर सर्व्हिस!' तुम्ही तुमच्या नाही, तर आता जनसामान्यांच्या सेवेसाठी अर्पित झालेले आहात. त्यांचे प्रश्न आता तुमचे आहेत. त्यांच्याशी जपायचे नाते हे समानुभूतीचे हवे. तुमची संवेदनशीलता, नीतिमत्ता ही तुम्हाला मिळणाऱ्या सत्तेचा अविभाज्य भाग आहे. समाज रोज बदलतोय आणि बदलणाऱ्या समाजातील संक्रमणांना सक्षमपणे सामोरे जाण्यासाठी ही अकादमी तुम्हाला तयार करणार आहे. आपण ब्रिटिशांच्या वसाहतवादी पोलीस दलापासून स्वतंत्र देशातील कल्याणकारी पोलीस दलाकडे प्रवास करीत आहोत आणि त्या वेळी जनतेचे संरक्षण, त्यांच्या अधिकारांची जपणूक, तसेच लोकशाही, धर्मनिरपेक्षता, मूलभूत हक्क आणि कर्तव्यांप्रति

असणारी निष्ठा हीच आपल्याकडून असणारी सर्वांत मोठी अपेक्षा आहे. समोर कितीही मोठे प्रलोभन असले, तरी तुमचा स्वत:वरचा आणि आपल्या वर्दीवरचा विश्वास तसूभरही कमी होता कामा नये. कितीही मोठी चिथावणी असो, तुमचा संयम अजिबात सुटता कामा नये. ज्याचा आपल्या स्वत:वरचा संयम सुटतो, तो नेता नसतो. कितीही मोठे संकट असो, तुमचा समतोल ढळता कामा नये. तुम्हाला असे एकात्मिक प्रशिक्षण दिले जाईल, जे तुम्हाला सर्वसामान्यांच्या अतिसामान्य अडचणींपासून नैसर्गिक आपत्ती, कायदा व सुव्यवस्था ते दहशतवादापर्यंत मात करण्यासाठी मातब्बर बनवेल. फक्त इथे तुमच्या मनाचा निग्रह आणि शरीराची बदलासाठीची तयारी महत्त्वाची आहे. आहात का या बदलासाठी तयार?''

'येस सर'

सर्वांचा आवाज एकमुखाने अकादमी हॉलमध्ये गुंजला.

बुलंद हौसला

दुपारच्या सत्रात स्टोअर रूममध्ये जाऊन युनिफॉर्मची मापे दिली. वेगवेगळ्या प्रकारांचे शूज, बेल्ट आणि कॅप ताब्यात घेतल्या. चार दिवसांनंतर गणवेश तयार होणार होता. पहाटे ५ वाजता उठायचे आणि साडेपाच वाजता मेसच्या समोर हजर राहायचे आदेश होते. त्यामुळे पहाटे स्वच्छ दाढी करून नीटनेटका पी.टी. ड्रेस घालणे, पी.टी. शूज परिधान करून वेळेवर हजर राहणे महत्त्वाचे होते. आणि हो, जाताना बेड नीटपणे आवरून ठेवायचा होता. कपडे व्यवस्थित आवरायचे होते. काही दिवसांनी पी.टी झाल्यावर काही मिनिटांत गणवेश परिधान करून परेडच्या मैदानावर हजर राहावे लागणार होते. हे सगळे वाऱ्याच्या वेगाने करावे लागणार होते आणि यातच शिस्त व नीटनेटकेपणाचे धडे मिळणार होते.

नेव्ही सीलना उद्देशून त्यांच्या ॲडमिरलने दिलेले एक भाषण माझ्या वाचनात आले होते. जग बदलण्यासाठी आवश्यक चार सिद्धान्त त्यांनी सांगितले आहेत. ते म्हणतात, "तुम्हाला जर जग बदलायचे असेल, तर रोज सकाळी उठल्या उठल्या तुम्ही तुमचे अंथरूण-पांघरूण आवरले पाहिजे, म्हणजे तुमची दिवसातील पहिली कामगिरी फत्ते झाली. त्यातून तुमचा आत्मविश्वास आणि स्वाभिमान चिमूटभर वाढेल. त्यातूनच तुम्हाला तुमची दुसरी कामगिरी करण्यासाठी प्रोत्साहन मिळेल. दुसरीतून तिसरी, तिसरीतून चौथी अशा अनेक कामगिऱ्या दिवसभर तुम्ही कराल. बेड नीट करणे, हे छोटे काम आहे; पण अशा छोट्या कामगिऱ्या जर शिस्तबद्ध आणि साचेबद्धतेने केल्या की, मोठ्या

आघाडीवर पण आपसूकच यश मिळते. ज्या वेळी तुम्ही सायंकाळी दिवसभराच्या श्रमाने थकून रूममध्ये याल, आणि नीट, साफ आणि आवरलेल्या बेडकडे तुम्ही पाहाल, त्या वेळी तुमच्या मनात उत्साह संचारेल. तुमची कार्यक्षमता दुणावेल आणि येणारा उद्याचा दिवस हा अजून चांगला जाईल, अशा मानसिकतेला पालवी फुटेल. नेव्ही सीलचे प्रशिक्षण पूर्ण करण्यासाठी महासागरात पोहण्याच्या कसोट्या अनेक असतात. त्यातील एक म्हणजे गोठवणाऱ्या थंडीत रात्रभर पाण्यात पोहणे. ते पाणी शांत, सुरक्षित नसते. घोंगावणाऱ्या वाऱ्यात आणि गोठवणाऱ्या थंडीत त्या पाण्यात पोहताना शार्कच्या जीवघेण्या हल्ल्याची शक्यताही तेवढीच असते. म्हणून तुम्हाला ज्या वेळी शार्क वेढा घालेल, त्या वेळी तिथून लांब पोहण्याचा प्रयत्न करू नका. त्याच जागी खंबीरपणे स्थिर राहा, चुकूनही घाबरल्याचा संकेत देऊ नका. मध्यरात्रीच्या न्याहारीसाठी जर शार्कने तुमच्या दिशेने कूच केले, तर सगळे बळ एकवटून शार्कच्या तोंडावर जोरदार ठोसा द्या. तो परतेल आणि तिथून काढता पाय घेईल. आणि हो, जीवनात अशा अनेक शार्कना तुम्हाला सामोरे जावे लागणार आहे. तुम्हाला पैलतीर गाठायचा असेल, तर अशा शार्कना तुम्हाला ठोसा लावावा लागणारच आहे. तुम्हाला जर जग बदलायचे असेल, तर अशा शार्कना आपली पाठ दाखवू नका. त्यांना त्यांची जागा दाखवून द्या. डोन्ट मेस विथ मी, हा मेसेज लाऊड आणि क्लिअर गेला पाहिजे.''

त्यांच्या भाषणात त्यांनी संघभावनेचे एक सुंदर उदाहरण दिले आहे. ते म्हणतात, ''माझ्या एका बॅचमध्ये काही आठवड्यांच्या खडतर प्रशिक्षणानंतर १५० प्रशिक्षणार्थींपैकी फक्त ४२च टिकू शकले. शेवटी नाविकांची स्पर्धा होती. प्रत्येकी सात जणांचे असे सहा संघ स्पर्धेसाठी तयार झाले. सहापैकी पाच संघ हे उंच, धिप्पाड अशा युवकांचे होते. सहावा संघ मात्र बुटक्या प्रशिक्षणार्थींचा होता. यातील कोणाचीही उंची पाच फूट पाच इंचांच्या वर नव्हती. त्या संघाचे नाव 'मंचकिन क्रू' ठेवले गेले. यातल्या अमेरिकनांमध्ये एक भारतीय, एक आफ्रिकन, एक ग्रीक, एक इटालियन आणि दोन मध्य आशियातले होते. बाकीचे पाच चमू या बुटक्या चमूची खिल्ली उडवायचे; पण प्रशिक्षणावेळी सगळे एका स्तरावर येतात. त्या वेळी तुमची उंची, रंग, शिक्षण, वंश, दर्जा या कशाचाही मापदंड लागत नाही. अशा वेळी तुमची इच्छाशक्ती आणि आत्मबळ महत्त्वाचे. लक्षात ठेवा, तुम्हाला जग बदलायचे असेल, तर तुमचे आत्मबळ खंबीर असले पाहिजे. तुमच्या शरीरापेक्षा तुमच्या इच्छाशक्तीची, उमेदीची उंची अधिक महत्त्वाची! शरीराचे खुजेपण कुठलीही उंची गाठायला अडवू शकत नाही.'' म्हणूनच या बुटक्या चमूने एकसंघपणे काम करीत प्रत्येक

वेळी इतर पाच चमूंना पराभवाचे पाणी पाजले आणि रेकॉर्ड वेळेत किनारा गाठला.

"नेव्ही सील प्रशिक्षणाच्या नवव्या आठवड्याला 'नरक आठवडा' म्हणतात. या आठवड्यात सलग सहा दिवस आणि सहा रात्री झोपायचे नसते. सलग आणि सतत शारीरिक आणि मानसिक छळ केला जातो. या आठवड्याच्या बुधवारी चिखलाच्या दलदलीतून मोहीम असते. सूर्यास्त होताच कडाक्याच्या थंडीत, घोंगावणाऱ्या वाऱ्यात, बर्फासारख्या दलदलीत उतरायचे. प्रत्येक जवानाचे पूर्ण शरीर दलदलमय होते. फक्त डोके दलदलीच्या वर दिसते. आठ तास सूर्योदयापर्यंत त्या गोठवत्या चिखलात, थडथडणाऱ्या दातांनी कुडकुडणाऱ्या शरीरासोबत व्यतीत करणे अशक्यप्राय वाटते; पण अशा वेळी कुणीतरी प्रेरक गीताचे कवन मोठ्याने गायला सुरुवात करतो. त्याला लय नसते की ताल पण नसतो. असतो तो अदम्य उत्साह आणि आशावाद! एका आवाजाचे दोन, दोनाचे तीन आणि तिनाचे अनेक होतात. अनेकांना या नादब्रह्माने चिखल किंचित उबदार वाटायला लागतो. वारा थोडा कमी झोंबायला लागतो आणि पहाटेची चाहूल लागते. संकटसमयी अशी 'वेडी आशा' अफाट ऊर्जा देते. मग तो वॉशिंग्टन, लिंकन, गांधी, मंडेला किंवा पाकिस्तानातील चिमुकली मलाला असो! एक व्यक्ती, एक विचार जगाला अदम्य आशा देऊ शकतो आणि त्याच्या प्रभावाने खरेच जग बदलते. म्हणून तुम्हाला जग बदलायचे असेल, तर समोरचे काम पूर्ण करा. आपल्या मदतीसाठी कोणालातरी शोधा. सगळ्यांना मान द्या. जीवनात चढ-उतार असतात आणि तुम्ही अनेकदा अपयशी होणार आहात. म्हणून थोडी रिस्क घ्या. कठीण काळात धीर सोडू नका, बदमाशांना घाबरू नका आणि खचलेल्यांना नेहमी आधार द्या. कधीही, कधीही मैदान सोडू नका. जर तुम्ही असे वागलात, तर जग हळूहळू बदलेल आणि पुढच्या पिढीला आजच्यापेक्षा अधिक सुंदर, सुजलाम्, सुफलम् जग पाहायला मिळेल." यांसारखी प्रेरणादायी भाषणे आणि विचार मन व शरीर दोघांना ट्रेन करीत होते.

माझी वेडी सवय. पेन आणि डायरी घेऊन बसायचे, संकल्प करायचे आणि लिहून काढायचे. मागच्या संकल्पांची उजळणी करायची आणि त्यांची पूर्तता करण्यासाठी प्रतिज्ञा करायची. प्रत्येक कृतीत शिस्तबद्ध आणि नीटनेटकेपणा आणायचा संकल्प केला. प्रशिक्षणामध्ये इनडोअर आणि आउटडोअर असे मुख्य दोन भाग होते. इनडोअर प्रशिक्षणाचा भर हा व्यवस्थापन, कायदा आणि पद्धती, फॉरेन्सिक शास्त्र, न्यायवैद्यक शास्त्र, सायबर गुन्हे आणि तपास यांवर होता. तर आउटडोअरमध्ये ड्रील, पी. टी., शस्त्र प्रशिक्षण, आत्मसंरक्षण, योग, घुडसवारी, मैदानी खेळ, रूट मार्च, टॅक्टिकल ट्रेनिंगवर भर होता. याशिवाय

उत्कृष्ट दर्जाची वेगवेगळ्या विषयांवरची चर्चासत्रे आयोजित केली जायची. अधिकाऱ्यांसारखे राहायचे कसे, वागायचे कसे, बोलायचे कसे आणि जेवायचे कसे, याचेही कित्ते गिरवावे लागले. रोजचा दिवस नवीन काही शिकवायचा आणि व्यक्तिमत्त्वातील वेगळ्या पैलूला आकार द्यायचा.

चार दिवस पूर्ण कोर्सची तोंडओळख झाली. खरे तर या ठिकाणी अभ्यासक्रमातील सर्व विषय शिकणारच होतो; पण त्यापेक्षा अधिक या ठिकाणी आय.पी.एस. सेवेचे स्पिरिट अंतरंगात उतरणार होते. इथे मी आत्मविश्वासपूर्ण देहबोली शिकणार होतो. इथे माझे नैतिक धैर्य पक्के होणार होते. माझी सेवेप्रती असणारी कटिबद्धता निश्चित रूप घेणार होती. माझ्या सेवेत मी संघभावनेने काम करण्यासाठी तयार होणार होतो. इथे गणवेशातील सेवेत वेगवेगळ्या क्षेत्रांतील पदवीधर, उच्चशिक्षित युवक-युवती प्रवेश करीत होते. त्यांना एका साच्यात घालून परिपूर्ण बनवणे, हे इथल्या फॅकल्टीच्या समोर मोठे आव्हान होते. इथे जी मी ज्ञानाची, कौशल्याची आणि मनोवृत्तीची शिदोरी बांधणार आहे, ती मला माझ्या करिअरच्या आणि वैयक्तिक जीवनाच्या प्रत्येक वळणावर आधार देणारी असेल. इथली परेड मला एकमेकांशी समन्वय साधायला शिकवणार होती. इथले खेळ मला कसा डाव टाकायचा, प्रतिकार कसा करायचा याचे रिफ्लेक्स शिकवणार होते. ड्रीलची प्रॅक्टिस कमांड द्यायला आणि नेतृत्व स्वीकारायलादेखील शिकवणार होती. मला स्क्वॉडच्या स्पिरिटमुळे एक आज्ञाधारक, शिस्तप्रिय आणि नम्र अनुयायी पण बनायचे आहे आणि एक कठोर पण सत्त्वशील नेता! इथे माझे जे बॅचमेट्स आहेत, त्यांच्याशी घट्ट नाते जुळवायचे होते. तेच आयुष्यभर माझ्या यशापयश आणि सुखदु:खातील साथीदार असणार होते.

येथून जाताना मला स्वत:च स्वत:चा गुरू, मार्गदर्शक आणि तत्त्ववेत्ता होऊन बाहेर पडायचे आहे. मला इथून प्रशिक्षण घेतल्यानंतर एकच तत्त्व स्वत:मध्ये अंगीकृत करायचे आहे. माझ्या मनाचे आणि शरीराचे निरंतर व सतत चालणारे प्रशिक्षण. हे प्रशिक्षण मला आयुष्यात रोज नवी उंची गाठायला मदत करेल. प्रशिक्षण घेऊन फील्डवर गेल्यावर मला खंडित आणि स्थिर व्हायचे नाही, तर रोज येणाऱ्या नवनव्या आव्हानांना सामोरे जाण्यासाठी मला हे प्रशिक्षण न थकता, न कंटाळता चालूच ठेवायचे आहे. आव्हाने अनेकविध आहेत. रोजच्या छोट्या-मोठ्या गुन्हेगारीला आळा घालण्यापासून दहशतवाद, अंतर्गत सुरक्षा, हेरगिरी, सायबर आणि आर्थिक गुन्हे, नैसर्गिक आणि मानवनिर्मित संकटे, जातीय दंगे, अंडरवर्ल्ड, राजकारणाचे गुन्हेगारीकरण, मानवी हक्कांचे संरक्षण, महिला आणि मुलांची सुरक्षितता अशा अनेक समस्यांवर काम

करण्याची संधी आज मिळाली आहे. त्यासाठी लागणारे मनुष्यबळ, साधनसामग्री आणि आधुनिक तंत्रज्ञानाची सांगड घालून इतर सर्व शासकीय यंत्रणांशी समन्वय ठेवून हे सतत चालणारे युद्ध लढण्यासाठी हे प्रशिक्षण मला तयार करणार आहे. सरदार वल्लभभाई पटेलांनी स्वतंत्र भारताच्या एकसंधतेसाठी भारतीय पोलीस सेवेची निर्मिती केली. त्या महान सेवेच्या माध्यमातून या भारतभूची सेवा करण्यासाठी हे प्रशिक्षण मला सिद्ध करणार होते.

◆

आउटडोअर ट्रेनिंग

उंच, देखण्या सहायक संचालक अतुल कारवालांनी त्यांच्या अस्खलित आणि प्रभावशाली इंग्रजी शैलीत आमचे स्वागत केले. हेच ते कारवाल सर ज्यांनी माउंट एव्हरेस्ट शिखर पादाक्रांत केले आहे. अख्ख्या भारताची सायकल सफर केली आहे आणि जे तायक्वांदो या स्वसंरक्षण प्रकारामध्ये ४ डॅन ब्लॅकबेल्ट आहेत! कारवाल सर आमच्या आउटडोअर ट्रेनिंगचे सहायक संचालक होते. ट्रेनिंग सुरू करण्यापूर्वी ए.डी. आउटडोअर्सचे व्याख्यान दिशा ठरवते.

''माय डिअर ऑफिसर ट्रेनीज, तुम्हाला आजपासून तुमच्या शारीरिक क्षमता तर वाढवायच्या आहेतच; पण त्याबरोबर तुमच्या आत असणारे गट्स, इच्छा-शक्ती आणि अदम्य दृढता तयार करायची आहे. आजपासून तुम्ही तुमच्यासमोर काही निश्चित ध्येय ठेवणार आहात. तुमच्या आतल्या क्षमतांना आव्हान देऊन तुम्ही रोज एक नवी पायरी चढणार आहात. तुम्ही जर तुमचे 'गोल' निश्चित केले नाही, तर तुम्ही तुमच्या ईप्सिताच्या दिशेने कधीच वाटचाल करू शकणार नाही आणि ते गाठूही शकणार नाही. त्यामुळे अकादमीतून बाहेर पडताना तुमचे अंतिम ध्येय कोणते आहे, ते आधी निश्चित करा आणि मग त्याचे छोटे छोटे टप्पे आखा. महायुद्ध जिंकणे महत्त्वाचे आहे; पण त्यासाठी आधी छोट्या छोट्या लढायांमध्येही बाजी मारली पाहिजे. त्यामुळे तुमच्या डोक्यात तुम्ही हे 'का' करताय, 'व्हाय'चे उत्तर पहिल्यांदा शोधा. तिथे कोणता गोंधळ होता कामा नये. एकदा हे उत्तर स्पष्ट झाले की, तुमच्यामध्ये आपोआप हत्तीचे बळ निर्माण होते आणि तुमचा मार्ग सोपा होतो.

''आणि हो, येणाऱ्या तुमच्या करिअरमध्ये तुम्हाला यशस्वी व्हायचे असेल, तर जबाबदारी स्वीकारायला शिका. यश आणि अपयश दोहोंची. स्वत:चे रडगाणे

गायचे नाही आणि टिमकीही वाजवायची नाही. एखादी गोष्ट बिघडली, तर दुसऱ्याला दोष द्यायचा नाही. नवा धडा घ्यायचा. तुम्हाला इथे मैदानावर अनेकदा अडथळ्यांना सामोरे जावे लागणार आहे आणि त्या अडथळ्यांवर मात कशी करायची, त्याचे ज्ञान आणि कौशल्य तुम्हाला देण्याचा प्रयत्न आम्ही करणार आहे. त्या वेळी तुम्ही ठरवायचे, जिंकायचे की हरायचे, झुंजायचे की पेंगायचे, झेपावायचे की लपायचे! जे पर्याय तुम्ही आयुष्यात निवडाल, तेच तुमचा भविष्यकाळ ठरवतील. काही जण जेते असतात, तर काही रडे असतात. जे जेते असतात, ते मार्ग शोधतात. पुढाकार घेतात. चुका कबूल करतात आणि स्वतःमध्ये सुधारणा करतात. रडे नेहमी कुरकुर करतात, दोष काढतात, कारणे देतात, नेहमी टाळाटाळ आणि कामचुकारपणा करतात आणि सपाटून अपयशी होतात. तुम्ही कोणत्या समूहात मोडता, हे तुम्ही ठरवायचे आहे. प्रत्येक नवीन गोष्ट शिकताना तुमच्या डोक्यात मी स्वत: हे कसे करू शकतो आणि मला माझ्या आयुष्यात या ज्ञानाचा कसा फायदा होणार, हे चक्र सतत चालू असले पाहिजे. आधी कितीही वेळा हरलो असलो, पडलो असलो; तरी आत्ता मी कशी मुसंडी मारणार, उसळी घेणार याची रणनीती आखली पाहिजे. नाचता येईना अंगण वाकडे चालणार नाही. परिस्थिती आणि सोबतच्या सहकाऱ्यांना दोष देत बसला, तर तुमची अधोगती निश्चित आहे.

"आउटडोअर प्रशिक्षणात सर्वाधिक महत्त्वाची आहे ती स्वयंशिस्त. आणि ही शिस्त तुम्हाला सतत प्रयत्न करून विकसित करावी लागणार आहे. १४ तासांच्या ट्रेनिंगनंतर तुम्ही रूमवर जाऊन मजा मारणार की अजून स्वयंप्रगती साधण्यासाठी साधना करणार, यावर तुमचा अंतिम निकाल अवलंबून असणार आहे. अभ्यासिका, जिम, ऑडिओ बुक, कॉम्प्यूटर आणि आम्हा सर्व फॅकल्टींचा पुरेपूर उपयोग करून घ्या. प्रशिक्षण संपल्यावर फील्डवर तुम्ही काय बोलता, कसे बोलता आणि कोणते प्रश्न विचारता, यावर तुमची उंची किती आणि पाय किती खोलात आहे, हे क्षणभरात तुमचे सहकारी ओळखतील. तुमच्या भविष्यासाठी, तुमच्या मनासाठी आणि तुमच्या व्यक्तिमत्त्वासाठी भरपूर वाचा आणि चांगले ऐका. तुम्हाला नेहमी ऊर्जित आणि उत्साही ठेवतील असे नवे छंद, नव्या आवडी आणि नवे पैलू विकसित करा. हे सगळे २४ तासांत कसे बसवायचे, त्यासाठी वेळेचे नियोजन करा. यू.पी.एस.सी.ची तयारी करताना जसे अभ्यासाचे नियोजन तुम्ही केले आणि यशस्वी झाला, त्यापेक्षा अधिक काटेकोर आणि प्रभावी असे वेळेचे नियोजन तुम्हाला शिकायचे आहे; कारण आत्ता तुमचा निर्णय फक्त तुमच्या जीवनाशी मर्यादित नाही, तर लाखो लोकांची सुरक्षितता आणि जगणे त्यामुळे धोक्यात येऊ शकते. कामाचा बोजा एवढा असतो की, वेळेचे गणित तुम्ही योग्य बसवू शकला नाही, तर तुमचा

तणाव वाढेल आणि गोंधळही! म्हणून जसे आत्ता तुम्ही खेळ, पीटी, फायरिंग, टॅक्टिक्स, ड्रीलसारख्या अनेक गोष्टींची सांगड घालणार आहात, तसा फील्डवर तुम्हाला कायदा आणि सुव्यवस्था, गुन्हेगारी, ट्रॅफिक, दहशतवाद, मनुष्य संसाधन, प्रशासन, कल्याण अशा अनेक विषयांचा आणि कामांचा समन्वय करावा लागणार आहे. एका वेळी अनेक संकटे, अनेक आव्हाने चाल करून येतील, त्या वेळी त्यातले सर्वांत मोठे आणि महत्त्वाचे कोणते, याची क्षणभरात खातरजमा करता आली पाहिजे आणि त्याला समर्थपणे भिडून त्याचा नि:पात केला पाहिजे. त्यानंतर कमी महत्त्वाची कामे यादीप्रमाणे अंगावर घेतली पाहिजेत. दहा टक्के आव्हाने ही अनपेक्षित असतात; पण ९० टक्के आव्हानांची पूर्वकल्पना असते. त्यामुळे ९० टक्के कामाचे नियोजन आठवडा, महिना आणि काही वेळा वर्षभरापूर्वी करता आले; तर तुम्ही त्यांना निश्चित, खंबीर आणि समर्थपणे हाताळू शकता. हा कामातला निष्णातपणा केवळ आणि केवळ नियोजनामुळे येतो. नियोजन म्हणजे दुसरेतिसरे काही नाही; येणारे काम कसे, कोणी, केव्हा आणि का करायचे याची वेळेत करायची आखणी. आणि महत्त्वाचे, काम टाइमटेबल ठरवून पर्ट (Pert) चार्टप्रमाणे करायचे.

"मला एवढचे सांगायचे आहे, की खिशात हात घालून यशाची शिडी चढता येत नाही. ते बाहू बाहेर काढा. त्यांना आव्हान द्या आणि बलदंड बनवा. मग पाहा, तुम्ही लीलया एक एक कौशल्य शिकाल आणि मनाने सक्षम व्हाल. तुमच्या मनातली स्वप्ने कितीही मोठी असू देत; जर कष्ट नाही केले, तर ती स्वप्नेच राहतील. म्हणून नुसता देखावा नको तर कृती करा. स्वत:ला सिद्ध करा आणि पुढच्या चोपन्न आठवड्यांत रोज ठामपणे, निर्णायकतेने नवा धडा गिरवा; स्वत:ला घडवा, जेणेकरून भविष्यातला एक चांगला समाज घडण्यासाठी तुमचा मोलाचा वाटा राहील. ऑल द बेस्ट!!"

कारवाल सरांचे शब्द मस्तक भेदून मेंदूत शिरले. मेंदूला आणि मनाला झिणझिण्या आल्या. होय, हेच वर्ष माझ्या आयुष्याची पायाभरणी करणारे आहे. आणि माझ्यापरीने माझ्यातल्या सर्वोत्कृष्ट गुणांना मी खेचून बाहेर काढणार. जे जे काही शक्य आहे; ते अगदी मन लावून, शरीरातील पूर्ण ताकद लावून शिकणार, असा मनोमन प्रण केला. इथला प्रत्येक वर्ग, प्रात्यक्षिक अतिशय महत्त्वाचे आहे. त्याचे मोल आज नाही समजले, तर पश्चात्ताप आणि अपयशालाच सामोरे जावे लागेल. जे. आर. डी. टाटा यांची एक गोष्ट मी वाचली होती. त्यांचा एक मित्र नेहमी पेन हरवायचा. त्यामुळे त्याने स्वस्तातले साधे पेन वापरायला सुरुवात केली; पण त्याला त्याच्या या निष्काळजी आणि हलगर्जीपणाच्या सवयीचा खेद वाटायचा. जे. आर. डीं.नी त्याला परवडेल इतपत अत्यंत महागडा पेन घ्यायचे सुचवले.

लगेचच त्यांच्या मित्राने २२ कॅरट सोन्याचे क्रॉस पेन खरेदी केले. सहा महिने उलटल्यावर टाटांनी मित्राला पेन हरवण्याच्या सवयीबद्दल विचारले. त्या वेळी मित्र म्हणाला, ''कसं शक्य आहे. एवढे महागडे सोन्याचे पेन, त्याची मी काळजी घेतो. एकदाही ते हरवले नाही.'' पण त्याला स्वत:लाच या चांगल्या बदलाबद्दल आश्चर्य वाटले. त्या वेळी टाटा म्हणाले, ''अरे, तुझ्यात काही वावगं नव्हतं आणि जो फरक पडला, बदल झाला; तो तुझ्या पेनाच्या मूल्यामुळे, किमतीमुळे!'' आपल्या आयुष्यात असे रोज घडते. ज्या गोष्टींची आपण किंमत करतो, ज्या आपल्यासाठी मौल्यवान असतात; त्यांची आपण सतत काळजी घेतो. आपल्याला आपल्या आरोग्याचे मूल्य असेल, तर आपण काय आणि कसे खावे याची काळजी घेतो. आपल्या मित्रांची किंमत असेल, तर आपण त्यांना आदराने आणि प्रेमाने वागवतो. पैशाची किंमत असेल, तर तो खर्च करताना काळजी करतो. वेळेचे महत्त्व असेल, तर तिचा अपव्यय होऊ देत नाही, आणि आपले नातेसंबंध महत्त्वाचे वाटत असतील, तर ते दुभंगणार नाहीत याची दक्षता घेतो. दक्षता, काळजी हे आपले मूलभूत गुणधर्म आहेत. आपण कशाची आणि केव्हा काळजी घेतो, यावर आपणास त्या गोष्टीचे मोल आहे का हे ठरते. त्यामुळे आउटडोअर प्रशिक्षणात मिळणाऱ्या प्रत्येक संधीचे, मिळणाऱ्या प्रत्येक धड्याचे आणि मिळणाऱ्या प्रत्येक क्षणाचे मोल ओळखून मिळणारे धडे काळजीपूर्वक शिकायचे निश्चित केले.

ड्रील, परेड, रपेट

देशाच्या सर्व भागांतून आलेले आम्ही एकूण ७२ प्रशिक्षणार्थी होतो. १२ जणांचे एक याप्रमाणे आमची पूर्ण बॅच सहा स्कॉडमध्ये विभागली होती. प्रत्येक स्कॉडवर एक ड्रील प्रशिक्षक व एक सहायक नेमलेले होते. सर्व मैदानी प्रशिक्षणावर देखरेख करायला एक कमान्डन्ट दर्जाचा अधिकारी असतो. हे सगळे अधिकारी केंद्रीय अर्धसैनिक बलामधून डेप्युटेशनवर आलेले असतात. हे सगळे एस.पी. रँकच्या आउटडोअर ट्रेनिंगच्या सहायक संचालकाला रिपोर्ट करतात.

पहिल्या दिवशी पहाटे ५.३० वाजता पी.टी.चा स्वच्छ वेष परिधान करून आम्ही सर्वांनी मेससमोर हजेरी लावली. माझे नाव स्कॉड सहामध्ये होते. व्हटकर, कांबळे आणि इलमे हे तीन मराठा गडीही माझ्यासोबत होते. आमचे ड्रील इन्स्ट्रक्टर शर्मा यांनी आम्हाला अभिवादन केले. अत्यंत शांतपणे तेवढ्याच करारी आवाजात त्यांनी आपली ओळख करून दिली. ते आणि त्यांचे सहायक म्हणजे रावत उस्ताद पुढच्या चोपन्न आठवड्यांत आमच्या शरीराचा खेळखंडोबा करणार होते; पण दोघाही प्रशिक्षकांची अदब आणि उत्साह पाहून हायसे वाटले. अभ्यास करून

शरीरात एक प्रकारची 'अकड' निर्माण झाली होती. मसुरीच्या थंडीत छुटपुट व्यायामाने ती काही प्रमाणात ओसरली होती; पण ती अकड घालवून शरीराला 'धाकड धाकड' करायची कसोटी आजपासून सुरू झाली होती.

पीटीने दिवसाची सुरुवात होणार होती आणि प्रत्येक 'सबक' देण्याअगोदर त्याची मानसिक तयारी करून घेण्यासाठी अभ्यासाचे साहित्य आदल्या दिवशीच जाणार होते. कुठलीही गोष्ट काही शास्त्रीय सिद्धान्तावर अवलंबून असते, ही कारणमीमांसा समजून सांगितली जायची. आम्हाला या मैदानी प्रशिक्षणात काय शिकणार व का शिकणार, याची कॅप्सूल स्वरूपात माहिती करून देण्यात आली. सर्वांत प्रशस्त आणि चकचकीत अशा काँक्रिटच्या मैदानावर समारंभीय कवायत आणि ड्रीलची प्रॅक्टिस होणार होती. सकाळच्या एक तासाच्या पी.टी.च्या व्यायामानंतर गणवेश परिधान करून या मैदानावर हजेरी लावायची होती. घामाने डबडबलेले शरीर आणि ओलेचिंब पी.टी.चे कपडे झपाझप बदलून कडक स्टार्च केलेल्या खादीच्या गणवेशात ड्रीलसाठी तुकड्या सज्ज व्हायच्या. प्रत्येक सबक आणि चालीमागे उद्देश असायचा. सात मिनिटांत एक गणवेश बदलून दुसरा परिधान करावा लागे. एका प्रकारचा व्यायाम थांबवून दुसऱ्या प्रकारच्या कवायतीसाठी तयार व्हावे लागे. असा सराव मन, बुद्धी आणि शरीराला अचानक उद्‌भवलेल्या कोणत्याही युद्धसज्जतेला, संक्रमणशील परिस्थितीला आणि नैसर्गिक किंवा मानवनिर्मित संकटाला समर्थपणे तोंड द्यायला वाकबगार बनवतो. तुमचा त्वरेने दिलेला प्रतिसाद भविष्यकाळात अनेकांचे जीव वाचवणारा ठरू शकतो. गुन्हा घडल्यानंतरचा 'गोल्डन अवर' तुमच्या तपासाला निश्चित दिशा देणारा ठरतो. घुडसवारी प्रशिक्षणार्थ्यांमध्ये मानसिक आणि शारीरिक धैर्य तसेच धाडसी वृत्ती वृद्धिंगत करतो. पोहणे हा परिपूर्ण व्यायाम आहे आणि तलावात उंचीवरून डायव्हिंग करणे हे थ्रिल आहे. यातूनच रिस्क घेणे, संकटाच्या वेळी धाडसी निर्णय घेणे अशा प्रशासकीय कौशल्यांचा विकास होतो. मार्शल आर्ट्‌स आणि खेळाने शरीराचे रिफ्लेक्स अत्यंत जलद आणि नेमके होतात. यातून कॅमराडरी आणि सांघिक वृत्तीही तयार होते. योग हा तर नैपुण्य आणि प्रावीण्याची गुरुकिल्ली आहे. नेमबाजी ही फक्त युद्धसज्जच बनवणार नव्हती; तर त्याबरोबर एकाग्रता, निश्चलपणा आणि पोलादी बाणा घडणार होता. अशा प्रकारे आउटडोअर ट्रेनिंगमध्ये व्यक्तिमत्त्वाची चौफेर बांधणी सुरू झाली होती.

सकाळची पीटी केली की आम्हाला वीजेच्या वेगाने कपडे बदलायचे असायचे. घामेजलेल्या पीटीचा गणवेश बदलून स्वच्छ, स्टार्च केलेला कडक खाकी युनिफॉर्म परिधान करणे हे आव्हान असायचे. अँकलेटचे बूट आम्ही आधी घालायचो, जेणेकरून पॅन्टची इस्त्री खराब होणार नाही. रायफल घेऊन दिमाखात डबल अप

करीत सेरेमोनिअल मैदानात आठच्या उन्हात फॉल-इनसाठी पोहोचायचो. उस्ताद बारकाईने गणवेश तपासायचे. एकही छोटी उणीव राहणार नाही, याबाबत अतिदक्षता घेतली जायची. उंची आणि कदकाठीप्रमाणे तीनच्या रांगा करून आम्ही ड्रीलसाठी उभे राहायचो. 'दाहिने देख' करून एका चपखल रेषेत उभे आहोत का, हे पाहिले जायचे. सावधान-विश्रामने सुरुवात व्हायची. कॅमराडरी आणि संघभावना वाढवणे, हे परेड संचलनाचे प्रमुख उद्दिष्ट असते. स्वतःच्या दलाचा आणि गणवेशाबद्दलचा अभिमान या सततच्या रपेटीमुळे वाढतो, असे आमच्यावर बिंबवले जायचे.

खरेतर आमच्या उच्चविद्याविभूषित सवंगड्यांना हे सगळे सहजासहजी पचनी पडणे कठीण होते. आमच्या बॅचचे सरासरी वयही २७ होते. त्यामुळे मनाबरोबर शरीर वळणेही या वयात थोडे जड जात होते. आमच्या बॅचमध्ये एक अवलियाही होता, अतुल सिंग. उंच, धिप्पाड आणि हत्तीची स्मरणशक्ती असणाऱ्या अतुलने पहिल्या दिवशीच बंड पुकारले. ड्रीलच्या वेळी सतत पाय आपटल्याने व्यक्तीच्या मेंदूला इजा होते, त्यामुळे मी पाय हळू स्टॅम्प करेन, असा युक्तिवाद त्याने केला. अतुल एकपाठी होता. सर्वसामान्यपणे आपण शब्द आणि वाक्याने पुस्तक वाचतो. तो परिच्छेदाने वाचायचा. तो काही तासांत पुस्तक वाचून संपवीत असे. आम्हाला वाटायचे, त्याने तासाभरात पुस्तक चाळले असावे; पण त्याला कुठल्या पानावर काय लिहिलंय, तेही अवगत होऊन जायचे. अशा या बुद्धिजीवी अतुलला ड्रीलचा सराव पचनी पडणे खरेच जिकिरीचे होते. अतुलला यू.पी.एस.सी.च्या मुलाखतीत ३०० पैकी २५० गुण मिळाले होते. 'मी कळपात सामील होणार नाही. मला अशा प्रशिक्षण पद्धतीवर आक्षेप आहे. मी अंध अनुकरण करणार नाही, मी इथं लीडर बनण्यासाठी आलो आहे आणि अशा प्रशिक्षणानं माझं खेचर होऊन जाईल,' अतुलने असा आवेशपूर्ण बंडाचा झेंडा उभा केला. अशा टॉपरला ब्रिटिशकालीन कवायतीसाठी तयार करण्याचे दिव्य मात्र आमच्या कारवाल सरांनी पेलले. आम्हा सर्वांना त्यांनी शारीरिक प्रशिक्षणाचे महत्त्व सांगितले. सरांचे शब्द अजूनही ऊर्जा देतात. ते म्हणाले,

''पायाभूत ट्रेनिंगचा कालावधी दहा महिन्यांचा आहे. न थांबता, न थकता मैलोन्मैल धावणे, घोडदौड करणे, पाण्यात पोहणे, अडथळ्यांची शर्यत, न संपणाऱ्या शारीरिक कसरती आणि झोपेशिवाय रात्री असा तुमचा दिनक्रम असतो. सभोवती नेहमी त्रासदायक आणि कमनशिबी वातावरण! कसलेले मुरब्बी वस्ताद तुमच्या मागे हात धुऊन लागलेले असतात. उद्देश एक, तुमच्या शरीरातील आणि मनातील कच्चा, दुर्बळ आणि भित्रा भाग शोधायचा व त्याला ठोकून ठोकून बलशाली आणि कणखर बनवायचे. मुळात ट्रेनिंगचा मूलभूत हेतूच हा आहे की, जो सततच्या तणावाला हिमतीने सामोरा जाईल, गोंधळाच्या परिस्थितीला व्यावसायिकपणे

हाताळेल, पराभवाने खचणार नाही आणि संकटांना घाबरणार नाही; असा तुमच्यातला अस्सल लीडर बाहेर काढायचा. तुमच्या आयुष्यातील सर्व आव्हानांना पेलण्यासाठी लागणारी सर्व तंत्रे आणि कौशल्ये यांना एकत्र करून बनवलेले जालीम औषध येणारे दहा महिने तुमच्या नसानसांत भिनवले जाईल. यासाठी इथली प्रत्येक व्यक्ती आणि घटक कार्यरत असेल.

"तुम्हाला इथे वरकरणी अर्थहीन वाटणारी कामे रोज करावी लागतील; पण तुमच्या प्रत्येक कृतीमागे कोणतातरी उद्देश आहे. तुम्ही तुमची रूम नीटनेटकी ठेवली आहे का, तुमचा बेड नीट आवरला आहे का, हेही तपासले जाईल. जर तुम्ही छोट्या गोष्टी उत्तम रीतीने केल्या, तर सवयीनुरूप मोठ्या गोष्टी आपसूकच उत्तम होतील. आणि तुम्हाला प्रत्येक काम सांघिक वृत्तीने करायचे आहे. तुम्ही एकटे विश्व बदलू शकत नाही. प्रत्येक टप्प्यावर तुम्हाला मदतीची गरज भासणार आहे. आरंभापासून मित्र जमवा, सहकाऱ्यांना विश्वासात घ्या, प्रत्येक अनोळखी व्यक्तीलासुद्धा तुमच्या प्रवासातील दीपस्तंभ बनवण्याचा प्रयत्न करा. कवायत हा त्यासाठीचा यशोमार्ग आहे. तुम्ही ड्रीलच्या कमांड फॉलो करताना समानतेचा, एकतेचा पाया घट्ट करणार आहात. तुमचा रंग, भाषा, वंश, शिक्षण आणि सामाजिक दर्जा हळूहळू गळून पडणार आहे. तुम्हाला नखशिखान्त सबळ व्हायचे आहे. त्यासाठी हृदयाचा आकार आणि मनाचा पल्ला मोजा, त्यावरून तुम्ही काय चमत्कार करू शकाल, याची कल्पना येईल.

"तुमचा गणवेश रोज बारकाईने तपासला जाईल. तुमचा गणवेश व्यवस्थित स्टार्च करून इस्त्री केला आहे का; तुमच्या बुटाला, बेल्टला एकदम चकाचक पॉलिश केले आहे का, तुमच्या रायफलची सिलिंग नीट खेचली आहे का, तुमची कॅप आणि बॅटनची पोजिशन योग्य आहे का, प्रत्येक गोष्ट दहादा चेक होईल. बहुतांश वेळा तुमच्या चुकाच काढल्या जातील. तुम्ही स्वतः कितीही परफेक्ट राहण्याचा प्रयत्न केला, तरी तुम्हाला दूषणेच दिली जातील. या ड्रीलचा उद्देशच मुळी वेगळा आहे. ज्या वेळी तुम्ही खऱ्याखुऱ्या आव्हानांना सामोरे जाताना पूर्ण आणि सर्वंकष तयारी करता, सगळ्या बाबींची खबरदारी घेता; तरीही फासे उलटे पडतात. विपरीत परिस्थितीत तुम्ही अडकता आणि मग स्वतःला व नशिबाला दोष देता. या मानसिकतेला हरवण्यासाठीचे हे खटाटोप आहेत. जीवन हे नेहमीच न्याय आणि श्रेय देणारे नसते. क्षणाक्षणाला नियती तुमची परीक्षा घेते आणि तुम्हाला तोडण्याचा, खचवण्याचा प्रयत्न करते. त्या वेळी तुम्हाला या ड्रीलच्या प्रात्यक्षिकांचा आधार मिळेल. तुम्ही तुमच्या होकारात्मक आणि आशादायी दृष्टिकोनामुळे प्रतिकूल परिस्थितीशी आपसूक दोन हात कराल, झुंजाल आणि लीलया जिंकालदेखील! ट्रेनिंगमध्ये तुम्हाला नवी आव्हाने दिली जातील. लांब पल्ल्याचे धावणे, रूट मार्च,

घोड्यावर बसून ट्रॉटटिंगपासून सुरुवात करून गॅलॉपपर्यंत मजल मारावी लागेल. डोंगरकड्यावरून रॅपलिंग करून उतरावे लागेल. उंच इमारतीवर दोर लावून चढावे लागेल. आत्मसंरक्षणाचे धडे घेताना मार खावा लागेल. पुशअप्स, पुलअप्स, लॉग टेबलचे व्यायाम रोज तुमचा रगडा काढतील. हे सगळे तुमच्यात असणारी मानसिक ऊर्जा आणि क्षमता तपासण्यासाठी आहे. तुम्हाला काही टार्गेट आणि स्टँडर्ड गाठायची आहेत. ती पेलल्याशिवाय तुम्ही पात्र होऊ शकत नाही. जर तुम्ही त्यात मागे पडत असाल, तर अधिक वेळ तुमच्याकडून सराव करून घेतला जाईल. रोज अधिकचा सराव, म्हणजे अधिक फटिग आणि वेदना! पण हाच अधिकचा सराव तुमच्या आतल्या शक्तींना आणि क्षमतांना बळकट बनवेल. तुम्ही दिवसागणिक अधिक सक्षम आणि शक्तिमान बनाल आणि पूर्ण ताकदीनिशी अंतिम कसोटीत खरे उतराल! पण त्यासाठी एकच अट, रोजच्या अधिकच्या सरावाला इष्टापत्ती म्हणून स्वीकारायचे. मन लावून शिकायचे आणि रोज आपल्यातल्या दुर्बल अंगाला घासूनपुसून तेजस्वी रूप द्यायचे. ही प्रतिज्ञा, निष्ठा आणि जिद्द तुमचा पुढचा दहा महिन्यांचा प्रवास सोपा करेल. तुम्ही स्वतःला वचन द्यायची हीच वेळ आहे, माझ्या बहादूर जवानांनो!

"ड्रील, परेड आणि गणवेशामुळे तुम्ही खाकीमय होणार आहात. एकच प्रण, एकच निश्चय करा; आता माझा रंग खाकी, वर्ण खाकी, धर्म खाकी. दिवसा-रात्री मी खाकी आहे. दिवाळीत, रमजानमध्ये, वादळात, तुफानात मी खाकी आहे. देशाच्या सन्मानासाठी बलिदान देण्यासाठी तयार असणारी मी खाकी आहे. विघ्नं आणि संकटं मला आता परावृत्त करू शकणार नाहीत. माझा गौरव, अभिमान आता खाकी आहे! जयहिंद! "

असे स्फुलिंग पेटवणारे शब्द ऐकून अतुलचा मीपणा गळून पडला. उलट तो प्रत्येक शारीरिक कवायतीमध्ये सरस ठरू लागला. त्याला व्यायाम करायला मैदाने अपुरी पडू लागली. तो पोहताना थांबायचे नाव घेईना. धावताना मागे वळून पाहिना. घोडा चौफेर हवेत उधळू लागला. जिममधील वजने संपली; पण याची ऊर्जा संपायची नाही. अफाट व्यायामामुळे अतुलला बकासुरासारखी भूकही लागायला लागली. मेसमध्ये प्रत्येकाच्या जवळ जाऊन तो चिकन आणि मटणचे पीस मागायला लागला. सगळे जण जेवतेवेळी अतुल दिसला की तोंड फिरवायचे. हा झाला गमतीचा भाग; पण अतुल अतुलनीय होऊ लागला होता. योगायोगाने कारवाल सरांचे नावही अतुलच. त्यामुळे अतुल नावाचे हे दोन गुरू-शिष्य अकादमीच्या चर्चेचा आणि कौतुकाचा विषय होऊ लागले. अतुल सिंगचे जीवनविषयक निकष आणि स्वतःविषयीचे स्फुलिंग वेगळे असले, तरी अतुल, कारवाल सरांच्या ओजस्वी वाणीमुळे आणि पोलादी भूमिकेमुळे त्याला यू टर्न घ्यावा लागला होता. अकादमीतील

पहिला सामना कारवाल सरांनी जिंकला होता आणि सर्व प्रशिक्षणार्थ्यांना आपल्या प्रभावाखाली आणले होते.

अशा अतुलची प्रशिक्षणानंतर नागालँडमध्ये पोस्टिंग झाली. त्या काळी दहशतवाद आणि बंडखोरीमुळे नागालँड धगधगत होता. अतुलची विचारशैली आणि संकल्पना अभिनव आणि क्रांतिकारी होत्या. त्यावरून त्याचे वरिष्ठांशी खटके उडाले. ही सेवा माझ्यासाठी योग्य नाही, असे दोन ओळींचे राजीनामापत्र देऊन तो थेट अमेरिकेला गेला. तो अविवाहित आहे आणि जगातल्या सर्व सुखांचा आनंद घेत आहे. लेखन, वाचन, जगभर भटकणे, कुठेही राहणे आणि मुक्तछंद व बेबंदपणे जगण्यात स्वतःला हरवणे, असे या अवलियाचे विश्व आहे. कधी कधी भारतात येतो, त्या वेळी आवर्जून फोन करतो किंवा भेटायलाही येतो. त्याच्याशी संवाद करताना जगण्याचे नवे संदर्भ लागतात. त्याच्या जीवनविषयक जाणिवा आणि दृष्टिकोन वेगळेच आहेत. आयुष्य जगताना त्याचा अर्थ कळणे आणि त्याचे उद्दिष्ट मिळणे हे दुरापास्त असते. अनेक जणांची आयुष्ये अशीच भरकटत जाताना दिसतात. लोकांचे जीवन दीर्घ आणि आनंदी असण्याचे एक सूत्र आहे. जीवनात रमले पाहिजे आणि ते रमणे अर्थपूर्ण असले पाहिजे. ज्या वेळी तुम्ही तुमच्या आतील पॅशन शोधता आणि तिच्यामुळे तुमच्या जगण्याला अर्थ मिळतो, त्या वेळी आपोआप तुमच्या डोळ्यांत चमक येते. तुमच्या हृदयाचे ठोके वाढतात. जीवन एक सुंदर, अवीट गीत बनून जाते. आपल्याला जे आवडते, ते शोधायचे आणि आयुष्यभर त्यात व्यस्त होऊन जायचे. हिंदीत यालाच 'दिवानगी' म्हणतात. अतुलला त्याची दिवानगी सापडली होती. तो त्याच्या खुदाच्या शोधात निघाला. प्रत्येकाच्या आत ही दिवानगी खोल कुठेतरी लपून बसलेली असते आणि तिचा शोध हे आपले प्रथम ध्येय असले पाहिजे. प्रत्येकाची दिवानगी वेगळी आणि स्वतंत्र असते. तिचा पाठलाग हा अत्यंत संयमाने करायचा असतो. एकदा ती प्राप्त झाली की, मग तिचा दर दिवशी नवा अर्थ सापडतो, रोज नवा रंग चढतो, रोज नवा ऋतू बहरतो. जीवनात क्रियाशील राहायचे, थोडेसे थांबायचे, थोडेसे चालायचे, पोट डंबारेल एवढे ढोसायचे नाही. चांगल्या मित्रांची निखळ सोबत जपायची, फिट राहायचे, हसायचे, निसर्गाशी नाते जपायचे, वर्तमानात जगायचे आणि स्वतःच्या चित्तवृत्तींना प्रफुल्लित ठेवायचे, हेच तर जीवनाचे साधे-सोपे सूत्र असावे; मात्र यात अडथळे खूप आहेत, जे आपण स्वतः आमंत्रित करतो. त्यातला पहिला म्हणजे तणाव!

सततचा तणाव लगेच आपल्याला थकवतो, आजारी पाडतो आणि म्हातारा करतो. आजच्या युगात जे लादलेले आहे किंवा नेमलेले आहे, तेच काम करावे लागते. आतून आवाज येतो, अंतर्मन सांगते ते मोकळेपणाने सोडा. साधे व्यक्तही

करता येत नाही. यानेच तर लोचा होतो. मन आणि शरीर दोन्ही यांत्रिक होते आणि हळूहळू खचत जाते. जाणिवा बोथट होतात आणि ऊर्मी जिरून जाते. आपल्याला आवडणाऱ्या गोष्टी टाळल्या की जगण्यातील मजा, माज आणि मौज विरून जाते. गुलामी घेरून टाकते. म्हणूनच शोध घेत राहायचा त्या ईप्सिताचा; ज्यात गवसतो अर्थ जगण्याचा, या जगात असण्याचा. मी नेहमी प्रयत्न केला माझ्या व्यवसायाला माझ्या ईप्सिताशी जोडण्याचा. थोडी कसरत होती. टीकाही सहन करावी लागते; पण सगळे सोपे होते, ज्या वेळी उद्दिष्ट स्पष्ट आणि समाजहिताचे असते. किमान त्यात कुणाचे नुकसान होणार नसले, तरी आपण आपला प्रवास आपल्या छंद आणि आवडींसोबत लीलया करू शकतो. कार्यालयातील कामकाज संपले की मग त्या आवडीसाठी सवड काढायची. इतरांच्या जीवनात सौंदर्य आणि सुख आणणे, मदत, सेवा आणि प्रेमाचे व्रत अंगीकारणे, सभोवतालच्या जगाला रचनात्मक पद्धतीने आणि आशावादाने घडवणे, हा सुखसमाधानाचा एक राजमार्ग आहे.

मला माझ्या प्रवासात ऊर्जा आणि साथ मिळाली ती तरुणाईची. जिथे जमेल आणि जेव्हा वेळ मिळेल, तेव्हा या तरुणाईशी मी समरस होत गेलो. उत्साह आणि चैतन्य वाटत गेलो. त्यांच्याशी अविरत संवाद ठेवला. त्यांच्या सुखात खदखदून हसलो, दुःखात मुसमुसून रडलो. त्यांच्यासोबत मनसोक्त बागडलो, बेधुंद नाचलो आणि कधी कधी कठोरही झालो. विद्यार्थ्यांची, युवकांची आंदोलने हाताळताना तोल ढळू दिला नाही किंवा संयम सुटू दिला नाही. मुंबईच्या महापालिकेत मात्र ज्या वेळी आगीचे बोळे फेकले आणि पोलिसांवर हल्ला झाला, पोलीस जवानांची डोकी फुटू लागली; त्या वेळी मात्र तेवढ्याच कठोरतेने लाठीमाराचे आदेश दिले, ज्यात शेकड्यांनी हाडे मोडली आणि एका युवकाचा जीवही गेला. अशा वेळी स्थगन प्रस्तावाला आणि चौकशीच्या ससेमिऱ्याला सामोरे जाताना तणाव येत नाही; पण पेटलेल्या डोक्याने अराजकाची याचना करणाऱ्या युवकांच्या जखमा आणि मृतदेह पाहताना जीव तीळतीळ तुटतो. दारूच्या नशेत एकमेकांच्या जिवावर उठलेल्या युवकांना अटक करावी लागते. ड्रग्जच्या नशेत पाशवी आनंद मिळवू पाहणाऱ्यांना बेड्या ठोकाव्या लागतात. त्या वेळी अंतर्मनाची घालमेल होते. हेच ते नेमलेले काम, जे कायद्याच्या चाकोरीत राहून करावे लागते. नियमानुसार योग्य आणि समर्पक असते; पण अंतर्मनाला पटत नाही. म्हणून मग वेळ काढून त्या तरुणाईला योग्य मार्ग दाखवणे, त्यांच्या ऊर्जेला विधायक वळण लावणे यासाठी उपक्रमशील राहण्याचा प्रयत्न करतो. स्वयंसेवी संस्था, शाळा-महाविद्यालयांत यासाठी साखळी तयार करतो, त्यातून मग तणाव कमी होतो. ट्रेनिंगच्या दरम्यान शिकलेल्या घुडसवारीसारख्या साहसी खेळांनीही माझे मनोबल वाढवले. प्राण्यांशी मैत्री करून त्यातून तणाव कसा पळवून लावायचा, याचेही धडे दिले.

घुडसवारी

आम्हाला सर्वांना घुडसवारीबद्दल सर्वाधिक भीती आणि कुतूहल होते. ती घोड्यावर स्वार होण्याची वेळही आली, त्या वेळी काळजाची धडधड वाढली आणि आतमध्ये कुठेतरी धस्स झाले. पोटात भलामोठा गोळा आला. 'चल धन्नो, आज तुम्हारी बसंती की इज्जत का सवाल है' अशी काहीशी आमची परिस्थिती झाली होती. घुडसवारी करताना आजपर्यंत फक्त बॉलिवूडच्या नायकांना पाहिले होते. लहानपणी शेजारच्या बेलदारांच्या दगड वाहणाऱ्या गाढवांच्यावर सवारी करण्याचा खूपदा प्रयत्न केला होता. तो मला महागातदेखील पडला होता. वांड आणि मोकाट गाढवावर बसण्याच्या नादात मी माझा अर्धा दात गमावला होता. त्यामुळे गाढव आणि गाढवासारख्या जातीमधील कोणत्याही जनावराशी नाहक मस्ती करायची नाही, याची मी बालवयातच खूणगाठ बांधली होती. पुन्हा एकदा ताईच्या लग्नावेळी घोड्यावर बसण्याचा प्रयत्न केला होता; पण त्याने जसे आपले खूर घासले, तशी माझी पाचावर धारण बसली आणि मी गुमान आपला इरादा बदलला. तसा प्रत्यक्षात घोड्यावर बसण्याचा प्रसंग आलाच नव्हता. घोड्यावर स्वार होण्यासाठी भलीमोठी पूर्वतयारी होती. आम्ही त्यासाठी आवश्यक असलेला जॉकीचा गणवेश कँटिनमधून घेतला. हेल्मेट, बूट, टाईट फिटिंग पॅन्ट आणि ग्लोव्ह्स घालून तयार झालो. या वेषामुळे आणि सेफ्टी गिअरमुळे आत्मविश्वास थोडा वाढला होता. हायवे ओलांडून एनपीएच्या दुसऱ्या कॅम्पसमध्ये असणाऱ्या घुडसवारीसाठीच्या खास मैदानावर आम्हाला बसमधून नेण्यात आले. तिथे आम्हाला सुरुवातीच्या ब्रिफिंगसाठी उभे करण्यात आले.

''माय डिअर ऑफिसर्स, आज तुम्ही एका साहसी आणि अत्यंत रोमांचक अशा अनुभवासाठी या मैदानावर आला आहात! तुम्ही आज एका अतिशय देखण्या, रुबाबदार प्राण्यावर आरूढ होणार आहात. घोडा आणि त्याला काबूत आणणे, हे येऱ्यागबाळ्याचे काम नाही. घोड्यावर न घाबरता, न पडता सवारी करणे, ही एक कला आहे. तुमच्या मनात स्वाभाविक प्रश्न असेल. आता या वयात घोड्यावर आरूढ का व्हायचे? मित्रांनो, घोडा आणि प्रशासकीय यंत्रणेमध्ये खूप निकटचे साम्य आहे. तुम्ही घोड्यावर बसून लगेच स्वैर रपेट मारू शकत नाही. तुम्हाला घोड्याशी जवळीक साधावी लागते. त्याला विश्वासात घ्यावे लागते. त्याला आंजारावे-गोंजारावे लागते. त्याच्याशी तुम्हाला खूप संयमाने घ्यावे लागते. मग तो तुम्हाला कमी हिंदोळे देतो. तसेच आहे पोलीस खात्याचे किंवा प्रशासकीय यंत्रणेचे. जशी घोड्यावर मांड घालणे हे कसब आहे, तसेच प्रशासनावर पकड घेणे आणि कमांड बसवणे हे अवघड कौशल्य आहे. त्यासाठीच

जिद्द
+ चिकाटी
+ आत्मविश्वास

= यश

एका ध्येयवेड्याचा ध्येयवेड्यांशी संवाद

प्रेरणेचा धगधगता अंगार आणि राष्ट्रप्रेमाचं स्फुलिंग पेरणाऱ्या 'लाल बहादूर शास्त्री राष्ट्रीय प्रशासकीय अकादमी' आणि 'सरदार वल्लभभाई पटेल राष्ट्रीय पोलीस अकादमी'तील स्मृतिचित्रे (१९९८-१९९९)

'सरदार वल्लभभाई पटेल राष्ट्रीय पोलीस अकादमी'चे संचालक श्री.पी.व्ही.राजगोपाल यांचेकडून सनद स्वीकारताना

फिल्ड टॅक्टिक्स

जंगल कॅम्प

प्रस्तरारोहण

भारतदर्शन

'लबास्ना'तील सांस्कृतिक कार्यक्रमादरम्यान

'लबास्ना'तील प्रशिक्षणादरम्यान अकादमीच्या गेटसमोर बॅचमेट्ससोबत

'सरदार वल्लभभाई पटेल राष्ट्रीय पोलीस अकादमी'तील फॉर्मल डिनर

पासिंग आऊट परेड नंतर प्रमुख पाहुणे आणि आई-तात्यांसोबत

माझे पोलीस दल :
नजर असो वा बंदूक, वेध थेट आणि अचूक...

परेड संचलन आणि निरीक्षण

शस्त्रकवायत

पिघला दे ज़ंजीरें
बना उनकी शमशीरें
कर हर मैदान फ़तेह...

पाण्याशी स्पर्धा

दरमजल सायकल

नजर समोर, मांड कमांड

अकादमीतील सवयींची परिणती आणि आजची तंदुरुस्ती

न थकता न थांबता

मनगटातील ताकद

पोलीस महासंचालकांकडून पोलीस अधिकाऱ्यांच्या चालण्याच्या स्पर्धेतील विजेतेपदाचे पदक स्वीकारताना

योग कर्मसु कौशलम्

राष्ट्र सुरक्षेचा वादा, राष्ट्रधुरीणांना दिलेला...

मा. राष्ट्रपती श्री. रामनाथ कोविंद यांच्यासोबत

मा. माजी राष्ट्रपती श्री. प्रणव मुखर्जी यांच्यासोबत

मा. पंतप्रधान श्री. नरेंद्र मोदी यांच्यासोबत

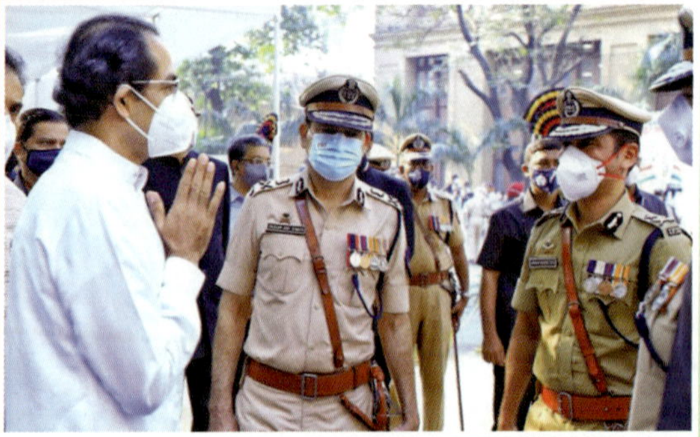

मा. मुख्यमंत्री श्री. उद्धव ठाकरे यांच्यासोबत

तर प्रशिक्षण आहे. तुम्ही घुडसवारी करता, त्या वेळी तुमच्या या मुक्या पार्टनरच्या भाषेशी तुम्ही पूर्णपणे अनभिज्ञ असता. तुमच्या रोजच्या व्यवहारातील भाषेपेक्षा पूर्णतः भिन्न भाषा आणि संकेत तुम्हाला वापरावे लागतात. ज्या वेळी तुम्ही घोड्यावर आरूढ होता, त्या वेळी केवळ भाषाच नव्हे तर तुमच्यासमोर तुमचा तोल संभाळण्याचेही आव्हान असते. घोड्याबरोबर तुम्हाला समन्वय साधावा लागतो. दरवेळी तुम्ही जे इशारे कराल, ज्या सूचना द्याल; त्याच्या उलट त्याला जे वाटते, तसे तो करतो. तुम्ही ज्या वेळी फील्डवर जाल, त्या वेळी अशा अनेक निगरगट्ट घोड्यांना तुम्हाला वठणीवर आणावे लागेल. त्यासाठी लागणारे समस्या निवारणासाठीचे संवादकौशल्य वाढवायलाही या ट्रेनिंगचा तुम्हाला फायदा होईल. ज्या वेळी तुम्ही घोड्यावर आरूढ असता, त्या वेळी प्रत्येक क्षणी तुम्हाला नव्या आव्हानांना आणि प्रश्नांना तोंड द्यावे लागते. दक्ष आणि चपळ राहणे, हेच त्यावर उत्तर आहे. आणि हो, घोड्यावर सवारी करतेवेळी तुमची एकाग्रता १०० टक्के लागते. तुम्ही सॅडलमध्ये असता, त्या वेळी दुसरा कुठलाही विचार तुम्हाला गोत्यात आणू शकतो. तुम्ही त्या क्षणात जगता. त्यामुळे ती एक चलसमाधी आहे. तुम्हाला रोजच्या तणावापासून दूर घेऊन जाते. तुमचा घोडा हा तुमच्या पाळीव कुत्र्याप्रमाणेच तुमचा मित्र होतो. ज्या वेळी त्याच्यावर सफर करून तुम्ही खाली उतरता, त्या वेळी तुम्हाला आसपासचे जग अजून चांगले दिसायला लागते.'' हे आमच्या प्रशिक्षकाचे शब्द खूप आश्वस्त करणारे होते. आम्ही आमच्या माना डोलवत होतो; पण मन मात्र आतून चिंताग्रस्त होते.

अकादमीत आल्यापासून घोड्यावर बसून आजपर्यंत किती जणांचे पाय मोडले, किती जण अधू झाले, याचीच चर्चा होती. अगदी पंचवीस वर्षांपूर्वी एका प्रोबेशनर अधिकाऱ्याचा घोड्याच्या रिकिबीत पाय अडकून पडून मृत्यू झाला होता. या सगळ्या चर्चांनी आणि अफवांनी अनेकांना धडकी भरली होती. सुलह करण्यासाठी काही जणांनी सोबत चणेही आणले होते. घोड्याला थोडी चण्यांची लाच देऊन राईड सोपी करता येईल का, याची आखणी असावी. आम्हाला सांगण्यात आले होते, की घोडा समोरच्याचा आत्मविश्वास त्याच्या देहबोलीवरून ओळखतो. त्यामुळे आम्ही चेहऱ्यावरची भीती प्रयत्नपूर्वक लपवत होतो. आम्हाला घोड्यावर बसण्याची भीती नव्हती; पण टप्प्याटप्प्याने त्याला तीन पायांवर ट्रॉट, दोन पायांवर कँटर आणि हवेत गॅलॉप करावे लागणार होते. त्याशिवाय परीक्षा पास होता येणार नव्हते. त्यामुळे या सगळ्या प्रक्रियेत जर कधी घोडा उधळला आणि आपण पडलो आणि कंबरडे मोडले की ट्रेनिंगचे कसे होणार, याचेच टेन्शन होते. म्हणे घोड्यावरून पडल्यावर माकडहाड फ्रॅक्चर होते आणि ते दुरुस्त होईपर्यंत क्लासरूममध्ये हवा भरलेल्या टायर ट्यूबवर बसावे लागते. हे असे टायर ट्यूब घेऊन वर्गात येणे आणि

त्याच्यावर बूड टेकवून बसणे खूपच लाजिरवाणे होते. जसे चांगल्याचे कल्पनाचित्र मनात रेखाटले की त्या चांगल्याला आपण आकर्षित करतो आणि प्रयत्नपूर्वक मिळवतोदेखील, तसेच अशा नकारार्थी आणि अपमानजनक प्रसंगांचे चित्र डोळ्यांसमोर आणले की त्यांना कसे टाळता येईल किंवा आलेच तर त्यांच्याशी कसा मुकाबला करता येईल याचे आराखडेसुद्धा मन बांधू लागते. त्यामुळे ट्रेनरकडून उत्तम प्रकारे हा साहसी खेळ समजून घेतला. एकतर योग्य खबरदारी घ्यायची, ड्रील समजून घ्यायची, सुरक्षिततेसाठी आवश्यक सगळी साधनसामग्री आणि पेहराव धारण करायचा. घोडा अत्यंत तल्लख प्राणी आहे, त्याला तुमच्या भीतीचे, आत्मविश्वासाचे, मानसिकतेचे पाहिल्या क्षणी आकलन होते. ज्या घोड्यावर बसणार, त्याला 'हॉर्समन हस्तांदोलन' करून त्याच्याशी व्यवस्थित ओळख करून घ्यायची. म्हणजे आपला हात त्याच्या नाकाजवळ न्यायचा, त्याला त्याचा वास घेऊ द्यायचा आणि त्याने जर त्याच्या नाकाने हाताला स्पर्श केला, तर दोस्ती पक्की! एकदा कमान भेटली की मग पथावर दृष्टी स्थिर हवी. हळुवार, सावध पण विश्वासपूर्वक मांड मांडायची. घोड्यावर विश्वास ठेवायचा, मग तोही तुमचा विश्वासघात करीत नाही. प्रशिक्षकाने दिलेले हे धडे आचरणात उतरवले आणि हो, हळूहळू चारवरून तीन, तीनवरून दोन आणि मग काय हवेत चौफेर खूर उधळत घोड्यावर सवारी करण्यात धमाल मजा यायला लागली.

घुडसवारी हा युद्धशास्त्राशी संगत असणारा साहसी खेळ आहे. अकादमीमध्ये ड्रेसेज, हॉर्स जंपिंग, टेन्ट पेगिंग अशाही स्पर्धा आयोजित व्हायच्या. या स्पर्धांमध्ये लढाऊ वृत्ती आवश्यक असते. पेगिंगसारख्या खेळात तर घुडसवारी करता करता तुम्हाला जमिनीत रोवलेल्या खुंट्याही उचलायच्या असतात. म्हणजेच एकाच वेळी तुमचे लक्ष घोड्याच्या चालीवर व समोरच्या खुंटीवर असावे लागते. प्रत्येक सामन्यात प्रतिस्पर्ध्यापेक्षा सरस कामगिरी करावी लागते. सर्व निर्णय मनात होतात आणि शरीर त्याप्रमाणे अंमल करते. घोड्याकडून येणारे सिग्नल अचूक ओळखणे आणि आपले सिग्नल त्याला ओळखायला लावणे हेच तर प्रतिसादाचे कौशल्य आहे. माझ्यातले जे बेस्ट आहे, ते बाहेर काढण्यासाठी मला नेहमी धडपडले पाहिजे. तीच तर साधना आहे. आणि त्यासाठी कष्ट, बांधिलकी आणि समर्पण गरजेचे आहे. संस्कृतमध्ये एक सुभाषित आहे–

प्रारभ्यते न खलु विघ्नभयेन नीचैः
प्रारभ्य विघ्नविहिता विरमन्ती मध्याः ।।
विघ्नैः पुनः पुनरपि प्रतिहन्यमानाः ।
प्रारब्धमुत्तमगुना न परित्यजन्ति ।।

याचा अर्थ संकटे येतील, अडथळे येतील या भीतीने जे कमकुवत आणि दुबळे लोक असतात, ते नवे संकल्प हातात घेतच नाहीत. रहाटगाडग्यात आनंदी असतात. मध्यम प्रवृत्तीचे लोक नवे काम उत्साहाने सुरू तर करतात; पण विरोध झाला, अनपेक्षित संकटे आली की गर्भगळीत होतात आणि पळ काढतात; पण जे उत्तम प्रवृत्तीचे आणि प्रकृतीचे लोक असतात; ते कितीही संकटे येवोत; कितीही आव्हाने येवोत, खचत नाहीत, तुटत नाहीत. उभे राहतात कणखरपणे आणि धैर्याने प्राप्त परिस्थितीशी सामना करतात आणि जे कार्य हातात घेतले आहे ते पूर्णत्वास नेतात. जेते होतात. हीच तर सर्वोत्तमाची साधना आहे.

'अडथळ्यांना भिऊन अडखळणे पावलांस पसंत नाही.' हीच तर परीक्षा घुडसवारीसारख्या खडतर प्रशिक्षणाच्या माध्यमातून घेतली जात होती. या अकादमीत देशातील सर्वोत्तम पोलीस अधिकारी घडतील, याचा ध्यास आणि प्रयास आमच्या प्रत्येक फॅकल्टीने घेतला होता.

खेळ आणि खिलाडू वृत्ती

वैयक्तिक खेळापेक्षा सांघिक खेळाला अकादमीत प्राथमिकता दिली जाते. आमच्या बालपणी भारताने १९८३चा विश्वचषक जिंकल्याने क्रिकेट हा एकच सांघिक खेळ गावखेड्यांत सगळीकडे वावटळीसारखा पसरला होता. प्रत्येकाला कपिल किंवा गावसकर व्हायचे होते. इतर सांघिक खेळांबद्दल ग्रामीण भागात अनास्था आणि अज्ञान होते. लहानपणी रबरी किंवा प्लास्टिक बॉल घेऊन मध्ये एक रस्सी बांधून शेतावर व्हॉलिबॉलसारखे इकडून तिकडे बॉल पास करायचा खेळ खेळलेले मला आठवते. त्या वेळी पट्ट्यापट्ट्यांची विजार, फुल बनियन आणि पायांत स्लीपर हा आमचा वेष असायचा. बास्केटबॉल, हॉकी, फुटबॉल हे खेळ बापजन्मात कधी खेळले नव्हते. कधीतरी टीव्हीवर फुटबॉलच्या किंवा हॉकीच्या स्पर्धा पाहायचो. क्रिकेट सोडून इतर खेळांचे नियमही फार माहीत नव्हते. शेतावर किंवा माळावर खेळल्या जाणाऱ्या क्रिकेटमध्येही फक्त बॉलिंग, बॅटिंग, फिल्डिंग आणि विकेट कीपिंग एवढेच काय ते माहीत होते; मात्र अकादमीत आल्यापासून वेगवेगळ्या खेळांचे वेगळे गणवेष घेण्यात पैसा आणि ते योग्यपणे परिधान करण्यात बुद्धी आणि ऊर्जा खर्च व्हायची.

रोज सायंकाळी प्रशिक्षणाचा शेवटचा तास सांघिक खेळांसाठी राखीव ठेवला जात असे. स्कॉडनिहाय एकत्र येऊन स्पर्धा लावल्या जायच्या. त्यात चढाओढ व्हायची. कधी शाब्दिक, तर कधीमधी शारीरिक चकमक पण व्हायची. सुरुवातीचे

बरेच दिवस खेळतेवेळी माझा चेंडूशी संपर्कच व्हायचा नाही. चुकून तो माझ्याकडे आला, तर मला त्याला टोलवायला किंवा पास करायला जमायचे नाही. माझे स्कॉडमधील सहकारी माझ्या खेळातील हॅन्डीकॅपची खिल्ली उडवायचे. हॉकी खेळताना माझ्या स्टिकने किंवा फुटबॉल खेळताना माझ्या पायाने आजपर्यंत कधीही गोल केलेला नाही. गेम चालू असताना बास्केटबॉल खेळताना मला बॉलला बास्केटमध्ये टाकता आलेले नाही. सगळे गेल्यानंतर एकटाच सराव करायचो आणि बास्केटमध्ये बॉल गेल्यानंतर खुश व्हायचो. हो; विटीदांडू, खो खो किंवा कबड्डी हे खेळ असते, तर थोडेफार कसब दाखवता आले असते. या सर्व सांघिक खेळांत मला कधीही प्रावीण्य मिळवता आले नाही; मात्र सवंगड्यांसोबत राहून खेळांच्या स्पिरिटबद्दल खूप काही शिकता आले.

टीम वर्क

कठोपनिषदामधल्या श्लोकाचा मथितार्थ आहे–

'हे परमेश्वरा, आमचा एकत्र स्वीकार कर.
आम्हाला शक्ती दे. आमची प्रतिभा आणि बुद्धी तल्लख ठेव.
आम्हाला द्वेष, तिरस्कार आणि असूयेपासून दूर ठेव.'

हेच तर टीम स्पिरिट आहे. ज्या वेळी फील्डवर काम करताना निसर्गनिर्मित किंवा मानवनिर्मित संकटे येतील, तेव्हा वेगवेगळ्या शासकीय यंत्रणांनी कसा समन्वय ठेवायचा, अपुरी असणारी साधने आणि मनुष्यबळाचा अधिकाधिक उपयोग कसा करायचा, याची सामूहिक प्रयत्नांची जुळवाजुळव म्हणजेच टीम वर्क!

ससा आणि कासवाच्या शर्यतीची गोष्ट आपल्याला माहीतच आहे. तीच गोष्ट मी नव्या दृष्टिकोनातून वाचली होती. पहिल्या गोष्टीत ससा कासवाला आव्हान देतो. मग दोघांची शर्यत लागते. ससा धावत धावत खूप पुढे जातो. मग त्याला हिरवळ दिसते. खायला भरपूर, लुसलुशीत गवत मिळते. तो गळाभर खातो आणि झोपी जातो. तेवढ्यात कासव हळूहळू येते आणि अंतिम रेषा गाठते व शर्यत जिंकते. याचे तात्पर्य काय, तर 'संथ पण निश्चित गतीने जाणारे नेहमी शर्यत जिंकतात.'

आता सशाला जाग आलेली असते. अनुभवाने तो शहाणा झालेला असतो. तो नव्याने कासवाशी शर्यत लावतो. आत्ता मात्र रस्त्यात थांबायचे नाही, झोपायचे नाही, हा ठाम निश्चय त्याने केलेला असतो. शर्यतीचा निकाल अपेक्षेप्रमाणे लागतो. वेगवान ससा लीलया शर्यत जिंकतो. याचा अन्वयार्थ, 'जे वेगवान आणि सातत्यपूर्ण

काम करतात, ते संथ आणि निश्चित गतीपेक्षा सरस ठरतात.'

आता कासव शक्कल लढवते. सशाला मार्ग बदलून शर्यतीसाठी आव्हान देते. ससाही होकार देतो. वेगवान ससा नव्या मार्गावर सुसाट धावत निघतो; पण कासवाने जो मार्ग निवडलेला असतो, त्यावर मधोमध नदी असते. आपसूकच ससा नदीच्या किनाऱ्यावर येऊन बुचकळ्यात पडतो; पण मग कासव हळूहळू किनाऱ्यापर्यंत पोहोचते. पाण्यात उतरते, संथ गतीने नदी पार करून पैलतीरावर जाते आणि उरलेले अंतर कापून शर्यत जिंकते. याचा अर्थ शर्यत किंवा आयुष्यातील कोणत्याही स्पर्धेत तुमची बलस्थाने ओळखा. तुमच्यामधील क्षमतांचा अभ्यास करा आणि मग त्याला योग्य असे स्पर्धेचे मैदान निवडा. नियमांची आखणी करा, स्वरूप आणि क्षमतांची सांगड बसली की विजय आपसूक तुमचाच! पण यासाठी कूटनीती आणि चाणाक्षपणा आवश्यक आहे.

आता गोष्टीचा चौथा टप्पा! या तीन स्पर्धा खेळता खेळता ससा आणि कासवाची घट्ट मैत्री होते. ते दोघेही एकत्र वेगाने शर्यत पार करण्याचा निर्णय घेतात. मग काय, नव्या मार्गावर जमिनीवरच्या अंतरावर ससा कासवाला पाठीवर घेतो आणि दोघेही नदीपर्यंत वेगाने पोहोचतात. नदी लागल्यावर कासव सशाला पाठीवर घेते आणि हळूहळू पोहत नदी पार करते. दोघेही रेकॉर्ड वेळेत शर्यतीचे अंतर एकत्रित पार करतात. याला व्यवस्थापनाच्या भाषेत 'विन विन' सिच्युएशन म्हटले जाते. दोघांचाही विजय आणि दोघांनाही कार्य सार्थ झाल्याचे समाधान! याचा अर्थ वैयक्तिकरीत्या प्रेरित असणे किंवा वैयक्तिक सामर्थ्य असणे, हे निश्चितच चांगले आहे; पण जोपर्यंत तुम्ही टीममध्ये काम करू शकत नाही आणि एकमेकांच्या क्षमता व सामर्थ्यांचा पुरेपूर वापर करू शकत नाही, तोपर्यंत तुम्ही सर्वोत्तम सामूहिक कामगिरी साध्य करू शकणार नाही.

सगळ्याच सांघिक खेळांमध्ये तुमचे शारीरिक आणि मानसिक कौशल्य, विचार करण्याची आणि डाव टाकण्याची रीत यांत परफेक्ट ताळमेळ असावा लागतो. आठवतोय का 'चक दे इंडिया'मधील तो कबीर खानचा (शाहरुखचा) प्रेरणादायी सीन. अंतर्गत धुसफुशीने विकल आणि दुबळ्या झालेल्या हॉकी टीमला हा कोच नॉकआउट सामन्याच्या ब्रेकदरम्यान आपल्या ज्वलंत शब्दांनी कमालीचा चेतवतो, 'ही सत्तर मिनिटे आहेत तुमच्याजवळ! कदाचित ही तुमच्या जीवनातील सर्वाधिक मौल्यवान सत्तर मिनिटे आहेत. आज तुम्ही चांगले, वाईट कसेही खेळा, तुम्ही सटकून मार खा किंवा समोरच्या टीमला चितपट करा, ही सत्तर मिनिटे तुमच्या आयुष्यात सारखी धगधगत राहणार आहेत. तुम्हाला कसं खेळायचं, हे सांगायला मी इथे उभा नाही. फक्त हे सांगेल, जा आणि ही सत्तर मिनिटे जीव लावून, आपली पुरी ताकद लावून खेळा; कारण यानंतरच्या तुमच्या जीवनात

काहीही मिळो न मिळो, भलंबुरं काहीही होवो, जय-पराजय काहीही निकाल असो; पण ही सत्तर मिनिटं तुमच्यापासून कोणीही हिरावू शकणार नाही. या मॅचमध्ये कसे खेळायचे, हे मी तुम्हाला नाही सांगणार, तुम्ही मला बोलून नाही तर सर्वोत्तम खेळून दाखवायचे आहे; कारण मला पूर्ण खात्री आहे की, या सत्तर मिनिटांत जर तुमच्यातील प्रत्येक खेळाडूने आपली सर्वोत्कृष्ट बाजी खेळली, तर ही सत्तर मिनिटे प्रत्यक्ष परमेश्वरदेखील तुमच्याकडून परत मागू शकत नाही. आणि आता जा, आपल्या स्वतःकडून, आपल्या आयुष्याकडून, आपल्या ईश्वराकडून आणि तुमच्यावर ज्यांनी भरोसा नाही केला अशा प्रत्येक जणाकडून आपली सत्तर मिनिटे खेचून आणा!'' या सगळ्या सांघिक सामन्यातील क्षणाक्षणाला डावपेच ठरवायचे असतात; समन्वयाने, परिस्थितीप्रमाणे त्यात धक्कातंत्र वापरायचे असते. त्यासाठी खेळांचे प्रशिक्षण आणि सराव एकत्र करणे खूप महत्त्वाचे आहे. सामना खेळताना वैयक्तिक कौशल्य आणि सामूहिक जबाबदारीचे भान सतत ठेवावे लागते. त्यासाठी एकमेकांमधील सामंजस्य आणि परस्परसंबंध हे घट्ट व विश्वासाचे असावे लागतात. हेच तत्त्व आपल्या कौटुंबिक आणि व्यावसायिक जीवनात चपखल लागू होते. समजा, अकरा खेळाडू मैदानात जिंकत असतील, तर त्यांच्यामागे कितीतरी अधिक लोक सतत त्या यशासाठी राबत असतात. नियोजन, रणनीती आणि डावपेच आखताना मैदानाबाहेर खूप लोकांचे सक्रिय योगदान असते, जे कधीही प्रकट रूपात बाहेर येत नाही. ज्या वेळी फील्डवरसुद्धा एखादी मोहीम आपण फत्ते करतो, त्या वेळी अनेक अदृश्य हातांनी त्या यशाला हातभार लावलेला असतो. त्यात कुटुंबाचेही खूप मोलाचे स्थान असते. त्यामुळे कोणाची भूमिका आणि काम किती सरस ठरेल, हे तो गेम आणि त्यावेळचा क्षण ठरवत असतो. त्यामुळे संघाने एकत्र येऊन कोणती कृती करायची आणि कोणती नाही, याचे व्हिजन आधी तयार केले पाहिजे.

मैदानी खेळात सतत दक्ष राहावे लागते. प्रत्येक क्षणी परिस्थिती हेलकावे घेत असते. बाजी पलटत असते. त्यामुळे सतत त्या त्या क्षणात जगावे लागते. फुटबॉल किंवा हॉकीमध्ये तो सतत हलणारा चेंडू तुमचे ध्यान आणि पवित्रा ठरवत असतो. तुम्हाला प्रतिस्पर्ध्यांच्या हालचालींवर लक्ष ठेवून त्याच्यावर मात करण्यासाठी सतत, सजगपणे कार्यरत राहावे लागते. प्रत्येक निर्णय हा टीमच्या हिताचाच असला पाहिजे. त्यात टीमचे नुकसान होऊ दे, पण माझी वाहवा झाली पाहिजे असा नूर पकडला की अपयश निश्चित असते. सगळा संघ एकसंघ झाला, तरच तो अजिंक्यपदाकडे घौडदौड करायला लागतो.

सांघिक मैदानी खेळ खेळायचे नियम ठरलेले असतात. प्रत्येक खेळाडूला या नियमांची काटेकोर अंमलबजावणी करण्याचे प्रशिक्षण अनिवार्य आहे. अनेकदा या नियमांमध्ये संघटनात्मक बदल केले जातात. नियमांचे अज्ञान हा काही तुमच्यासाठी

बचाव ठरू शकत नाही. समाजात जगतानासुद्धा घटनात्मक नियम आणि कायदे पाळावे लागतात. त्याचे अज्ञान म्हणून उल्लंघन केले, तर थेट जेलची हवा खावी लागते. परिस्थितीनुरूप घटनेतही संशोधन केले जाते आणि कालानुरूप कायदेही बदलले जातात. खेळ शिकले की समाजात समरूप व्हायलाही सोपे जाते. सांघिक खेळातल्या आपल्या स्थानाचे आणि योगदानाचेही तसेच आहे. प्रत्येक खेळाडूने आपल्या वैयक्तिक महत्त्वाकांक्षेपेक्षा टीमच्या हिताला महत्त्व दिले पाहिजे. संघनायकाचा निर्णय अंतिम मानायचा आणि कुरकुर न करता, कटूपणा न ठेवता आपल्याला दिलेली भूमिका निर्णायकपणे आणि सर्व कस लावून निभावायची, हा प्रण केला पाहिजे. जर दिलेला रोल आवडला नाही की नाराजी घुसते. नाराजी घुसली की मूड बिघडतो आणि मूड बिघडला की दर्जा घसरतो. सतत दर्जा घसरला की संघातून हकालपट्टी होते. त्यामुळे योग्य वेळी स्वतःत बदल घडवायचे. जे स्थान हवे, त्या स्थानासाठी पात्र होण्यासाठी अपार मेहनत घ्यावी, असा साधा मंत्र आहे. आयुष्यात आणि व्यावसायिक कारकिर्दीतही अशाच प्रसंगांना सामोरे जावे लागणार आहे. पोस्टिंगच्या वेळी आणि प्रमोशनवेळी अशाच मानापमानांना सहन करावे लागणार आहे, याचेच बाळकडू सांघिक खेळातून मिळते. कधी पाऊल मागे टाकायचे आणि कधी चढाई करायची, याचीही शिकवण चढाओढीच्या सामन्यातूनच नीट समजते. ज्या संघात सर्व सहकारी सामंजस्याने खेळतात, एकमेकांना प्रोत्साहन देतात; सरतेशेवटी त्या संघाचीच सरशी होते.

संघात स्पर्धा पराकोटीला गेली की दुःस्वास आणि तिरस्कार वाढतो. मी भारी का तू ही अहमहमिका सुरू होते. बक्षीस, पैसे आणि प्रसिद्धी या वादाचे मूळ कारण असतात. त्याचा समतोल राखणे, हे टीमलीडरचे कौशल्य असते. एखाद्याच्या चुकीमुळे दुसऱ्या खेळाडूचे नुकसान झाले किंवा अख्खा संघ हरला की त्या खेळाडूविषयी अप्रीतीची भावना वाढीस लागते. त्यामुळे संघात एकमेकांच्या चुका पोटात घालणे, त्या पुन्हा होणार नाहीत याची खबरदारी घेणे आवश्यक असते. स्पर्धा निकोप आणि हेल्दी असली पाहिजे. ज्या वेळी संघातच ईर्ष्या वाढते, त्या वेळी प्रतिस्पर्धी संघाची सरशी होते. एकमेकांच्या चुका काढत बसलात की खेळावर विपरीत परिणाम पक्का असतो. खेळाडू भावनिक होतात, नियंत्रण हरवतात, विचारचक्र भरकटते आणि अंदाधुंद पावले टाकायला लागतात. सगळे नियोजन पत्त्यांच्या बंगल्याप्रमाणे ढासळते आणि आपली विकेट पडते किंवा प्रतिस्पर्धी गोल करण्यात यशस्वी होतो. त्यामुळे प्रत्येकाची भूमिका, जबाबदारी आणि मिळणाऱ्या मोबदल्याविषयी निष्पक्ष आणि पारदर्शक वाटप, हे कोच आणि संघनायकासमोरचे खरे आव्हान असते. आणि एकदा संघाची सांगड किंवा घडी बसली की मग यश पायघड्या घालायला लागते. एखादा गोल झाल्यावर, विकेट घेतल्यावर खेळाडू

वेड्यासारख्या उड्या, मिठ्या किंवा एकमेकांच्या अंगावर कोलांटउड्या मारतात, ते केवळ आणि केवळ ते एकजुटीचे स्पिरिट पेटवत ठेवण्यासाठी! आपल्या भूमिकेबरोबर आपल्या सहकाऱ्यांच्या भूमिकेचा अभ्यासही महत्त्वाचा असतो, जेणेकरून एकमेकांच्या रोलची अदलाबदल करून ऐन घडीला धक्कातंत्र वापरता येते.

परीक्षेच्या मध्ये असणारे ब्रेक जसे आपण उजळणीसाठी वापरतो, तसेच खेळामध्ये असणाऱ्या ब्रेकदरम्यान आपण केलेल्या प्रॅक्टिसचे प्रतिबिंब डोळ्यांसमोर उभे करावे आणि आपल्याला आखायच्या पुढच्या डावपेचांचे चिंतनही करावे. विश्रांतीच्या वेळी नकारात्मक विचार करायचा नाही. यशाचे चित्र उभे करायचे. ऊर्जा आणि जोश कायम ठेवायचा. येणाऱ्या प्रत्येक चालीला विचारपूर्वक, नियोजनबद्ध आणि प्रभुत्व मिळवलेल्या प्रतिचालीने उत्तर द्यायचे. स्वतःला स्फूर्ती देतील अशा स्वयंसूचना सतत द्यायच्या, 'कम ऑन, येस यू कॅन डू इट! यू आर चॅम्पियन! तूच आहेस तुझ्या विजयाचा शिल्पकार! जो जीता वो ही सिकंदर! हर हर महादेव!'

सांघिक खेळाचे आणि आपल्या व्यावसायिक जीवनातील व्यवस्थापनाचे, दोहोंसाठी लागणाऱ्या नेतृत्वगुणांचे खूप जवळचे नाते आहे. उदाहरणच द्यायचे झाले, तर सुपरहिट 'लगान' सिनेमा. या सिनेमात क्रिकेटमधील मैदानातील रणनीतीची आणि व्यवस्थापन कौशल्याची अप्रतिम मांडणी केली आहे. त्यातील प्रत्येक प्रसंग आपल्याला जीवनमूल्ये आणि व्यवहारज्ञानासंबंधी काहीतरी धडा देतो. कुठलीही मोठी स्वप्ने साकारायची असतात किंवा मोठी झेप घ्यायची असते, त्या वेळी पाठीमागचे सर्व पूल पेटवून द्यायचे असतात. भुवन (आमिर खान) त्याच्या गावावरचा कर माफ होण्यासाठी इंग्रजांच्या प्रशिक्षित संघाशी झुंज देऊन त्यांना हरवण्याचे गावकऱ्यांच्या वतीने आणि त्यांच्या सहमतीशिवाय जवळजवळ अशक्यप्राय आव्हान स्वीकारतो. इंग्रजीतल्या एका म्हणीचा अर्थ आहे, 'तुम्ही उडी घ्यायच्या आधी खड्डा नीट बघा; पण नुसते बघतच बसला तर कधीही धोका पत्करू शकणार नाही आणि उडीचे कधीच भरारीत रूपांतर होणार नाही. जीवनात काही भव्यदिव्य साकारायचे असेल, तर रडतकुढत बसण्यापेक्षा पूर्ण ताकदीनिशी, सगळे काही पणाला लावून कधीतरी पोल व्हॉल्टसारखी अस्मानभरारी घेतलीच पाहिजे.' भुवन गावकऱ्यांच्या आनंदासाठी आव्हानात असणारी संधी पाहतो आणि अडथळ्यांना न भिता आव्हान स्वीकारतो; पण तो फक्त आव्हान स्वीकारून गप्प बसत नाही, तर ते पेलण्याची तयारी करतो. ज्यांचा सहभाग हवा आहे, त्यांना विश्वासात घेऊन रणनीती आखतो. शिवाजी जन्माला यावा; पण दुसऱ्याच्या घरात ही आमची कोती मनोवृत्ती असते. 'ठेविले अनंते तैसेचि राहावे' आणि 'पिपात मेले ओल्या उंदीर' तसे आम्ही खितपत आयुष्य ढकलत असतो. भुवन तसे करत नाही. दुसरा कोणी आपल्याला मॅच जिंकवून देईल, असा स्वप्नाळू विचार करत तो बसत नाही. तर स्वतः प्रयत्न सुरू

करतो. आपल्या क्रूड पद्धतीने बॅट आणि बॉल बनवतो. मुलांशी सूचकपणे खेळतो आणि गावकऱ्यांचे लक्ष वेधून घेतो. आपण ज्या वेळी मागची दारे बंद करतो, तेव्हाच पुढची दारे उघडायला सुरुवात होते. तो काही क्रांतिकारी निर्णय घेतो. पूर्ण गावाचा विरोध झुगारून तत्कालीन दुष्ट परंपरेत मोडणाऱ्या अस्पृश्य खेळाडूचा संघात समावेश करतो. आपल्यालाही फील्डवर काम करताना अशी आव्हाने पेलवताना अनेकदा प्रचलित वाईट प्रथांना छेद द्यावा लागतो. मातब्बर प्रस्थापितांना शह द्यावा लागतो.

लगानमधील सगळ्यात मोठी शिकवण म्हणजे एकदम छटाक टीम असूनही चिवटपणाने, जिद्दीने मिळवलेला विजय! प्रत्येक जण वेगळा आणि स्पेशल. छत्रपती शिवरायांनीही योग्य माणसे योग्य ठिकाणी निवडली आणि त्यांच्याकडून चमत्कार वाटावे असे महान आणि अद्भुत कार्य घडवून आणले. ज्या वेळी गोरा फलंदाज आपल्या बॅटने मैदानात चेंडू टोलावतो, त्या वेळी भुवनच्या टीममधले सगळे क्षेत्ररक्षक आपली जागा सोडून त्या चेंडूमागे धावतात. सगळे मैदान रिकामे पडते. फील्डवर काम करताना एखादी आपत्ती आली की, इतर सगळी महत्त्वाची कामे बाजूला सारून प्रत्येक जण त्या आपत्तीच्या निवारणासाठी झपाटून जातो. त्यामुळे एक प्रश्न मिटला, तरी इतर अनेक नवे प्रश्न निर्माण होतात. म्हणूनच टीम लीडरला टीममधील प्रत्येकाच्या क्षमता आणि कमतरता माहीत असाव्या लागतात. लगानमधला कचरा अपंग होता; पण त्याचे बॉल स्पिन करण्याचे कौशल्य भुवनने अचूक ओळखले. भुरा हा कोंबड्या पकडण्यात निष्णात होता. त्यामुळे त्याचे रिफ्लेक्स वेगवान होते आणि हेच ओळखून भुवनने त्याला क्षेत्ररक्षणात महत्त्वाची जबाबदारी दिली.

एकदा टीम पक्की झाली की मग टीमला स्पष्टपणे काय साध्य करायचे आहे आणि त्यांचा त्यात कसा सक्रिय सहभाग असणार आहे, याची इत्थंभूत माहिती द्यावी. त्यांचेही प्रश्न, अडीअडचणी समजून घ्याव्या. मग पाच बोटे एकत्र आणून वज्रमूठ बनवायची आणि आकाशपाताळ एक होईल एवढ्या ताकदीने द्यायचा जोरदार ठोसा! कठीण परिश्रम, सराव आणि प्रशिक्षण हे सगळ्या चमूला अजिंक्य बनवण्यासाठी सज्ज करते. आहे त्या साधनसामग्रीमध्ये सामन्यासाठी तयार व्हायचे. गरज ही शोधाची जननी असते. काय कमी पडत असेल, तर नावीन्यपूर्ण पण प्रामाणिक जुगाड करायचा. भुवनने दाखवलेच, की अत्यंत सर्वसाधारण असे पण संघभावनेने पछाडलेले खेळाडू अत्यंत प्रशिक्षित आणि निष्णात असणाऱ्या उन्मत्त संघालाही धूळ चारू शकतात. सर्वांत महत्त्वाचे तत्त्व म्हणजे अंतिम क्षणापर्यंत जिकिरीने आणि सर्व ताकदीनिशी लढायचे. स्वतःचा आणि टीमचा धीर खचू द्यायचा नाही. बाजी कधीही पलटू शकते. भुवन हा पुढे येऊन लढणारा नेता होता. त्याने

शेवटच्या क्षणापर्यंत उमेद सोडली नाही. त्याचा आपल्या टीमवर अदम्य विश्वास होता. त्याने त्या सामान्य खेडुतांना असामान्य पराक्रम करण्यास सिद्ध केले. आपल्यातल्या प्रत्येकाच्या आत खोल कुठेतरी अदम्य साहस आणि अद्‌भुत शक्ती लपलेली असते. तिला तपश्चर्येने बाहेर काढणे, हेच तर ट्रेनिंगमधले खरे गमक आहे.

अष्टांगयोग

अकादमीत आठवड्यातील दोन सत्रे योगसाधनेसाठी राखीव ठेवली होती. साठीत असणाऱ्या तेजःपुंज योग गुरुजींनी रोजच्या जीवनातील योगाचे महत्त्व सोप्या भाषेत विशद केले. योगसाधना ही जर शास्त्रोक्त पद्धतीने केली, तर ती तुमच्या सुदृढ मानसिक आणि शारीरिक आरोग्यासाठी आयुष्यभर साथ देणारी पुंजी आहे. योगाने तुमच्या शरीर, बुद्धी आणि मनातील सर्व घटकांवर अनुकूल परिणाम होतात. तुम्ही एखादी गोष्ट किंवा कृती तन-मन अर्पून, भान विसरून करता; त्या वेळी कुठेतरी खूप चांगले परिवर्तन घडत असते. आपण जे अनुभव घेतो, बोलतो, विचार करतो, नातेसंबंध जपतो, भावना आणि संवेदनांना जाणून घेतो, संपर्क वाढवतो या सगळ्या सरमिसळीवर आपले व्यक्तिमत्त्व साकारत असते. ते व्यक्तिमत्त्व एका चौकटीत, चाकोरीत अडकून बसते. अनेक बंधने त्याला अडगळीत टाकतात. जगात सगळ्या गोष्टी गोल गोल फिरत असतात. त्याच गोष्टी फिरून फिरून परत येत असतात.

पाहा ना, तुम्ही ज्या वेळी वर्षाचे होता, त्या वेळी उभे राहता येणे; न पडता, न अडखळता पावले टाकायला येणे हे यश असते. तुम्ही चार वर्षाचे होता, तेव्हा चड्डीत सुसु न करणे हेच यश असते. आठ वर्षांचे झाला की, घरी रस्ता न चुकता येणे, हे यश असते. बाराव्या वर्षी यशाची परिभाषा अजून बदलते. या वयात मित्रांची मांदियाळी हेच यश असते. अठराव्या वर्षी वाहन चालवायचा परवाना मिळणे, हे यश आहे. बावीस-तेविसाव्या वर्षी विद्यापीठातून पदवी संपादन करणे, हे यश आहे. पंचविसाव्या वर्षी चांगल्या पगाराची नोकरी मिळणे, हे यश! तिसाव्या वर्षी फॅमिली मॅन होणे, हे यश. पस्तिसाव्या वर्षी पैसे कमवायला लागणे, स्थिरस्थावर होणे, हे यश. पंचेचाळिसाव्या वर्षी वय चोरून तरुण दिसणे, यात यश वाटते. पन्नाशीत मुलांना उत्तम शिक्षण देण्यास समर्थ असणे म्हणजे यश. पंचावन्नाव्या वर्षी आपली सर्व कर्तव्ये इमानेइतबारे पार पाडता येणे, हे यश. साठाव्या वर्षी आपली गाडी व्यवस्थित चालवता येणे आणि वाहन परवाना रद्द होऊ न देणे, हे यश. पासष्टाव्या वर्षी गंभीर आजाराशिवाय जगणे, हेच यश. सत्तराव्या वर्षी कोणावरही ओझे न होता जगणे म्हणजे यश. पंच्याहत्तराव्या वर्षी जोडलेले मित्र जपणे, त्यांच्याशी मैत्री

टिकवून ठेवणे, हेच यश. आणि एक्याऐंशीव्या वर्षी रस्ता न विसरता घरी परतणे, हे यश. ८६व्या वर्षी पुन्हा पॅन्टमध्ये लघवी होऊ न देता जगणे, हेच मोठे यश. आणि शेवटी नव्वदाव्या वर्षी आधार न घेता, व्यवस्थित, न अडखळता, न पडता चालता येणे, हेच मोठे यश. खरेच आहे, जीवन हे एक चक्र आहे. रहाटगाडगे आहे. या चक्रात अनेकदा गुदमरायला होते आणि जसे प्रसूतीच्या वेळी गर्भ बाहेर येण्यासाठी धडपडतो, अगदी तसेच आपले बंदिस्त झालेले व्यक्तित्व चौकट मोडण्यासाठी, व्यक्त होण्यासाठी धडपडते. ती चौकट मोडून, बंदिशाला फोडून अत्यंत प्रवाही आणि लवचीक अशा सर्जनशील मीविरहित व्यक्तित्वात प्रवेश करण्यासाठी योग हा सेतूबंध आहे. योगविद्या हळूहळू तुम्हाला तुमच्या व्यक्तिरूपी कवचातून मुक्त करण्याचा आणि वर्तमानात जगण्याचा मंत्र प्रदान करते.

खेळ ही चलसमाधी आहे; तर शरीराप्रमाणे मनाला आणि आत्म्याला तजेलदार आणि प्रफुल्लित करायचे असेल, तर योग हा राजमार्ग आहे. शेवटी योग म्हणजे काय, ही भारतीय परंपरेने विश्वसंस्कृतीला दिलेली अजोड भेट आहे. 'योग' हा 'युज्' धातूपासून बनलेला शब्द. 'युज्' म्हणजे जोडणे. शरीराला मन जोडण्याचे काम योग करतो. 'योग' म्हणजे फक्त व्यायाम किंवा ध्यान नव्हे. महर्षी पतंजली म्हणतात, 'योगः चित्त वृत्तिः निरोधः' याचा अर्थ चित्ताच्या वृत्तीचा निरोध म्हणजे योग. आपल्या मनात शब्द, रूप, रस, गंध आणि स्पर्श या विषयांशी संबंधित विचारतरंग सतत उसळत असतात. सोबतच राग, द्वेष, लोभ, मोह, मत्सर, क्रोध, काम यांसंबंधी भावदशा बनत असतात. या भावदशा आणि विचारतरंगांना आपण 'वृत्ती' म्हणतो. अशा मन भटकवणाऱ्या वृत्तींचा निरोध म्हणजे योग. योगाचे आठ अंग आहेत. यम, नियम, आसन, प्राणायाम, प्रत्याहार, धारणा, ध्यान आणि समाधी.

यमामध्ये पाच गोष्टी अभिप्रेत आहेत; अहिंसा, सत्य, अस्तेय (चोरी न करणे), ब्रह्मचर्य आणि अपरिग्रह (संग्रह न करणे). 'नियम' म्हणजे शौच (शुद्धी), संतोष, तप, स्वाध्याय आणि ईश्वराप्रती समर्पण. हे दोन टप्पे मनशुद्धीसाठी आवश्यक आहेत. म्हणजे तिसरा आसनांचा टप्पा करण्याआधी यम, नियम पाळण्याचा आग्रह अष्टांगयोगात दिसतो. जे योगाबद्दल सर्वश्रुत आणि प्रसिद्ध आहे, ते म्हणजे 'आसन'. 'स्थिर सुखं आसनम्' याचा अर्थ एकाग्रतेने आपण ज्या स्थितीमध्ये आनंदाने राहू शकतो, ती स्थिती म्हणजे आसन. सामान्यपणे आपण शारीरिक व्यायामासाठी आसन करतो आणि जर आपण आसनापूर्वी यम, नियम पाळले; तर आपल्याला आसनांचा जास्त फायदा होतो.

योगाचे चौथे अंग म्हणजे 'प्राणायाम.' याचा अर्थ श्वासोच्छ्वासाच्या गतीला नियंत्रित करणे. श्वास घेणाच्या क्रियेला आपण 'पूरक' म्हणतो, श्वास सोडण्याच्या

क्रियेला 'रेचक' आणि श्वासाला बाहेर किंवा आत यथाशक्ती रोखून धरण्याच्या क्रियेला 'कुंभक' म्हणतो. ओंकार, भस्त्रिका, कपालभाती, अनुलोम-विलोम, भ्रामरी हे पाच प्रकार जरी अर्धा तास एकाग्रतेने केले, तरी आत्मिक शक्ती वाढते. शरीरभर ऑक्सिजनचा पुरवठा होतो. सगळी रंध्रे प्रज्वलित होतात आणि शरीर ऊर्जामय होते. दिवसभर थकवा येत नाही की कंटाळा. एकदम फ्रेश फ्रेश वाटायला लागते.

योगाचे पाचवे अंग आहे 'प्रत्याहार'. या प्रक्रियेमध्ये आपण इंद्रियांवर विजय मिळवतो आणि तरुणवयात हेच सगळ्यात मोठे आव्हान असते. शरीराच्या मागण्या आणि संयम यांमध्ये प्रचंड वाद, गोंधळ आणि वितुष्ट निर्माण होत असते. यासाठीच गुरूची आवश्यकता भासते आणि जगात सगळ्यात मोठा गुरू म्हणजे 'ग्रंथ.' तो आपल्याला रस्ता दाखवतो, प्रोत्साहन देतो आणि पाय घसरू देत नाही. अर्थात त्यासाठी गुरू निवडताना चौकस आणि चिकित्सक असले पाहिजे. स्वत:चा शोध घेण्यासाठी विद्या आणि तपाचा मार्ग पत्करला पाहिजे.

येषां न विद्या न तपो न दानं न शीलं न गुणो न धर्मः ।
ते मर्त्यलोके भुविभारभूताः मनुष्यरूपेन मृगाश्चरन्ति ।।

ज्याच्याजवळ विद्या, तप म्हणजे परिश्रम करण्याची तयारी, दातृत्व, शील म्हणजे चारित्र्य, एखादातरी गुण आणि धर्म म्हणजे परोपकार किंवा सेवा, यांपैकी एकही गोष्ट नाही, तो या पृथ्वीतलावरचा भार आहे आणि मनुष्याच्या रूपातील पशू आहे. त्यामुळे इंद्रियांच्या सुखांच्या आणि विषयांच्या गर्तेत सापडलो की, आपल्यात आणि जनावरात फरक काय, हाच मूलभूत प्रश्न प्रत्याहाराच्या माध्यमाने सोडवता येतो.

योगाचे सहावे अंग आहे 'धारणा.' आपल्या चित्ताला कोणत्यातरी एका बिंदूवर एकाग्र करणे म्हणजे धारणा आणि धारणेच्या स्थितीमध्ये निरंतरता आली म्हणजे 'ध्यान' सुरू होते. ध्यानाच्या स्थितीत फक्त ध्येय आणि ध्यानाचीच अनुभूती असते आणि ध्यानाची सर्वोत्तम स्थिती म्हणजे समाधी. 'समाधी' हे योगाचे आठवे अंग. या अवस्थेत योगी स्वत:चे अस्तित्व विसरतो आणि ध्येयमय होऊन जातो.

योगाचे व्यावहारिक महत्त्व गीतेत खूप सोप्या शब्दांत सांगितले आहे. 'योगः कर्मसु कौशलम् ।' ज्या वेळी व्यक्ती सुख-दु:ख, फायदा-तोटा यांचा समान रूपाने स्वीकार करते, ती योगावस्था मानली जाते. सोप्या शब्दांत आपल्या कर्मामध्ये कौशल्य किंवा प्रावीण्य म्हणजेच योग होय. योगाचार्यांच्या सुरस वाणीने आमच्या योगाबद्दलच्या सर्व संकल्पना सुस्पष्ट झाल्या. जो योग अकादमीत शिकलो, तो आजपर्यंत माझ्या रोजच्या दिनक्रमाचा नित्यनियमित, अविभाज्य भाग बनला आहे.

सकाळी, सायंकाळी कधीही तुम्ही योगासने करू शकता. दोन्ही वेळांचे वेगवेगळे फायदे आहेत; मात्र योग करायच्या आधी अर्धा तास तरी काही खाऊ नये. कोणताही इतर व्यायाम केल्यावर लगेचच आसने करू नयेत. एखादी मोकळी हवेशीर जागा असावी आणि सोबतीला शांतता असली तर सोन्याहून पिवळे. शरीर शुद्ध आणि मन प्रसन्न असावे.

तशी ८४ मुख्य आसने आहेत; पण सगळीच आली पाहिजेत, असे नाही. तासन्‌तास कार्यालयात खुर्ची-टेबलच्या साच्यात बसल्याने पाठ आणि मान अवघडते. तुमचे तारुण्य हे तुमच्या पाठीच्या मणक्यांच्या लवचीकतेवर अवलंबून आहे, असे म्हणतात. त्यामुळे पाठ आणि पोट यांना केंद्रस्थानी ठेवून आसने करावीत. शरीराच्या इतर अवयवांची त्यातून आपोपाप काळजी घेतली जाते. एक आसन साधारण तीन ते चार मिनिटे करावे. आसनस्थितीत विनाकारण जास्त वेळ राहू नये. जर तुम्ही एकच स्नायू विरुद्ध दिशेने ताणण्याची आसने क्रमाने केलीत, तर अधिक फायदा होतो.

मी काही आसने नियमित करतो. सुरुवात ओंकार आणि गायत्रीमंत्राने करायची. त्यात सूर्याची नावे घेऊन श्रद्धापूर्वक बारा सूर्यनमस्कारांनी शरीराला आसनांसाठी तयार करायचे. सूर्यनमस्कारांत सर्व शरीर ताणले जाते आणि सगळे बंध मोकळे होतात. एका आसनानंतर चार ते पाच दीर्घ श्वास घेत विश्राम करायचा. पवनमुक्तासनामुळे पाठ आणि पोटाचे सर्व स्नायू उद्दीपित होतात. अपचन, बद्धकोष्ठता यांवर हा रामबाण उपाय आहे. भूक पण चांगली लागते. सर्वांगासनाने पाठीचा मणका लवचीक आणि कणखर होतो. ते थायरॉईडसाठीही फायद्याचे आहे. मत्स्यासनाने सर्व ग्रंथी उद्दीपित होतात आणि मान, मणका व कंबरेचा व्यायाम होतो. भुजंगासन म्हणजे नागासारखा फणा काढायचा. यात मानेचा आणि पाठीचा प्रत्येक स्नायू आणि मणका ताणला जातो. हे केल्याने थकवा पळून जातो. शलभासनाने यकृत, स्वादुपिंड आणि किडन्यांना फायदा होतो. यात कमरेखालील भागाचा व्यायाम होतो. धनुरासनाने पोटाला ताण बसतो आणि मणक्याचे व व्हिसेरल प्रॉब्लेम कमी होतात. चक्रासनाने पोटाचा घेर कमी होतो. मयूरासनाने बाहू मजबूत होतात. या आसनाने मधुमेह आणि मूळव्याधीचाही प्रतिबंध होतो. योगमुद्रा केल्याने हात, पाय, मणका, कंबर, फुप्फुसांचा व्यायाम होतो. पोटावरची चरबी कमी होते. नियमित पद्मासन घातल्याने मन एकाग्रचित्त होते. पाय आणि कंबर मजबूत होते. शीर्षासन केल्याने मेंदूला पुरेसा रक्तपुरवठा होतो. हे आसन डोळे, नाक आणि घशाच्या विकारांवर अत्यंत प्रभावी उपचार करते. तुम्ही आसनांची सुरुवात आणि शेवट शवासनाने केली पाहिजे. या आसनाने रक्तप्रवाह सुरळीत होतो. मन आणि शरीराला विश्राम मिळतो.

योगनिद्रा

योगनिद्रा हा तर तणावावरचा प्रभावी उपाय आहे. आपण ज्या वेळी जागरण करतो, खूप थकतो; त्या वेळी उपलब्ध आहे तेवढ्या वेळेसाठी ही निद्रा घेऊ शकतो. मी ज्या वेळी रात्री काम करतो आणि विश्रांतीसाठी पुरेसा वेळ नसतो, त्या वेळी योगनिद्रा करतो. हेवी व्यायामानंतरही मला या निद्रेमुळे जादुई ऊर्जा मिळते. दिवसभर तुम्ही एकदम फ्रेश होऊन जाता. यू ट्यूबवर अगदी १५ मिनिटांपासून ते दोन तासांपर्यंतच्या सर्व भाषांमधील योगनिद्रेचे व्हिडिओ उपलब्ध आहेत. ही आध्यात्मिक झोप आहे. या अर्धचेतन अवस्थेतील झोपेत आपण जागृतही असतो. पुराण सांगते की, देवता अशा निद्रेतच विश्रांती घेत. योग गुरूंनी या जादुई संजीवनीची माहिती दिली. यात तणावमुक्तीसाठी सूचना दिल्या जातात. व्यक्तित्व विकसनासाठी संकल्प केला जातो. हा एक रचनात्मक संमोहन करणारा सुसंवाद आहे. यामुळे वाईट सवयी गळून पडतात. रक्तदाब, मधुमेह, डोकेदुखी, दमा, निद्रानाश, सांधेदुखी, मानेच्या आणि मणक्यांच्या विकारांवर या निद्रेमुळे नियंत्रण प्राप्त करता येते. मैदानात विजय प्राप्त करण्यासाठी, एखादी मोहीम फत्ते करण्यासाठी योगनिद्रेतील संकल्प आणि सूचना अतिशय प्रभावी ठरतात.

ही निद्रा शांत ठिकाणी, शवासनात, सैल कपडे घालून करायची असते. एखाद्या सतरंजीवर किंवा मॅटवर तुम्ही उताणे झोपा. दोन पायांत एक ते दीड फुटांचे अंतर असावे. हात शरीरापासून साधारण सहा इंच दूर ठेवावेत. आता शरीराला शक्यतो हलू द्यायचे नाही. विचारांना संघर्ष न करता थांबवायचा प्रयत्न करायचा. शरीर आणि मनाला स्थिर व शिथिल करण्याचा प्रयत्न करायचा. दीर्घ श्वास घ्यायचा आणि सोडायचा. मग एकाग्र चित्ताने दिल्या जाणाऱ्या सूचना ऐकायच्या. जर सूचना नसतील, तर स्वसंवाद सुरू करायचा. स्वसंवादातून संमोहनाकडे वाटचाल करायची. शरीराच्या प्रत्येक अवयवावर लक्ष केंद्रित करून त्याला शिथिल करीत जायचे. एकदा सर्व शरीर शिथिल आणि योगनिद्रेसाठी तयार झाले की, मग संकल्प करायचा. हा संकल्प तुमच्या चिंतांवर विजय मिळवणारा किंवा तुमच्या व्यक्तिमत्त्वाला फुलवणारा असला तर अधिक चांगले. वाईट व्यसने किंवा सवयी सोडण्यासाठीही संकल्प केला जाऊ शकतो. आपण या संमोहित आणि जागृत निद्रेत जगातील सर्व सुंदर आणि पवित्र स्थळांना कल्पनेत भेटी देऊन आनंद लुटू शकतो. ईश्वरालाही आपण कल्पनेत पाचारण करून त्याच्याशी संवाद साधू शकतो. खरे तर ही दृष्टान्ताचीच अनुभूती असते. आपल्या शरीरातील चक्रांना उद्दीपित करता येते. योगनिद्रेच्या अंतिम चरणामध्ये दोन्ही भुवयांच्या मध्ये लक्ष केंद्रित करून संकल्पाची पुनरावृत्ती करायची आणि मग ओंकार व दीर्घ श्वासांनी

योगनिद्रेला पूर्णविराम द्यायचा. मग पाहा, सगळ्या नकारात्मक मन:स्थितीचा निचरा झालेला असतो. मन आणि शरीर आतल्या आत एकदम ताजेतवाने, तणावविरहित आणि प्रफुल्लित झालेले असते. जणूकाही तुमची बॅटरी फुल्ल चार्ज झालेली असते. अशा स्वास्थ्यवर्धक सवयी अकादमीने आमच्या अंगाअंगात भिनवल्या, त्या आम्ही आत्मसात केल्या आणि स्वतःच्या व फोर्सच्या आरोग्यसंवर्धनासाठी अमलातही आणल्या.

जलतरण

लहानपणी नदीत, ओढ्यात आणि विहिरीत मनसोक्त डुंबलो होतो. खोल विहिरीत झेप घेऊन सूर मारण्यात कमालीचा आनंद आणि मस्ती असायची. शनिवार, रविवार, दिवाळीच्या आणि मे महिन्याच्या सुट्ट्या पूर्ण वेळ शेत, नदी, डोंगर आणि माळरानावरच धमाल मजा करण्यात निघून जायच्या. नदीत आणि त्यात ज्या वेळी धरणातून पाणी सोडलेले असायचे, त्या वेळी पुलावरून सूर मारून त्या वाहत्या पाण्यात एकरूप होण्यात समाधीची अनुभूती यायची. मन प्रवाहशील होऊन जायचे. सगळे मीपणाचे भाव त्या झुळझुळत्या, कधी सळसळत्या आणि कधी उसळत्या पाण्यात विरघळून जायचे. उन्हाळ्यात पाणी आटून जायचे, धरणाचे दरवाजे बंद व्हायचे; त्या वेळी शेतकरी आटलेल्या नदीच्या प्रवाहमार्गात खड्डे खोदायचे. त्या खड्ड्यात गाळही तुडुंब भरलेला असायचा. त्यातून इंजिन लावून शेतीसाठी पाणी खेचले जायचे. पाण्याचे आकर्षण एवढे होते, की त्या गाळ असलेल्या खड्ड्यांतील पाण्यातही सूर मारायचा मोह आवरायचा नाही. मोठ्यांचे लक्ष चुकवून त्या लाल पाण्याशी रोमान्स करायला मजा यायची. गढूळ पाण्यात शरीर तांबडे व्हायचे आणि ओठांखाली मातीचा थर बसायचा. नाकातोंडात गेलेल्या असल्या पाण्याने कधी सर्दीखोकला झाल्याचे किंवा आजारी पडल्याचे मला आठवत नाही. हे आमचे पोहणे होते. आम्ही मित्रांना 'पवायला येतुस काय रं' असे आवाहन केले, की बैलाची खोंडे उधळवावीत, तशी आमची सवंगड्यांची टोळधाड नदीवर पडायची. मग नदीकिनाऱ्यावरच्या झाडांच्या फांद्यांवरून पात्रात सपासप उड्या पडायच्या. नदीच्या वेगवान प्रवाहात मग अंग अलगद सोडून वाहून जाण्यातला आनंद न्याराच! मला पाण्याची आणि पोहण्याची प्रचंड आवड आणि आकर्षण होते. जलतरण म्हणजे स्विमिंग पूलमध्ये शिस्तीने आणि नियमाने पोहायचे. त्यामुळे स्विमिंग पूलमधल्या निळ्याशार पाण्यात जलतरण करण्यासाठी मी खूपच आतुर होतो.

आतापर्यंत बेडकासारखा डुंबायचो. डोके वर ठेवून कसेही हात-पाय मारत नदीचा किनारा गाठायचो. आता अकादमीत अशा पोहण्याचे शास्त्रीय प्रशिक्षण

घ्यायचे होते. आतापर्यंत गावाकडे एकतर लंगोट किंवा शाळेच्या खाकी चड्डीतच पोहायला जायचो. कॉलेजच्या काळात इलॅस्टिकच्या अंडरपॅन्ट आल्या, मग पोहायलाही त्याच वापरायचो. आमच्यापैकी अनेक जणांच्या चड्ड्यांना मागून-पुढून छिद्रे पडलेली असायची. गावातील महिला नदीकिनारी खडीगवंडाच्या दगडावर धुणी धुवायला येत, त्या वेळी वाहत्या पाण्याच्या प्रवाहात अशा चड्ड्या घालून पोहताना इज्जत वाचवण्यासाठी खूप कसरत करावी लागे. अनेकदा कपडे धुताना वापरलेल्या साबणाच्या फेसात आम्ही स्वतःची स्वच्छता करून घ्यायचो. असले आमचे आजवरचे पोहणे आणि पाण्यातले क्रीडाप्रकार होते.

अकादमीत लिस्ट दिल्याप्रमाणे खास पोहण्यासाठी पॅन्ट, डोळ्यांवर घट्ट बसणारा गॉगल, केस गळू नयेत म्हणून डोक्याला चिकटून बसेल अशी कॅप आणि अंग काळवंडू नये म्हणून सनस्क्रीन लोशन घेतले. आतापर्यंत नदी दिसली रे दिसली की सैराट सुटून थेट पाण्यात घुसायचो. आता मात्र सूचना दिल्याप्रमाणे आधी चेंजिंग रूममध्ये जाऊन शॉवरखाली शरीर स्वच्छ करून घ्यायचे होते. मग हे सगळे दागिने परिधान करून पाण्यात उतरायचे. अकादमीतील पन्नास मीटर लांबीचा ऑलिम्पिक आकाराचा पूल मात्र खूपच विलोभनीय होता. प्रवेशद्वाराजवळच्या बोर्डवर दरवर्षीच्या स्विमिंग चॅम्पियन्सची नावे झळकत होती. इथेही १९८८च्या बॅचसमोर अशोक कामठे सरांचे नाव पाहताच छाती अभिमानाने भरून आली. माझा उत्साह ओसंडून वाहत होता. पोहणे तर आपल्या डाव्या हाताचा खेळ, इतर खेळ नाही जमले; पण यात तरी चॅम्पियन व्हायचेच, असा मी मनोमनी निश्चय केला होता. पहिला दिवस होता. इतर सर्व खेळांत मी पडता होतो, त्यामुळे आता आपले गावठी टॅलेन्ट दाखवण्याची हीच नामी संधी आहे, म्हणून मी पाण्यात उतरलो. जोरजोराने हात मारत एका कोपऱ्यावरून पोहायला सुरुवात केली; पण मी इतरांच्या तुलनेत खूपच धीम्या गतीने पुढे सरकत होतो. उलट माझ्या सैरभैर हातवाऱ्यांनी इतरांच्या मार्गात अडथळा येत होता. पाणीही अगदी पुलाबाहेर उडत होते. रावत उस्ताद जवळ आले आणि म्हणाले, ‘‘साहब, ऐसे तैरोगे तो ५० मीटर की दूरी के लिये घंटा लगेगा, और आपके आसपासवाले दो-तीन तो आपके हाथोंकी लपेट खाके अस्पताल पहुँचेंगे!’’ हे ऐकून मी थोडा ओशाळलो आणि काय चुकतंय, हे पाहायला पाण्यातून बाहेर आलो.

रावत उस्तादनी मला धडा द्यायला सुरुवात केली, ‘‘साहेब, जलतरण हे शिस्तीने आणि योग्य पवित्रा घेऊन वेगवेगळ्या स्ट्रोक्सनी करायचे असते. खांद्याच्या सांध्यांतून हात पाण्यात फिरवून टाकायचे आणि त्याने पाण्याला मागे खेचून पुढे सरकायचे. फ्री स्टाईल आणि बॅक स्ट्रोकमध्ये आळीपाळीने हात वापरायचे, तर बटरफ्लाय आणि ब्रेस्ट स्ट्रोकमध्ये दोन्ही हात एकाच वेळी झेपावायचे असतात.

हाताशी समन्वय साधत पायांचीही हालचाल करायची. डोके पाण्यात बुडवायचे आणि बाहेर काढायचे, हेही कसब असते. त्यात श्वासोच्छ्वास अत्यंत ऱ्हिदमिक पद्धतीने व्हावा लागतो. आपण स्पर्धकांशी नाही, तर पाण्याशी स्पर्धा करायची. उगाच इतरांचा विचार केला तर दडपण येते. ऊर्जा झपाट्याने संपायला लागते. दम लागतो, वेग मंदावतो आणि फॉर्म बिघडतो. त्यामुळे आवश्यक तेवढी ताकद लावून मनगटे ढिली सोडून पाण्याला खेचत आणि ढकलत सरसर पुढे जायचे. खेचण्यात आणि ढकलण्यात तुम्ही शरीराच्या स्टान्समध्ये बदल करता तो क्षण महत्त्वाचा. सो जोर लगाके हैया!''

रावत उस्तादनी दिलेल्या टिप्सप्रमाणे मी पुन्हा सराव करण्याचा प्रयत्न केला; पण मान पाण्यात गेली की गुदमरायला लागायचे. मानेचा आणि हातांचा ऱ्हिदम जमत नव्हता. शेजारच्या स्विमिंग लेनमधून एक महिला प्रशिक्षणार्थी सरसर पोहत पुढे जात होती. डॉल्फिन माशाप्रमाणे सगळ्या स्ट्रोकमध्ये ती पारंगत होती आणि निष्णातपणे ५० मीटरचा लॅप पार करीत होती. माझा कॉम्प्लेक्स वाढला. निदान या पोहण्यात तरी आपल्याला बाजी मारता आली पाहिजे होती यार! कामठे सरांनंतर आपल्याला एक मराठी नाव या बोर्डवर झळकवता येईल, हे दिवास्वप्न वाटायला लागले.

सत्र संपत आले होते. कोचने कॉल दिला, ''तुमच्यापैकी कोणाला डायविंग करता येते का?'' १६ फूट आणि २५ फूट उंचीच्या डायविंग बोर्डवरून जंप करून दाखवण्यासाठी कोचने व्हॉलिंटिअर बोलावले होते. अतुल आणि अमिताभ तावातावाने पुढे गेले. माझ्याही अंगात सुरसुरी संचारली. लहानपणी कितीदा खोल विहिरी आणि झाडाच्या फांद्यांवरून नदीपात्रात सूर मारला होता. आपल्याला आता काहीही करून या अकादमीत रिस्क घेऊन काहीतरी करून दाखवायचेच, हे मनाने योजले होते. मीही सरसावलो. कोचनी पुन्हा विचारले, ''आपको डायविंग करना आता है ना?'' काळजाचा ठोका चुकत होता, तरी मी होकारार्थी मान हलवली. अतुल आणि अमिताभ दोघेही थेट २५ फुटांवरच्या प्लॅटफॉर्मवर गेले आणि क्षणार्धात त्यांनी सुबकपणे पाण्यात उडी मारली. मला १६ फुटांवरून उडी मारणे बऱ्यापैकी आवाक्यात वाटत होते; पण दुसऱ्या दोघांनी २५ फुटांवरून उडी मारल्याने माझ्यासाठी प्रतिष्ठेचा प्रश्न निर्माण झाला होता. मी शिडीने हळूहळू वर चाललो होतो; पण पाय लटपटत होते. पोटात गोळा आला होता. मी बोर्डवर पोहोचलो आणि मला जाणवले, माझे पाय लटलट हलताहेत. माझा श्वास फुलला होता, हृदयाचे ठोके वाढले होते. खालून सर्व जण टाळ्या वाजवून प्रोत्साहन देत होते. काही जण 'इसके बस की बात नहीं' असेही हिणवत होते. मी डोळे गच्च मिटले आणि सर्व शक्ती एकवटून बोर्डवरून छलांग मारली. माझ्या शरीराने मात्र दगा दिला. मी सरळ

पाण्यात तळपायावर पडायच्याऐवजी पोटावर आदळलो. मोठा आवाज झाला आणि पुलातले पाणी चौफेर बाहेर उधळले. मला पोटाला आणि ओटीपोटाला सॉलिड मार बसला होता. दोन्ही मांड्यांमधून मरणाच्या कळा आल्या. पोट आणि छाती तर गेरूने रंगवल्यासारखी लाल झाली होती. मी तळाला जाऊन पाण्याच्या वर आलो; पण वेदनांमुळे मला हात मारता येत नव्हते. कोचला माझी चुकलेली उडी लक्षात आली होती. माझ्याकडे त्यांनी ट्यूब भिरकावली, जिचा आधार घेत मी कसाबसा बाहेर आलो. चेहऱ्यावरून काही झालेच नाही, हे दाखवण्याचा पुरता प्रयत्न मी करीत होतो; पण पाण्याने सालपटलेले माझे छाताड माझ्या धाडसी उडीची महती सांगत होते. पुढचा आठवडाभर मला नीट चालताही येत नव्हते. असे एका दिवसात चमत्कार होऊन चॅम्पियनशिप मिळत नसते, त्यासाठी वर्षानुवर्षे मेहनत करावी लागते, ही शिकवण त्या दिवशी मिळाली.

अलीकडे मी ऑलिम्पिकमध्ये २३ सुवर्णपदकांची विक्रमी घौडदौड करणाऱ्या मायकल फेल्प्स या जलतरणपटूची प्रेरक जीवनगाथा आणि सवयींबद्दल ऐकले. एवढी सुवर्णपदके तर आपल्या अख्ख्या देशाला अजूनपर्यंत मिळाली नाहीत. साडेसहा फूट उंचीचा, अतिशय रेखीव आणि कोरीव शरीर असणारा फेल्प्स एका सप्ताहात सुमारे एक लाख यार्ड अंतर पोहण्याचा सराव करीत असे. तो त्याच्या तयारीच्या काळात फक्त पुलात किंवा त्याच्या बेडवरच भेटत असे. तो त्याचे गोल स्पष्ट लिहून काढायचा आणि त्यांची उजळणी करायचा. त्याने पुढच्या पाच, दहा आणि वीस वर्षांची आपली उद्दिष्टे आखली होती; पण फोकस मात्र येणाऱ्या रेस आणि होणाऱ्या प्रॅक्टिसवर असायचा. तो म्हणतो, ‘‘मी फक्त माझ्या लेनवर लक्ष केंद्रित करतो. इतर लोक काय करताहेत, त्याच्याशी मला घेणेदेणे नाही. मी फक्त माझा विचार करतो आणि मी काय करणे गरजेचे आहे, हेच ध्यानीमनी ठेवतो. माझ्या डिक्शनरीतील अशक्य हा शब्द मी काढून टाकला आहे. त्यामुळे माझे शक्यतांचे क्षितिज खूपच विस्तारले आणि मी इच्छाशक्तीच्या जोरावर अशक्यप्राय वाटणारे संकल्प लीलया सिद्ध केले.’’ शिल्पासारख्या घडवलेल्या ऑलिम्पिकवीराच्या तनूला तेजोमयी ठेवणे आणि आठवड्यातील सात दिवस पोहणे, म्हणजे कितीतरी मोहांना तिलांजली द्यावी लागते. आयुष्य तप होऊन जाते आणि त्याग हाच महान होण्याचा मूलमंत्र आहे. आणि हो, फेल्प्स कधी मत्सराने आणि द्वेषाने मारलेल्या टोमण्यांनी आणि शेरेबाजीने खचला नाही. उलट ते शब्द त्याने पेटून उठायला इंधन म्हणून वापरले. मनाच्या शिडाची दिशा ठरवण्याचे आणि उलट वार आपल्याला अनुकूल पलटवार ठरेल हे निश्चित करण्याचे, हेच तर गमक आहे, कसब आहे.

क्रीडाक्षेत्रात फेल्प्ससारखे मोठे यश खेचून आणायचे असेल, तर संयम आणि धीराने यशासाठी स्वतःला सिद्ध करा. हिंमत असेल, तर जगाला तुमचे स्वप्न सांगा

आणि टिमकी वाजवून ते हासील करा. तुमच्या क्षमता आणि कमतरता याचे परफेक्ट गुणोत्तर मांडा. तुम्ही ज्यात बेटर आहात, ते अजून बेस्ट करा. तुम्हाला ध्येयाकडे नेणारी तुमची ड्रीमटीम बनवता आली पाहिजे. पहिल्यांदा बेबी स्टेप्स, नंतर मोठी पावले, नंतर झेप, नंतर बेडकासारखी लांब उडी आणि नंतर पोल व्हॉल्ट असे निश्चित आणि चंद्राप्रमाणे वाढणारे देदीप्यमान वाटचालीचे टप्पे आखा. रगारगांत कठोर शिस्त भिनू दे. निराशा आणि भ्रमनिरास सोडून यशाचा नाद घुमू दे. कोणी तुमचा नाद नाय केला पाहिजे; अशा रीतीने ध्येयाला जखडून, पकडून, खेटून राहा आणि जोपर्यंत ते मिळत नाही, तोपर्यंत ती लगाम ढिली होऊ देऊ नका. मला जलतरणात मास्टर व्हायला खूप मेहनत घ्यायची होती. ती घेणे आणि प्रावीण्य मिळवणे, या दहा महिन्यांच्या काळात ट्रेनिंगच्या भरगच्च रूटीनमध्ये कठीण होते; पण जितके शक्य आहे, तेवढे शिकायचे ठरवले. सगळे स्ट्रोक्स व्यवस्थित शिकलो आणि जे शिकलो, त्याचे आजपर्यंत इमानेइतबारे माझे शरीर स्वस्थ आणि समृद्ध करण्यासाठी अनुकरण करतो आहे. मी मुद्दाम सांगू इच्छितो, पोहणे हा परिपूर्ण व्यायाम आहे आणि तुम्हाला तो अंतर्बाह्य कणखर बनवतो. जर तुमच्या रोजच्या रूटीनमध्ये एक तास पोहायला दिलात, तर तुम्ही नागासारखे दीर्घ श्वास घ्यायला आणि चित्त्यासारखे धावायला लवचीक व कणखर होऊन जाता. थंड पाण्याने तुमचा थकवा, शरीरातील वेदना भुर्रकन उडून जातात, तुमच्यातला तजेलदारपणा आणि तल्लखपणा अनेक पटींनी वाढतो.

नवी पिढी आणि आरोग्य

गेली बावीस वर्षे पोलीस दलात काम करीत असताना मी अनेक आव्हानांना सामोरा गेलो. चढ-उतार पाहिले. ताणतणावग्रस्त अवस्थेत मनाचे आणि शरीराचे द्वंद्व अनुभवले. झोप आणि विश्रांतीचा पाठशिवणीचा खेळही खेळलो. अनेक अपघातांना, संकटांना सामोरा गेलो, आजारीही पडलो; पण या सगळ्यांशी संयतपणे लढताना सर्वांत मोठी ताकद ही आरोग्यदायी शरीराने दिली आणि असे शरीर तयार करण्यासाठीचा खरा शुभारंभ अकादमीमध्ये झाला. चांगले मन हे चांगल्या शरीरात वास्तव्य करते. अकादमीमध्ये चांगले शरीर आणि मन कमवण्यासाठी घेतलेले धडे, त्या धड्यांचे सवयीत केलेले रूपांतर आणि त्याचे माझ्या जीवनातील अनन्यसाधारण महत्त्व मी उदाहरणासह मांडत आहे.

सर्वांगीण आरोग्य प्राप्त करण्यासाठी व्यायामाची आवश्यकता असते. रोग नसणे म्हणजे आपले आरोग्य उत्तम आहे, असे नव्हे. तर शारीरिक, मानसिक, नैतिक आणि आध्यात्मिक या सगळ्या कप्प्यांत जेवढे काही भरीव, गुणी, पोषक

आणि चांगले आहे, ते उपलब्ध असणे म्हणजे उत्तम आरोग्य, हा नियम असला पाहिजे. सद्य:स्थितीत वैद्यकीय क्षेत्राच्या प्रत्येक शाखेत तज्ज्ञ उपलब्ध आहेत; पण तेवढ्याच अधिक गतीने विकार वाढताना दिसत आहेत. पळापळीच्या आणि धकाधकीच्या जीवनात आरोग्याकडे पूर्ण दुर्लक्ष केले जाते. मानेचे आणि कमरेचे दुखणे, सततचे अपचन तर तिशीतच सुरू होते. वजन वाढल्याने कोलेस्टेरॉल आणि रक्तदाब वाढतो. मधुमेह, कर्करोग अशा विकारांनी तर युवावस्था पोखरली जाऊ लागली आहे. जोपर्यंत एखाद्याला मोठा झटका बसून अंथरूण गाठत नाही, तोपर्यंत त्याला आरोग्याचे महत्त्व कळत नाही. याला कारण म्हणजे वाढता ताण आणि बेशिस्त जीवनशैली! वयाप्रमाणे रोजचा थोडा व्यायाम आणि योग्य आहार हा जीवनमान निरोगी ठेवण्याचा साधासोपा मंत्र आहे. आयुर्वेदात म्हटले आहे, की जो हितभूक, मितभूक आणि ऋतभूक असतो तो निरोगी असतो. हितभूक म्हणजे हितकर पदार्थांचे सेवन करणारा. मितभूक म्हणजे मोजकेच खाणारा. आणि ऋतभूक म्हणजे चांगल्या मार्गाने मिळविलेल्या पैशाचे अन्न खाणारा. आरोग्य ही अशी वस्तू आहे की जी कुठल्याही तज्ज्ञाच्या इस्पितळात, मेडिकल स्टोअरमध्ये किंवा नामांकित हॉस्पिटलमध्ये मिळत नाही. ती आपल्या स्वप्रयत्नानेच कमवावी लागते. एकदा कमवून तिचा संग्रहही करता येत नाही. तिला सततच्या प्रयत्नांनी जतन करावे लागते. विशीच्या पूर्वार्धापर्यंत अभ्यासामुळे मी शारीरिक व्यायामाकडे पूर्ण दुर्लक्ष केले होते. तसा तरुण वयामुळे कोणताही त्रास झाला नव्हता. मात्र वयाच्या २४ व्या वर्षी अकादमीमध्ये मला व्यायाम आणि आरोग्याची गुरुकिल्ली मिळाली. तिला मी काळजीपूर्वक जपून ठेवले आहे आणि रोज शरीराच्या ऊर्जेच्या क्षमतेच्या नवनव्या कुलपांना लावून माझ्या शरीररूपी तिजोरीला अजून समृद्ध करीत आहे. अर्थातच त्यामुळे गेली २३ वर्षे जीवन एकदम ऊर्जामय, उत्साही आणि निरामय बनले आहे. असे म्हणतात की, जीवनशैली बदलण्यासाठी २१/९० चा फॉर्म्युला वापरा. एखाद्या नवीन गोष्टीचा ध्यास घेतला की २१ दिवसांत हॅबिट लागते आणि ९० दिवसांत तीच लाइफस्टाइल होते! मला तर तब्बल दहा महिन्यांचा कालावधी मिळाला होता.

युवावस्थेतील वेळ शरीर आणि मनाची साधना करण्यासाठी खर्च केला, तर उर्वरित जीवन परिपूर्ण होऊ शकेल. हो, काही जण व्यायामाबाबत अचानक उत्साही होतात. सिनेमातले, टीव्हीवरचे स्टार पाहून काहींना सिक्सपॅक ॲब्जचे फॅड लागते. ज्यांचे सिक्सपॅक ॲब्ज आहेत, त्यांच्यावर मुली फिदा होतात, हे टीव्ही आणि सिनेमामध्ये सारखे बिंबवले जाते. मग जिममध्ये जाऊन डोलेशोले आणि पोटावर सहा पिळदार घड्या आणण्यासाठी अनेक अघोरी प्रकार होताना दिसतात. त्यात स्टेरॉईडपासून कनिष्ठ दर्जाच्या प्रथिनांचे पुड्यांच्या पुडे संपविले जातात. मग कृत्रिमरीत्या तयार झालेल्या स्नायूंचे प्रदर्शन करण्यासाठी स्पर्धा लागते. त्यातून हाडे ठिसूळ

होण्यापासून किडनीच्या विकारांपर्यंत अनेक गंभीर आजारांना सामोरे जावे लागते. आहार आणि व्यायाम प्रकारांच्या लाटा येतात. त्या लाटेदरम्यान त्या त्या व्यायाम प्रकाराचे व्यसन वाढते. योग्य आणि शास्त्रीय आधार न घेतल्याने व्याधी मागे लागतात. मॅरेथॉनसारख्या लांब पल्ल्याच्या धावण्याने अनेकांना गुडघ्यांच्या, सांध्यांच्या आणि खुब्यांच्या शस्त्रक्रियांना सामोर जावे लागते. मग करायचे तरी काय आणि कसे?

मी आज ४७ वर्षांचा आहे; पण ४२ कि.मी. सलग न थकता, न थांबता धावू शकतो; कारण गेल्या २३ वर्षांत मी शरीर व मनाची ठरवून रचनात्मक बांधणी केली आहे. अचानक कोणी सरावाशिवाय मॅरेथॉन धावायला गेला; तर निश्चित कमरेचे, गुडघ्याचे आणि खुब्यांचे कायमस्वरूपी दुखणे ओढवून घेईल; पण सतत आणि निश्चितपणे सराव केला, तर ४२ कि.मी.च काय, तर आयर्नमॅन, अल्ट्रामॅन बनणे शक्य आहे. माझे बॅचमेट कृष्णप्रकाश यांनी हे लीलया करून दाखवले आहे. त्यांनी अल्ट्रामॅन आणि आयर्नमॅन या कठीणतम स्पर्धा रेकॉर्ड वेळेत पूर्ण केल्या. अल्ट्रामॅन स्पर्धेत तर न थकता, विना थांबा सलग तीन दिवसांत ८४ कि.मी. धावणे, ४५० कि.मी. सायकलिंग आणि पॅसिफिक सागरात दहा कि.मी. पोहणे पूर्ण करावे लागते. हे शक्य आहे! पण अथक प्रयत्नांनी आणि पद्धतशीर केलेल्या नियोजनाने! त्यासाठी शरीरातील प्रत्येक स्नायू, लिगामेंट, टेंडन आणि जॉइंट ट्रेन करावे लागतात. त्यांना चांगला खुराक द्यावा लागतो. वाईट व्यसन आणि सवयींपासून शेकडो मैल दूर राहावे लागते. तगडी तपश्चर्या लागते. आपल्याला माहीत आहे, की उसेन बोल्ट हा ऑलिम्पिकच्या ट्रॅकवर किती वेळा धावला असेल. फक्त अडीच मिनिटे! आणि या एवढ्याशा अडीच मिनिटे धावण्याने त्याला कोट्यवधी डॉलर्सची संपत्ती मिळाली; पण या अडीच मिनिटांमागे केवढा मोठा संघर्ष, त्याग आणि तपश्चर्या लपली आहे! ही तपश्चर्या दीर्घकालीन असते. तूप खाऊन लगेचच रूप येत नाही. तहान लागल्यावर विहीर खोदायला सुरुवात केली, तर त्याचा उपयोग होत नाही. त्यामुळे शरीर विकाराच्या अधीन जाऊ नये असे वाटत असेल, तर व्यायाम केला पाहिजे. मनाला आणि शरीराला समजून घेतले पाहिजे. त्याची जोपासना करण्यासाठी आणि निगा राखण्यासाठी शिस्तबद्ध आराखडा बनवून तो चोखपणे अमलात आणला पाहिजे. अकादमीत शरीरशास्त्र समजावून सांगितले जाते. त्याच्या प्रत्येक उपशाखेचे ज्ञान प्रात्यक्षिकांबरोबर दिले जाते. हैदराबादच्या मातीत गाळलेला घाम आणि घेतलेले श्रम आयुष्यभर दीपस्तंभाप्रमाणे निरोगी आणि निरामय जीवनाचा रस्ता दाखवत राहतात.

अकादमीत व्यायाम शास्त्रीय पद्धतीने समजावून दिला. व्यायामाचे साधारणपणे दोन प्रकार असतात. एक एरोबिक आणि दुसरा अनएरोबिक. एरोबिक व्यायामाला 'कार्डियो व्यायाम' असेही म्हणतात. एरोबिक म्हणजे ऑक्सिजनसोबत व्यायाम आणि याउलट अनएरोबिक म्हणजे ऑक्सिजनशिवाय! वजन उचलणे, स्प्रिंट म्हणजे खूप वेगाने धावणे, जोर-बैठका काढणे इत्यादी हे अनएरोबिक व्यायाम प्रकार. या व्यायामप्रकारात तुम्हाला काही क्षणांत धाप लागते. चालणे, धावणे, पोहणे, गिर्यारोहण, नृत्य, मॅरेथॉन हे एरोबिक व्यायामाचे प्रकार. या व्यायामांबरोबर लवचीकपणाही तितकाच महत्त्वाचा. सांध्यांच्या आणि स्नायूंच्या आरोग्यासाठी व्यायाम सुरू करायच्या अगोदर शरीर योग्य प्रकारे वॉर्मअप आणि व्यायामानंतर कूलडाउन करणे हिताचे असते. हे केले नाही, तर व्यायामाने फायदा होण्यापेक्षा इजा व्हायचाच संभव अधिक असतो. व्यायाम हा उत्तम आरोग्यासाठी करावयाचा असतो. मानसिक, शारीरिक आणि आध्यात्मिक पातळीवर आपली गाडी पूर्ण जोशात चालली पाहिजे. त्यासाठी रोजच्या जीवनाची सांगड चांगल्या शारीरिक, ऊर्जादायी व्यायामशैलीशी घातली पाहिजे. आजकाल तिशीतले अनेक युवकच स्पॉन्डिलायटिस, अपचन, श्वसनाचे विकार, स्थूलपणा, वाढलेले कोलेस्टोरॉल, निद्रानाश, मधुमेह, गुडघ्याचे-मणक्याचे विकार अशा व्याधींची शिकार झालेले दिसतात. आणि हे सगळं घडतंय, ते कॉर्टिझॉलमुळे. आत्यंतिक ताणतणावाचे जीवन, जीवघेणी स्पर्धा, मोबाइल आणि इंटरनेटचे व्यसन, आयुष्याचे योग्य नियोजन न करणे यामुळे हे कॉर्टिझॉल घरेच्या घरे उद्ध्वस्त करीत चालले आहे. आणि हो, एकदा आजारांनी शिकार केली आणि पेशंटनी अंथरूण गाठले की, मग आरोग्याचे महत्त्व कळते; पण तोपर्यंत अनेकदा उशीर झालेला असतो. यासाठी आत्ताच आपल्या खाण्याच्या सवयी, वयोमानाप्रमाणे व्यायाम आणि आपल्या जीवनशैलीमध्ये आवश्यक बदल केले, तर जीवनाचा प्रवास सुखकर आणि आनंददायी होतो. आहार, व्यायाम आणि योग्य विश्रांती ही आरोग्याची त्रिसूत्री आहे.

आपले शरीर हा एक चमत्कार आहे. त्याची रचना अद्भुत आहे. आपल्या शरीरात ६० मैल अंतर कापतील एवढ्या लांबीच्या रक्तवाहिन्या कार्यरत असतात. साधारणपणे आपल्या ७० वर्षांच्या आयुष्यात आपले हृदय दहा लाख लिटर रक्त पंप करीत असते आणि एवढ्या कालावधीत त्याचे ३५० कोटींच्या वर ठोके पडतात. आपल्या एका किडनीत दहा लाख गाळण्या असतात. आपले कान १,६००च्यावर आवाजाच्या वेगवेगळ्या ध्वनिलहरी टिपतात. जवळजवळ १२६०० कोटी पांढऱ्या पेशी आपल्या शरीरातील कोपऱ्याकोपऱ्यांत जाऊन आपल्याला

जंतूंच्या संसर्गापासून सुरक्षित ठेवण्याचे काम करीत असतात. फुप्फुसातल्या हवेसाठीच्या पोकळ्या जर अंथरल्या, तर अख्खे टेनिस कोर्ट भरू शकेल. हे सगळे अविश्वसनीय विश्व उलगडायचे झाले, तर त्यासाठी विश्वकोश लिहावा लागेल. थोडक्यात सांगायचे म्हणजे, आरोग्य काही इस्पितळात किंवा मेडिकल स्टोअरमध्ये विकत मिळणारी वस्तू नव्हे. ते फक्त तुम्ही तुमच्या स्वयंस्फूर्तीने आणि स्वकष्टाने अर्जित करू शकता. एकदा ते स्वकष्टाने कमावले की ते आयुष्यभर पुरते असे नाही, तर रोज इमानेइतबारे त्याची निगा आणि संवर्धन करावे लागते.

आजकाल व्याधिनिवारणासाठी डॉक्टरांची फळीच्या फळी तयार असते. या स्पेशालिस्टच्या फळ्यांकडून अनेकविध चाचण्या व शस्त्रक्रिया फटाफट सांगितल्या जातात. सगळेच चूक आहे, असे मी म्हणत नाही; पण अनेकदा चाचण्या आणि शस्त्रक्रिया टाळता येतील का, याची खातरजमा केली पाहिजे. माझे स्वत:चे उदाहरण सांगतो. मी लातूरला एस. पी. होतो. त्या वेळी मी ३० वर्षांचा होतो. अगदी तरुण आणि धडधाकट. मी कुटुंबासह सहलीसाठी मुंबईच्या एस्सेल वर्ल्डला गेलो होतो. तिथल्या वॉटर पार्कमध्ये 'ब्लॅक डेमन' नावाच्या घसरगुंडीने माझा घात केला. अंधाऱ्या पाईपमधून अतिवेगाच्या पाण्याच्या प्रवाहातून साधारण ४० मीटरची ही राईड होती. मी, माझा भाऊ विकास दोघेही उत्साहाने या राईडची सफर करायला गेलो. जोपर्यंत पहिला तळाला पोहोचत नाही, तोपर्यंत तिथल्या गार्डने दुसऱ्याला सोडायला नको होते. मी सुरुवातीला निघालो. मी पद्धतशीरपणे वेगावर नियंत्रण करीत पुढे जात होतो; पण मी अर्ध्या अंतरावर असतानाच त्या गार्डने विकासला सोडले. विकासचं माझ्यापेक्षा १५ किलो वजन जास्त आहे, तो अनियंत्रित अवस्थेत वेगाने माझ्या मागून आला. काही समजायच्या आत मी पाण्यात पडलो. तेवढ्यात विकास माझ्या मानेवर जोरात आदळला. त्याची लाथ पूर्ण वेगाने माझ्या मानेवर बसली होती. माझ्या डोक्यात विजा चमकल्या होत्या. मी तोल सांभाळत उठलो. माझ्या खांद्यांवर आणि उजव्या हातात जीवघेण्या वेदना होत होत्या. मी तशाच अवस्थेत लातूरला परतलो. दुसऱ्या दिवशी संपूर्ण मणक्याचा एम. आर. आय. स्कॅन केला. माझ्या मानेतील सी ४ आणि सी ५मधील कुर्चा अलगद बाहेर आली होती. तिने नर्व्हवर दाब दिला होता. त्या नर्व्हच्या दाबाने खांदा आणि हाताला वेदनांनी घेरले होते.

मला डॉक्टरनी त्वरित ट्रॅक्शनवर ठेवले. पायाला आणि खांद्याला वजने बांधली. जवळजवळ महिनाभर बेडला खिळून राहिलो, तरी वेदना शमत नव्हत्या. शेवटी मला पुण्याला एका प्रथितयश इस्पितळात आणले. तिथे तीन-चार न्युरो आणि ऑर्थो तज्ज्ञांनी माझ्या वेगवेगळ्या चाचण्या केल्या आणि परिस्थिती पाहिली. सर्वानुमते माझ्या मानेतील मणक्यांची शस्त्रक्रिया करण्याचा निर्णय घेतला गेला.

योगायोगाने त्याच वेळी माझ्या सासऱ्यांचे स्नेही डॉ. दयानंद डोणगावकरही भेटायला आले होते. त्यांनी शस्त्रक्रियेला विरोध केला आणि मला एका निसर्गोपचार केंद्रात जाऊन आराम करायला सांगितले. मी तेथे गेलो. त्या आश्रमात मी २१ दिवस साधे जेवण जेवलो. काही मसाज घेतले आणि पूर्ण आराम केला. या माझ्या आराम आणि साध्या राहणीने माझा ताण कमी झाला. शरीरातील ॲसिडिटी उतरली आणि नर्व्हवरची सूज आपसूक कमी झाली. वेदना हळूहळू कमी झाल्या. हातावरच्या वेदनांचे आणि बधिरतेचे मुंग्यांचे वारूळ पळून गेले. वेदना उतरताच मी मानेचे साधे व्यायाम सुरू केले. हलकी वजने उचलायला लागलो. काही सवयी लावल्या, ज्या अजूनही पाळतो. जसे की झोपताना उशी घेत नाही. प्रवासात दर दोन तासांनी थांबून शरीराला चांगला ताण देतो. मोबाइल खाली मान घालून पाहत नाही. प्रवासात मानेभोवती कॉलर लावतो. प्रवासात डुलक्या देताना मानेला झटका बसणार नाही, याची दक्षता घेतो.

गेली १६ वर्षे मला पुन्हा या सर्व्हायकल स्पॉन्डिलायटिसचा त्रास झालेला नाही. नव्हे, तर मी आता व्यायाम करताना चांगलीच वजने उचलू शकतो, मॅरेथॉन धावू शकतो, सलग सहा सेट टेनिस खेळू शकतो, शेकडो मैल सायकलची रपेट मारू शकतो. जर डॉक्टरांचे ऐकून मी ३०व्या वर्षी मणक्याची शस्त्रक्रिया केली असती तर? केल्यानंतर कदाचित ती त्या वेळी अयशस्वी झाली असती तर? त्या वेळी तर शस्त्रक्रियेदरम्यान माझे स्वरयंत्र धोक्यात येऊ शकते, असे सांगितले होते. मी वजने उचलण्याचा व्यायाम करू शकणार नाही, खूप धावू शकणार नाही; अशी पूर्वसूचनाही दिली होती. याचा अर्थ तिशी सुरू होतानाच मी अधूपणा विकत घेतला असता. माझा निसर्गावर ठाम विश्वास आहे. शरीराला 'प्रकृती' म्हणतात. प्रकृती पर्यावरणाबरोबर जुळवून घेत असते. शरीराला काही विकार झाले, तर त्यांच्यावर मात करणारी यंत्रणा शरीरात कार्यरत असते. ज्या ज्या वेळी शरीरावर संकट उभे ठाकते, त्या वेळी शरीरातले सगळे सैनिक पूर्ण तयारीनिशी लढायला सज्ज होतात; मात्र यासाठी शरीर व्यायामाने आणि पोषक आहाराने घडलेले असले पाहिजे.

आजच्या हायब्रीड जमान्यात, प्रदूषणाच्या विळख्यात आणि व्यसनांच्या गराड्यात शरीर आणि मन गोंधळून गेले आहे. मूळ स्वभावधर्माला विसरून त्याचा प्रवास अनारोग्याकडे आणि अस्थैर्याकडे चालला आहे. खतांच्या रसायनांनी, हायब्रीड बियाणांनी आणि कीटकनाशकांच्या फवारण्यांनी अन्नच विषारी होऊ लागले आहे. दुधातली भेसळ तर बालवयातच हृदयाचे रोग घेऊन येऊ लागली आहे. सगळ्यात मोठा धोका तर ॲन्टिबायोटिक्सचा आहे. साध्या साध्या आजारांवर रामबाण औषध म्हणून आजकाल सर्रास प्रतिजैविके दिली जातात. सर्दी, खोकला, ताप, थंडी, घसादुखी; घ्या ॲन्टिबायोटिक्स! या रसायनाने शरीराच्या प्रतिकारशक्तीचा सत्यानाश

केला आहे. साथीच्या रोगाप्रमाणे वाढणाऱ्या या नव्या धोक्याला WHO ने 'अँन्टिबायोटिक्स रेझिस्टन्स क्रायसिस' म्हटले आहे. यांच्या अतिरेकी वापरामुळे न्यूमोनिया, टीबी, गुप्तरोग, विषबाधा यांसारख्या आजारांवर उपचार करणे अशक्यप्राय होऊ लागले आहे. जीवाणूंच्या संसर्गाला व प्रादुर्भावाला रोखण्यासाठी अँन्टिबायोटिक्स घेतली जातात; पण ज्या वेळी हे जीवाणू आपले रूप बदलतात, त्या वेळी अँन्टिबायोटिक्सच्या उपचाराला प्रतिसाद आणि दाद देत नाहीत. हे जीवाणू अँन्टिबायोटिक रेझिस्टन्ट होतात आणि मनुष्याला व प्राण्याला संसर्ग करू शकतात. मग त्यावर इलाज करणे महाकठीण होऊन बसते. यामुळे मेडिकल खर्च, हॉस्पिटलमधला मुक्काम आणि मृत्यू होण्याची शक्यता या तिन्हीमध्ये वाढ होते.

माझ्या वडलांच्या अंतिम काळात २४ पैकी २३ अँन्टिबायोटिक्सचा त्यांच्या उपचारासाठी उपयोग होत नव्हता. त्यांना न्यूमोनियाचा प्रतिकार करता येत नव्हता. डॉक्टर म्हणायचे की, त्यांच्यावर एके ४७ चा मारा होतोय आणि ते मात्र एक काठी घेऊन लढायचा प्रयत्न करताहेत. शेवटी ज्याची भीती होती तेच घडले. चार महिन्यांनी हॉस्पिटलमधील नरकयातना भोगून त्यांना जगाचा निरोप घ्यावा लागला. सगळे असून आम्ही मात्र बघ्याच्या भूमिकेतच होतो. गावाखेड्यांत तर अँन्टिबायोटिक्सचे इंजेक्शन किंवा गोळ्या चॉकलेट आणि पेपरमिंटच्या गोळ्यांसारखे घेतले जातात. आम्हाला पटकन उपचार पाहिजे असतो. जो डॉक्टर गोळ्या, इंजेक्शन देत नाही; तो काही कामाचा नाही, असा गैरसमज पक्का झाला आहे. परदेशात सर्व उपाय थकले की, प्रतिजैविके दिली जातात. आमची मात्र सुरुवातच त्यांच्यापासून होते. आपल्याला झटकून जागे होऊन प्रतिजैविकांच्या वापराबद्दल नियंत्रण आणायला पाहिजे. आपल्याला त्याबरोबर वर्तन आणि जीवनशैलीतही बदल घडवून आणला पाहिजे. रोगांचा संसर्ग थोपवण्यासाठी लसीकरण, हातांची स्वच्छता, चांगली प्रतिकारक्षमता, नियमित व्यायाम, सुरक्षित लैंगिक संबंध आणि चांगल्या नैसर्गिक आहारशैलीचा अवलंब अनिवार्य आहे.

'न्यू डायमेन्शन्स ऑफ हिलिंग' या ग्रंथात सद्‍गुण आणि सत्प्रवृत्तींचा शरीर आणि मनाच्या आरोग्याशी निकटचा संबंध आहे, असे म्हटले आहे. सहानुभूतीमुळे हृदय निरोगी होते आणि पचनसंस्थेचे काम सुरळीत चालते. निर्भयपणा आपल्या किडन्यांना आणि मूत्रपिंडांना मजबूत करतो. पावित्र्य आपल्या प्लिहांना तंदुरुस्त ठेवते. कलेच्या आणि सौंदर्याच्या साधनेतून मिळालेला आनंदही आपली प्लिहा उत्तम ठेवतो. सेवाभाव आणि मदत करण्याची प्रवृत्ती आपल्या स्नायूंमधील विषारी टॉक्सिनचा नि:पात करते आणि आपल्या लसिका संस्थेला अभिसरणाचे काम चोख बजावायला मदत करते. प्रेम आणि औदार्य मज्जासंस्थेतील इलेक्ट्रिक प्रवाह क्रियाशील राहील, याची दक्षता घेते. यामुळे स्वाभाविकच आयुर्मान वाढते. क्षमाशीलता

आपल्या मानसिक आणि शारीरिक जखमांना भरून काढते. संयमाने आपल्या जननेंद्रियांसंबंधींचे सर्व विकार बरे होतात आणि ते ऊर्जाशील होतात. आशादायी दृष्टिकोन स्वादुपिंडांना ठणठणीत ठेवतो आणि प्रत्येक आशेचा किरण त्यांना पॉझिटिव्ह इलेक्ट्रिक धक्का देतो. समभाव डोळ्यांची शक्ती वाढवतो. सहानुभूतीनेही नेत्रदृष्टी क्षमता वृद्धिंगत होते. मौन आणि योग्य भाषा आपल्या थायरॉईड ग्रंथींसाठी टॉनिकचे काम करतात. मला यातील शास्त्रीय कार्यकारण भाव माहीत नाही; पण जे काही लिहिले आहे, ते अंतर्मनाला शतश: पटते. म्हणूनच समर्थ रामदास म्हणतात,

'मना सज्जना भक्ती पंथेची जावे
तरी श्रीहरी पाविजेतो स्वभावे ।
जनीं निंद्य ते सर्व सोडूनि द्यावे,
जनीं वंद्य ते सर्व भावे करावे।'

राष्ट्रीय पोलीस अकादमीत पहाटेपासून ते रात्रीपर्यंत सकस विचार आणि पोषक शब्दांचा वर्षाव व्हायचा. त्यातून चांगल्या कृती घडायच्या आणि सकारात्मक सवयी लागायच्या. अर्थातच त्यातून आय.पी.एस. अधिकाऱ्यांचे प्रभावी आणि सत्त्वशील चारित्र्य आकार घेत होते आणि उज्ज्वल भविष्याला गवसणी घालत होते.

◆

इनडोअर ट्रेनिंग

शारीरिक प्रशिक्षणाबरोबर प्रशिक्षणार्थ्यांना कायदेपंडित, गुन्ह्यांच्या तपासात कुशल, व्यवस्थापनात माहीर आणि व्यवहारात प्रगल्भ बनवण्यासाठीही अकादमीने कंबर कसली होती. दर आठवड्याला शिकवलेल्या अभ्यासक्रमावर घटक चाचणी घेण्यात येणार होती. या अंतर्गत परीक्षेत मिळालेल्या गुणांचा आमच्या ॲकेडमिक मूल्यमापनामध्ये समावेश होणार होता. आठवड्याला तशी रविवारीच सुट्टी मिळायची आणि त्यात पूर्ण रविवार या परीक्षेच्या तयारीमुळे तणावात जाणार होता. आमचे संचालक श्री. राजगोपाल यांनी ही पद्धत आमच्या बॅचपासूनच सुरू केली होती. त्यामुळे त्यांच्याबद्दल आमच्या मनात सुरुवातीपासून नाराजी होती. आमचे सर्व इनडोअर प्रशिक्षण सांभाळण्याची जबाबदारी आंध्रप्रदेश केडरच्या महिन्दर रेड्डी सरांकडे होती. शांत आणि धीरगंभीर व्यक्तिमत्त्वाच्या रेड्डी सरांनी प्रशिक्षणाचे महत्त्व नेमक्या शब्दांत विशद केले.

"उत्तम पोलीस अधिकारी होण्यासाठी आवश्यक ज्ञान आणि कौशल्ये आम्ही तुम्हाला या अकादमीत शिकवणार आहोत. ट्रेनिंगमधून रोज तुमच्या व्यक्तिमत्त्वाला नवे पैलू पडणार आहेत. रोज तुम्ही नवीन विषय आणि संज्ञा शिकणार आहात. त्यासाठी कान, डोळे, बुद्धी जागृत आणि दक्ष ठेवा. तुमची कार्यक्षमता वाढवण्यासाठी, आवश्यक कौशल्ये विकसित होण्यासाठी, ज्ञान देण्यासाठी आणि पोषक सवयी लावण्यासाठी तुम्हाला अकादमीत बोलावले आहे. प्रशिक्षण पूर्ण झाल्यावर तुम्हाला थेट वरिष्ठ हुद्द्यावर काम करावे लागणार आहे. तुमच्या फोर्ससोबतच तुमच्यावर जनता, मीडिया, राजकीय नेते, वरिष्ठ अधिकारी आणि सर्व स्तरांतील लोकांचे लक्ष राहणार आहे. प्रत्येक क्षण तुमच्यासाठी युद्धाचा प्रसंग असणार आहे आणि त्याला सामोरे जाण्यासाठी

तुम्हाला इथे रगडून तयार केले जाणार आहे. तुमचा दृष्टिकोन आणि सामाजिक वर्तणूक कशी असली पाहिजे, यासाठीही तुम्हाला मार्गदर्शन केले जाईल. तुमची संघटनात्मक विकास कौशल्ये आणि निर्णयक्षमता इथे विकसित होतील.

"समाज बदलतो आणि त्याप्रमाणे आपले खाते बदलत राहणार. त्यासाठी तुमचे आणि तुमच्या स्टाफचे ज्ञान आणि कौशल्य सारखे अद्ययावत करावे लागणार आहे. भविष्य हे अनाकलनीय असते आणि बदल हा अनेकदा अनपेक्षित आणि धक्कादायक असतो. जर उत्तम प्रशिक्षण आणि तयारी नसेल, तर हे बदल घडवणाऱ्या घटकांना खंबीरपणे हाताळणे अवघड होते. एखादे मानवनिर्मित किंवा नैसर्गिक संकट यायच्या आधी जर सर्वंकष विचार करून योग्य वेळी प्रशासकीय पावले उचलली, तर फटका कमी बसतो. यासाठी विषयानुरूप नावीन्यपूर्ण आणि कल्पक प्रयोगांचा अवलंब करण्याची उदाहरणं तुमच्यापुढे मांडली जाणार आहेत. पोलीस विभाग हा गुन्हे न्यायप्रणालीतील अविभाज्य आणि महत्त्वाचा घटक आहे. त्यामुळे तुम्हाला उत्तम व्यावसायिक आणि शास्त्रीय प्रशिक्षण दिले जाईलच; पण शास्त्रीय तपास कौशल्यांसोबत जनताभिमुख पोलिसिंग आणि कायद्याच्या राज्याची अंमलबजावणी करण्याची जबाबदारीही तितकीच महत्त्वाची आहे. तुम्हाला अकादमीत उत्तम, करारी, अभ्यासू पण संवेदनशील पोलीस लीडर बनण्यासाठी प्रशिक्षण दिले जाणार आहे."

रेड्डी सरांनी त्यांची भूमिका स्पष्ट केली होती. सकाळी साडेआठ वाजता मैदानी प्रशिक्षण संपले की, अंघोळ आणि ब्रेकफास्ट करून सिव्हिल ड्रेसवर टाय बांधून साडेनऊ वाजता क्लासमध्ये हजेरी लावावी लागे. क्लासमध्ये पूर्वी एसी होता म्हणे; पण सकाळची प्रचंड कष्टमय शारीरिक कसरत आणि तुडुंब न्याहारीनंतर बोअरिंग क्लासमध्ये डोळे उघडे ठेवून कायद्यावरचे अवजड व्याख्यान ऐकणे जिकिरीचे व्हायचे. त्यामुळे अनेक जण डोळे उघडे ठेवून घोरायला लागले. काही जण पीपीटीच्या वेळी अंधाराचा फायदा घेऊन आडवे होऊन पाठीमागच्या बाजूला झोपू लागले. त्यासाठी एसी काढून टाकले आणि हैदराबादच्या उकाड्यात फॅनच्या गरम वाफाऱ्यात आम्हाला लेक्चर सहन करण्याचेही प्रशिक्षण मिळू लागले.

तपास कौशल्ये आणि व्यूहरचना

अकादमीच्या आवारात एक मॉडेल पोलीस ठाणे बनवण्यात आले आहे. या ठाण्यात पोलीस ठाण्यातील वेगवेगळ्या जबाबदाऱ्या आणि कर्तव्यांची आम्हाला

सखोल ओळख करून देण्यात आली. पोलीस ठाण्याच्या व्यवस्थापनाचे उत्तम प्रारूप आम्हाला समजावून सांगितले गेले. गुन्हा कसा दाखल केला जातो, पंचनाम्यात काय घेतले पाहिजे आणि घटनास्थळाचे निरीक्षण कसे करावे, यांचे प्रात्यक्षिक आम्हास देण्यात आले. शोध कसा घ्यायचा, जप्ती कशी करायची, साक्षीदारांचे जबाब कसे नोंदवायचे हे जवळून पाहता आले. हुंडाबळीपासून अपघातापर्यंत, चोरीपासून दरोड्यापर्यंत आणि साध्या मारामारीपासून ते खुनापर्यंत सर्व प्रकारच्या गुन्ह्यांच्या तपासाचे सखोल ज्ञान घेतले. कायदा आणि सुव्यवस्था सांभाळण्यासाठी गर्दी कशी हाताळायची, यासाठी फील्डवर रिहर्सल घेण्यात यायच्या. समुपदेशन का व कसे करायचे, गुन्ह्याच्या प्रतिबंधामध्ये आणि तपासामध्ये त्याचे काय महत्त्व आहे, हेही शिकता आले. रात्रगस्तीसाठी काय मेहनत घ्यावी लागते आणि आमचे कनिष्ठ दक्ष राहून हे कठीण दिव्य कसे पार पाडतात, हे रात्रभर गार्डची आणि पेट्रोलिंगची ड्यूटी केल्यावरच समजले. जनतेच्या सेवेसाठी पोलीस स्टेशन अजून कशी क्रियाशील करता येतील, हा विचार अशा आदर्श पोलीस ठाण्याच्या आवारातच सुरू झाला होता.

आपण सिनेमात पाहतो, त्याप्रमाणे बहुतांश वेळा गुन्हा घडल्यानंतर पोलीस घटनास्थळी पोहोचतात. नशीब बलवत्तर असेल, तर पाठलाग करून आरोपीला पकडण्यात पोलिसांना यश मिळते. अशा वेळी त्या गुन्हेगाराला अटक करून केस बनवली जाते आणि मग कोर्टात आरोपपत्र दाखल केले जाते; पण ज्या केसमध्ये गुन्हेगाराचा सुगावा लागत नाही; त्यांची उकल कशी करायची, याचे मूलभूत प्रशिक्षण अकादमीत सिम्युलेशन प्रयोगांच्या माध्यमातून देण्यात येते. गुन्हा घडल्यापासून ते न्यायालयात त्याचा अंतिम अहवाल सादर करेपर्यंत तपासाचे टप्पे असतात. घटनास्थळाला भेट दिल्यानंतर पोलीस अधिकारी घटनास्थळावर असणारे सगळे भौतिक, फॉरेन्सिक आणि शास्त्रीय पुरावे गोळा करतात. प्रथम असणारे पुरावे नष्ट होऊ नयेत म्हणून ते स्थळ संरक्षक टेप लावून सुरक्षित करण्यात येते. व्यवस्थित मोजमापे घेऊन उपस्थित पंचासमक्ष पंचनामा केला जातो. त्या ठिकाणाचे व्यवस्थित फोटो काढले जातात. घटना स्थळाचे अक्षांश, रेखांश घेतले जातात, जे कोणी घटना पाहणारे असतात आणि घटनेशी ज्यांचा संबंध आहे असे दिसून येते, अशा सर्व साक्षीदारांची बारकाईने विचारपूस करतात. शक्यतो साक्षीदारांची विचारपूस स्वतंत्रपणे केली जाते, जेणेकरून प्रत्येकाचे वेगळे व्हर्जन केससाठी उपयुक्त ठरू शकते. ज्यांनी कोणी घटनेशी संबंधित काही पाहिले, ऐकले असेल किंवा त्याच्याशी संबंधित वास, चव अथवा स्पर्श अनुभवला असेल, अशा प्रथमदर्शी साक्षीदाराचा नैसर्गिक स्वरुपातील जबाब अतिशय महत्त्वाचा असतो. अशी सर्व विस्तृत

टिपणे तपास अधिकारी आपल्या निरीक्षणांसह सूत्रबद्ध पद्धतीने नोंदवतो. या केस डायऱ्यांचा पुढच्या तपासी अधिकाऱ्याला, वरिष्ठ पोलीस अधिकाऱ्यांना, सरकारी वकिलांना केस समजून घेण्यासाठी चांगला उपयोग होतो. सगळ्या पुराव्यांच्या आणि माहितीच्या आधारे तो गुन्हा कसा घडला असेल, याची पुनर्बांधणी केली जाते. उपलब्ध पुराव्यांच्या आणि माहितीच्या आधारे पुढच्या तपासाची योजना आखली जाते. गुन्हेगार दबा धरून बसला असेल अशा ठिकाणी त्याच्या मुसक्या आवळण्यासाठी धाडी घातल्या जातात. सर्च आणि सीझरच्या आधारे अधिक पुरावे मिळवले जातात. त्यासाठी आवश्यक ते वॉरंट कोर्टाकडून योग्य आणि विहित पद्धतीने घेतले जातात.

पोलीस अधिकाऱ्याची निरीक्षणक्षमता, अनुभव आणि त्याचे व्यावसायिक कौशल्य हे केस क्रॅक करण्यासाठी महत्त्वाचे असते. बारकाईने निरीक्षण कसे करायचे, छोटे छोटे महत्त्वाचे बारकावे कसे टिपायचे आणि केस कशी तर्कशुद्ध पद्धतीने उभी करायची, याची यथार्थ शिकवण ट्रेनिंगमध्ये दिली जाते. हत्यारांची पोझिशन, रक्ताचे डाग, कपडे, हवामान, प्रकाशाची स्थिती यांसारखे अनेक पैलू तपासात अचूकपणे टिपावे लागतात. घटनास्थळावर असणाऱ्या हातांच्या बोटांच्या ठशाचे पुरावे, डीएनएच्या दृष्टीने जैविक पुरावे एक्स्पर्टकडून जमा केले जातात आणि वेळेचा अपव्यय न करता तपासणीसाठी प्रयोगशाळेत पाठवले जातात. प्रत्येक पुराव्याच्या कस्टडीची साखळी तो जमा केल्यापासून ते कोर्टात सादर करेपर्यंत व्यवस्थितपणे रेकॉर्डवर ठेवली जाते. जे संशयित आहेत, त्यांची अत्यंत चोखंदळपणे विचारपूस करून त्यांच्या बोलण्यातील विसंगती पकडणे, हे महत्त्वाचे कौशल्य असते. फॉरेन्सिक अहवाल प्रक्रिया खर्चिक असते, त्यात वेळही खूप जातो. तुलनेने अनेकदा संशयिताकडून व्यावसायिक पद्धतीने गुन्ह्याची कबुली मिळवणे शक्य होते. गुन्हेगाराची विचारपूस करणे हे कौशल्यच नव्हे, तर एक शास्त्र आहे. गुन्हेगाराचा विश्वास संपादन करून, त्यांची देहबोली समजून त्यांना बोलते कसे करायचे, याचे प्राथमिक प्रशिक्षण अकादमीत दिले जाते. मानवी देहबोली आणि वर्तनशास्त्राचा अभ्यास गुन्हेगाराच्या कारनाम्यांच्या कड्या उलगडायला मदत करतो; पण कसल्याही परिस्थितीत कबुली घेण्यासाठी थर्ड डिग्रीचा वापर करता कामा नये. अशा प्रकारातून मानवी अधिकारांची पायमल्ली होते आणि अनेक पोलीस अधिकारी असे शॉर्टकट अवलंबल्यामुळे गोत्यात आल्याची उदाहरणे आहेत. चांगल्या तपासी अधिकाऱ्याने आपली तंत्रे आणि नुस्के वापरून गुन्हेगाराला बोलते केले पाहिजे. आपल्या स्वार्थापायी किंवा मूर्खपणामुळे एखादा निरपराधी जेलमध्ये जाणार नाही या दृष्टीने सदैव दक्ष राहिले पाहिजे.

करिअरमध्ये अनेकदा तुमच्या मेंदूचा भुगा करून टाकणाऱ्या केसेससुद्धा तुमच्यासमोर कठीण आव्हान उभे करतात. गुन्हेगारदेखील गुन्हे करताना त्याचा सगळा अनुभव आणि कौशल्य वापरून कुठलाही पुरावा पाठीमागे राहणार नाही, याची दक्षता घेताना दिसतात. अनेकदा टोपीवाल्याच्या आणि माकडाच्या आधुनिक गोष्टीसारखी चोरपोलिसांची चढाओढ लागलेली दिसून येते. लहानपणी तुम्ही इसापनीतीतील टोपीवाला आणि माकडाची गोष्ट ऐकली असेल. तो टोपीवाला एका गावातून दुसऱ्या गावात टोपी विकण्यासाठी जाताना रस्त्यात जंगल लागते. त्याला भूक लागल्यावर तो डोक्यावरची टोप्यांची पेटी खाली ठेवून भरपेट शिदोरी खातो आणि थंड सावलीत वामकुक्षी घेतो. काही वेळाने झोप झाल्यावर पाहतो, तर काय, त्याची पेटी त्याला उघडी दिसते. त्याच्या सगळ्या टोप्या माकडांनी पळवलेल्या असतात आणि त्या डोक्यावर घालून झाडावर त्यांचे माकडचाळे चालू असतात. तो जसे करेल, तसे माकडे करतात. त्याने दगड मारला, तर ती माकडेही त्याच्यावर झाडावरील फळे तोडून भिरकावतात. तो डोक्याला हात लावून बसला, तर तीही तशी बसतात. हे पाहून टोपीवाल्याला कल्पना सुचते. तो जागेवरून उठतो आणि आपल्या डोक्यावरची टोपी उघड्या पेटीत टाकतो. त्याने असे करताच माकडेही आपापल्या डोक्यावरच्या टोप्या त्या पेटीत टाकतात. तो पेटी पटकन बंद करतो आणि तिथून निघून जातो. यातून काय शिकायचे, तर तुमचे निरीक्षण चांगले पाहिजे. संकटात घाबरायचे नाही, शांत डोक्याने आणि चतुराईने वागायचे. आता या कथेची दुसरी आवृत्ती मी अलीकडे वाचली होती.

वरच्या कथेतील टोपीवाल्याचा नातूही असाच त्या जंगलातून पेटी घेऊन चालला होता. आजोबाने त्याला टोप्यांच्या व्यवसायाची शिकवण दिली होती आणि माकडांचा किस्साही सांगितला होता. तोही योगायोगाने त्याच झाडाखाली विश्रांतीसाठी बसला, तिथेच जेवला आणि झोपी गेला. उठल्यावर पाहतो, तर काय, पेटी उघडी आणि सगळ्या टोप्या गायब. झाडावर पाहतो, तर सगळी माकडे टोप्या घालून मजा मारत होती. त्याला आजोबाने त्यांचा अनुभव सांगितला होता आणि अशा वेळी काय करायचे, हाही मंत्र दिला होता. त्यामुळे त्याने अतिआत्मविश्वासाने आणि रागाने आपल्या डोक्यावरची टोपी काढून पेटीत टाकली आणि माकडेही तसे करतील, याची वाट पाहू लागला; पण एकाही माकडाने आपली टोपी काढली नाही की टाकली नाही. तो वैतागून वर पाहत असताना माकडांचा म्होरक्या, मोठा हुपल्या त्याच्यासमोर आला आणि त्याच्या कानफटीत एक सणसणीत चपराक वाजवली आणि म्हणाला, 'तुला एकट्यालाच आजोबा असतो का? जशी तुझ्या आजोबाने तुला सांगितली,

तशी आमच्या आजोबाने आम्हालाबी ती गोष्ट सांगितली. निघ आता इथून.' तर काय शिकायचे या दुसऱ्या व्हर्जनमधून! दुसऱ्याला कधी कमी समजू नये. आपले गुरू असतात, तसे त्यांचेही महागुरू असू शकतात. एकच चावी प्रत्येक कुलपाला लागत नाही आणि कुलूपही बदलून लॉकर व मग डिजिटल लॉकर लावायचे. नाहीतर कोणीतरी आपल्याला सुरुंग लावून जाऊ शकतो. पोलिसांचे प्रशिक्षण होते, तसे गुन्हेगारांचीही शाळा भरते. अनेकदा टोळ्यांच्या स्वरूपात हे ज्ञानवाटपाचे काम होते. अनेकदा तुरुंगही या कुज्ञानाच्या प्रसाराचे उगमस्थान ठरत असतात. अशा ठिकाणी अनेक कट शिजतात आणि ते फत्ते पाडण्यासाठी फुलप्रूफ योजना आखल्या जातात.

'मुथूट दरोडा' हा माझ्या करिअरमधील असाच एक प्रसंग. नाशिकमधल्या व्यापारी वस्तीत दिवसाढवळ्या टाकलेल्या या धाडसी दरोड्यात एका सॉफ्टवेअर इंजिनिअरचा खून झाला आणि दरोडेखोर पसार झाल्याने मीडियाने आम्हाला झोडपून काढले. माझ्याविरोधात संपादकीये लिहिली गेली. एका प्रथितयश टीव्ही चॅनेलने तर 'नांगरे-पाटलांच्या नाशकात चाललंय काय?' अशा टायटलने प्राईम टाइमला चर्चासत्र लावून धरले! अर्थातच पोलीस आयुक्त असल्याने जबाबदारी माझीच होती. त्यामुळे माझ्या बदलीची चर्चाही सुरू झाली; पण मी माझ्या टीमला विश्वासात घेतले आणि डोके शांत ठेवून कामाला लागलो. प्रशिक्षणात शिकलेले भात्यातले बाण बाहेर काढले. सुतावरून स्वर्ग गाठला आणि हा अत्यंत किचकट व तेवढाच आव्हानात्मक दरोडा उघड केला. आरोपींना मुसक्या घातल्या आणि मोकासारख्या कडक कायद्यात जेरबंद केले. ज्या वर्तमानपत्रांनी झोडले होते, त्यांनीच कौतुकाने नाशिक पोलिसांची पाठ थोपटली. आमच्या कौशल्यावर रकानेच्या रकाने लिहिले गेले. ज्या चॅनेलनी माझ्या नावाने नकारात्मक सिरीज केली होती, त्यांनी प्राईम टाइमला 'नांगरे-पाटलांनी नाव राखलं' अशी होकारात्मक स्टोरी केली. हे शक्य झाले संयम, श्रम आणि ज्ञान यांच्या त्रिसूत्री संगमाने! कुठलाही धागादोरा नसताना कसा शोधला गुन्हेगाराचा ठावठिकाणा आणि कशी जुळवली पुराव्यांची कडी, ही एक केस स्टडी आहे.

१४ जून, २०१९ रोजी पिस्तुलधारी सहा दरोडेखोरांनी सकाळी ११.३० वाजता 'मुथूट गोल्ड फायनान्स'च्या बँकेत प्रवेश केला. साधारण १६ कोटींचे गहाण ठेवलेले सोने तिथे तिजोरीबंद असल्याची त्यांची माहिती होती. ठरलेल्या ड्रिलप्रमाणे प्रवेश करून त्यांनी तिथल्या कर्मचारी आणि गिऱ्हाइकांना बंधक बनवले; मात्र तिथे काम करत असणाऱ्या २९ वर्षे वयाच्या साजी सॅम्युएल या केरळी युवकाने तिथे असणारा अलार्म सुरू केला. या धाडसी जवानाने

केवळ हातांनी या सशस्त्र दरोडेखोरांशी झुंज दिली; पण अर्थातच हा चिवटपणे केलेला त्याचा प्रतिहल्ला अपुरा पडला. त्यातील तीन दरोडेखोरांनी त्याच्या पोटात पाच गोळ्या झाडल्या आणि वैद्यकीय मदत मिळायच्या आधीच हा शूर योद्धा गतप्राण झाला. हे सगळे अनपेक्षित नाट्य घडल्याने दरोडेखोर बिथरले आणि तिथल्या एक ग्रॅम सोन्यालाही त्यांना लुटता आले नाही. घाईगडबडीत त्यांनी तिथून पोबारा केला.

आम्ही तपासाची चक्रे फिरवली. सगळे येणारे-जाणारे मार्ग तपासले. नाकाबंदी लावल्या. राहण्याच्या जागा धुंडाळल्या. सीसीटीव्ही फुटेज प्राप्त केले. राज्यातील अभिलेखावरच्या गुन्हेगारांची विचारपूस सुरू केली. खबऱ्यांचे जाळे जागृत केले. जंग जंग पछाडले; पण काही क्लू मिळत नव्हता; कारण सूत्रधाराने दरोड्याचे नियोजन अतिशय चोख पद्धतीने केले होते. सहाही दरोडेखोरांना एकमेकांची खरी नावे माहीत नव्हती. कोणीही मोबाइल फोन वापरले नव्हते. घटनास्थळाची रेकी विस्तृतपणे करण्यात आली होती. ही रेकी आठ महिने आधीपासून करण्यात आली होती. तीनदा वेगवेगळ्या टीमनी गुगल नकाशा आणि प्रत्यक्ष रस्ते पडताळले होते. प्रत्येकाचे काम आणि भूमिका ठरलेली होती. पप्पूने सोन्याची चेन गहाण ठेवण्याच्या बहाण्याने गार्डला शटरचे कुलूप उघडायला लावले. एवढ्या मोठ्या आस्थापनेसाठी ४७ किलो वजनाचा अतिशय कृश असा एकच सुरक्षारक्षक कर्तव्यावर होता. एकदा कुलूप उघडल्यावर गार्डला एका आडोशाला रेटून सहाही जण कार्यालयात घुसले. सहजपणे त्यांनी त्या कार्यालयाचा ताबा घेतला. पण त्यांच्या दुर्दैवाने साजी सॅम्युएल हा त्याच्या सहकाऱ्यांसोबत बॅक ऑफिसमध्ये काम करत होता. त्याला बाहेरच्या संकटाची चाहूल लागताच त्याने अलार्म शोधला आणि त्याचे बटन दाबले. अलार्म वाजताच गोंधळ उडाला. दरोडेखोर बिथरले आणि त्यांनी मागे जाऊन साजीला ताब्यात घेतले आणि त्याला मारायला सुरुवात केली. साजीने हातांनी प्रतिहल्ला चढवला; पण तो अपुरा पडला. तीन दरोडेखोरांनी त्याच्यावर बेछूट गोळीबार केला, ज्यात तो वीर धारातीर्थी पडला. सहा मिनिटे हे भीषण नाट्य चालले, साजीच्या धैर्य आणि धाडसामुळे हल्लेखोरांना काहीही लुटता आले नाही व ते पसार झाले.

या गुन्ह्याचे नियोजन आणि अंमल सुबोध सिंग नावाच्या खतरनाक गुन्हेगाराने बिहारमधील पाटण्यातील बेहुर जेलमध्ये बसून केले होते. देशातील अनेक ठिकाणांच्या गोल्ड फायनान्सच्या कार्यालयावर त्याच्या नेतृत्वाखाली धाडसी दरोडे टाकून क्विंटलने सोने त्याने लुटले होते. त्याच्या माहितीनुसार नाशिकच्या कार्यालयात १६ कोटींचे सोने होते आणि लूट यशस्वी झाल्यावर

प्रत्येकाला एक कोटीचा वाटा मिळणार होता. सुबोधने देशभरातून आपले साथीदार निवडले. चार वेळा नाशिकच्या कार्यालयाची रेकी केली. गँगमधील दोघे जण बिहारच्या पोलिसांबरोबर झालेल्या एन्काउंटरमध्ये ठार झाल्याने प्लॅन बारगळत गेला. मे महिन्यात पुन्हा जोमाने काम सुरू झाले. त्या कार्यालयातील कर्मचाऱ्यांच्या कामाचा सविस्तर अभ्यास केला. जाण्याच्या-येण्याच्या मार्गांची पाहणी केली. गुन्ह्यासाठी लागणाऱ्या मोटारसायकल आणि टेम्पो घेतले. त्यांच्या नंबरप्लेट आणि चासिस नंबर बदलले. नंबरप्लेटवर नाशिकचे अस्तित्वात असणारे नंबर टाकले. गुन्ह्यासाठी लागणारी सहा पिस्तुले आणि काडतुसे जमा केली. सुभाष गौड नावाचा एक स्थानिक सुरक्षारक्षक वगळता कोणाशीही नाशकात कॉन्टॅक्ट येऊ दिला नाही. सुटकेचा मास्टर प्लॅन पण केला. त्यांचा दरोडा उधळला; पण ठरल्याप्रमाणे त्यांनी तीन बाईकवरून पळ काढला. जाताना कपडे बदलले, साथीदारांची आलटापालट केली.

आम्हाला दरोड्याची खबर दहा मिनिटांतच लागली होती. आम्ही सीसीटीव्ही फुटेजवरून गुन्हेगारांचे वर्णन आणि मोटारबाइकचे नंबर मिळवले. राज्यभरात घटनेची खबर दिली. गुन्ह्याच्या तपासासाठी दहा पथके तैनात केली. आम्हाला पहिला दुवा मिळाला. नाशिकपासून २५ किमीवर दरोडेखोरांनी आपल्या तिन्ही मोटारसायकल सोडून दिल्या होत्या. माहिती मिळताच फॉरेन्सिक टीमसह पोलीस तेथे पोहोचले आणि बाईक बारकाईने तपासल्या; पण तिन्ही बाईकचे नंबर बोगस होते आणि चासिस नंबर चेपून नष्ट करण्याचा प्रयत्न केला होता; पण कानून के हाथ लंबे होते हैं! आम्हाला फॉरेन्सिक तपासणीत निश्चित माग मिळाले. त्यावरून चाकणच्या बजाज फॅक्टरीतील लाखो गाड्यांचे रेकॉर्ड पडताळले. त्याआधारे आम्ही सुरतमधील डीलरपर्यंत पोहोचलो आणि मग मालकापर्यंत व मग जो दुसऱ्या फळीतील सूत्रधार होता त्याच्यापर्यंत सगळे पत्ते उलगडत गेले. आमची पथके बिहारी वेषात पाटण्याजवळच्या खेड्यात दबा धरून बसली आणि एकानंतर एक असे सगळे प्यादे आमच्या जाळ्यात अडकले. सांगायचा उद्देश; फक्त संयम ठेवला पाहिजे, कॉमन सेन्सने निरीक्षण केले पाहिजे, अभ्यास केला पाहिजे; ज्या वेळी सावज आवाक्यात येतंय अशी खात्री झाली की झडप घातली पाहिजे. आणि हो, पोलीस अधिकारी गुन्हा उघडकीस आला की ढिला पडतो. त्याचे खरे काम हे गुन्हेगाराला कोर्टासमोर उभा करणे आणि उलटतपासणीमध्ये त्याच्याविरुद्ध जमा केलेले सर्व प्रकारांचे पुरावे सिद्ध झाले पाहिजेत. चांगल्या तपासाची पोचपावती ही दोषसिद्धीमध्ये असते. पोलीस अधिकाऱ्याचे कौशल्य हे तो अभ्यासपूर्वक पुरावे कसे गोळा करतो, त्याचे केसपेपर किती व्यावसायिकतेने तयार करतो, ते किती प्रभावीपणे

कोर्टासमोर मांडतो आणि गुन्हेगाराला त्याच्या दुष्कृत्याबद्दल शिक्षा होईल, याची पुरेपूर दक्षता घेण्यात आहे. अशा अधिकाऱ्यांना कोर्टातसुद्धा सन्मानाची वागणूक मिळते. यासाठी काय हवे आहे, तर कायद्याचे सखोल ज्ञान आणि कोर्टाच्या कामाची इत्थंभूत माहिती. शास्त्रीय पद्धतीने पुराव्यांची जुळवाजुळव आणि त्यांची कागदावर उत्कृष्ट मांडणी करण्याचे कौशल्य प्रत्येक तपासी अंमलदाराकडे असले पाहिजे. त्यासाठी उच्च आणि सर्वोच्च न्यायालयाच्या निवाड्यांचा व कायद्यातील नवनवीन बदलांचा अभ्यास सतत, अव्याहतपणे केला पाहिजे.

एटीकेट्स आणि फॉर्मल डिनर

अकादमीने अदब आणि शिष्टाचार आमच्या अंगी कसे भिनतील, यासाठी जळीस्थळी काष्ठीपाषाणी उपाययोजना करून ठेवल्या होत्या. वरिष्ठ दिसले की मानवंदना द्यावी लागे. क्लासमध्ये अधिकारी येताच सर्वांना सावधान करून रिपोर्ट करण्यात येई. गाऱ्हाणे मांडायचे असल्यास वरिष्ठांशी भेटीसाठी योग्य पद्धतीने वेळ घ्यावी लागे. चूक केल्यास त्यासंबंधी त्वरित माफी मागावी लागे. खोटे बोलल्यास काळ्या पाण्याची शिक्षाच! कोणाशी वाद नाही की भांडण नाही. विनाकारण हुज्जत घातली, तर शिस्तभंगाच्या कारवाईची भीती होती. महिलांशी अत्यंत सभ्यपणे वागणे आणि बोलणे अपेक्षित असायचे. आजारी पडलात, तर योग्य परवानगी घेऊनच दवाखाना गाठता येई. विनापरवानगी सुट्टी किंवा दांडी मारणे, हे तर अशक्यप्राय होते. अत्यंत निकडीच्या कारणानेदेखील रजा मिळणे दुरापास्त होते. या व अशा सगळ्या गोष्टी सवयीत कशा बदलतील, यासाठी जाणीवपूर्वक प्रयत्न केले जात होते.

आम्हाला जंगल कॅम्पसाठी चार दिवस हैदराबादजवळच्या खडकाळ परिसरात तैनात करण्यात आले होते. दिवसभर रूट मार्च आणि फील्ड टॅक्टीसचे प्रशिक्षण घेऊन जीव कासावीस होऊन जायचा. शनिवारी सायंकाळी कॅम्प संपणार होता. त्यामुळे रविवारी सुट्टीच्या दिवशी थकवा दूर करायला विश्रांती घेता येणार होती; पण अचानक आदेश आला, रविवारीसुद्धा जंगल कॅम्प चालू राहील. भर उन्हाळ्यात उंच पहाडावर गिर्यारोहण करायचे होते. आमच्यातले बंडखोर जागे झाले. आम्हाला रविवार द्यायचा नव्हता. आम्ही सकाळचा नाश्ता करायला नकार दिला. दिलेले काम मात्र इमानेइतबारे केले. ट्रेक करून भुकेल्या पोटी परतलो, तर दुपारचे जेवण बनवले नव्हते. दिवसभराचे ट्रेनिंग पूर्ण करून अकादमीत पोहोचलो, तेव्हा संचालक महोदय स्वागतास हजर होते. त्यांनी आमच्या वर्तनाबद्दल सक्त नाराजी व्यक्त केली. त्यांच्या ट्रेनिंगदरम्यान त्यांना प्रशिक्षण देणाऱ्या हवालदाराने सांगितलेल्या चार ओळी त्यांनी आम्हाला सुनावल्या, 'साऱ्या बिमारीवर एकच इलाज चालत नाही. लातोंके भूत

बातोंसे नहीं मानते. तुम्हाला ज्या भाषेत समजेल, त्या भाषेत त्या त्या वेळी ट्रेनिंग दिले जाईल. येथून बाहेर पडल्यावर तुमच्यासमोर कायदा व सुव्यवस्थेचे प्रश्न उभे राहतील, गंभीर मानवनिर्मित किंवा नैसर्गिक संकटे येतील, त्या वेळी सुट्टी आहे म्हणून तुम्ही निषेध व्यक्त करायला उपोषणाला बसणार की त्या आव्हानांना सामोरे जाल, हे तुम्हाला ठरवावे लागेल. तुमचे जीवन हे लोकांच्या जीवित आणि मालमत्तेशी निगडित आहे. तुम्हाला पळपुटी भूमिका घेता येणार नाही, हे पक्के डोक्यात घ्या. तुम्हाला 'रात्रंदिन आम्हा युद्धाचा प्रसंग' म्हणूनच काम करावे लागेल. हे ज्याला पटत नसेल, समजत नसेल, त्यांनी त्वरित राजीनामा देऊन येथून चालते व्हायचे.' आम्हाला भुकेले राहून आणि अशी चपराक खाऊन पुरती अक्कल आली होती. त्यामुळे वर्तनात अदबशीरपणा आणि आज्ञाधारकपणा बेमालूमपणे मिसळलाच पाहिजे. सही-गलतची चाचपणी नंतर करायची. आपत्काळात जो आदेश येईल, त्याचा अंमल स्वतःच्या आरामाचा आणि सोयीचा विचार न करता करायचा, हा संदेश लाऊड आणि क्लिअर होता.

जसे वागण्याचे नियम होते; तसे बोलण्याचे, खाण्यापिण्याचेही नियम ठरवून दिले होते. त्यासाठी खास समारंभावेळी फॉर्मल डिनरचेही आयोजन केले जायचे. त्यासाठी आम्हाला टेबल मॅनर्स शिकवण्यात आले. भोजनसमयी महिला आणि वरिष्ठ बसल्यानंतरच दिलेल्या जागेवर स्थान ग्रहण करायचे. हावरटपणाने खाऊ नये. बोटे चाटू नयेत. ग्रेव्ही वरपून खाऊ नये. पेयजल दिले असेल, तर घटाघटा पिऊ नये. जेवणाच्या पदार्थांची सरमिसळ करून खाऊ नये. जेवढे पाहिजे, तेवढेच प्लेटमध्ये घ्यावे. नासाडी करायची नाही. चिकन किंवा मटणचे चांगले पीस निवडून उचलू नयेत. ढेकर देऊ नये आणि आलाच, तर क्षमा मागावी. तिखट लागले, तर नाक शिंकरू नये. तोंडाचा आणि चमच्यांचा मचमच आवाज करू नये. जेवणावर टीका करू नये. आपले राहिलेले पदार्थ दुसऱ्याला देऊ नयेत. जेवताना पेपर वाचू नये. (अलीकडे मोबाइलवर व्यस्त राहू नये.) सर्वांचे जेवण संपत नाही, तोपर्यंत ताटावरून उठू नये.

चांगल्या विषयावर शेजारी असणाऱ्या व्यक्तीशी हसतमुखाने बोलावे. ओंगळवाणे आणि गलिच्छ शब्द टाळावेत. तोंडभरून घास घेऊ नये. छोटा घास घ्यावा म्हणजे इतरांशी बोलता येईल आणि तोंडातून अन्नकण बाहेर पडणार नाहीत किंवा ठसकाही लागणार नाही. चमचा, काट्याचा चमचा आणि सुरी कधी व काय खाण्यासाठी वापरायची, हे व्यवस्थित शिकून घ्यावे. त्यांच्याशी खेळत बसू नये. सगळ्यात बाहेरच्या चमच्यांपासून सुरुवात करावी. एकदा वापरला की तो टेबलावर पुन्हा ठेवू नये, प्लेटमध्येच ठेवावे. काट्याचमच्याने पकडलेला पदार्थ एका घासात खावा. चमचा ओठापर्यंतच आणावा, दाताला चिकटू नये. सोशल डिनरच्या वेळी कांदा,

लसूणसारखे तोंडाचा उग्र वास येणारे पदार्थ खाण्याचे टाळावे. दातात अडकलेले चिकन किंवा पालकचे पीस सर्वांसमोर साफ करू नयेत. जेवताना खडा लागला किंवा घासात केस सापडला, तर तमाशा करू नये. हळूच वेटरला बोलवून ती डिश बदलावी.

सोशल डिनरच्या वेळी फॉर्मल पोशाख घालावा. उगाच इकडेतिकडे जास्त कोलमडू नये. प्लेटमध्ये उगाच भरून अन्न घेऊ नये. सगळ्यांबरोबर खाण्याचा स्पीड ॲडजस्ट करावा. गरम पेय किंवा पदार्थ पडताळूनच खावा. गडबड आणि हव्यासापोटी तोंड किंवा जीभ भाजून घेऊ नये. गरम पदार्थ थंड होण्याकरिता फुंकर मारू नये की प्लेटमध्ये पसरू नये. संयम धरून थोडा थंड होण्याची वाट पाहावी. खुर्चीवर ताठ बसावे. मागेही कलंडू नये की पुढेही अती झुकू नये. टेबलाच्या जवळ बसावे. डिनर प्लेटच्या बाजूला असणारे सूप बाऊल, डिनर फोर्क, डेजर्ट फोर्क, सूप स्पून, टी स्पून, सुरी, सॅलाड प्लेट, ब्रेड प्लेट, पाण्याचा ग्लास सगळ्यांच्या जागा समजून घ्याव्या आणि क्रमाने खावे. हे सगळे नियम माझ्यासारख्या ग्रामीण तरुणाच्या पथ्यावर पडणे जिकिरीचे होते. एकतर सुरुवातीला गोंधळ व्हायचा. फिंगर बाउलमधले लिंबू टाकलेले पाणी प्यायचाही मोह आवरायचा नाही. चमच्यांचे तर युद्धच व्हायचे. एवढ्या वेगाने मेनू बदलायचा की सात कोर्स मीलनंतर पोट रिकामेच राहायचे. ही माझी एकट्याची नाही, तर अनेकांची स्थिती असायची. ट्रेनिंगच्या सुरुवातीला एका सीनिअर अधिकाऱ्यांच्या घरी मी आणि माझा मित्र कॉल-ऑनसाठी गेलो. तिथे माझ्या मित्राने एवढ्या जोराने सॅल्यूट केला की कपाळावरच्या झटक्याने त्याची पीक कॅप उडाली. गोंधळलेल्या अवस्थेत त्याने चहाबरोबर टेबलावर ठेवलेली कुत्र्याची बिस्किटे खाल्ली. कुत्रे आमच्यावर मोठमोठ्याने का भुंकते आहे, याचे कारण साहेबांनी सांगितल्यावर आम्ही खजील होऊन परतलो; पण हळूहळू शिस्त भिनायला लागली आणि आमच्या सवयी आमच्या सेवेला अनुकूल रूप धारण करू लागल्या होत्या.

◆

व्यवस्थापन :
जीवनाचे आणि व्यवसायाचे

डॉ. सक्सेना हे व्यवस्थापन शास्त्राचे धडे देणार होते; पण त्यांच्या रुक्ष चौकटी चेहऱ्याला पाहून असा विषय त्यांना झेपेल, असे वाटत नव्हते; मात्र त्यांनी जसा विषय मांडायला सुरुवात केली, तसे त्यांच्या रुक्ष शब्दांतून आणि बोजड वाणीतून व्यवस्थापनाचे बाळकडू मिळायला लागले. त्यांनी आत्मविश्वासाने आम्हाला सांगितले की, ''मी तुमच्या व्यक्तित्वात आमूलाग्र बदल घडवून आणणार आहे. अकादमीतील या दहा महिन्यांत एक उत्कृष्ट मॅनेजर होण्यासाठी लागणारे सगळे धडे मी इथे शिकवणार आहे; मात्र त्यासाठीचा निश्चय आजच करायचा आहे. तुम्ही एखादे ध्येय गाठायचे ठरवता, त्याच क्षणी तुमच्यात अपेक्षित बदल व्हायला सुरुवात होते. स्वतःमध्ये बदल घडवून आणायचे असतील, तर स्वतःला ओळखा! तुमच्या क्षमता आणि कमतरता काय आहेत, याचा शोध घ्या. आपली आत्मप्रतिष्ठा आणि मिळणारा आनंद दोन्ही भरभरून कमवले पाहिजेत. जसे तुम्ही वाचाल, अभ्यास कराल, ज्ञान मिळवाल, वाक्चातुर्य कमवाल, स्वतःला प्रस्थापित कराल; तशी आत्मप्रतिष्ठा वाढत जाते. आनंदाचे आणि आत्मप्रतिष्ठेचे अजोड नाते असते. तुम्ही ज्या वेळी स्वतःशी मैत्री करता, स्वतःवर प्रेम करता, स्वतःला शांती आणि समाधानाशी जोडता, त्या वेळी मिळणारा आनंद भरभरून, अगदी ओसंडून दुथडी वाहायला लागतो. आणि हो, कोणीही परफेक्ट नसतो. प्रत्येकात उणिवा असतात, वैगुण्ये असतात. त्यांना मात्र तुमचे कायमस्वरूपाचे अडथळे बनू देऊ नका.''

डॉ. सक्सेनांनी दिलेले हे मंत्र मी आयुष्यभर जपले. फक्त एकाच परिप्रेक्षात जीवन जगायचे नाही, हे निश्चित केले. आयुष्याचे तीन भाग बनवले. एक तृतीयांश स्वतःसाठी आणि कुटुंबासाठी, एक तृतीयांश आपल्या प्रोफेशनसाठी आणि एक तृतीयांश समाजासाठी. स्वतःची शारीरिक, मानसिक आणि आध्यात्मिक प्रगती

कशी होईल, याचे व्यवस्थित नियोजन केले. त्याची सांगड कुटुंबाशी घातली. योग आणि व्यायाम ही कौटुंबिक ॲक्टिव्हिटी केली. पत्नी आणि मुलांसोबत रनिंग, सायकलिंग, स्विमिंग, ट्रेक आणि जिम सक्तीचे केले. एक दिवसाआड एक अशी प्रत्येक व्यायामाला एक तासाची राखीव वेळ ठेवली. आठवड्यातून एकदा एक डोंगर चढायचा नियम घालून दिला. महिन्यातून एकदा दोन दिवस निसर्गात कुठेतरी मुक्काम ठोकायचा. गावाकडच्या गोष्टी, आपल्या ग्रामीण परंपरा आणि मूल्यांची शिकवण मुलांना दिली. दूर असले तरी आजीआजोबांशी त्यांची नाळ घट्ट राहील, यासाठी पुरेपूर प्रयत्न केला. मला मॅरेथॉन धावण्याची आवड; मात्र त्यासाठी रविवारची पूर्ण सुट्टी द्यायला लागायची. त्यातून मग सुट्टीच्या दिवशी कुटुंबाला वेळ देता येईना. मग पत्नीची नाराजी आपसूक आली. त्याला सोपा उपाय केला. माझ्या पत्नीलाच मॅरेथॉन धावण्यासाठी उद्युक्त केले. तिला प्रॉपर ट्रेनिंग दिले आणि आता मात्र ती चांगल्या गतीने २१ कि.मी.ची अर्ध-मॅरेथॉन पूर्ण करते.

होय, जीवन ही एक कठीण शर्यत आहे. ती कधी मॅरेथॉन असते, तर कधी शाळेत असते तशी लिंबूचमच्याची शर्यत! तुम्हाला तुमच्या तोंडात धरलेल्या चमच्यात लिंबू अलगद ठेवून पळायचे असते. जर मध्येच लिंबू पडला आणि सीमारेषा सर्वांत आधी पार केली, तरी काही उपयोग नाही. तुम्ही फेल! तसेच आहे जीवनाचे! तुमची नाती, मैत्री आणि आरोग्य हे त्या लिंबासारखे आहे. आयुष्याच्या चमच्यातून त्यांना पडू द्यायचे नाही. नुसते भौतिक यश मिळाले तर सगळे मिळाले, असे नाही. जर आजार जडले असतील, निद्रानाशाने वेढले असेल; तर एसीत आणि लुसलुशीत गाद्यांवर नुसते लोळणे होते. शांत झोप लागत नाही. पापे केली आणि मत्ता कमावली, तर अंतर्मन खायला लागते. खिसा भरलेला असला तरी मन रिते असते आणि आत्म्यावर ओझे साचलेले असते. गेम करून, लांगूलचालन करून प्रमोशन मिळवले, तरी खरा सन्मान आणि आदर मिळत नाही. व्यवसायात अनेक दबाव असतात. तुमच्या कुटुंबाकडून, समाजाकडून, मीडियाकडून, राजकारण्यांकडून तुमची सारखी सत्त्वपरीक्षा घेतली जाते; पण हा दबाव सहन करायला तुमच्याकडे नैतिक आणि शारीरिक धैर्य असावे लागते.

अकादमीत व्यक्तिमत्त्व विकास आणि फॉरेन्सिक शास्त्रावर चांगले व्हिडिओ दाखवले जायचे. डॉ. सक्सेनांनी जनरल मानेकशॉ यांची खूप उद्‌बोधक अशी भाषणाची चित्रफीत दाखवली होती. ती अजूनही मी ज्या ज्या वेळी द्विधा अवस्थेत किंवा द्वंद्वामध्ये सापडतो, त्या वेळी यू ट्यूबवर पाहतो आणि मला त्यातून एक अनामिक बळ, ऊर्जा आणि धैर्य मिळते.

नैतिक आणि शारीरिक धैर्य

जनरल मानेकशॉंनी त्यांच्या भाषणात आपल्यावर असणारे मानसिक ताण- तणाव आणि दबाव हाताळण्यासाठी आवश्यक असणाऱ्या दोन प्रकारांच्या धैर्याची संकल्पना सुंदरपणे सांगितली आहे. 'नैतिक आणि शारीरिक धैर्य.'

नैतिक धैर्य म्हणजे चूक आणि बरोबर यांतील फरक ओळखण्याची क्षमता. तुम्ही एखाद्या मताशी ठाम असता; त्या वेळी तुमचे वरिष्ठ काय म्हणतील, तुमचे सहकारी काय विचार करतील किंवा तुमचे कनिष्ठ त्याचा अर्थ काय घेतील, याचा यत्किंचितही विचार न करता ठामपणे उभे राहून आपले मत व्यक्त करणे. 'होय सर' करणारा माणूस हा भयंकर असतो. त्याला वेळीच रोखले पाहिजे. तो सिस्टिममधला बट्टा बनतो. तो लालुचगिरीमुळे मंत्रीही होईल, फील्ड मार्शलही होईल; पण तो कधीही लीडर होणार नाही. त्याला त्याचे वरिष्ठ वापरून घेतील. सहकाऱ्यांना तो कधीही आपला वाटत नाही आणि कनिष्ठ त्याला कधीही आदराचे स्थान देत नाहीत. असे नैतिक धैर्य विशद करण्यासाठी त्यांनी भारताच्या पंतप्रधानांशी झालेल्या मतभेदाचे उदाहरण दिले आहे. १९७०साली जनरल याह्या खानने त्यावेळच्या पूर्व पाकिस्तानवर दबाव वाढवला आणि मोठ्या संख्येने निर्वासित भारताच्या राज्यांत घुसू लागले. अशा आणीबाणीच्या परिस्थितीशी मुकाबला करण्यासाठी विचारमंथन करायला त्यावेळच्या पंतप्रधान इंदिरा गांधींनी कॅबिनेट बैठक बोलावली. ''जनरल मानेकशॉ तुम्ही काय करताय?'' असा खड्या आवाजात जाब विचारला. त्या वेळी जनरल म्हणाले, ''काहीच नाही.'' त्या वेळी श्रीमती गांधी म्हणाल्या, ''तुम्ही आत घुसा आणि कारवाई करा.'' त्या वेळी मानेकशॉंनी धैर्याने उत्तर दिले, ''मॅडम, तुम्ही युद्ध पुकारायला सांगत आहात आणि मी त्यासाठी सज्ज नाही. ही युद्धासाठी योग्य वेळ नाही. लवकरच मान्सून सुरू होतोय आणि पूर्व पाकिस्तान पाण्याखाली असेल, मी अशा स्थितीत कारवाई करू शकणार नाही. आता सगळीकडे कापणी सुरू आहे. शेतकऱ्यांना धान्याची वाहतूक करायला वाहने, रेल्वे बोगी हव्या आहेत. त्याचवेळी मला या सगळ्या वाहनांची, रेल्वेच्या डब्यांची माझे ट्रूप्स हलवण्यासाठी आवश्यकता लागेल आणि जर मी हे केले, तर अनेक भागांत अन्नाचा तुटवडा भासेल. त्यासाठी त्या वेळी मला दोष देऊ नका. हिमालयाकडचा बर्फ वितळायला लागला आहे आणि त्याचा फायदा घेऊन चिन्यांनी संधी साधली आणि आक्रमण केले तर मला दोन आघाड्यांवर लढावे लागेल. आणि अशाही परिस्थितीत मला जर तुम्ही युद्ध करायला सांगितले, तर पराभव निश्चित आहे, ही वस्तुस्थिती सांगायला मी कचरत नाही.'' हे त्यांचे उत्तर चाट पाडणारे होते. बैठकीनंतर ज्या वेळी श्रीमती गांधींनी जनरल मानेकशॉंना थांबवून घेतले, त्या वेळी 'मी कधी राजीनामा पाठवू' असे

जनरलनी विचारले. त्या वेळी खरेच अशी परिस्थिती आहे का, हे इंदिराजींनी विचारले. तेव्हा ते उत्तरले, "युद्ध करणे, हे माझे कर्तव्य आहे. आपला आदेश शिरसावंद्य; पण आपल्याला वस्तुस्थिती सांगणे, हेही माझे कर्तव्य आहे. १९६२ साली जर मी आपल्या वडलांचा सेनापती असतो, तर त्यांना ठामपणे असेच सांगितले असते आणि जो भारतीय सैन्याचा पराभव झाला, तो टाळता आला असता."

दुसरे असते शारीरिक धैर्य, म्हणजे रफ आणि टफ धाडस! भूक आणि सेक्सप्रमाणे भीतीदेखील माणसाची मूलभूत जाणीव आहे. जो कोणी म्हणतो की जीवघेण्या संकटावेळी मी घाबरलो नाही, तो निश्चितपणे खोटे बोलतो. प्रत्येक जण घाबरतो; पण घाबरणे वेगळे आणि घाबरलो नाही हे दाखवणे वेगळे. ज्या वेळी तुमचे दात थडथडत असतात आणि गुडघे एकमेकांना थटत असतात व तुम्ही लघवी करताना स्वत:चा नकाशा बनवत असता, त्या वेळी तुमच्यातला खरा नेता दिसतो. तुमचे नेतृत्व पणाला लागते. तुम्ही एकदा का तुमच्यातील भीतीचे प्रदर्शन तुमच्या हाताखालच्या लोकांसमोर केले, की त्या वेळी तुम्ही ती संस्था सोडली पाहिजे. अशा रफ आणि टफ शारीरिक धैर्याचे मानेकशाँनी दुसरे उदाहरण दिले आहे. १९४२मध्ये बर्मामध्ये शीख कंपनीचे नेतृत्व ते करत होते. सोहनसिंग नावाचा एक बदमाश, बेशिस्त शिपाई त्यांच्यावर संतापला होता; कारण होते की, मानेकशाँनी त्याच्या पूर्वीच्या खराब रेकॉर्डमुळे त्याची लान्सनायक पदावरून नायकपदी पदोन्नती नाकारली होती. संतापलेल्या सोहनसिंगनी मानेकशाँना आज गोळी घालणार, असे घोषित करून रायफल हातात घेतली होती. सुभेदारांनी बळाचा वापर करून त्याला ताब्यात घेतले. ही बातमी ऐकताच मानेकशाँनी सोहनसिंगला समोर बोलावले व भरलेली पिस्तूल त्याच्या हातात दिली आणि म्हणाले, "तेरा दिल है मारने का? मारो गोली" सोहनसिंगचा नूर बदलला आणि तो म्हणाला, "साहब, गलती हो गया।" हे ऐकून सोहनसिंगला सोडून देण्याचे मानेकशाँनी सुभेदाराला आदेश दिले; पण कंपनीमधील सर्व जण घाबरलेले होते. सुभेदार पुन्हा म्हणाला, "साहब, उसपे भरोसा मत करो। वो आज रात आपको गोली मारेगा।" त्यावर मानेकशॉ संतापले आणि त्यांनी हुकूम दिला. "कुठे आहे सोहनसिंग, आज तो माझ्या तंबूवर सेंट्रीचे काम करेल." सोहनसिंगला समोर बोलावून त्यांनी फर्मावले, "तू रात्रभर माझ्या अंगरक्षकाची ड्युटी करशील आणि उद्या पहाटे ५ वाजता मला एक मग गरम चहा देऊन उठवशील!" आणि हो, खरेच पहाटे सोहनसिंगने गरम चहा घेऊन मानेकशाँना उठवले. त्यांच्या प्रत्येक निर्देशाचे आज्ञाबरहुकूम पालन केले. याचा अर्थ त्यांनी सांगितला, ते घाबरले नव्हते असा नाही. किंबहुना, ते मनातून पूर्ण हादरले होते; पण जर त्यांनी सोहनसिंगला कैद केले असते किंवा इतर ठिकाणी पाठवले असते,

तर त्यांच्या सैन्यात 'साहब डरता है ।' असा संदेश गेला असता. त्यांच्या एका कृतीमुळे सैन्यात त्यांच्या लीडरबाबत आदर व विश्वास निर्माण झाला. एखादा सार्जंट ज्या वेळी दंगलग्रस्त भागात हिंसक जमावाला सामोरा जातो, त्या वेळी त्याच्या आत असे रफ आणि टफ धैर्य खचाखच भरलेले असते. खरा लीडर होण्यासाठी हे धैर्य अनिवार्य आहे.

मलाही करिअरमध्ये अशा अनेक प्रसंगांना सामोरे जावे लागले. ज्या वेळी समोर मृत्यू आहे किंवा जीवघेणा धोका आहे, असे माहीत असूनही धैर्याने पावले टाकावी लागली, त्या वेळी जनरल मानेकशाँचे शब्द अनेकदा कानात घुमायचे. प्रोत्साहन आणि बळ द्यायचे. प्रशिक्षण म्हणजे काय तर प्रसंगांना समयानुरूप आणि स्थितीनुरूप सामोरे जाण्याची मानसिक आणि शारीरिक तयारी. एकदा आपल्या संकल्पना स्पष्ट झाल्या आणि उद्दिष्ट समजले की, निर्णय घेणे सोपे होते. पाय घसरत नाहीत. संतुलन ढळत नाही आणि प्रवास रोमांचकारी होतो. हाताळलेले प्रसंग व्यक्तिमत्त्वाला झळाळतात. प्रसंगागणिक आत्मबल आणि आत्मविश्वास वाढत जातो व व्यावसायिक नैपुण्य आपोआप यायला लागते. त्यामुळे सवयींची जडणघडण करण्याचा मानेकशाँचा मूलमंत्र मनोमन पटला. आपल्या विचारांवर लक्ष द्या. त्यातून तुमचे शब्द उमटतात. शब्दांवर लक्ष द्या. त्यातून तुमच्या कृती ठरतात. कृती हळूहळू सवयींमध्ये परावर्तित होतात व सवयींमधून तुमचे चारित्र्य घडते व चारित्र्यच तुमचा भविष्यकाळ ठरवते. किती सोपे आणि सरळ सूत्र आहे आयुष्याची दिशा ठरवण्याचे!

२६/११च्या रात्री ताजमध्ये ज्या वेळी मी माझ्या अंगरक्षकांसह घुसलो, त्या वेळी समोर रक्ताच्या थारोळ्यात पडलेले मृतदेह, एके ४७ च्या फैरींचे आणि ग्रेनेड ब्लास्टचे आवाज मृत्यूची साद देत होते. सामान्य नागरिकांच्या येणाऱ्या किंकाळ्या आत पावले टाकायला भाग पाडत होत्या. मी आणि माझ्या बॉडीगार्डला अधिक कुमकीसाठी, बुलेटप्रूफ जॅकेट आणि ऑटोमॅटिक रायफलीसाठी वाट पाहता आली असती. असे केले असते, तर आम्हाला कोणीही कुठलेही प्रश्न विचारले नसते; पण ९.४० मिनिटांनी अतिरेकी ताजमध्ये घुसले होते. अनेक निष्पापांना त्यांनी ठार मारले होते आणि शेकडो लोक मृत्यूच्या छायेखाली होते. दरवेळी गुन्हा घडल्यानंतर पोलीस पोहोचतात; पण या वेळी गुन्हा घडत होता. लोकांचे जीव जात होते. अशा वेळी ११व्या मिनिटाला मी आणि माझा अंगरक्षक ९.५१ वाजता ताजच्या गेटवर पोहोचलो आणि आत प्रवेश केला व मृत्यूचे तांडव पाहिले; मात्र क्षणभरही द्विधा मन:स्थिती झाली नाही की मृत्यूची भीती अडवू शकली नाही. धैर्याने प्रसंगाला सामोरे गेलो आणि अतिरेक्यांशी यथाशक्ती मुकाबला केला. या वेळी संकल्पना स्पष्ट होत्या आणि उद्दिष्ट निश्चित होते. 'देशासाठी मारायचे किंवा मरायचे.'

दुनियामें मिल जायेंगे आशिक कई
मगर वतनसे खूबसूरत सनम नहीं होता ।
सोने में सिमटकर नोटों मे लिपटकर मरे हैं कई
मगर तिरंगे से खूबसूरत कफन नहीं होता ।

तुकाराम ओंबळे एका लाठीसह भिडले त्या शस्त्रधारी कसाबशी. पाच गोळ्या पोटात झेलूनही सैतानाला घातलेली घट्ट पकड सैल होऊ दिली नाही. का कामटे सर, दाते साहेब स्वत:चे क्षेत्र नसतानाही धावून आले आणि धैर्याने लढले त्या रात्री? कारण होते ते मानसिक, शारीरिक बळ आणि नैतिक धैर्य!

चाकणची दंगल

४ ऑगस्ट, २०१८ रोजी चाकण पेटले. आरक्षणासाठी निघालेल्या मोर्च्याचे रूपांतर हिंसक जमावात झाले. अनेक बसेसना आगी लावल्या गेल्या, पोलीस चौकी पेटवली गेली. पोलीस ठाण्यावर हल्लाबोल झाला. ठाण्यासमोरची तीन वाहने पेटवली. सात ते आठ हजारांचा जमाव नियंत्रणाबाहेर गेला. पोलिसांवर हल्ले झाले. पोलीस उपअधीक्षक, निरीक्षकांसह अनेक पोलीस कर्मचारी गंभीर जखमी झाले. मी एका छोट्या तुकडीसह घटनास्थळापासून ५०० मीटरवर पोहोचलो. आगी आणि धुरांचे लोट दिसत होते. घोषणा व आरोळ्या ऐकायला येत होत्या. सोबत असलेल्या अधिकाऱ्याला आणि पंधरा कर्मचाऱ्यांना घेऊन त्या गर्दीचे नियंत्रण करायला घुसणे धोकादायक होते. कुमक पुरेशी नव्हती आणि कर्मचाऱ्यांचा जीव धोक्यात घालणे मला योग्य वाटले नाही. मी निर्णय घेतला! हो, तो आत्मघातकी होता आणि कदाचित मूर्खपणाचाही ! पण मला गट फीलिंग होती. मी या जिल्ह्यात पूर्वी एस.पी. म्हणून काम केले होते. गेली दोन वर्षे या परिक्षेत्राचा आय.जी. म्हणून काम करतोय. प्रामाणिकपणे, इमानेइतबारे काम करतोय. युवकांना साद घालत त्यांच्याशी संवाद साधत काम करतोय. त्यांच्यासमोर मी नि:शस्त्र जाईन, एकटा जाईन. हेल्मेटही काढून ठेवले व एका खासगी इसमासोबत त्याच्या स्कूटीवर बसून त्या हिंसक, भडकलेल्या जमावात घुसलो. काही सेकंदांत, गर्दीतील काही जणांनी मला ओळखले. अनेक शाळा-महाविद्यालयांमध्ये जाऊन मी युवकांना मार्गदर्शन केले होते. एका आय.जी. रँकच्या अधिकाऱ्याला शस्त्र आणि कुमकीशिवाय एकटा आलेला पाहून ते अवाक झाले. गर्दीचा नूर बदलला. जमाव शांत झाला. त्यातले म्होरके पुढे आले आणि मला त्या जमावाशी संवाद साधण्याचे त्यांनी आवाहन केले. मी त्या जमावाला हातानेच बसण्याचे आवाहन केले. तो आरोळ्या ठोकणारा जमाव चौकात शांत बसला. साधारण दहा मिनिटे मी त्यांना हिंसेचा अवलंब न करण्याचा आणि

कायदा हातात न घेण्याचा आग्रह केला. जमावाला समजणाऱ्या भाषेत मी बोललो. त्यांच्या भावनांना हात घातला. आणि परिस्थिती पालटली. तेच युवक माझ्या बाजूने उभे राहिले. अनेक जण मला मोठा भाऊ या नात्याने पदस्पर्श करू लागले. हळूहळू परिस्थिती नियंत्रणात आली.

या दिवशी एकाच वेळी पूर्ण राज्यात आंदोलनाची आग भडकली होती. चाकण नियंत्रणात येते, तोवर राजगुरुनगरची परिस्थिती चिघळली. पोलीस ठाण्यावर पाच हजारांचा जमाव चाल करून आला. पी.आय.चौधरी आणि स्टाफ ठाण्यात अडकला होता. त्यांचे वायरलेसवर पॅनिक कॉल सुरू झाले. मी एस.पी.ला चाकण हाताळायला सांगून त्वरेने राजगुरुनगरला पोहोचलो. या वेळी तुलनेने सोबत अधिक फोर्स होता. बळाचा वापर करायचा झाल्यास सगळी तयारी होती; पण जर एका ठिकाणी बळ वापरले, तर त्याचा भडका राज्यभर उडणार होता. मी पुन्हा तोच निर्णय घेतला. जमलेल्या जमावातील नेत्यांना फोन करून निरोप दिला. नदीच्या एका तीरावर मॉब जमला होता. मॉबच्या एका बाजूला महाविद्यालय आणि दुसऱ्या बाजूला पोलीस ठाणे होते. आम्ही पोलीसगाड्या पुलाच्या अलीकडे थांबवल्या. फक्त माझी गाडी घेऊन आणि सोबत एक अधिकारी व एक अंगरक्षक घेऊन जमावाशी बोलायला आम्ही नदीपल्याड गेलो. इथेही मॉब आमच्या या संकेताने शांत झाला. मी तेथील कॉलेजच्या प्राचार्यांना बोलावले आणि जमलेल्या युवकांशी संवाद साधायला सांगितले. इथेही युवकांच्या भावनांना होकारात्मक पद्धतीने साद घातली. अपेक्षित परिणाम पाहायला मिळाला. खवळलेला युवावर्ग हळूहळू निवळला आणि शांतपणे पांगला. जमावात असताना माथी भडकलेली असतात. जसा जमाव बिथरतो, चेकाळतो; तशी सदसद्विवेकबुद्धी संपुष्टात येते. मग काय हाती दगड, काठ्या, रॉड, पेट्रोल, केरोसिन, तलवारी जे काही आहे, ते घेऊन तो कोणतीही खातरजमा न करता हल्ले करायला सुरुवात करतो. त्या गर्दीने मग एक समान उद्दिष्ट ठरवलेले असते; ठोका, मारा, जाळा. एक भयंकर अक्राळविक्राळ आणि पाशवी चेहरा धारण केलेला असा जमाव सार्वजनिक संपत्तीचे नुकसान करतो. अनेक निरपराधांचे जीव घेतो. या मुखवट्यामागील सर्व जण गुन्हेगार नसतात; पण एकदा त्या भीषण मानसिकतेत प्रवेश केला की तेही त्या गर्दीचा भाग बनतात आणि गंभीर गुन्हेगारी कृत्यात सहभागी होतात.

मी चाकणची होणारी औद्योगिक प्रगती आणि शासनाच्या आश्वासक पावलांविषयी थोडक्यात बोललो. आज आंदोलन संपेल; पण उद्या सी.सी.टी.व्ही. आणि व्हिडिओ कॅमेऱ्यांच्या मदतीने पोलीस युवकांना ताब्यात घेतील. मग खटले दाखल होतील. अटक आणि जामिनाच्या फेऱ्यात आईवडलांना पोलीस ठाणे व न्यायालयाच्या फेऱ्या माराव्या लागतील. वकिलांची फी, कोर्टकचेऱ्या, जेल या सगळ्यात कधी

गुरफटून जाऊ, हे कळणारही नाही. मग पोलीस ठाण्यात रेकॉर्डवरील गुन्हेगारांमध्ये नावाची नोंद होईल. चारित्र्य पडताळणी, पासपोर्ट व्हेरिफिकेशन, व्हिसा सगळ्यावर 'नो' चा शिक्का बसेल. सरकारी नोकरी मिळणार नाही. प्रत्येक सणउत्सवावेळी, आंदोलनावेळी पोलीस घरी येऊन प्रतिबंधक कारवाईसाठी उचलून नेणार. हे सगळे दुष्टचक्र ओढवून घ्यायचे का? याचा अर्थ असा नाही की, न्याय्य हक्कासाठी भांडायचे नाही. भांडायचे; पण संविधानिक मार्गाने, शांततेने आणि अभ्यासपूर्वक. गर्दीत हुर्यो होत होता; पण हा अधिकारी, अधिकारवाणीने न सांगता, मोठ्या भावासारखा, शिक्षकासारखा सांगतोय, हे त्यांना उमगले आणि त्यांनी उगारलेले शस्त्र म्यान केले. पुढे कायदेशीर कारवाई तर झालीच; पण त्यामुळे आंदोलन अजून चिघळले नाही. दाहकता आणि उग्रपणा कमी झाला, सामंजस्य आणि समजूतदारपणा जिंकला. संकटाशी सामना करायला मानसिक आणि शारीरिक धैर्य सिद्ध करते व त्यातून आलेल्या बळाने भीतीवर सहजपणे मात करता येते. अडचणी असतात; पण थांबायचे नसते. उद्दिष्टाला सांगायचे, थोडावेळ वाट पाहा, मी निश्चित तिथे पोहोचेन. पायांना अडचणी कधी बांधू शकत नाहीत आणि जर स्पष्ट दृष्टी असेल, तर मार्ग कधीच भटकू शकत नाही. त्यामुळे विजयपथावर, सत्यनिष्ठेवर व आत्मविश्वासावर पावले टाकायची असतात. प्रशिक्षणात मिळणाऱ्या छोट्या छोट्या शिकवणी, जीवनातल्या कठीणतम प्रसंगावर मात करायला शिकवत होत्या. अशी हातघाईची लढाई ही प्रत्यक्ष युद्ध न करताही जिंकता येते; मात्र त्यासाठी संवादाचे तंत्र आणि मंत्र विकसित करावे लागतात.

वक्ता दशसहस्त्रेषु

अकादमीचे संचालक सांगायचे, "चांगले नेतृत्व करायचे असेल, तर उत्तम संवाद साधता आला पाहिजे. आपले मुद्दे तार्किकदृष्ट्या समोरच्याला पटवून देता आले पाहिजेत. आपण पाल्हाळिक बडबड न करता समोरच्याला समजेल आणि उमजेल, अशी भाषा वापरली पाहिजे. तुमच्या फोर्सशी आणि जनतेशी तुमचा सततचा संवाद असतो. शब्दांबरोबर तुमच्या हावभावांनाही तितकेच महत्त्व असते. समोरच्या व्यक्तीचा प्रश्न, मूड, गरज आणि रस या सगळ्यांचा अंदाज घेऊन आपली भाषा ठरवली पाहिजे. तुमच्या शब्दांमुळे लोकांची निराशा होऊ शकते. त्यांची भावना दुखावली जाऊ शकते. कोणाचातरी अपमान, मानभंग होऊ शकतो; याचीही बोलताना जाणीव असली पाहिजे. जर योग्य आणि प्रभावी शब्द वापरले; तर तुम्ही समोरच्या समूहामध्ये उत्साह, स्वाभिमान, चैतन्य निर्माण करू शकता. त्यांना रचनात्मक कार्यासाठी प्रेरितही करू शकता. शब्दांबरोबर तुमच्या बोलण्याची लय, वेग, फेक,

स्पष्टोक्ती आणि धारही संवादाची परिणामकारकता ठरवत असते. बोलतेवेळीचा तुमच्या चेहऱ्यावरचा भाव, हातवारे, देहबोली आणि शैली तुमच्यामधील आत्मविश्वास आणि प्रामाणिकपणा प्रतिबिंबित करते. समोरच्यांच्या डोळ्यांत पाहून बोलले पाहिजे. आणि हो, आपण प्रसंगानुरूप पेहरावही अदबशीर केला पाहिजे. केसांची ठेवण, चेहऱ्याची निगा, कपड्यांचा नीटनेटकेपणा, पायांतील जोडे हेसुद्धा तुमच्या त्यावेळच्या प्रसंगाशी अनुरूप असणे आवश्यक आहे. तुमचा गणवेश ही तुमची ओळख आहे. तुमचा स्वच्छ, नीटनेटका आणि कडक गणवेश तुमचा आविर्भाव आणि देहबोली आपसूक बदलत असतो.''

'वक्ता दशसहस्त्रेषु', असे म्हणतात. उत्कृष्ट भाषण करता येणे, ही एक देणगी आहे; पण ही देणगी कौशल्यपूर्वक कमवावी लागते. तुम्ही कमवलेली भाषा, तुमचे हावभाव आणि तुमची मांडणी ही तुम्हाला हळूहळू प्रगल्भ व प्रभावशाली बनवू लागते. तुमचे बोलणे, हे तुमच्याबद्दलच नाही तर तुमच्या संघटनेबद्दलही मत बनवत असते. भाषण देण्याची संधी ही तुमच्यातला अभ्यासक आणि चिकित्सक जागा करीत असते. काय आणि कसे बोलायचे, याची जुळवाजुळव आणि अंदाज तुम्ही बांधायला लागता. त्यासाठी अभ्यास महत्त्वाचा आणि त्याहून अधिक निरीक्षण महत्त्वाचे. एखाद्या ठिकाणी गेल्यानंतर तिथे पाहिलेल्या गोष्टी, भेटलेली माणसे आणि आवडलेले प्रयोग तुम्ही आपल्या भाषणात मांडले, तर तुमच्या भाषणाचा ठोकळबाजपणा कमी होतो. ज्या विषयावर बोलायचे, त्याचा अभ्यास केला तर शब्दांना धार येते आणि तुमचा आत्मविश्वास कैक पटींनी वाढतो. ट्रेनिंगमध्ये जे संवादाचे महत्त्व शिकलो, ते मी आचरणात आणले. मी विषयानुरूप डायऱ्या बनवल्या आहेत. सहसा पोलीस अधिकाऱ्यांना विद्यार्थ्यांना मार्गदर्शन करण्यासाठी शाळा, कॉलेजांत बोलावले जाते. क्रीडा आणि कला महोत्सवाचे निमंत्रण दिले जाते. शांतता समित्यांच्या बैठकांना संबोधित करावे लागते. धार्मिक आणि सामाजिक सोहळ्यांना हजेरी लावावी लागते. तुमच्या अधिकारी, कर्मचाऱ्यांना बंदोबस्तावेळी किंवा संमेलनावेळी ब्रीफ करावे लागते, त्या वेळी कोणता प्रसंग आहे, त्यानुरूप तुम्ही बोलणे अपेक्षित असते. विद्यार्थ्यांसमोर ज्येष्ठ नागरिकांच्या समस्यांविषयी बोलून उपयोग नाही. पोलीस अधिकाऱ्याने त्यांना व्यसनाधीनता, सोशल मीडिया, सायबर गुन्हेगारी, वाहतुकीची शिस्त, मूलतत्त्ववादापासून दूर राहणे या व अशा विषयांवर मार्गदर्शन करणे अपेक्षित असते.

मी एक उत्तम सवय स्वतःला लावून घेतली. प्रत्येक विषयासाठी एक स्वतंत्र डायरी घेतली. त्यात मला भावलेले प्रेरक प्रसंग किंवा भेटलेल्या प्रभावी व्यक्तींचे वर्णन शोधक्यात लिहून ठेवले. माझ्या वाचनात आलेली आणि आवडलेली कवने, कविता, शेर, श्लोक आणि सुभाषिते विषयानुरूप व्यवस्थित लिहून ठेवली. सण,

उत्सव आणि जयंत्यांच्या बंदोबस्तावेळी पोलिसांची कसोटी लागते. विशेषतः, गणपती आणि दुर्गा उत्सव, ईद, डॉ. आंबेडकर जयंती आणि शिव जयंतीच्या मिरवणुकांवेळी युवावर्ग मोठ्या संख्येने रस्त्यावर उतरतो. उत्सवाचा उत्साह आणि जल्लोष अनेकदा क्षुल्लक कारणामुळे कायदा आणि व्यवस्थेच्या गंभीर प्रश्नात विपरीतपणे बदलतो. या महत्त्वाच्या सणांवेळी जातीय संवाद आणि सौहार्द कसे टिकवायचे व त्यासाठी तरुणाईशी कसा संवाद साधायचा, याची नेमकी दिशा मी ठरवलेली असायची. माझ्या करिअरमध्ये या उत्सवांकडे तरुणाईशी कनेक्ट करायला मिळणारी संधी म्हणून मी पाहिले. खरे तर सामूहिक प्रयत्नांनी या उत्सवांना विधायक रूप देणे आणि त्यात सहभागी होणाऱ्या तरुणाईला रचनात्मक दिशा देणे शक्य आहे. पश्चिम महाराष्ट्राचा आय.जी. असताना आम्ही पोलिसांनी तरुणाईला प्रोत्साहित करून त्यांच्या सक्रिय सहभागातून गणपती उत्सवाला समाजपरिवर्तनाचे माध्यम बनवण्याचा प्रयत्न केला. हा प्रयोग सर्व स्तरांतून वाखाणला गेला. त्याचीच ही साठा उत्तराची कहाणी!

डॉल्बीमुक्त गणेशोत्सव

गणपती जो व्रताचरणी लोकांचे संरक्षण करतो, जो सर्वांची पापे आपल्या उदरामध्ये घेतो, ज्याला जे पाहिजे ते देतो; तो बाप्पा पोलिसांना टेन्शन का देतो; हा प्रश्न मला नेहमी पडलेला असतो. कदाचित आमचे अटेन्शन चुकीचे असल्याने हे टेन्शन निर्माण होत असावे. जणू काही वार्षिक परीक्षा येत आहे, असे वातावरण गणपती बाप्पाच्या आगमनापूर्वी पोलीस खात्यात तयार होत असते. वरिष्ठांपासून कनिष्ठांपर्यंत सर्वांचे कामाचे व जबाबदारीचे निश्चितीकरण होते. गावभेटी, प्रतिबंधात्मक कारवाया, मंडळांबरोबर बैठका व बंदोबस्ताच्या नियोजनाची लगबग सुरू होते. प्रतिष्ठापनेपासून कसलेही विघ्न येणार नाही, यासाठी डोळ्यांत तेल घालून प्रत्येक संवेदनशील ठिकाणी पहारा ठेवला जातो. मिरवणुकांच्या मार्गांवरचे नियोजन तर अधिक खबरदारीने केले जाते. जातीय तणाव निर्माण होणार नाही; यासाठी सकाळ, दुपार, संध्याकाळ सगळ्या मंदिरांची आणि प्रार्थनास्थळांची कसून पाहणी केली जाते. आजकाल तर दहशतवादाचे संकट वेगळेच, त्यासाठी गुप्तचर यंत्रणांपासून पोलीस ठाणे स्तरावर असणाऱ्या बीट कॉन्स्टेबलपर्यंत प्रत्येक जण अधिक दक्ष आणि सजग असतो. एकदा का अनंतचतुर्दशीच्या दिवशी सार्वजनिक बाप्पांचे विसर्जन झाले की आमचा जीवही भांड्यात पडतो. बालपणी बाप्पाचे विसर्जन झाले की अश्रू अनावर व्हायचे, चैन पडायचा नाही. आज हेच निर्विघ्नपणे पार पडले की डोळ्यांत आनंदाश्रू येतात. सुटकारा मिळाल्याचा, परीक्षा पास झाल्याचा आनंद मिळतो.

मा. उच्च न्यायालयात ऐन उत्सव काळात 'शांतता क्षेत्रावरून' जनहित याचिकेची सुनावणी सुरू होती. मंदिरे, प्रार्थनास्थळे, शाळा, हॉस्पिटल यांच्या १०० मीटरच्या परिसरामध्ये शांतता क्षेत्रे निश्चित करून त्या परिसरात ध्वनिक्षेपकांवर बंदी घालायचा विषय ऐरणीवर आलेला होता. कोर्टाने शासनाचा निर्णय फिरवला होता व पूर्वी निश्चित केलेली शांतता क्षेत्रे कायम केली होती. त्यामुळे कोणत्याही शांतता क्षेत्रात ध्वनिक्षेपक लावायला मनाई केली गेली होती. गल्लीबोळांतसुद्धा मंदिरे, शाळा आणि हॉस्पिटल असतात. त्यामुळे मंडळांनी ध्वनिक्षेपक लावायचे कुठे, हा पेचप्रसंग निर्माण झाला होता. कोर्टाने ध्वनिक्षेपकांशिवाय सण साजरे करता येत नाहीत का, असेही सुनावले.

कायदा व सुव्यवस्था राखताना या निर्णयांची अंमलबजावणी करणे, ही पोलिसांसाठी तारेवरची कसरत होती. विहित डेसिबलच्या मर्यादेत मंडळांना ध्वनिक्षेपक लावण्यास भाग पाडणे, हेच मुळी आमच्यासमोर धर्मसंकट असते. डॉल्बीच्या भिंती उभ्या करून त्यातून मर्यादेच्या दुपटीपेक्षा अधिक क्षमतेच्या कर्णकर्कश व कंपन निर्माण करणाऱ्या आवाजावर धिंगाणा व बीभत्स नृत्य करणे, हा या काळात अनेक मंडळांसाठी मर्दानगीचा आणि प्रतिष्ठेचा विषय असतो. काही जणांसाठी तर जसे वाटतेय तसे, दारू ढोसून पोलिसांसमोर नाचणे हे फक्त अशा उत्सवी मिरवणुकांतच साध्य होत असते. पोलीसही 'एक दिवस तुमचा' या भूमिकेतून या विषयावर बघ्याची भूमिका घेणे पत्करतात; कारण यात जर आवाज कमी करायचा किंवा डॉल्बी बंद करण्याचा प्रयत्न केला, तर तणाव वाढतो. मंडळे बाप्पाला रस्त्यावरच ठेवू, या धमकीवर पोलीस प्रशासनाला बिनधास्त ब्लॅकमेल करतात. यावरून अनेकदा गंभीर, हातघाईचे प्रसंग उभे राहिले आहेत. मंडळासोबत पोलीस प्रशासनाचा संघर्ष झाला आहे. अशा या सगळ्या पार्श्वभूमीवर कायद्याची अंमलबजावणी करण्याचे आव्हान आम्ही स्वीकारायचे ठरवले. मग त्यासाठी साम, दाम, दंड, भेद अशी चतु:सूत्री अवलंबली. पहिला टप्पा समुपदेशनाचा! मंडळाच्या कार्यकर्त्यांना डॉल्बीचे दुष्परिणाम समजावून सांगायला ENT डॉक्टरांची व्याख्याने आयोजित केली. डॉक्टरांनी PPTच्या माध्यमातून मार्गदर्शन केले. रुग्णांना, वृद्धांना, गरोदर स्त्रियांना व नवजात बालकांना त्याचा कसा त्रास होतो, हे खूप तर्कशुद्धपणे समजावून सांगितले; पण झोपलेल्याला जागे करणे सोपे असते. काही मंडळांच्या नेत्यांनी तुम्ही पेशंटना या ३६ तासांसाठी दुसरीकडे का हलवत नाही, असे डॉक्टरांनाच सुनावले. वर्षातून एकदा आमचा सण येतो, तुम्हाला भोंगे दिसत नाहीत का, असाही युक्तिवाद केला. 'काही केल्या या वर्षी कायद्याची अंमलबजावणी होईल,' अशी ठाम भूमिका या वेळी पोलीस प्रशासनाने मंडळांसोबतच्या बैठकांमध्ये घेतली. त्यामुळे पोलीस प्रशासनाविरुद्ध मोर्चे निघाले, उपोषणे आयोजित केली गेली.

आम्ही यातून खचलो नाही. स्वयंसेवी संस्थांची मदत घेतली. मीडियाला बरोबर घेतले. डॉल्बीचे दुष्परिणाम युवकांसमोर मांडतच राहिलो. डेसिबल मीटर हे 'कंपन'ही मोजते. डॉल्बीचे बेस, मिड व टॉप असे तीन भाग असतात. बेस हा कंपन निर्माण करण्यासाठी असतो. अशा कंपनामुळे भिंती हादरतात, भूकंप आल्याचा भास होतो. कोल्हापुरात २००९मध्ये याच डॉल्बीच्या आवाजाने मोडकळीस आलेली इमारत कोसळली आणि त्यात दोघांचा मृत्यू झाला होता. डॉल्बीच्या आवाजावर नाचताना तरणाबांड नवरा मुलगा ऐन वरातीत हृदयविकाराच्या झटक्याने देवाघरी गेल्याचे सांगलीतील उदाहरण ताजेच होते. या 'टनेल' किंवा 'अर्थक्वेक' इफेक्टने वृद्धांचे हृदय अधिक तीव्रतेने धडकायला लागते. त्यांना या जीवघेण्या आवाजानेच हृदयविकाराचे, मतिमंदत्वाचे, बहिरेपणाचे झटके सहजासहजी येतात.

याला उपाय म्हणून लतादीदींनी सांगितलेली आठवण व त्यातला संदेश स्वागतार्ह आहे. लतादीदींच्या गायनाची सुरुवात ही दगडूशेठ हलवाई गणपती मंडळासमोर झाली होती. त्या १४ वर्षांच्या असताना आपले वडील मा. दीनानाथ मंगेशकर यांच्यासोबत गात होत्या, त्या वेळी वडलांना खोकल्याची उबळ आली. त्यांचे अपूर्ण राहिलेले गाणे लतादीदींनी पूर्ण केले. त्यांनीच एका ठिकाणी आर्जव केल्याचे माझ्या वाचनात आले होते. त्या म्हणतात, 'या डॉल्बीच्या भिंतीतील खोकी, पसरून लावा; त्यावर शास्त्रीय संगीत, गणेशस्तवन लावा, त्यातून मंजूळ स्वर आणि ध्वनी निर्माण होतील. बाप्पा प्रसन्न होईल.' अलीकडेच सोशल मीडियावर फोटो फिरत होता, त्यात पार्वतीमाता बालगणेशाला सल्ला देताना दिसते, 'पृथ्वीवर गेल्यावर कान बंद करून घेत जा. गेल्या वर्षी 'शांताबाई शांताबाई' ओरडत आला होतास आणि आता 'सोनू तुला भरवसा नाही का?' म्हणत परत येशील.'

'आपली मजा ही दुसऱ्यांना सजा होते' हे मंडळांना पटवून द्यायचा आटोकाट प्रयत्न केला; पण मग तुम्ही डिस्को आणि पबमध्ये व मोठ्या कार्यक्रमांत हे का बंद करीत नाही, हा प्रश्न उपस्थित केला गेला. त्या वेळी त्यांना ऐच्छिक ऐकणाऱ्यांची गर्दी आणि जबरदस्तीने ऐकावे लागणाऱ्यांची ससेहोलपट यांतला फरक समजावून सांगितला. मी स्वत: तीन वेळा रेव्ह पार्ट्यांवर रेड केल्या आहेत. RAVE चा फुल फॉर्म 'Radical Audio Visual Experience' असा आहे. डॉल्बीवर पण हाय अल्टीट्यूडवर अशाच रिपिटेटिव्ह बीट्स वाजवल्या जातात. हो, आजकाल मिरवणुकीत केली जाणारी विद्युत रोषणाई ही रेव्ह पार्ट्यांप्रमाणे लेझर बीमच्या माध्यमातून केली जाते. दारू किंवा ड्रग्ज घेतल्यानंतर असे संगीत कानांतून स्पर्श करत आत घुसू लागते. त्या लेझर बीमवरून चालण्याचा भास निर्माण होतो, हे नव्या पिढीला

व्यसनाधीनतेच्या गर्तेत खेचणारे आहे. त्यांना बिघडवणारे आहे. १४ विद्या, ६४ कलांच्या अधिष्ठात्या गणरायासमोर द्विअर्थी आणि बीभत्स गाण्यावर आम्ही ओंगळवाणे अंगविक्षेप करून नाचणार का? कोणत्यातरी तत्त्ववेत्याने म्हटले आहे की, 'तुमच्या देशातील तरुणांच्या ओठांवरची गीतं मला सांगा, मी तुम्हाला तुमच्या देशाचा भविष्यकाळ सांगेन.' आपण अशी चेकाळायला लावणारी गाणी आपल्या माता-भगिनींसमोर मोठ्याने लावून त्यांच्यासमोर धांगडधिंगाणा करणार असू, तर त्यांच्या सुरक्षिततेचे काय, हा प्रश्न आपल्याला पडतो का?

समुपदेशनानंतर आम्ही कायद्याचा बडगा उगारला. आम्ही पूर्वी मुंबई पोलीस कायद्याखाली जुजबी स्वरूपाचा दंड होईल, असेच खटले मंडळांवर दाखल करायचो; पण याबाबत मा. उच्च न्यायालयाने आम्हाला 'पर्यावरण संरक्षण कायद्या'अंतर्गत खटले का दाखल करीत नाही?' असा जाब विचारला. आम्ही 'आमच्याकडे आवाज मोजण्यासाठी लागणारी डेसिबल मीटर नाहीत,' अशी सबब पुढे केली. मा. उच्च न्यायालयाने आदेश केल्यामुळे आज प्रत्येक पोलीस ठाण्याला डेसिबल मीटर पुरविण्यात आले आहे. त्यामुळे आम्हाला आता या कठोर कायद्याखाली दखलपात्र व अजामीनपात्र गुन्हे दाखल करायला पर्याय नाही, हे तरुण कार्यकर्त्यांना समजावून सांगितले. गेल्या वर्षी ध्वनिप्रदूषण कायद्याखाली दाखल केलेल्या केसेसची समन्स आणि वॉरंट्सची अंमलबजावणी करायला सुरुवात केली. या पर्यावरण संरक्षण कायद्याखाली खटले दाखल झाले, तर पाच वर्षांची शिक्षा व एक लाख रुपये दंड असल्याची जाणीव करून दिली. शिवाय ज्या वेळी नोकरी, पासपोर्ट, व्हिसा यांसाठी चारित्र्य पडताळणी होते, त्या वेळी अशा केसेस ज्यांच्याविरुद्ध आहेत, त्यांचा अहवाल प्रतिकूल जातो, याबाबत मीडियातून मांडणी केली. हे औषध चपखल लागू झाले. कोल्हापुरात सुमारे पाच हजार लोक मूक मोर्चाच्या माध्यमातून पोलिसांच्या समर्थनार्थ स्वयंस्फूर्तरीत्या रस्त्यावर आले. अनेक वर्तमानपत्रांनी आणि सामाजिक कार्यकर्त्यांनी पोलिसांच्या भूमिकेचे उघड कौतुक केले व खंबीर पाठिंबा दिला. अर्धी लढाई इथेच जिंकली. जिल्हाधिकाऱ्यांनी सातारा, सांगली, कोल्हापूरमध्ये १४४चे प्रतिबंधात्मक आदेश काढले, ज्यात डॉल्बीला मिरवणुकीत आणण्याची बंदी घातली. जिथे आहे तिथे त्या सिस्टीम जप्त करून ठेवण्यात आल्या. वाहनांमध्ये बदल करून या स्पीकरच्या भिंती उभ्या कराव्या लागतात. आरटीओंना सोबत घेऊन अशा वाहनांवर कारवाई केली गेली. एका एका वाहनावर चार ते पाच लाखांचे दंड ठोठावण्यात आले. डॉल्बीचे समर्थन करणारी मंडळे आम्ही पारंपरिक वाद्ये वाजवू, डॉल्बी लावणार नाही, अशा कमिटमेंट्स पत्रक काढून स्वतःहून पोलिसांना देऊ लागली. अतिशय होकारात्मक व रचनात्मक, उत्साही वातावरण तयार झाले. आणि हो, कोल्हापूर परिक्षेत्रातील पाचही जिल्ह्यांमध्ये डॉल्बी न लावता पारंपरिक वाद्यांच्या

आवाजात गणेश स्थापनेच्या आणि विसर्जनाच्या शिस्तबद्ध मिरवणुका लीलया संपन्न झाल्या.

डॉल्बी नाही तर दारू नाही, दारू नाही तर वादावादी नाही, मारामाऱ्या नाहीत आणि पर्यायाने जातीय तेढ, धार्मिक तणाव व दंगलीही नाहीत. अत्यंत सौहार्दपणे, शांततामय वातावरणात गणेशोत्सवाची सांगता झाली. सांगली पोलिसांच्या पुढाकारातून डॉल्बीमुक्तीतून शिल्लक राहिलेल्या २९ लाखांच्या निधीतून दहा जलबंधारे गणेश मंडळांनी बांधले. या वेळी मंडळांनी समाजोपयोगी कार्यक्रमांची रेलचेल केली. देशभक्ती, इतिहास, पर्यावरण, स्त्रीभ्रूण हत्या, व्यसनाधीनता, रक्तदान, वृक्षारोपण असे अनेक विधायक विषय मंडळांनी हाताळले. पाच जिल्ह्यांच्या कार्यक्षेत्रात मंडळांनी वर्गणीतून सुमारे पाच हजारच्या वर 'सीसीटीव्ही कॅमेरे' सार्वजनिक ठिकाणी लावले गेले. स्वातंत्र्यपूर्व काळात बाप्पाच्या उत्सवाने स्वातंत्र्यलढ्यासाठी जनजागृतीचे कार्य चोखपणे बजावले होते. खऱ्या अर्थाने लाखोंच्या संख्येने एकत्र येणाऱ्या ऊर्जेने ओतप्रोत असणाऱ्या तरुणाईला योग्य दिशा व मार्गदर्शन मिळाले, तर अशा विधायक व सर्जनशील उत्सवाच्या माध्यमातून उद्याचा बलशाली भारत घडेल, यात शंका नाही. गणपती बाप्पा मोरया!

कायदा व्यवस्थेचे प्रश्न, आंदोलने आणि दंगली या डोक्यावर बर्फ, तोंडात प्रभावी शब्द आणि हातात शस्त्र घेऊन हाताळाव्या लागतात. अनेकदा सर्वोतोपरी प्रयत्न करूनही परिस्थिती हाताबाहेर जाते. बळाचा वापर करावा लागतो. सुरुवात अश्रुधुरापासून होते. जमाव पांगला नाही की मग लाठीचार्ज आणि तरीही परिस्थिती नियंत्रणात नाही आली, तर गोळीबार करावा लागतो. घटना घडून जाते; पण नंतर मात्र चौकश्या हात धुऊन मागे लागतात. अनेकदा प्रायव्हेट गुन्हे तुमच्यावर दाखल होतात; पण म्हणतात ना, 'सत्य परेशान हो सकता है, लेकिन पराजित नहीं!' तुम्ही तावूनसुलाखून निघता. ज्या वेळी तुमच्या कारवाईमागचा हेतू शुद्ध आणि समाजहिताचा असतो, त्या वेळी अंतिम विजय तुमचाच असतो.

दक्षिण मुंबईचा डीसीपी म्हणून माझी पोस्टिंग होती. मुंबई महानगरपालिकेच्या मुख्य कार्यालयावर पाणी प्रश्नासाठी एका युवक संघटनेचा दहा हजार युवकांचा राजकीय मोर्चा अचानक आला. ही संघटना अत्यंत उग्र आणि आक्रमक मानली जायची. आम्ही बंदोबस्त लावला होता; पण तो अपुरा पडू लागला. मी कार्यालयातून परिस्थितीवर लक्ष ठेवून होतो. आझाद मैदानावर मोर्चा पोहोचला आणि परिस्थिती हाताबाहेर जाऊ लागली. पोलीस ठाण्याचे सीनिअर पी.आय. आणि ए.सी.पी. मॉबला नियंत्रित करण्यासाठी प्रयत्न करीत होते; पण दगडफेक सुरू झाली. मॉबमधील काही जणांनी पेट्रोलच्या बाटल्या आणल्या होत्या. त्याला आगी लावून मुख्य कार्यालयात घुसण्याचा प्रयत्न करू लागले. महापालिकेच्या गार्डनाही मारहाण

झाली. माझ्यासोबत राज्य राखीव दलाचे दोन प्लाटून होते. मी स्पॉटवर जाण्याचा निर्णय घेतला आणि हेल्मेट परिधान करून गाडीत बसलो. मॉब हिंसक बनला होता. मी मुख्य इमारतीच्या बाहेर उभा राहून स्पीकरवरून लीडरला माझ्याशी बोलण्याचे आवाहन केले. दगडफेक थांबली आणि मला बोलावण्यात आले. काही अधिकारी आणि दोन प्लाटून घेऊन मी म्होरक्यासोबत चर्चा करण्यासाठी मॉबमध्ये घुसलो; पण मॉबचा हुर्यो सुरू होता. तरुण नेत्याला डी.सी.पी. दिसताच चेव भरला. त्याने पोलिसांना शिव्या घालायला सुरुवात केली. नेत्याचे हे रूप पाहून त्याचे कार्यकर्ते पिसाळले. त्यांनी आम्हाला आईबहिणीवरून शिव्या घालायला सुरुवात केली. धक्काबुक्की सुरू झाली. अशात माझे हेल्मेट डोक्यावरून खाली पडले. हे पाहताच राज्य राखीव दलाच्या तुकडीने लाठीचार्ज सुरू केला. धुमश्चक्री झाली. चारी बाजूंनी मॉबला पळ काढावा लागला. चपलांचा ढीग साचला होता. या पळापळीत एक तरुण कार्यकर्ता जागेवर पडला. धावपळीत अनेक जणांनी त्याच्या अंगावर पाय ठेवून उड्या मारल्या, त्यात त्याचा जीव गुदमरला. हॉस्पिटलमध्ये पोहोचेपर्यंत त्या तरुणाचा जीव गेला. त्याला पन्नासच्यावर फ्रॅक्चर झाले होते. पोलिसांनी नेत्यांना पकडून लॉक अपमध्ये टाकले.

पण ॲक्शन झाली होती; तिची रिॲक्शन येणे स्वाभाविक होते. विधानमंडळाचे अधिवेशन सुरू होते. पोलिसांच्या विरोधात स्थगन प्रस्ताव मांडला गेला. अश्रुधूर न फोडता लाठीचार्ज का केला गेला. एका तरुणाचा यात हकनाक बळी गेला. पोलिसांवर सदोष मनुष्यवधाचा गुन्हा दाखल करावा. त्या तरुणाचा मृत्यू हृदयविकाराच्या झटक्याने झाला होता. धावपळीत तो खाली पडला आणि अनेक जणांनी त्याच्या अंगावर पाय ठेवून उड्या मारल्या; मात्र त्याच्या मांडीवर काठीचे व्रण होते. ट्रेनिंगमध्ये शिकवल्याप्रमाणे आणि कायद्याच्या पुस्तकात लिहिल्याप्रमाणे सगळे प्रसंग हाताळता येत नाहीत. नेहमी निगोसिएशन स्किल काम करतात, असे नाही. प्रसंगानुरूप ज्याला ज्या भाषेत समजते, त्या भाषेत सांगावे लागते. जीवितहानी रोखण्यासाठी परिस्थिती आणि प्रसंगानुरूप काही तातडीचे निर्णय घ्यावे लागतात; पण ते निर्णय चौकटीत बसत नाहीत. आम्हाला बळाचा वापर करण्याचा अधिकार आहे; पण किती बळ वापरले आणि का वापरले, हे निश्चित करण्याचे परिमाण नाही. चौकशीचा ससेमिरा मागे लागतो; मात्र बळाचा वापर हा नियंत्रित, किमान, संतुलित, गरजेपुरता आणि प्रमाणात असला पाहिजे, हे सूत्र बिघडता कामा नये. अशा सगळ्या चौकश्या आणि प्रश्नांची उत्तरे देणे, हे एक प्रकारचे दिव्यच असते. त्यामुळे 'दंगल से डर नहीं लगता साहब, एनक्वायरी से लगता है!' असे अनेक अनुभव पोलिसांना येतात.

◆

महाराष्ट्र पोलीस

सद्रक्षणाय खलनिग्रहणाय

माझी संघटना : माझे कुटुंब

अकादमीत रोज क्षमतांचा विकास होत होता. नवीन कौशल्ये आत्मसात करीत होतो. दिवसभराच्या शारीरिक व बौद्धिक श्रमांनंतर जोरकस भूक लागायची. सटकून जेवणानंतर डोळ्यांची झापडे बंद व्हायला लागायची. काही वेळ अभ्यास करून झोपी जायचो. साखरझोप लागायची. खरेच अशी काही कमावलेली झोप उपभोगण्यातला आणि सटकून लागलेल्या भुकेनंतरचा तृप्ततेतला आनंद आगळाच असतो. आजकालच्या जीवनशैलीत भूक, तहान जाणवतच नाही. झोप खूप वेळ लोळल्यानंतर लागते. थोडा आवाज झाला, तर दचकून जाग येते. कधीमधी वाईट स्वप्नेही पडतात. मग दरदरून घाम येतो आणि एकदा झोप उडाली की मग निद्रानाशाने त्रस्त रात्री व्यतीत कराव्या लागतात. चांगला व्यायाम, सकस आहार आणि शांत झोप ही आरोग्याची त्रिसूत्री आहे. याचा प्रत्यय हा अकादमीच्या प्रशिक्षणावेळी यायचा. रविवारची तर चातकासारखी वाट पाहायचो; कारण त्या दिवशी चांगला आराम करता येत होता. रविवारी दुपारी हैदराबाद किंवा सिकंदराबादला जाऊन चांगली बिर्याणी खाण्याचा बेत ठरलेला असायचा. मग कधीतरी एखादा सिनेमा पाहायचाही मोह होई. 'सरफरोश' हा आमिर खानचा सिनेमाही अशाच एका रविवारी पाहिला होता. एका तरुण आय.पी.एस. अधिकाऱ्याची करिअरमधल्या आव्हानांशी भिडताना झालेली घुसमट, त्याची दुर्दम्य इच्छाशक्ती आणि तेवढाच जीवघेणा संघर्ष या चित्रपटात फार उत्कृष्ट पद्धतीने दाखवला आहे. योगायोगाने ज्या वेळी मी मुंबईच्या फोर्ट परिसरात अभ्यास करायचो, त्या वेळी या चित्रपटाचे शूटिंग चालू होते. अनेकदा रात्रीच्या वेळी आमिर खानला पाहण्याच्या उत्सुकतेपोटी हे शूटिंग पाहिले होते; पण प्रत्यक्षात हा सिनेमा ज्या प्रोफेशनभोवती फिरतो, त्याच व्यवसायात आपण आयुष्य व्यतीत करणार आहोत, याची त्या वेळी कल्पना नव्हती.

युनिफॉर्म हा फक्त कपडा राहणार नाही, तर तो आपल्या शरीराचा एक अविभाज्य भाग राहील. तो कातडीप्रमाणे शरीराला अंतर्बाह्य चिकटलेला राहील. कर्तव्यभावना ही फक्त अधिकारक्षेत्रात असताना न राहता ध्यानी, मनी आणि स्वप्नी राहील, हे स्वत:लाच अभिवचन दिले होते.

एकदा हैदराबादच्या मार्केटमधून जाताना एका तरुण मुलीच्या छेडखानीवरून त्या मुलीची आई त्वेषाने दोन मुलांना शिव्या देत होती. एवढ्यात माझ्यासमोरच त्यातल्या एकाने त्या मातेच्या थोबाडीत दिली. हा प्रसंग पाहून माझा तोल सुटला आणि त्या दोन टवाळखोरांशी मी दोन हात केले. अगदी रक्तबंबाळ होईपर्यंत मारामारी झाली. शेवटी पोलीस आले आणि आम्हा तिघांना पोलीस ठाण्याकडे घेऊन चालले. तेव्हा ती माता मध्ये पडली आणि वस्तुस्थिती सांगितली. तरीही मला पोलीस ठाण्यात घेऊनच गेले. तिथे आय.पी.सी. १६०प्रमाणे मी आणि त्या दोघांविरुद्ध अफरातफरीचा गुन्हा दाखल करण्याचा आदेश ठाणे अंमलदाराने दिला. मी एक फोन करण्याची मुभा मागितली; पण त्याचीही परवानगी मिळाली नाही. मग पर्याय नव्हता म्हणून मला माझे अकादमीचे ओळखपत्र दाखवावे लागले. ओळख सांगताच माझ्याबद्दल असलेला दृष्टिकोन बदलला. अरेरावी आणि गुर्मीची भाषा सॅल्यूटमध्ये बदलली.

मी ज्या ज्या ठिकाणी काम केले, तिथे कटाक्षाने सर्वसामान्य नागरिकांच्या अधिकारांचा मान ठेवला जाईल, त्यांना चांगली वागणूक मिळेल, याची दक्षता घेतली. दिवसभरात नागरिकांच्या भेटीसाठी पुरेसा वेळ ठेवला व माझे अधिकारीही सर्वसामान्य तक्रारदाराला भेटतील, अशी व्यवस्था लावली. तणाव आणि ड्यूटीच्या वेळाचा खूप जवळचा संबंध आहे. पोलीस ठाण्यातील वातावरणाचा आणि गुन्हेगारीशी आलेल्या संपर्काचा पोलिसांच्या मानसिकतेवर परिणाम होत असतो, हे कनिष्ठांपासून वरिष्ठांपर्यंत कमी-अधिक प्रमाणात दिसून येते. यासाठी बी.पी.आर. अँड डी. आणि सी.पी.आर.सारख्या संस्था संशोधन करीत आहेत. पोलीस खात्यातील तणाव दूर करण्यासाठी कामाच्या वेळा, ड्यूटी वाटप, उजळणी कोर्स आणि योगासारखे प्रशिक्षण असे अनेकविध प्रयोग सुरू असतात; पण मुळात या खात्यात काम करणे, हे स्वभावधर्माशी निगडित आहे. सेवाभावी वृत्ती, सत्यनिष्ठा, कडवी शिस्त, व्यावसायिक दृष्टिकोन हा या दलाचा आत्मा आहे. 'सद्‌रक्षणाय, खलनिग्रहणाय' हे या दलाचे ब्रीदवाक्य आहे. येथे येणारा प्रत्येक तक्रारदार हा त्याचे गाऱ्हाणे घेऊन आलेला असतो. त्याला त्याची बाजूच खरी वाटत असते. तो त्रासलेला, वैतागलेला असतो. अनेक जण तर रक्ताने माखलेल्या अवस्थेत येतात. तक्रार मांडताना कित्येकांचे अश्रू अनावर होतात. ज्या वेळी सगळे दरवाजे बंद होतात, त्या वेळी त्यांना नाइलाजास्तव पोलीस ठाण्याचा दरवाजा ओलांडून आत यावे लागते. कोणालाही

कोर्ट आणि पोलीस ठाण्याची पायरी कधीच चढायची इच्छा नसते. महिलांना तर अगदी अपरिहार्य परिस्थिती निर्माण झाली, तरच ठाण्यात येण्याचा योग येतो. तिला पती त्रास देत असेल, घरातच नरकयातना होत असतील; तर पोलीस ठाण्याकडे धाव घ्यावी लागते. तिला ते ठाणे माहेरघर कसे वाटेल, तिला तिच्या आई, वडील आणि बहिणीसारखा मानसिक आधार कसा दिला जाईल, हा आमचा प्रयत्न असला पाहिजे. यालाच तर 'समानुभूती' म्हणतात. जे पीडित आहेत, त्रासलेले आहेत; त्यांना सहानुभूतीपेक्षा समानुभूतीची गरज असते. एखाद्या विकलांग व्यक्तीचे दु:ख, हे दुसऱ्या विकलांग व्यक्तीला अधिक चांगले समजू शकते. आमच्या दलात दुर्दैवाने रोजच्या त्याच त्या कामामुळे, त्राग्यामुळे, अनेकदा वरिष्ठांच्या अवाजवी जाचामुळे अंगभूत असणारी संवेदनशीलता हळूहळू नष्ट व्हायला लागते. नेहमी सिनेमा, वर्तमानपत्रे आणि टी.व्ही.वर दाखवल्या जाणाऱ्या प्रतिमेमुळेही पोलीस कर्मचाऱ्यांचा आत्मसन्मान दुखावला जातो. न्यायालयेही विश्वास दाखवत नाहीत. पोलिसांसमोर घेतला गेलेला कोणताही जबाब हा न्यायालयात ग्राह्य धरला जात नाही. तो धाकदपटशा आणि जोरजबरदस्तीनेच घेतला असावा, असा कयास बांधला जातो. त्यामुळे 'Trust Begets Trust,' विश्वास ठेवला तर विश्वास वाढतो आणि अविश्वास दाखवला की गद्दारी आणि अप्रामाणिकपणा वाढतो, या उक्तीप्रमाणे आमच्या दलाला उपेक्षिताप्रमाणे अनेकदा काम करावे लागते. ब्रिटिश अधिकारी ऑगस्ट ऑलमोरने खूप वेचक शब्दांत याचे विश्लेषण केले आहे.

'Policeman is denounced by the public, criticized by the preacher, ridiculed in the movies, berated by the newspapers and unsupported by the prosecuting officers and judges. He is shunned by the respectables. He is exposed to countless temptations and dangers. Condemned while he enforces the law and dismissed when he does not. He is supposed to possess the qualifications of soldier, doctor, lawyer, diplomat and educator with remuneration less than that of a daily labourer.'

याचे स्वैर भाषांतर फ. मु. शिंदेंनी पुढीलप्रमाणे केले आहे–

तोही माणूस असतो
जाणत नाही कोणी,
ज्याने असावे ऋणी
तोच शिव्याशापांचा धनी ।

आपलं मानीत नाहीत लोक,
धर्मगुरूदेखील उगारतात उगाचच फोक
सिनेमे काळासारखे हात धुवून मागे
बातम्याही विणत बसतात बदनामीचेच धागे
तो न्यायालयाचा नावडता
सरकारी पक्षाचा पडता
वाऱ्यावर सोडून दिलेला तो एक पतंग,
त्यानं डॉक्टर असावं, वकील असावं, सैनिक असावं,
शिक्षक असावं, बरंच काही
मात्र जेवढ्यास तेवढा त्याचा पगार
पोलीस म्हणजे रोजंदारीचा वेठबिगार ।।

अशा पोलीस दलाचे नेतृत्व करण्याची संधी मिळाली होती. या खात्याच्या उपसंस्कृतीचा मी बारकाईने अभ्यास केला. लष्कराचा प्रभाव, ब्रिटिशकालीन कायदे आणि लोकाभिमुख अन् कल्याणकारी प्रशासनाची अपेक्षा अशा त्रांगटात सापडलेली ही व्यवस्था आहे. 'पोलीस स्टेट'मधून कल्याणकारी राज्यात पदार्पण करताना होणाऱ्या घुसमट, कुचंबणा आणि प्रसूती वेदनांना अजूनही सामोरे जात आहे. तोंड दाबून बुक्क्यांचा मार सोसावा लागतो. इथल्या उपसंस्कृतीतील प्रथा आणि परंपरा, भाषा, नामावली आणि पद्धती भिन्न आहेत. ही उपसंस्कृती पोलीस कर्मचारी आणि अधिकाऱ्याच्या हळुवार आणि कोमल भावनांचा हळूहळू खात्मा करायला लागते. ट्रेनिंगमध्येच मोठ्याने ओरडून कमांड द्याव्या लागतात. पाय आपटून त्यांचे पालन करावे लागते. त्यामुळे रुक्षपणा आपोआप वाढतो. खाकी परिधान केली की अनेकदा कलाविश्वाशी तर घटस्फोटच होतो. सिनेमा किंवा नाटकाला व्हीआयपी जाणार, त्या वेळी बंदोबस्ताच्या निमित्ताने संबंध येतो. कुटुंबासह तर जवळजवळ नाहीच. बेसूर आणि शिस्तीच्या सावधान-विश्रामच्या कमांडमध्ये सूर आणि संगीत शिरकाव करायचे धाडस करीत नाहीत. पार्ट्या, पब, जयंती आणि सणांच्या वेळी बीभत्स संगीतावर होणारा तरुणाईचा ओंगळवाणा नाच थांबवण्याची जबाबदारी त्यांच्यावर असते. त्यामुळे स्वतः नाचणे किंवा बागडणे हे निव्वळ स्वप्नच.

मुंबईत एकदा आमच्या कर्मचारी संमेलनावेळी सेवानिवृत्तीच्या उंबरठ्यावर असणाऱ्या माझ्या एका हवालदारांना मी विचारले, "काय हो, तुम्ही कधी तुमच्या पत्नीसोबत एकत्र सिनेमा पाहिला आहे का?" उत्तर धक्कादायक होते, "अहो, आमची बायको गावंढळ आहे, साहेब! तरुणपणी वेळ मिळाला नाही आणि आता म्हातारपणी गेलो तर मुलं हसतील आम्हाला! आम्हाला मुंबईसारख्या शहरात

३५०/४०० चौरस फुटांच्या वन बीएचके रूममध्ये कुढत कुढत संसार करावा लागतो. आता मुलंही मोठी झाली. कुठलं आलं खाजगी जीवन! बारा घंट्याची ड्यूटी साहेब, पहाटे ५ वाजता घरातून निघावं लागतं आणि घरी पोहोचायला रात्रीचे ११ वाजतात. घरी फकस्त झोपायला जातो. आठवड्याला शरीराचं घड्याळ बदलतं. एक आठवडा दिवसपाळी तर दुसरा आठवडा रात्रपाळी! झोपपण नीट लागत नाही. आता तर हायपरटेन्शन आणि डायबेटिसनं पण गाठलं. महिनोन्‌महिने साप्ताहिक सुट्टीपण मिळत नाही. मिळाली तर दवाखाने, बँक आणि वीजबिल भरण्यात दिवस जातो. कशाचं बायकामुलांचं सुख म्हणायचं! पोरं कधी मोठी झाली कळलंच नाही हो. मुंबईच्या रहाटगाडग्यात आयुष्य होरपळून निघालं, साहेब. बघू, आता रिटायर झाल्यावर गावाकडं जाऊ आणि जगायचं कसं असतं, हे शिकायचा परत प्रयत्न करू! पण तुम्ही एवढं विचारलं, तेच आमच्यासाठी खूप आहे, साहेब!''

माझ्या हवालदाराचे बोल पोलिसांच्या बेरंग दुनियेचे भेदक वास्तव होते. हे माझे कर्मचारी रोज समुद्रकिनाऱ्यावर पेट्रोलिंगसाठी जातात; पण पहाटेच्या वेळी त्यांना समुद्रकिनाऱ्यावरच्या लाटांमध्ये किंवा थंडगार आल्हाददायक वाऱ्यामध्ये चुकूनही आनंद आणि सुख सापडतच नाही. कधी एकदा ड्यूटी संपते आणि मी पुन्हा त्या ट्रेनच्या गर्दीत धक्के खात, घामाच्या धारांनी भिजलेल्या गणवेशात माझ्या मीरा रोड, नालासोपारा, भिवंडीच्या घरी पोहोचतो; याचाच ध्यास त्यांना लागलेला असतो. एखाद्या सुंदर पार्कमध्ये ड्यूटी असली तरी ते कुठल्यातरी संध्याकाळच्या टॅब्लॉइडमधली शब्दकोडी सोडवताना व्यग्र दिसतात. जीवनाच्या कोड्यानं त्यांना हैराण केलेले असते. मी हे सबकल्चर लहानपणापासून पाहिले होते. अनुभवले होते. पुणे ग्रामीण पोलीस दलात मामा हवालदार होते. दिवाळीच्या, मे महिन्याच्या सुट्टीत आईसोबत पुण्याला जायचा योग यायचा. पोलीस वसाहतीत दोन छोट्या खोल्यांचे घर पाहुणेमंडळी आली की अपुरे पडायचे. मग आम्ही सगळे बिल्डिंगच्या टेरेसवर झोपायचो. तिथे कॉलनीमधली सगळी मुले जमायची आणि गप्पांची मैफील रंगायची. त्या गप्पांमध्ये क्वचित काहीतरी चांगले ऐकायला मिळायचे. इथल्या तरुणाईच्या चर्चेत गुन्हेगारी विश्व, व्यसन, राजकारण आणि वाईट संगत यांचाच जास्त पगडा दिसायचा. घराघरांत स्पर्धा! कुणाला कोठे पोस्टिंग मिळाली, कुणाच्या घरी रंगीत टीव्ही आला, कुणाच्या घरी नवा फ्रीज आला अशा चर्चा चालायच्या. एकमेकांच्या सुख-दुःखाचे संवाद दुर्मिळ होते. कला, क्रीडा, संगीत, संस्कृती आणि साहित्य यांना जणू काही या कॉलनीतून तडीपार केले का, असा भास व्हायचा. काही कुटुंबे मात्र याला अपवाद असायची. आपल्या मुलांचा अभ्यास, करिअर यांत ते व्यस्त असायचे; पण दुर्दैवाने अशा कुटुंबांचा उपहासच जास्त व्हायचा. अशा खात्याच्या उपसंस्कृतीचा मीही अविभाज्य भाग बनलो होतो.

त्यामुळे या उपसंस्कृतीत बदल कसे करता येतील, हे विचारचक्र माझ्या डोक्यात सतत फिरत होते. या बदलाला स्वत:पासून सुरुवात करण्याचा पक्का संकल्प केला होता. त्यामुळे जे काही नव्या परिवर्तनाचे धडे अकादमीत मिळतील, ते मन लावून आत्मसात करायचे; कारण अकादमीतील प्रशिक्षण ही आयुष्यभराची गुंतवणूक आहे. ही गुंतवणूक आपल्या पोलीस कुटुंबासाठी वापरायची, याची मनाशी खूणगाठ बांधली होती. आपण स्वतः आनंदी राहायचे आणि आपला आनंद सर्वत्र वाटायचा. 'आनंद' सिनेमा तुम्ही पाहिला असेलच. या अप्रतिम सिनेमाची फिलॉसॉफी किती सहज आणि सोपी आहे. माणसे जोडण्याची, त्यांच्यावर अतोनात, निरपेक्ष प्रेम करण्याची फक्त आणि फक्त देण्याची परिभाषा किती प्रभावीपणे या चित्रकृतीत मांडली आहे. मी व्हॉट्स ॲपवर एक छान संदेश वाचला होता. शास्त्रीयदृष्ट्या कितपत खरा आहे माहीत नाही; पण मथितार्थ स्वीकारायला हरकत नाही. आनंदी जीवन हे मानसिकतेवर अवलंबून आहे. मानसिकता ही शरीर आणि मनावर ठरते. शरीर तर वैद्यकीय रसायन आहे. काहीही अबरगबर खाल्लं, नको ते उद्योग केले, भानगडी केल्या; तर मानसिक आरोग्य आपसूक बिघडणार, ताणतणाव वाढणार. आणि आपण जर ताणतणाव घेतला, तर केमिकल लोचा होणारच. अगदी सोने खा, त्याचे कॉर्टिझॉल नावाच्या विषारी हार्मोनमुळे मातेरंच होणार. या कॉर्टिझॉलमुळे तुमच्या झोपेचे खोबरे होणार. तुमचे शरीर सगळ्या नकारात्मक आणि अनारोग्याच्या पायवाटा तुडवायला लागणार. हे अतिरेकी स्वार्थ, इगो, अस्थिरपणा, वासना, चंगळ, व्यसन आणि पर्यायाने टेन्शनमुळे मिळालेले कॉर्टिझॉल तब्येतीच्या आईचा घो करून टाकते आणि सगळे गंभीर आजार हळूहळू जडायला सुरुवात होते. त्यामुळे पहिला नियम, ताणतणाव आणि वाईट सवयींपासून दूर राहायचे. मग सगळेच काही वाईट असते का? नाही, माणसाचा आनंदी मूड बनवणारे आणि ठरवणारे चार चांगले हार्मोन्स पण आहेत! एन्डॉर्फिन, डोपामाईन, सिरोटोनिन आणि ऑक्सिटोसिन हेच बरे ते जादुई मार्ग आहेत; जे तुम्हाला आनंद, समाधान आणि सुख प्रदान करतात.

तुम्ही व्यायाम करता, त्या वेळी एन्डॉर्फिन हे हार्मोन शरीरात तयार होते. कसरत, श्रम आणि व्यायामामुळे शरीरात निर्माण होणाऱ्या वेदनांना ते शमवते. त्यामुळे एकदा सवय झाली, शरीर गरम झाले की व्यायाम करताना मजा यायला लागते. शरीर हा एक चमत्कार आहे. वाईट गोष्टींचे जसे व्यसन लागते, तसे चांगल्या सवयीसुद्धा शरीराला आणि मनाला जडून जातात. मला धावायला खूप आवडते. मॅरेथॉन धावताना तर नशा चढते. याचे कारण काय असावे, याचा अभ्यास करताना माझ्या वाचनात आले की पायाच्या तळव्यात असणाऱ्या नसा आणि शिरा या अतिशय संवेदनशील असतात. खरे तर मनुष्याच्या जननेंद्रियांनंतर सर्वाधिक

उद्दीपित होणाऱ्या मज्जातंतूत त्यांचा समावेश होतो. त्यामुळे एकदा बॉडी वॉर्मअप झाली की धावताना शरीर आणि मनाला किक मिळते. मग जर व्यायाम करताना एन्डॉर्फिनमुळे किक मिळत असेल, तर आपल्या शैशवावस्थेत आणि कुमारवयात कशाला शोधायचा चेकाळवयाला लावणारा आनंद दारू, सिगार, ड्रग्ज किंवा शरीर समागमात? भरपूर व्यायाम, योग आणि कसरती करायच्या, मनसोक्त खेळायचे आणि मिळवायचे ते अद्भुत समाधान! आणि हो, सगळ्यात महत्त्वाचे हा आनंद निखळ आणि नैसर्गिक असला पाहिजे. त्यासाठी सप्लिमेंट, स्टेरॉइड्स, डोप्स आणि तत्सम अघोरी उपायांना कोसो दूर ठेवायचे. ढुंकूनही त्या मार्गाची चटक लागता कामा नये. नाहीतर पुन्हा आयुष्याचे मातेरे ठरले आहे. सिक्स पॅकच्या नादात आजकाल अनेक युवक शरीरावर विषारी प्रयोग करतात आणि जीवघेण्या सप्लिमेंटच्या आहारी जातात. म्हणून सर्वांत मोलाचा सल्ला, प्रत्येक खेळाडू आणि व्यायाम करणाऱ्याने कोणत्याही कृत्रिम आहाराला आणि केमिकल खाण्याला कडक 'नो' म्हटले पाहिजे. हा नियम प्रकर्षाने पाळला पाहिजे. मी आणि अक्षयकुमारने या विषयावर अनेकदा चर्चा केली आहे. त्याने फक्त शिस्त आणि नैसर्गिक पद्धतीने आपले शरीर सुपरफिट आणि आरोग्यदायी ठेवले आहे. आणि हो, हसण्यानेही एन्डॉर्फिन तयार होते. विनोदी नाटक, सिनेमे, टीव्हीवरचे कार्यक्रम वरचेवर बघायला काहीच हरकत नाही. यू ट्यूबवर तर विनोदी स्टफ खचाखच भरला आहे. एकूण काय, तर रोज किमान अर्धा तास व्यायाम करायचा आणि तेवढाच वेळ खळखळून हसायचे आणि दिवसभर पुरेल एवढे एन्डॉर्फिन नावाचे इंधन कमवायचे आणि खूश राहायचे.

दुसरे आहे डोपामाईन, ज्याला 'फील गुड हार्मोन' पण म्हणतात. आपण रोज काही छोट्या-मोठ्या कामगिऱ्या करीत असतो. जीवनातील या छोट्या छोट्या यशामुळे शरीरात कमी-अधिक प्रमाणात डोपामाईन तयार होते. बघा, ज्या वेळी ऑफिसमध्ये किंवा घरी आपल्या कामाचे कौतुक होते, त्या वेळी आपल्याला भारी वाटते; कारण शरीरात डोपामाईन झिरपते आणि जादू करते. अनेकदा गृहिणी का बरे हिरमुसलेल्या आणि खिन्न असतात; कारण त्यांच्या रोजच्या कामाचे आम्हाला मोल नसते. आम्ही त्यांना गृहीत धरतो आणि त्यांच्या रोजमर्रा रूटीनमधल्या कामाला किंमत देत नाही, दखल घेत नाही. जरा घरी जाऊन आई किंवा पत्नीचा हात हातात घेऊन म्हणा तर, तू किती राबतेस ग आमच्यासाठी? मग बघा, तिचा चेहरा कसा खुलतो आणि डोळ्यांत कसे आनंदाश्रू उभे राहतात. अर्थातच डोपामाईनने ही किमया साधलेली असते. हे डोपामाईन, आपण नवीन गोष्ट शिकतो, नवी गोष्ट खरेदी करतो किंवा मिळवतो, एखाद्या प्रश्नाचे आठवून पटकन उत्तर देतो, कोडी सोडवतो, आपल्याला नवीन वाद्य वाजवायला येते; त्या वेळीही तयार होते. म्हणून

नेहमी नव्या नव्या गोष्टी शिकत राहिले पाहिजे, संगीत ऐकले पाहिजे, छंद जपले आणि जोपासले पाहिजेत.

तिसरे सुखदायी हार्मोन आहे, सिरोटोनीन! याच्या स्त्रवण्याने आंतरिक शांती, समाधान मिळते; सकारात्मकता निर्माण होते. इतरांना ज्या वेळी आपण निरपेक्ष मदत करतो, आपली कृती ज्या वेळी इतरांच्या फायद्याची ठरते; त्या वेळी शरीरात हे पॉझिटिव्हिटी तयार करणारे हार्मोन स्त्रवते. ज्या वेळी आपण समाजाचे, निसर्गाचे देणे परत करतो, ईश्वराशी एकरूप होण्यासाठी प्रयत्न करतो, देशासाठी कार्य करतो, चांगले लिखाण करतो, लोकांच्या प्रश्नांचे निरसन करतो, अगदी सोशल मीडियावर लोकोपयोगी पोस्ट टाकतो; त्या वेळी हे हार्मोन स्त्रवते. आपण आपला वेळ आणि ऊर्जा ही जनतेच्या भल्यासाठी वापरलेली असते म्हणून या हार्मोनचे वरदान आपणास मिळते. हे सिरोटोनीन आपला मूड मस्त करते. आपल्याला चांगली समाधानाची झोप लागते. भूक चांगली लागते. खाल्लेले पचते आणि मेंदू चांगला चालतो. स्मरणशक्ती वाढते आणि नवनवीन शिकायची इच्छा निर्माण होते.

हाच तर सगळ्या जगाचा प्रॉब्लेम आहे. याच गोष्टी तर आज किती अत्यंत दुर्मिळ आणि महागड्या झाल्या आहेत. यावर तर एवढी सोपी आणि स्वस्त मात्रा आहे, हे माहीतच नव्हते; पण असा सोपा मार्ग भल्याभल्यांना खडतर तपश्चर्या करून सापडत नाही. मी लहानपणी एक बोधकथा वाचली होती. ईश्वराला मानव निर्माण करताना खूप मेहनत करावी लागली; पण मानव बनवल्यानंतर तर ईश्वराचा त्रास भलताच वाढला. त्याने सर्व देवतांना पाचारण केले आणि आपले गाऱ्हाणे मांडले, ''मला या मानवाची निर्मिती करून पश्चात्ताप होतो आहे. ऊठसूट हे मानव माझ्या मागे आपल्या स्वार्थी आणि लालची मागण्या घेऊन हाका मारत असतात. सारख्या एकमेकांच्या तक्रारी करत असतात. सतत हे माझ्या दाराजवळ येऊन आपले छाताड बडवतात, रडगाणं गातात आणि गरळ ओकतात. माझी झोप हराम झाली आहे. मी काय करू, कुठे लपू? मला अशी जागा सांगा; जिथे हा स्वार्थी, लबाड आणि लुच्चा माणूस मला सहजासहजी शोधू शकणार नाही. आणि जे खरेखुरे माझे भक्त आहेत; ज्यांना शांती, सुख आणि मोक्ष पाहिजे; त्यांनाच माझे ठिकाण कळू शकेल.'' अनेक देवतांनी अनेक जागा सुचवल्या; पण त्या या हुशार, संशोधक आणि चाणाक्ष मानवजातीने पटकन शोधल्या आणि पुन्हा येरे माझ्या मागल्या! ईश्वर सॉलिड वैतागला. शेवटी एका वृद्ध आणि अनुभवी देवतेने एक जालीम आणि आगळावेगळा उपाय सुचवला. ''तू माणसाच्या आत लपून बैस.'' ईश्वरालाही ते पटले. त्याने माणसाच्या अंतर्मनात आपले बस्तान बसवले आणि तो सुखी झाला. याचे तात्पर्य हे आहे की, ईश्वराचे अस्तित्व हे आपल्यामध्येच आहे

आणि आपल्या आत्म्याला सोडून आपण जगभरात भलत्याच ठिकाणी त्याचा शोध घेत असतो. संस्कृतमध्ये एक सुभाषित आहे -

अप्सु देवा मनुष्याणां दिवि देवा मनीषिणाम् ।
बालानां काष्ठलोष्ठेषु बुधस्यात्मनि देवता ॥

याचा अर्थ मनुष्यासाठी प्रेम हाच ईश्वर आहे. साधकासाठी त्याच्या साधनेमध्ये, त्याच्या विद्याव्यासंगामध्ये तो दिसतो. जे अज्ञानी आहेत, जडबुद्धीचे आहेत; ते त्याचा शोध मूर्तीमध्ये घेण्याचा प्रयत्न करतात. आणि जे सेवेची कास धरून दया, क्षमा, शांतीसाठी तपश्चर्या करतात, त्या साक्षात्कारी ज्ञानी जनांना ईश्वर स्वतःमध्ये भेटतो. तो ईश्वर निराकारी, निर्गुण आणि सर्वत्र पसरलेला असतो. म्हणजेच जो प्रेम, सेवा आणि मदत करण्याचे व्रत घेतो, तो आपोआप आपल्या आत डोकावायला लागतो. सिरोटोनीन त्याला या वेळी मदत करते आणि त्याचे ईश्वराशी प्रेमाचे, आपुलकीचे आणि सौहार्दाचे नाते जुळते व तो ईश्वराशी एकरूप होतो.

आणि अंतिम हार्मोन आहे, ऑक्सिटोसिन! हे तर खरेच खूप जीव लावणारे, जिवाला जीव देणारे, प्रेम आणि आत्मीयतेचा उमाळा आणणारे परोपकारी संप्रेरक आहे. तुम्ही ज्या वेळी कोणाला प्रेमाने आलिंगन देता, जिव्हाळ्याने हातात हात घेता, कौतुकाने पाठीवर थाप मारता, खांद्यावर आपुलकीचा, मायेचा हात ठेवून आधार देता; त्या वेळी हे कमी-अधिक प्रमाणात आपली बरसात करीत असते. मुन्नाभाईची जादूची झप्पी आठवत असेल, तर त्या मिठीतून तो एमबीबीएस हेच जादुई औषध द्यायचा आणि कोमातला पेशंट उठून उभा राहायचा. आता लक्षात आले का, का बरं ज्या वेळी दिवसभर थकून आलेला, मूड बिघडलेला बाप आपल्या गोजिरवाण्या बाळाला कवेत घेतो, त्या वेळी त्याचा थकवा भुर्रकन उडून जातो आणि त्याच्या चेहऱ्यावर क्षणभरात आनंद आणि हसू झळकते.

रोजच्या आनंदाला मुकणाऱ्या माझ्या कर्मचाऱ्यांच्या कल्याणासाठी अनेकविध योजना केल्या जातात. मुंबईमध्ये 'उमंग' नावाचा बॉलिवुड कलाकारांचा खास कार्यक्रम आयोजित केला जातो. त्यात सगळे दिग्गज कलाकार हजेरी लावतात आणि कर्मचाऱ्यांचे मनोरंजन करतात. या कार्यक्रमाचे हक्क टीव्ही चॅनेलला विकले जातात आणि त्यातून अनेक कोटी रुपयांचा निधी पोलीस कल्याणासाठी उपलब्ध होतो. त्यातून त्यांच्यासाठी चांगल्या शाळा, इस्पितळे, अभ्यासिका, कँटीन, विश्रामगृहांसारखे उपक्रम राबवले जातात. पश्चिम मुंबईचा अतिरिक्त पोलीस आयुक्त म्हणून तीन वर्षे हा कार्यक्रम आयोजित करण्याची जबाबदारी मला देण्यात आली होती. पहिल्या वर्षी आम्ही एक शक्कल लढवली. शासनाकडून बारा

वाजेपर्यंत कार्यक्रमाची परवानगी घेतली. त्यामुळे सायंकाळी सातला सुरू झालेला कार्यक्रम तब्बल पाच तास चालला. त्यामुळे टीव्हीवर एकाचे दोन शो करता येणार होते. प्रमुख चॅनेलमध्ये स्पर्धा लावून या कार्यक्रमाचे हक्क लिलावाच्या स्वरूपात विकले, त्यामुळे कल्याण निधीत तिपटीने वाढ झाली; पण ज्या दिवशी कार्यक्रम होता; त्या दिवशी एक मोठी दुर्घटना मुंबई शहरात घडली. एका धर्मगुरूंच्या मृत्यूनंतर त्यांच्या अंत्यदर्शनासाठी जमलेल्या गर्दीत चेंगराचेंगरी झाली आणि सुमारे २७ महिला-पुरुष गुदमरून ठार झाले. एवढी मोठी घटना झाल्यानंतर कार्यक्रम रद्द करण्यासाठी दबाव वाढला. सीएम, गृहमंत्र्यांनी कार्यक्रमास येण्यास नकार दिला. सीपींना स्वतःच्या रिस्कवर निर्णय घ्यायचा होता. आयोजनासाठी सुमारे एक कोटीच्या वर खर्च झाला होता. सर्व स्टार वर्षभरात पुन्हा आम्हाला तारीख देऊ शकणार नव्हते. मी आग्रह धरला आणि 'उमंग' कसाबसा पार पडला. सुमारे साडेबारा कोटींचा फायदा पोलीस कल्याण निधीला झाला. त्यातून कर्मचाऱ्यांच्या मुलांसाठी वातानुकूलित अभ्यासिका उभ्या राहिल्या. त्यांच्या मुलांना रोजगार मिळण्यासाठी प्लेसमेंट सेंटर सुरू झाले.

पश्चिम महाराष्ट्राचा आय.जी. असताना पुण्यातील सुमारे दीडशे बहुराष्ट्रीय कंपन्यांना आम्ही आमच्या पात्र पोलीसपाल्यांना रोजगार देण्यासाठी आवाहन केले. पुणे ग्रामीणच्या पोलीस मुख्यालयात आयोजित रोजगार मेळाव्यात पश्चिम महाराष्ट्रातील पाच जिल्ह्यांतील पाल्यांच्या मुलाखती कंपन्यांच्या प्रतिनिधींनी घेतल्या आणि एका दिवशी तीनशेच्या वर मुलामुलींच्या हाताला काम मिळाले. ज्या वेळी आय.जी. म्हणून कोल्हापूरला चार्ज घेतला, त्या वेळी तिथल्या कल्याण निधीत ठणठणाट होता. सहा वर्षांपूर्वी कल्याण निधीसाठी आयोजित कार्यक्रमात गोंधळ झाला होता. हुर्योत कार्यक्रमासाठी टाकलेल्या गाद्या फाडण्यात आल्या होत्या. त्यामुळे पुढच्या एसपींनी नको ती ब्याद म्हणून कल्याण निधीसाठीचे कार्यक्रमच टाळले. त्यामुळे निधी सुकला. पुण्याकडून पन्नास लाखांची उधारी घेऊनदेखील वर्षाला दिली जाणारी शिष्यवृत्तीही देता आली नव्हती. आम्ही एक झाक प्लॅन केला.

कोल्हापूरकरांना 'मराठी तारका' नावाचा दर्जेदार कार्यक्रम द्यायचा. तोच कार्यक्रम इतर चार जिल्ह्यांत घ्यायचा, जेणेकरून आयोजकांशी मसलत करून खर्च कमी करता येईल. आणि हो, चार कार्यक्रमांसाठी एक कोटीच्या आत खर्च आला आणि दहा कोटींच्यावर निधी शिल्लक राहिला. त्यातून सर्व गुणवान पोलीसपाल्यांना प्रलंबित राहिलेली शिष्यवृत्ती देता आली. सातारा, पुणे आणि सांगलीचे पोलीस पब्लिक शाळांचे प्रस्ताव पारित करून घेतले. कोल्हापूरच्या पोलीस मुख्यालयात एका स्वयंसेवी संस्थेशी करार करून उद्योगांच्या मदतीतून कोल्हापूरच्या वैभवात भर टाकेल, असे एक देखणे पोलीस उद्यान उभे केले. त्यात भारताच्या इतिहासाची

चित्रशिल्पे लावली. कोल्हापूरच्या कुठल्याही कोपऱ्यातून गौरवाने फडकताना दिसेल, असा सुमारे तीनशे फूट उंचीचा मॉन्युमेंटल तिरंगा ध्वज उभा केला. तो फ्लड लाईटमध्ये रात्रीही फडकतो. हे उद्यान पाहण्यासाठी विद्यार्थ्यांची गर्दी होऊ लागली. याचाच आधार घेऊन पुढे नव्या पिढीला वाहतूक नियमांचे मार्गदर्शन करण्यासाठी उद्यानालगत ट्रॅफिक पार्क उभे केले.

जर पोलीस दलाचा विश्वास संपादन केला आणि त्यांच्या कल्याणाची योग्य काळजी घेतली, तर ते तुमच्या मागे खंबीरपणे उभे राहतात. जनताभिमुख कामासाठी त्यांची कधीही ना नसते; मात्र त्यासाठी योग्य प्रशिक्षण आणि दिशादर्शन पोलीस प्रमुख़ाने करणे आवश्यक असते. अकादमीत शिकवलेला समानुभूती आणि पोलीस कल्याणाचा दृष्टिकोन सदैव जपला. त्यामुळे प्रत्येक क्षणी कर्मचारी आणि अधिकाऱ्यांचा विश्वास संपादन करता आला. दरवर्षी सुमारे पाचशे-सहाशे कर्मचारी, अधिकाऱ्यांच्या बदल्या कराव्या लागतात. त्यात पारदर्शकता राहण्यासाठी रिक्त जागांची माहिती पोलीस नोटीसद्वारे सर्वांना कळवली. सात दिवस वेगळे काढून सर्व बदलीपात्र कर्मचाऱ्यांचे म्हणणे, गाऱ्हाणे आणि अडचणी ऐकून घेतल्या. ज्याला जिथे पाहिजे आहे, तिथे त्यांनी दिलेल्या तीन पर्यायांपैकी नेमणूक देण्याचा कटाक्ष मी ठेवला. त्यामुळे कधीही त्यांची नाराजी, राजकीय हस्तक्षेप किंवा त्यांच्या वरिष्ठ, मॅट आणि कोर्टासमोरील तक्रारींना मला सामोरे जायची वेळ आली नाही. हे सर्व अकादमीतील व्यवस्थापनासंदर्भात घेतलेल्या धड्यांचा प्रत्यक्ष व्यवहारात अवलंब केल्याने शक्य झाले.

कोरोना से डरोना

२०१९मध्ये जगावर कोरोनारूपी महामारीचे संकट कोसळले. हा विषाणू ज्यांचं मन आणि शरीर कमकुवत आहे, त्यांना हेरतो आणि मग फुप्फुसांवर आघात करून त्यांचा बळी घेतो. तो नाक, डोळे आणि तोंडाला स्पर्श केल्यास शरीरात प्रवेश करतो आणि घात करतो. जगभरात लॉकडाउन करून त्याचा वेग थांबवण्याचा प्रयत्न करण्यात आला. हा कोविड १९ का झाला, कशामुळे पसरला, त्याच्यावर उपाय काय हा काही माझा अभ्यासाचा विषय नाही किंवा मी त्यातला विशेषज्ञ नाही; पण मला हे जाणवले की या महामारीमुळे संपूर्ण जगावर भीतीचे आणि भयगंडाचे सावट असे पसरले, की प्रत्येक स्वस्थ व्यक्तीचे मानसिक संतुलन बिघडायला लागले. सोशल मीडिया, टीव्ही, वृत्तपत्रे आणि घरोघरी क्षणोक्षणी फक्त कोरोना आणि कोरोनाचेच पुराण चघळले गेले. सगळ्या यंत्रणा याला रोखण्यासाठी पूर्ण ताकदीनिशी मैदानावर उतरल्या; पण हा नियंत्रणात येत नव्हता, दिवसेंदिवस उग्र

रूप धारण करीत होता. शहरे ओस पडली. शारीरिक अंतराचे (Physical Distancing) नवे बंधन आले. सगळ्या कार्यक्रमांवर, सणांवर आणि उत्सवांवर बंदी आली. जग पुरते बदलले. होत्याचे नव्हते झाले. आपण एका जगात झोपलो आणि अचानक दुसऱ्या जगात जागे झालो, अशी गत झाली. डिस्नेची जादू लयास गेली. पॅरिसचा रोमान्स संपला. न्यू यॉर्क, मुंबई यांसारखी शहरे झोपली. चीनची भिंत कोरोनाला अडवू शकली नाही. मिठी मारणे आणि मुका घेणे, ही जीवघेणी हत्यारे झाली. आजीआजोबांना आणि आईवडलांना भेटायला जायचे टाळणे, हे प्रेमाचे आणि काळजीचे द्योतक झाले. या नव्या जगात सत्ता निरर्थक असल्याची आणि पैशाला किंमत नसल्याची अचानक जाणीव झाली. एका खोलीत बसून उबग यायला लागला. माणसे बाहेर दिसली रे दिसली, की पोलिसांनी ढुंगण सोलायला सुरुवात केली. हा कोरोनाचा राक्षस मात्र वाढतच होता. त्याच्यावर उपचार किंवा लस दृष्टिक्षेपात दिसत नव्हती. हे लॉकडाउन, संचारबंदी अमलात आणण्याची मुख्य जबाबदारी पोलिसांवर देण्यात आली होती. पोलिसांना जबाबदारी पार पाडताना या रोगाची लागण होण्याचा धोकाही तितकाच होता.

या रोगाचा चीनमधल्या वुहानमध्ये उगम झाल्यापासून त्याने इटली, इराण, अमेरिका आणि इतर देशांमध्ये केलेली वाताहत, घातलेले थैमान आणि मृत्यूचे तांडव आम्ही पाहत होतो. त्यातून हा रोग फिरत फिरत आपल्या देशात पोहोचणार, याची सर्वांना पूर्ण खात्री होती. त्यामुळे स्थानिक पातळीवर या वैश्विक संकटावर कसा मुकाबला करता येईल, याचा आराखडा आखला. कोरोनाला सर्व स्तरांवर प्रतिबंधित करण्यासाठी 'कोरोना प्रतिबंध आपत्कालीन योजना' बनविली. त्यामध्ये सगळ्या प्रतिबंधात्मक आणि प्रतिक्रियात्मक उपाययोजनांचा सोप्या भाषेत सविस्तर ऊहापोह केला. सगळ्यात महत्त्वाचे म्हणजे ज्यांच्या जिवावर हे युद्ध लढायचे; त्या अधिकारी, कर्मचारी आणि त्यांचे कुटुंबीय यांचे आरोग्य व मनोबल चांगले राहिले पाहिजे. आरोग्याचे पिरॅमिड हे तीन घटकांवर आधारलेले असते. चांगली विश्रांती, चांगला आहार आणि चांगला व्यायाम.

चांगली विश्रांती मिळावी म्हणून संचारबंदी लागताच बारा तासांची ड्यूटी थेट आठ तासांवर आणली. त्यामुळे आठ तासांनंतर सोळा तासांचा ब्रेक मिळाला. हा ब्रेक कर्मचाऱ्यांना चांगली झोप घ्यायला आणि आराम करायला दिला आहे, हे त्यांना निक्षून सांगितले. त्यांच्या सुरक्षिततेसाठी फेस मास्क, शिल्ड, सॅनिटायझर, लिक्विड साबण अशी सगळी साधने उपलब्ध करून दिली. कर्मचाऱ्यांच्या खाण्याच्या वेळा आणि सवयी दोन्ही बिघडलेल्या असतात. त्यामुळे त्यांना योग्य मिनरल, व्हिटॅमिन आणि प्रोटीन मिळतील, याची खबरदारी घेतली. जे कोणी दानशूर सहकार्य करायला पुढे येत होते, त्यांना लिस्ट बनवून दिली. त्यात च्यवनप्राश, व्हिटॅमिन सी, झिंक,

कॅल्शियमच्या गोळ्या, सुक्यामेव्याची पाकिटे, ग्रीन टी, ग्लुकोज इत्यादी पौष्टिक पदार्थ आणि पेयांचा समावेश केला. आमच्या लक्षात आले, उन्हाळ्याच्या कडक उन्हात थंड पाणी, फ्रीजमधील खाद्यपदार्थ व पेये खाण्यापिण्याचा मोह आवरत नाही. थंड खाल्ले की घशाचे इन्फेक्शन आले. घसादुखी झाली की सर्दीखोकला आला. मग ताप, थंडी आणि मग कोरोनाचा विषाणू वाटच पाहत असतो. असे दुबळे आणि थकलेले शरीर सापडले की, तो विषाणू दुबळ्या फुफ्फुसाचा डायनासोरसारखा फडशा पाडतो. सगळे चोक व्हायला लागते, दम लागायला लागतो, श्वास घेता येत नाही. पेशंटला व्हेंटिलेटरवर ठेवायला लागते. सगळे उपचार करूनदेखील अनेकांचे नाव कोरोना बळींच्या यादीत जोडले जाते. म्हणून 'ना रहेगा बास न बजेगी बासुरी.' थंड पाण्यावरच बंदी घातली. गरम पाण्यासाठी साडेतीन हजार थर्मास फ्लास्क खरेदी केले. या बाटलीमध्ये पाणी चोवीस तास गरम राहते. पाणी गरम करायला प्रत्येक पोलीस ठाण्यात आणि शाखेत इलेक्ट्रिक शेगड्या दिल्या. रात्रीच्या गस्तीत कर्मचारी गरम पाणी पीत आहेत का, याची खातरजमा केली. त्यांना टेटले कंपनीचे ग्रीन टीचे सॅचेट दिले. त्यामुळे ॲसिडिटी वाढवणारा, दुधाळलेला आणि मधाळलेला चहा बंद झाला आणि रक्त पातळ ठेवणारा ग्रीन टी गुणकारी ठरू लागला.

हा रोग पसरत असतेवेळी मला अभिनेता अक्षयकुमारचा फोन आला आणि कोविडची प्राथमिक लक्षणे ओळखण्यासाठी नव्यानेच बाजारात आलेली ५०० स्मार्ट वॉचेस त्याने नाशिक पोलिसांना देऊ केली. हे घड्याळ अतिशय उपयुक्त होते. त्याचे ॲप स्मार्ट फोनवर डाउनलोड केले आणि स्मार्ट फोन आमच्या नियंत्रण कक्षाशी हायपर लिंक केला. त्यात एक कोविडसाठी आणि एक वेलनेससाठी असे दोन डॅशबोर्ड होते. कोविडचा पहिला इंडिकेटर म्हणजे ताप येणे आणि हे घड्याळ चोवीस तासांत साडेतीन हजार वेळा शरीराचे तापमान नोंदवत होते. त्यामुळे १०० डिग्री सेल्सिअसच्या वर कोणाचे तापमान गेले रे गेले, की कन्ट्रोल रूममध्ये स्क्रीनवर संदेश यायचा. त्याचबरोबर घड्याळावर दहा सेकंद बोट ठेवले की रक्तदाब कळायचा. जर कोणाचा रक्तदाब कमी व अधिक झाला, तर त्या कर्मचाऱ्यासोबतच कन्ट्रोल रूमच्या मॉनिटरलादेखील त्याची माहिती कळायची. त्याचबरोबर त्याच्या हृदयाचे ठोके वाढले किंवा झोपेचा पॅटर्न बिघडला, तरी त्याची नोंद होऊ लागली. त्यामुळे आजारपणाच्या पहिल्या गोल्डन तासात त्वरित वैद्यकीय सेवा किंवा ज्यांना आवश्यक आहे त्यांना रजा किंवा विश्रांती देऊ केली. त्याचबरोबर वेलनेससाठी त्या घड्याळात आपण रोज किती पावले चाललो, किती कॅलरी खर्च झाल्या, किती पाणी प्यायलो, तासातासाला जागेवरून उठलो का; असे अनेक आरोग्यसंवर्धक सिग्नल मिळतात.

या काळात मी कन्ट्रोल रूमला दंडक लावला. ५० वर्षे वयाच्या आतल्या कर्मचाऱ्यांना दहा हजार पावले आणि पन्नाशी ओलांडलेल्यांना पाच हजार पावले चालणे सक्तीचे केले. ज्या पोलीस ठाण्यातील कर्मचारी आळस करतील, त्या ठाणेदाराला दंडाच्या नोटिसा पाठवल्या. वातावरण निकोप आणि आरोग्यदायी व्हायला लागले. सगळ्यात महत्त्वाचे त्यांच्याशी संवाद वाढवला. त्यांच्यातला ताण दूर ठेवण्यासाठी त्यांना वायरलेसवर आश्वासक संदेश दिले. चांगली प्रतिकारशक्ती असेल तर कोरोना आपले काही बिघडवू शकत नाही, हे समजावून सांगितले. जे वयस्कर आहेत, ज्यांना विकार आहेत; त्यांना जपले. सोशल मीडियाच्या अपप्रचाराला बळी न पडता खंबीरपणे कर्तव्य पार पाडण्याच्या सूचना दिल्या. कोरोनाची टेस्ट पॉझिटिव्ह आली, तरी ऐंशी टक्के लोकांना काहीही लक्षणे दिसत नाहीत. त्यांना कधी कोरोना झाला आणि कधी निघून गेला, हेही कळत नाही. त्यामुळे ते बरे झाले हा प्रचार आपण ऐकतो, ते चुकीचे आहे; कारण त्यांना काही झालेलेच नसते. ते फक्त कोरोना पॉझिटिव्हचे कोरोना निगेटिव्ह झालेले असतात. त्यामुळे सारखे बातम्या ऐकून डोक्यात चिंतेचे लोणचे घालायचे नाही, हे त्यांना पटले आणि ते निर्भय झाले. त्यांनी शिस्त पाळली, खबरदारी घेतली आणि यशस्वीपणे जनता-जनार्दनाचे संरक्षण करण्यासाठी कोरोनाच्या राक्षसावर सक्षमपणे चढाई केली.

संकटांना सामोरे जाण्यासाठी मन आणि माइंडसेट भयमुक्त पाहिजे. भय ही प्राथमिक भावना आहे आणि तिच्यावर विजय मिळवायचा असेल, तर ते बीज बालवयापासून आपल्याला नवीन पिढीमध्ये रुजवावे लागेल. छोट्या छोट्या गोष्टींसाठी पिलाला पदराखाली घेणे योग्य नाही. मुलांना योग्य वेळी स्वावलंबी, स्वतंत्र आणि प्रगल्भ बनविण्याचे धडे दिलेच पाहिजेत. त्यांना स्वातंत्र्य आणि स्वैराचारातील फरक समजून सांगितला पाहिजे. स्वातंत्र्याबरोबर येणाऱ्या जबाबदाऱ्यांची जाणीव करून दिली पाहिजे. योग्य वेळी संरक्षक, समर्थक आणि पोशिंद्याची भूमिका बदलून पालकांनी परखड समीक्षक, निरीक्षक आणि टीकाकारही झाले पाहिजे. योग्य वेळेला समजेल अशी समजही दिली पाहिजे. बदलत्या जगात फक्त पाश्चात्त्यांचे आंधळे अनुकरण करू नये, नाहीतर नव्या पिढीचा रस्ता चुकला तर सांभाळणे अवघड होऊन जाईल. भयमुक्त होऊन कर्तृत्व आणि प्रभुत्व सिद्ध करणे, हाच तर पुरुषार्थ आहे.

नाभिषेको न संस्कारः सिंहस्य क्रियते वने ।
विक्रमार्जितसत्त्वस्य स्वयमेव मृगेन्द्रता ॥

जंगलात सिंहावर संस्कारही केले जात नाहीत की राज्याभिषेक केला जात नाही. तो स्वतः आपल्या हिमतीवर आणि पराक्रमावर बळ मिळवतो व प्राण्यांचा राजा बनतो. अकादमीत जी भयमुक्त मानसिकता संपन्न केली आणि करिअरमध्ये जे कर्तृत्व संपादन केले, त्यावरच आपल्या आधिपत्याखालील कर्मचाऱ्यांना आणि जनतेला मार्गदर्शन करण्याचे अधिष्ठान प्राप्त होत असते.

◆

कम्युनिटी पोलिसिंग आणि लीडरशिप

समाजात दिवसेंदिवस कायद्याचे राज्य कमी-अधिक स्वरूपात हिंदोळे, हेलकावे खात असते. ज्या वेळी कायदा व सुव्यवस्थेची परिस्थिती ढासळते, तेव्हा जीवनाचा दर्जा खालावतो. समाजातील दुर्बल घटकांचे जगणे कठीण होते. बळी तो कान पिळी, अशी परिस्थिती तयार होते. भ्रष्टाचारी, व्यभिचारी आणि समाजकंटकांसाठी रान मोकळे होते. शासकीय यंत्रणांना कीड लागते. अशा वेळी दूरदृष्टी असणारे कणखर नेतृत्व तयार होणे आवश्यक असते. अशा नेतृत्वाची राजकीय, सामाजिक क्षेत्राबरोबर नोकरशाहीत आणि त्यातही मुख्यत्वेकरून पोलीस खात्यात प्रकर्षाने गरज भासते. काय असतात अशांचे नेतृत्वगुण. नावीन्यपूर्णता, व्यावसायिकता, कौशल्यपूर्णता, शिस्तप्रियपणा, निःस्पृहता आणि कमालीचा प्रामाणिकपणा; हे व यांसारखे झळाळून टाकणारे पैलू त्या हिऱ्यामध्ये असावे लागतात. इतरांना प्रेरित करणे, हा एक लाखमोलाचा गुण आहे. चांगले विचार, उत्तम शब्द, निरपेक्ष कृती, रचनात्मक सवयी आणि सत्त्वशील चारित्र्य यांतूनच लीडर घडत असतो. चारित्र्य आणि प्रामाणिकपणा नसेल व इतर सर्व गुण आत्मसात केले असतील, तर ते सौंदर्य बेगडी आणि बटबटीत निकषांवर आधारलेले असेल.

डॉ. सक्सेनांनी व्यवस्थापन आणि नेतृत्व यांमध्ये काय व कसा फरक आहे, हे आम्हाला खूप विश्लेषण करून शिकवले. अकादमीतील सर्व आय.पी.एस. अधिकारी हे निःस्पृह आणि कर्तव्यनिष्ठ या निकषांवर निवडले जातात. त्यांना नव्या पिढीतील अधिकाऱ्यांना घडवायचे असते. 'बोले तैसा चाले त्याची वंदावी पाऊले.' आमच्या फॅकल्टीतील प्रत्येक अधिकाऱ्याच्या कृती आणि उक्तीतून आदर्श नेतृत्वाची प्रचिती येत असे. आम्हाला नियोजन, संघटन, दिशादर्शन आणि नियंत्रण या गोष्टी पोलीस संघटनेच्या व्यवस्थापनासाठी कशा प्रकारे आवश्यक असतात, हे फील्डवरील

वेगवेगळ्या अनुभव आणि उदाहरणांच्या आधारे समजावून दिले. शिक्षेच्या भीतीने एखाद्या उच्चपदस्थ अधिकाऱ्याने अधिकारवाणीने दिलेले सर्व आदेश जर सर्व कर्मचारी अमलात आणत असतील; तर तो उच्चपदस्थ अधिकारी 'लीडर' आहे, असे म्हणणे उचित होणार नाही. जबरदस्तीने एखादी जबाबदारी पार पाडणे आणि स्वयंप्रेरणेने, पूर्ण क्षमतेने दिलेल्या कामात तन, मन अर्पून ते उत्कृष्टपणे पूर्णत्वास नेणे या दोहोंत फरक आहे. विशेषकरून गणवेशातील सेवांमध्ये आदळआपट करून, गोंधळ घालून, धाकदपटशाने, दहशतीचे वातावरण तयार करून, हाताखालच्या कर्मचाऱ्यांना गर्भगळीत करून त्यांच्याकडून वरकरणी आज्ञाधारकता मिळवून त्याची नेतृत्वगुणांशी गल्लत करणे अनेकदा अनुभवायला मिळते. त्यामुळे संयत स्वभावाचा, शांत प्रकृतीचा, सहकाऱ्यांचा विश्वास संपादन करून काम करणारा अधिकारी हा दुबळा समजण्याची दुर्दैवी वृत्तीही दिसून येते. अनेकदा आणीबाणीच्या परिस्थितीत अतिशय कठोर निर्णय घेऊन त्यांची निष्ठुरपणे अंमलबजावणी करावी लागते; पण हे तत्त्व फक्त आपत्कालीन परिस्थितीतच पाळावे लागते. रोजच्या कामात याच निकषाने आणि नियमाने काम केले, तर कामाचा फज्जा आणि स्वतःची फजिती व्हायला वेळ लागत नाही. त्यामुळे आपल्या सहकाऱ्यांकडून त्यांच्यातील कॅमराडरी आणि संघवृत्तीला चेतवून दीर्घ काळासाठी उत्तम दर्जाचे काम करून घेणे, यात नेतृत्वाचा कस लागतो.

आज प्रत्येक वेळी शिक्षेची भीती घातली तर लांडगा आला रे आला, अशी त्या अधिकाऱ्याची परिस्थिती झाल्यास नवल नाही. सर्वांना स्वतःचे न्याय्य हक्क आणि तुमच्या मर्यादा माहीत असतात. त्यामुळे सामान्यपणे नित्यनेमाने काम करताना आपला सहकाऱ्यांशी संघभावनेने संवाद ठेवणे, त्यांच्या प्रशिक्षणाविषयी जागरूक असणे, त्यांच्या सुख-दुःखात सहभागी होणे, त्यांच्या प्रश्नांची सोडवणूक करण्यासाठी कटिबद्ध असणे; या तुमच्या नेतृत्वगुणांवर तुमच्या टीमची तुमच्याप्रती असणारी समर्पित वृत्ती आणि आदराची भावना अवलंबून असते. जर काम करताना कर्मचाऱ्यांनी उद्देश रास्त ठेवला असेल आणि कामाच्या ओघात अजाणतेपणाने त्यांच्याकडून चूक झाली असेल, तर लीडरने त्यांच्या पाठीशी उभे राहिले पाहिजे; पण जर कोणी अप्रामाणिकपणे, स्वार्थी वृत्तीने कामचुकारपणा केला, तर ठाम भूमिका घेऊन अशा वृत्तीला वेळीच लगाम घालणेही तितकेच महत्त्वाचे असते.

पोलीस अधिकारी हा फक्त त्याच्या अधिकार क्षेत्रातील कर्मचारी, अधिकाऱ्यांचा लीडर नसतो, तर ज्यांच्या सेवेसाठी त्याची नेमणूक असते ती सर्वसामान्य जनताही त्याच्याकडे त्यांचा संरक्षक नेता म्हणून पाहत असते. गुन्ह्यांचे नियंत्रण आणि सार्वजनिक सुव्यवस्थेचे पालन हे त्याचे मुख्य काम असते; पण त्याचबरोबर जनतेमध्ये सुरक्षिततेची भूमिका तयार करणे, ही त्याची प्राथमिकता असली पाहिजे.

एकदा सुरक्षिततेची, निर्भयतेची भावना तयार झाली की समाज सर्वार्थाने प्रगल्भ आणि प्रगत बनतो. जीवनात कला, संस्कृती, क्रीडांचा वावर वाढतो आणि जगणे सुंदर व्हायला सुरुवात होते. थोडक्यात काय, जगणे सुंदर आणि निर्भय बनविण्याची खूप महत्त्वाची जबाबदारी पोलीस नेतृत्वावर असते. असे म्हणतात की, प्रत्येक पोलीस हा गणवेशासह नागरिक आहे आणि प्रत्येक नागरिक हा गणवेशरहित पोलीस आहे; पण अशा जनतेचे पोलिसांशी सारखे खटके उडत असतात. जयंतीचा जल्लोष असो की उत्सवांचा, पोलीस दिसले की गर्दीत तरुणाईमध्ये चेकाळून नाचण्याचा उत्साह दांडगा असतो. मग पोलीसही एक दिवस तुमचा, बाकी तीनशे चौसष्ट दिवस आमचे म्हणून असहायपणे मजा बघतात आणि मिरवणुका संपल्या की अशा समारंभीय मिजासखोरांना शोधून त्याची समजेल त्या भाषेत खोड मोडण्याचा चंग बांधतात. जोपर्यंत हे नाते सुदृढ करण्यासाठी योग्य पावले उचलली जात नाहीत, तोपर्यंत हे विळ्याभोपळ्याच्या कुरघोडीचे दुष्टचक्र थांबत नाही. पोलीस-जनता संबंध दृढ होतात; त्या वेळी अपप्रकार थांबतात, भ्रष्टाचारावर आळा बसतो आणि पारदर्शक पोलिसिंग सुरू होते. लोक पोलिसांशी संबंध प्रस्थापित करण्यासाठी उत्साही असतात; मात्र त्यांना योग्य मार्ग सापडत नाही.

पोलीस अधिकाऱ्याने 'दिल मिले ना मिले, हाथ मिलाकर तो देख', असा होरा ठेवून पुढे आले पाहिजे. पोलीसमित्र, शांतता समिती, मुहल्ला समिती, महिला सुरक्षा समिती, ग्राम रक्षा दले, झोपडपट्टी पंचायत, विशेष पोलीस अधिकारी, समुपदेशक, सायबर दूत या व अशा अनेक उपक्रमांतून सर्वसामान्य नागरिकांना पोलिसांचा जिवाभावाचा पार्टनर म्हणून काम करता येते; मात्र जनतेची त्यासाठी दबाव आणि पाठिंबा अशी दुहेरी भूमिका असली पाहिजे. ज्या वेळी पोलीस यंत्रणा चुकीचे धोरण घेते; अवैध धंदे, असामाजिक तत्त्वे वाढीला लागतात; त्या वेळी जनतेचा खात्यावरचा दबाव वाढला पाहिजे; मात्र ज्या वेळी नैसर्गिक किंवा मानवनिर्मित आपत्ती येतात, ज्या वेळी पोलिसांची भूमिका योग्य असते; पण त्यांना अडचणीत आणले जाते किंवा कात्रीत पकडले जाते; त्या वेळी जनतेने खंबीरपणे पोलिसांच्या पाठीशी राहून पाठिंबा आणि आधार देऊन मनोबल वाढवले पाहिजे. मीडिया असो की राजकारणी सर्वांची भूमिका जनतेच्या भूमिकेवर अवलंबून असते. सर्वसाधारण परिस्थितीत पोलीस अधिकारी आयव्हरी टॉवरमध्ये बसून काम करू शकेल; पण ज्या वेळी हातघाईची परिस्थिती येते, त्या वेळी जनतेबाबत अलिप्त राहून काम करणारा अधिकारी सपशेल आपटतो. म्हणूनच पोलीस अधिकाऱ्याने स्वत:च्या बलस्थानांचा व कमतरतांचा अभ्यास करून रोज नवे नैपुण्य, नवे कौशल्य संपादित केले पाहिजे. पोलीस-जनता संबंधामध्ये नवचैतन्य आणण्यासाठी जाणीवपूर्वक प्रयत्न केले पाहिजेत. त्याने सर्वोच्च कोटीची चारित्र्यशुद्धता, विश्वसनीयता, प्रामाणिकपणा आणि

कर्तव्यपरायणतेची कास सोडता कामा नये. त्यासाठी ज्यांचे नेतृत्व करतो, ते कर्मचारी आणि ज्यांच्या सेवेसाठी कटिबद्ध आहोत, ती जनता या दोहोंमध्ये अत्यंत संतुलित असा संबंध प्रस्थापित केला पाहिजे. अनुभव हा सगळ्यात मोठा गुरू आहे. स्वत:च्या व इतरांच्या अनुभवांतून धडे घेऊन स्वत:मध्ये अपेक्षित बदल करणेही शहाणपणाचे असते. जो आपल्या कामाला समर्पित असतो, त्याला त्याच्या कर्तव्यात निष्णातपणा आणि कौशल्ये आत्मसात होतात. हा झाला व्यावसायिकपणा; पण त्यापेक्षा अधिक आवश्यक असते ती संवेदनशीलता आणि समानुभूतीची भावना!

जीवन जगताना समोर उद्दिष्ट हवे. मरावे परी कीर्तीरूपे उरावे, असे लहानपणी शाळेत भिंतीवर वाचायचो. 'शिवरायांशी आठवावे। जीवित तृणवत मानावे। इहलोकी परलोकी उरावे कीर्तीरूपे!' अशी छत्रपती शिवरायांची स्तुतिसुमने गाताना अंगावर रोमांच उभे राहायचे. 'करून जावे असेही काही दुनियेतून या जातांना, गहिवर यावा जगास साऱ्या शेवटचा निरोप घेताना. क्षण कठोर त्या काळाचाही क्षणभर व्हावा कातर कातर, नजर रोखूनी नजरेमध्ये आयुष्याला द्यावे उत्तर,' अशा कवनातूनही हेच शिकायला मिळते की, जीवन हे सार्थकी लागायचे असेल तर समाजाचे देणे किंवा ऋण फेडावे.

स्वार्थी, ध्येयवेडे आणि संत अशा व्यक्तींच्या तीन वर्गवारी करता येतील. संत दुर्मिळ असतात आणि संतासारखे वागणेही आजच्या युगात शहाणपणाचे ठरत नाही. स्वार्थी तर पावलागणिक सापडतात आणि आत्मकेंद्री संकुचित वृत्तीने आपापल्या बिळात ते निम्नस्तराचे जीवन जगतात. तिसरे ध्येयवेडे हे सकारात्मक ऊर्जेने पछाडलेले असतात. त्यांच्यासमोर रचनात्मक स्मार्ट ध्येय असते आणि जळीस्थळी, काष्ठीपाषाणी ते त्या ध्येयपूर्तीसाठी सातत्यपूर्ण प्रयत्न करीत असतात. येणाऱ्या अडथळ्यांशी झटत असतात आणि संघर्षास साथीला घेऊन न थकता, न थांबता मार्गक्रमण करीत असतात. एका ध्येयाची पूर्ती झाली की दुसरे उभे ठाकलेलेच असते. अशा ध्येयप्राप्तीची अर्थपूर्ण फुले वेचत त्यांचा जीवनप्रवास बहरत असतो. गौतम बुद्धांना एकदा प्रश्न विचारला की, खरा आनंद कशात आहे. मन साफ होईल अशी कृती, कुटुंब व समाजाप्रती केलेले कर्तव्य आणि इतरांचे भले होईल असे काम केले की खऱ्याखुऱ्या आनंदाची प्रचिती येते. या सगळ्यातून तुमची तटस्थ आणि संतुलित प्रज्ञा विकसित होते. जीवनातील चढ-उतार मग तुमचा आनंद किंवा सुख-दु:ख ठरवू शकत नाहीत. तुम्ही कोठे व कोणत्या परिस्थितीत काम करता, यापेक्षा तुमचे उद्दिष्ट काय आहे, यावर तुमच्या कामाची महती अवलंबून असते. पोलीस अधिकारी हा दोन उद्दिष्टांनी प्रेरित हवा. एक तर आपल्या सहकाऱ्यांना प्रेरणा देणारे

नेतृत्व देणे आणि दुसरे जनतेला उच्च प्रतीची निःस्पृह सेवा देण्यासाठी स्वतःतील क्षमता आणि कौशल्य विकसित करणे.

स्मार्ट पोलिसिंग

खरे तर स्मार्ट पोलिसिंग ही जुनीच संकल्पना आहे; पण सर्व प्रशासकीय आणि भावनिक अंगांना एकत्र करून एक आदर्श कार्यप्रणाली बनवणे, हा तिच्यामागचा उद्देश आहे. मी हैदराबादच्या प्रशिक्षणाच्या कालावधीतच तिथल्या उस्मानिया विद्यापीठातील 'मास्टर्स डिग्री इन पोलीस मॅनेजमेंट' ही पदवी संपादन केली. ही डिग्री अकादमीतील प्रशिक्षणाला संलग्न आहे आणि प्रशिक्षणातील विषयांशी संबंधित अर्धा अभ्यासक्रम असल्याने मी व्यवस्थापनाशी संबंधित ही पदवी विशेष गुणवत्तेसह प्राप्त करू शकलो. मनुष्यबळ, वित्त, विक्री, ऑफिस व्यवस्थापनासोबत मार्केटिंग, मॅक्रो आणि मायक्रो इकॉनॉमिक्स, बिझनेस लॉ आणि ऑर्गनायझेशनल बिहेविअर यांसारखे विषय शिकलो. या पदवीसाठी केलेला अभ्यास, प्रशिक्षणादरम्यान शिकलेल्या गोष्टी आणि सेवाकालातील अनुभव यांची सांगड घालून स्मार्ट कार्यप्रणालीची अंमलबजावणी करण्याचा चंग मी बांधला. काही वेळा त्यात अडथळे आले, प्रश्न उभे राहिले; पण प्रयोगाअंती नेहमी काहीतरी नवनिर्माण घडत असते, तशी उभी राहिली माझ्या कार्यमूल्यांकनाची रूपरेषा. मग त्या रूपरेषेला समोर ठेवून मी माझ्या अधिकाऱ्यांना उद्दिष्टे दिली. ज्यामुळे त्यांना काम करण्याची निश्चित दिशा मिळाली आणि त्यातून त्यांच्या व्यावसायिक आणि प्रशासकीय क्षमता व कौशल्यांना चालना मिळाली.

स्मार्ट म्हणजे नक्की काय? 'एस' पहिले अक्षर हे 'स्ट्रिक्ट' म्हणजे कडक आणि संवेदनशीलतेसाठी आहे. प्रशासन हे कडक शिस्तीचे आणि संवेदनशील असले पाहिजे. अर्थातच कडक शिस्तीच्या बापाप्रमाणे कर्मचाऱ्यांसोबत वर्तन असले पाहिजे. त्यांना शिस्त लावताना, कारवाई करताना सुधारणा करण्याचा दृष्टिकोन असला पाहिजे. त्यांच्या कल्याणाची काळजी घेणे, त्यांच्या प्रशासकीय समस्या प्राधान्याने सोडवणे, त्यांच्याशी आरोग्यदायी संवाद ठेवणे हेही तितकेच महत्त्वाचे असते. तक्रार करायला येणाऱ्या नागरिकांशीही अधिक संवेदनशीलपणे वागायला हवे. ते रक्त आणि अश्रू घेऊन पोलीस ठाण्यात येतात. आल्याबरोबर त्यांना बसवून अदबीने स्वागत करावे. दिलासा देऊन बोलते करावे. सहानुभूतीपेक्षा समानुभूती ही जास्त प्रभावी ठरते. हीच परिस्थिती माझ्यावर ओढवली असती तर मला कशा पद्धतीने प्रशासनाने सहकार्य करायला पुढे येणे अपेक्षित आहे, अगदी डिट्टो तोच निकष प्रत्येक तक्रारदाराबद्दल बाळगा, काम सोपे होऊन जाईल. यासाठी मी एकच छोटी क्लृप्ती केली. प्रत्येक दिवशीचा दैनंदिन गुन्ह्यांचा अहवाल पाहून फोनद्वारे

तक्रारदाराकडून फीडबॅक घ्यायला सुरुवात केली.

रोज सर्वसामान्य तक्रारदाराला नियंत्रण कक्षातून फोन लावण्याची पद्धत सुरू केली. त्याला पाच प्रश्न विचारले.

१. ज्या वेळी तुम्ही पोलीस ठाण्यात गेला, त्या वेळी ठाणे अंमलदाराचे आपल्याप्रती वर्तन कसे होते?
२. तुमच्या गुन्ह्याचे स्वरूप कमी करण्याचा प्रयत्न केला का? तुमची फिर्याद दाखल करून घेण्यास टाळाटाळ केली का?
३. तुमच्याकडून फिर्याद दाखल करून घेताना आर्थिक अथवा कोणत्याही प्रकारची अपेक्षा केली गेली काय?
४. गुन्ह्याच्या फिर्यादीची प्रत तुम्हाला मोफत मिळाली काय?
५. गुन्हा घडला आहे; त्या ठिकाणी कोणते अधिकारी, किती वेळात पोहोचले?

तक्रारदार हा पीडित असतो. तो सहसा खोटे बोलत नाही. त्यामुळे त्याचे समाधान म्हणजेच रूढ अर्थाने 'कस्टमर सॅटिसफॅक्शन' सुलभ आणि शक्य झाले. पोलीस अधीक्षकांसमोर रोजच्या गुन्ह्यांच्या यादीसोबत या प्रश्नावलीचा अहवाल जायला लागला. परिणाम असा झाला की, माझ्या अधिकारी, कर्मचाऱ्यांमध्ये जागरूकता निर्माण झाली. तक्रारदाराचे सर्वतोपरी समाधान करण्यासाठी त्यांच्यात स्पर्धा लागली. या पाच प्रश्नांची योग्य उत्तरे ज्या प्रकरणामध्ये मिळाली, त्या ठाणे अंमलदारांना प्रोत्साहनपर बक्षिसे द्यायला सुरुवात केली. ज्यांच्या बाबतीत नाराजीचा सूर किंवा नकारात्मक उत्तरे मिळाली; त्यांना सुरुवातीला खडसावले; पण जर अधिक गंभीर चूक निघाली, तर संबंधितांना शिस्तभंगाच्या कारवाईला सामोरे जावे लागले. यामुळे गुन्हे दाखल करण्यात आपसूकच तत्परता दिसू लागली. दरोडा पडला, तर चोरी दाखल करणे किंवा गंभीर दुखापत झाली असली तर साधी एन.सी. दाखल करणे, या व अशा गुन्ह्यांचे स्वरूप कमी करण्याच्या प्रवृत्तींना आळा बसला. कामामध्ये पारदर्शकता निर्माण झाली. अधिकारी घटनास्थळाला त्वरित भेट देऊ लागले. परिणामी, पोलीस ठाण्यातील ठाणे अंमलदार हे तक्रारदाराला योग्य वागणुकीबरोबर पाणी विचारायला लागले. त्यांना जातेवेळी कन्ट्रोलचा फोन आला, तर जरा चांगला फीडबॅक देण्याचे आवाहन करू लागले. पोलीस खात्यात एक सबकल्चर तयार होते. नेहमीच्या तणावामुळे, गुन्हेगारी विश्वाच्या अमर्याद संपर्कामुळे आपोआप वर्तन थोडे एकांगी, हेकेखोर आणि उर्मट व्हायला लागते. त्यामुळे साधे साधे प्रयोगही आपल्याला असामान्य असे रिझल्ट देत असतात.

'एम' हे मॉडर्न म्हणजे आधुनिकतेसाठी. आधुनिक व नावीन्यपूर्ण 'पोलिसिंग'

करताना जगभराचे अनुभव उपयोगी पडतात. मी दोन वर्षांपूर्वी लंडनला प्रशिक्षणासाठी गेलो होतो. त्यादरम्यान अनेक शहरांतील पोलिसांच्या पद्धती अभ्यासल्या. जगभरात सध्या 'इव्हिडन्स बेस्ड पोलिसिंग' पद्धती वापरली जाते. अर्थात, पुराव्याच्या आधारे पोलिसांची कार्यप्रणाली निश्‍चित करायची. पोलिसिंगवर होणारा खर्च कमी करण्यासाठी ही पद्धती विकसित करण्यात आली आहे. याचाच अर्थ येथून पुढे मनुष्यबळ वाढवणे हे दुरापास्त होणार. त्याऐवजी शास्त्रोक्त पद्धतीने गुन्हेगारीवर तसेच कायदा आणि सुव्यवस्थेवर नियंत्रण प्रस्थापित करायचे. म्हणजेच नेहमीच्या प्रतिक्रिया पद्धतीपेक्षा स्मार्ट पद्धतीने प्रतिसाद द्यायचा व प्रतिबंधात्मक पोलिसिंगवर भर द्यायचा. समाजाच्या वेगवेगळ्या अंगांचा अभ्यास करायचा. त्यातून त्या त्या क्षेत्रातील लोकसंख्या, भौगोलिक परिस्थिती, अर्थकारण, सामाजिक परिस्थितीचा अभ्यास करून त्या भागातील पोलिसिंगसंबंधित समस्यांचा आढावा घ्यायचा. शास्त्रीय विश्‍लेषण करायचे आणि त्या आधारे त्या क्षेत्रासाठी कशा पद्धतीचे पोलिसिंग द्यावयाचे, हे निश्‍चित करायचे. म्हणजे काय? तर आम्ही साधारणपणे आजाराचे निदान न करता एकच औषध सर्व आजारांना वापरतो. मग आजार बळावतो आणि दुर्धर बनतो. त्याऐवजी आजाराचे निदान व्यवस्थित करायचे आणि नंतर उपचार पद्धती ठरवायची. जसे की, शहरातील विशिष्ट भागात औद्योगिक वसाहत असते. दुसऱ्या भागात शैक्षणिक संकुल एकवटलेले असतात. झोपडपट्ट्या असतात. व्यापारी पेठा वसलेल्या असतात. मध्यमवर्गीयांच्या वसाहती असतात. प्रत्येक क्षेत्राचे स्वरूप वेगळे, प्रश्‍न वेगळे आणि त्या प्रश्‍नांची सोडवणूक करणारी पद्धती वेगळी. त्याचेच नियोजन करायचे. त्यासाठी लागणाऱ्या साधनसामग्रीची जुळवाजुळव करायची. त्याचे उत्कृष्ट प्रशिक्षण द्यायचे आणि मग त्या अनुषंगाने पोलिसिंग पद्धती ठरवायची.

स्मार्टमधला 'टी' तंत्रज्ञानासाठी आहे. तंत्रज्ञानातील कृत्रिम बुद्धिमत्तेचा म्हणजे आर्टिफिशिअल इंटेलिजन्स आणि रोबोटिक्सचा पोलिसिंगमध्ये वापर सुरू झाला आहे. सीसीटीव्हीचे निगराणी तंत्र हे त्याचे एक उदाहरण आहे. गुन्हे प्रतिबंधित व उघड करण्यासाठी या तांत्रिक डोळ्यांचा प्रचंड फायदा होतो. आता तर लाल सिग्नल तोडणाऱ्यांना अचूक पकडता येते. संशयित व्यक्ती व हालचाली या सॉफ्टवेअरचा वापर करून नेमक्या हेरता येतात. गाड्यांच्या नंबरप्लेट अचूक व स्पष्ट टिपता येतात. त्यामुळे या काळात दहशतवादाच्या संकटाशी मुकाबला करताना या तंत्रज्ञानाची मदत घेणे शक्य झाले आहे. त्यामुळे जागोजागी पोलीस कर्मचारी उभे न करता कॅमेऱ्यांच्या माध्यमातून यंत्रणेचे डोळे व कान सतर्कपणे काम करू शकतात. कॅमेरा हा डोमवर उभा असतो. त्या डोमवर आपल्याला लोकांना सूचना देण्यासाठी, मार्गदर्शन करण्यासाठी दर्जेदार अशी ध्वनिक्षेपक यंत्रणाही

बसवता येते. त्या आधारे आपण संकटकाळात किंवा आणीबाणीत लोकांना काय करावे व काय करू नये, याबाबत रिअल टाइम मार्गदर्शन करू शकतो.

स्मार्टमधले 'आर' हे रिस्पॉन्सिव्हसाठी आहे. प्राप्त परिस्थितीला प्रतिक्रिया न देता प्रतिसाद द्यायचा. मी संजय उपाध्येंचे व्याख्यान ऐकत होतो. त्यांनी खूप छानपणे या दोहोंतला फरक समजावून सांगितला आहे. आम्हाला हेल्पलाईनवर सर्वाधिक फोन ज्येष्ठ नागरिकांचे येतात. अगदी क्षुल्लक तक्रारीसाठी ते ठाणे अंमलदाराचा खूप वेळ घेतात आणि मग त्यातून आमच्याकडून अनेकदा उर्मट आणि असंवेदनशील भाषा वापरली जाते. मग काय बरं करता येईल? पोलीस ठाण्यात एक आजोबा येतात. तक्रार काय तर मुलाने आपल्या रूममध्ये ए.सी. लावून घेतला आणि त्यांच्या रूममधला पंखा घरघर आवाज करतो. झोप लागत नाही. शेजारचे मोठ्याने टी.व्ही. लावतात. माझा मानसिक छळ होतो. माझ्या मुलाला तुरुंगात टाका. शेजाऱ्यांना आत्ताच इथे बोलवा. आता खरे तर यात कोणताही दखलपात्र गुन्हा होत नाही. समजावून सांगणेही कठीण. स्पष्ट उत्तर दिले, तर आजोबा अजून संतापणार. मग उपाध्ये म्हणतात की, त्यांना हे सांगा पंखा तुमचा आहे. खरे तर तो तुमचा 'फॅन' आहे. हे मिस्कील उत्तर ऐकून कदाचित त्यांच्या उद्विग्न चेहऱ्यावर हसू उमलेल. मूड थोडासा हलका होईल. मग त्यांना सांगा, त्या 'फॅन'शी थोडा संवाद वाढवा. तो एकवर फिरायला लागला आणि घरघर आवाज करायला लागला की 'आजोबा झोपा ना, झोपा ना आजोबा, झोपा आता आजोबा' असा अर्थ काढा. तरी झोप नाही आली, तर वेग वाढवा. आता आवाज येईल, 'झोपा आता, झोपा आता' आणि तरीही नाही झोपता आले, तर थेट पाचवर न्या, मग तो म्हणेल 'झोप, झोप, झोप, झोप,' अशा संवादाने वातावरण हलके होईल. आणि शेजाऱ्याने जर मोठ्याने टी.व्ही. लावला, तर आपणही तोच चॅनेल लावायचा आणि आपला टी.व्ही. म्युट करायचा. आणि कोणी विचारले, तर 'सराऊंड' इफेक्ट लावलाय म्हणायचे. 'टेन्शन लेने का नही देने का, काका!' असा संवाद पोलीस ठाण्यातील गंभीर, तणावपूर्ण वातावरण हलकेफुलके करू शकेल. कर्मचाऱ्यांच्यावरचे ओझे आणि तक्रारदाराची वेदना दोन्हीही थोडेफार हलके होतील. दृष्टिकोन बदलायची गरज आहे.

आम्ही नाशकात एक प्रयोग केला. पोलीस ठाण्यात मंद सुरात शास्त्रीय संगीत लावले. त्यामधून अगदी मंजूळ स्वर चारी बाजूंना गुंजू लागले. बुद्धी आणि मन दोन्हीही त्या सूर आणि ध्वनींनी मंतरली जाऊ लागली. पोलीस ठाण्यात येणारी व्यक्ती दुःख, वेदना, रक्त आणि अश्रू घेऊन येत असते. तिच्या मनात पोलिसांबद्दल असणारी अनामिक भीती तिचे पाय ठाण्यात येण्यापासून रोखत असते. तिच्या

मनात विश्वास निर्माण करायचा असेल, तिला ठाण्यात मिळणाऱ्या वागणुकीबद्दल आश्वस्त बनवायचे असेल; तर वातावरण बदलले पाहिजे.

वर्षानुवर्षे खितपत पडलेल्या गुन्ह्यातील मुद्देमाल, दुचाकी आणि चारचाकी गाड्या, पिचकारी मारलेल्या भिंती, कळकटलेली कपाटे, त्रासलेले चेहरे आणि खेकसणारे आवाज हे सर्वसामान्यांच्या मनात निराशेचे भाव निर्माण करतात. त्यासाठी परिसराची स्वच्छता, सगळ्या अभिलेखाची नोंदणी, कामाची पद्धतशीर विभागणी, सर्व जागा आणि वस्तूंचे व्यवस्थित नियोजन, नेमक्या आज्ञा, ठरलेल्या वेळा आणि निश्चित कामे केली, तर हा सगळा गोंधळ दूर करू शकतील. आम्ही पोलीस ठाण्याचा परिसर स्वच्छ केला. इमारतीवर पडणाऱ्या पावसाच्या पाण्याचे रेन वॉटर हार्वेस्टिंग केले. हिरवीगार रोपटी लावली. भिंतीला आल्हाददायक रंग दिले. निसर्ग आणि अध्यात्म संकल्पनेवरची चित्रे भिंतीवर लावली. जागोजागी सुविचार लिहिले. कर्मचाऱ्यांना वागणूक शास्त्राचे धडे दिले. आणि खरेच पोलीस ठाण्यातील वातावरण बदलले.

सिक्स सिग्मा, कायझेन प्रणालीनुसार कामकाज सुरू केले. कर्मचारी आणि अधिकाऱ्यांची क्षमता आणि शक्तिस्थळांचा अभ्यास केला व त्यांच्या आवडी आणि कौशल्याप्रमाणे कामाचे वाटप केले. प्रत्येकाला टारगेट दिले आणि काम विहित वेळेत पूर्ण केल्यास बक्षिसे ठरवून दिली. कामे फटाफट होऊ लागली. त्यामुळे स्मार्ट गोल समोर ठेवायचे. स्मार्ट कार्यपद्धती अंगीकारायची आणि आदळआपट, सावळा गोंधळ न घालता नेटाने ते ध्येय पूर्णत्वास न्यायचा प्रयत्न करायचा. श्रम गाढवासारखे करायचे नाहीत, तर तेही स्मार्ट व पद्धतशीर असतील. प्रत्येक प्रयत्नाला आउटपुट कसे असेल, याचा आराखडा तयार असला पाहिजे. अपयश आले, तर ते स्वीकारायचे. त्यातून आपल्या प्रयत्नात काय कमतरता राहिल्या, त्याचे गणित मांडायचे. मग सुधारणा काय केल्या पाहिजेत, याचे गुणोत्तर ठरवायचे. जीवन हा यशअपयशाच्या चढ-उतारांचा प्रवास असतो. ईसीजीवर सरळ रेषा येते, तेव्हा जीवन संपलेले असते. गात्रे गलित झालेली असतात. धमन्यांतील रक्त शांत झालेले असते. मग अपयशाला का घाबरायचे? जोपर्यंत यशस्वी होत नाही, तोपर्यंत थांबा नाही, विश्रांती नाही. दिवसाची रात्र आणि रात्रीचा दिवस करणार. संघर्षाचा मार्ग सोडणार नाही. प्रयत्न केल्याशिवाय विजय नाही आणि विजय नाही तर जयजयकार नाही. जयजयकार नाही तर ओळख नाही. कामाची पोचपावती नाही. खरे तर जर भ्रष्टाचाराला आळा घालायचा असेल, पारदर्शकता आणायची असेल; तर अधिकारी, कर्मचाऱ्यांना, त्यांनी केलेल्या कामाला कौतुकाची थाप मिळाली पाहिजे. त्याच्या कार्यक्षमतेचे, कौशल्यनिपुणतेचे दाखले इतरांना दिले पाहिजेत. अशा प्रोत्साहनाने दलातील हुरूप वाढतो, बंधुभाव व निकोप स्पर्धा सुरू होते. ती

लाल मातीत रुजण्याची परंपरा सोपवणारे तात्या

सामाजिक कुटुंबाचा गोतावळा सांभाळताना
व्यक्तिगत कुटुंबासाठी मिळणारे मोजके क्षण..

फिटनेसप्रेमी कुटुंब

यांच्या डोळ्यांत भविष्य दिसतं.. आणि शब्दांत आश्वासकता...

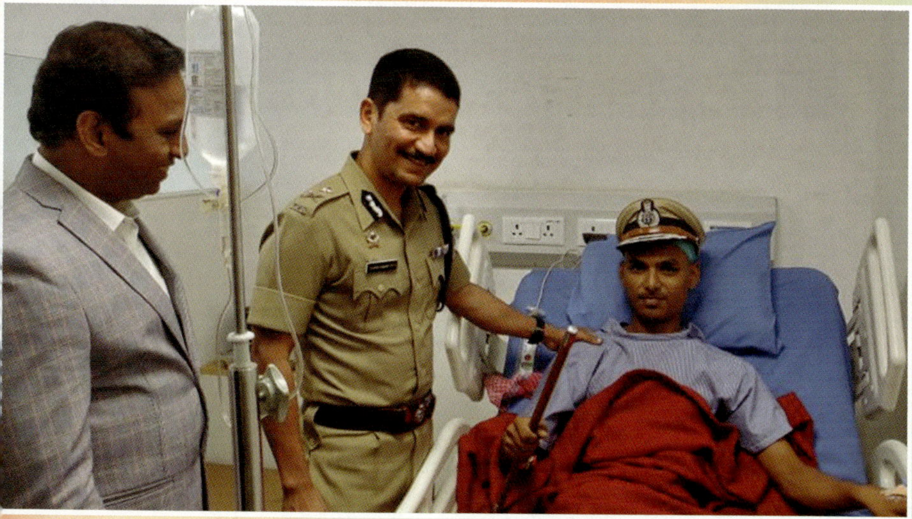

सर्व धर्म पंथात रुळणारा 'विश्वास'

हेल्मेटसक्तीची जनजागृती मोहीम

स्त्री सक्षमीकरणासाठीच्या ‘निर्भया मॅरेथॉन’ दरम्यान

महिला सुरक्षेसंबंधीच्या ‘द रिअल टॉक’ या संवाद उपक्रमावेळी अभिनेत्री राणी मुखर्जी आणि मुक्ता बर्वे यांच्यासोबत

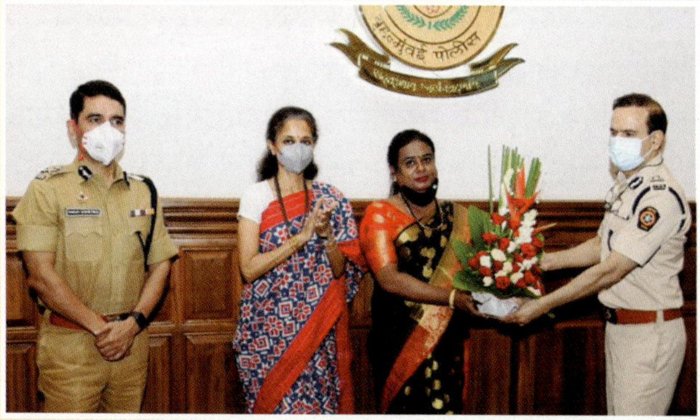

एलजीबीटी समूहाच्या सक्षमीकरणाच्या कार्यक्रमात खासदार सुप्रिया सुळे आणि पोलीस आयुक्त परमबीर सिंह यांच्यासोबत

कोरोना काळात गावची ओढ लागलेल्या स्थलांतरित मजुरांना संबोधित करतेवेळी

कर्फ्यूचं सक्त पालन असो किंवा विविध धार्मिक, सामाजिक गटांशी संवाद साधून कायदा व सुव्यवस्था राखण्यासाठीचे प्रयत्न असोत. कोरोना काळाने अनेक नव्या जबाबदाऱ्यांची ओळख घडविली.

कोल्हापुरातील
पोलीस उद्यान आणि
३०० फूट उंचीचा तिरंगा

पोलीस कल्याण निधी कार्यक्रमावेळी मान्यवरांसोबत

नाशिक सिटी पोलिसांतर्फे उभारण्यात आलेले
अरविंद वाचनालय स्पर्धा परीक्षा केंद्र

इन मुट्ठियों में चाँद तारे भर के
आसमां की हद से गुज़र के
हो जा तू भीड़ से जुदा, भीड़ से जुदा
रे बंदेया
कर हर मैदान फ़तेह

स्पर्धा असते, अधिक चांगली सेवा कशी देता येईल, लोकांशी सौजन्याने कसे वागता येईल, त्यांचे प्रश्न निष्णातपणे व त्वरेने कसे सोडवता येतील, या सगळ्या निकषांची!

या सर्व निकषांना मोजमापात बदलता येईल का?

कार्यमूल्यांकन पद्धती

अर्थातच स्मार्टमधला 'ए' हा अकाउंटॅबिलिटीसाठी आहे. कशी ठरवायची पोलिसांच्या कामाची जबाबदारी आणि कसे करायचे त्याचे मूल्यमापन? मी ज्या ज्या ठिकाणी पोलीसप्रमुख म्हणून काम केले, तिथे त्रैमासिक कार्यमूल्यांकन पद्धती सुरू केली. या पद्धतीने कामाची जबाबदारी निश्चित झाली. यामध्ये पोलिसिंगच्या सर्व अंगांचा समावेश केला. त्रैमासिक परीक्षेची तयारी वेगळी नव्हती. रोजचे कामच गणितात मांडले होते. त्यात फसवाफसवीला अजिबात जागा नव्हती. पोलिसांचे मुख्य काम म्हणजे गुन्हे उघडकीस आणणे, गुन्ह्यांना प्रतिबंध घालणे. त्यासाठी गुन्ह्यांचे स्वरूपानुसार वर्गीकरण केले. पोलिसी भाषेत त्याला भाग १ ते ५ चे गुन्हे म्हणतात. म्हणजेच शरीराविरुद्धचे किरकोळ आणि गंभीर स्वरूपाचे गुन्हे व मालाविरुद्धचे किरकोळ आणि गंभीर स्वरूपाचे गुन्हे. गुन्हे प्रकट करणे आणि चोरलेला मुद्देमाल फिर्यादीस परत मिळवून देणे, याला २५टक्के गुण दिले. त्यामुळे दरोडा, जबरी चोरी, घरफोडी, सोनसाखळी चोरी, वाहनचोरी यांतील तपासाची प्रतवारी वाढली व चोरी गेलेला मुद्देमाल परत मिळविण्याची स्पर्धा सुरू झाली. फिर्यादींना मुद्देमाल परत देण्याचे जाहीर कार्यक्रम घेतले. त्यामुळे सर्वसामान्य नागरिकांमध्ये पोलिसांबद्दल आत्मविश्वास जागृत झाला.

पोलीस गुन्ह्यांच्या प्रतिबंधासाठी वेगवेगळ्या उपाययोजना राबवत असतात. दृश्यमान पोलिसिंग, नाकाबंदी लावणे, पेट्रोलिंग पद्धती, रात्रीची गस्त, कोम्बिंग कारवाई, गुन्हेगारी वस्तीवर धाडी अशा काही दिसणाऱ्या कारवाया असतात; पण पोलीस ठाण्याच्या स्तरावर गुन्हेगारांची कुंडली तयार करणे, त्यांच्यावर तडीपारीची कारवाई करणे, एमपीडीएसारख्या कारवायांनी गुंडाना स्थानबद्ध करणे. गुन्हेगारी टोळ्यांवर मोकासारख्या कायद्यांनी वचक बसविणे या व अशा कारवायांचा समावेश होतो. ही सतत चालणारी प्रक्रिया असते. गुन्हेगारांचीसुद्धा प्रतवारी केली जाते. सराईत गुन्हेगारांचे रेकॉर्ड बनवले जाते. शिक्षा भोगून आलेल्या गुन्हेगारांवर विशेष लक्ष ठेवले जाते. अशा रेकॉर्डवर असणाऱ्या गुन्हेगारांवर वचक ठेवण्यासाठी त्यांच्याकडून दंडाधिकाऱ्यांमार्फत चांगल्या वर्तणुकीचा जामीन मुचलका घेतला जातो. सराईत गुन्हेगारांना तडीपार केले जाते. सार्वजनिक सुव्यवस्थेला बाधा आणणाऱ्या

गुंडांना एक वर्षासाठी जेलमध्ये स्थानबद्धही करण्यात येते. या सगळ्या कामाचे गणित बसवले. जर एका गुंडाला तडीपार केले; तर पन्नास गुण, त्याचे गँग हिस्टरीशीट बनविले की २५ गुण, मोकाखाली कारवाई केली की २०० गुण. स्थानबद्ध केले की १०० गुण. या सगळ्या कारवाया करायला अपार कष्ट करावे लागतात. कागदांच्या तर थप्पी लागतात. कोर्टकचेऱ्यांचे हेलपाटे मारावे लागतात; पण अशा प्रकारे मूल्यमापन व्हायला लागल्याने पोलीस ठाण्याच्या कुठल्यातरी कोपऱ्यात निरपेक्षपणे काम करणाऱ्या कर्मचाऱ्यांना उमेद मिळाली व तेही नेटाने कामाला लागले.

झिरो पेंडन्सी आणि डेली डिस्पोजल

पोलीस ठाण्यात सर्वाधिक आव्हान असते, ते म्हणजे सर्व प्रकारच्या कामांचा निपटारा करणे. त्यात गुन्ह्यांचा तपास, अर्जांची चौकशी, अकस्मात मृत्यूंची प्रकरणे आणि वर्षानुवर्षे सडणारा मुद्देमाल. यासाठी सोपी शक्कल लढविली. पोलीस ठाण्यात एकूण दाखल होणारी प्रकरणे आणि तपास करू शकणाऱ्या अंमलदारांची संख्या यांचे प्रमाण तपासले. हे आश्चर्यकारक होते. एका अंमलदाराकडे ४० ते ५० प्रकरणे दिली जात होती, तर दुसऱ्याकडे चार ते पाच! असे होत होते; कारण चौकीच्या कार्यक्षेत्राप्रमाणे वाटप व्हायचे. ही पद्धती बंद केली. गतकाळातील चार वर्षांच्या गुन्ह्यांची सरासरी काढली व त्यावरून पुढील एक वर्षात एका अंमलदाराला अधिकाधिक किती प्रकरणे तपासाला दिली जातील, हे निश्चित केले. त्या अंमलदाराचे कौशल्य कशात आहे, ते तपासले. जर एखाद्याची वाणिज्य विषयात पदवी असेल; तर त्याच्याकडे फसवणूक, अपहार, बँकिंग फ्रॉड अशी प्रकरणे वर्ग केली. एखाद्याने संगणकाचे प्रशिक्षण घेतले असेल, तर त्याला सायबर गुन्हे वर्ग केले. अधिकाऱ्यांना गंभीर स्वरूपाचे गुन्हे तपासायला दिले. जो प्रकरणांची जलद निर्गती करायचा, त्याच्याच उरावर अजून गुन्हे तपास लादले जायचे. हा प्रकार थांबवला. वर्षाकाठी किती काम करायचे आहे, हे निश्चित झाल्यावर कर्मचारी दिलेल्या तपासांची त्वरित निर्गती करू लागले. कामाचे समसमान वाटप झाल्याने कोणाची तक्रारही राहिली नाही. अशा निर्गतीसाठी कामाच्या मूल्यांकनामध्ये २५टक्के गुण ठेवले. गतवर्षीशी तुलना करता या वर्षी दाखल झालेल्या प्रकरणांपैकी एकाने जरी अधिक निर्गती झाली, तर पूर्ण गुण दिले. त्यामुळे कामाचा निपटारा वाढला. मुद्देमालामध्ये वर्गवारी केली. बेवारस वाहनांचे प्रमाण अधिक होते. योग्य पद्धतीने त्या वाहनांचे लिलाव केले. कोल्हापूरला आय.जी. असताना त्यावेळचे विभागीय आयुक्त श्री. चंद्रकांत दळवींचे 'झिरो पेंडन्सी आणि डेली डिस्पोजल'वर एक दिवसाचे शिबिर ठेवले.

सर्वच्या सर्व १४६ ठाणेदार, ४६ डी.वाय.एस.पी. व पाच एस.पीं.ना त्याचे प्रशिक्षण दिले. मग आय.एस.ओ.ची तयारी सुरू केली. रेकॉर्ड टाइममध्ये आय.जी. कार्यालयापासून ते पोलीस ठाण्यापर्यंत ७०टक्के कार्यालयांना आय.एस.ओ. ९चे मानांकन मिळाले. पोलीस ठाण्यांचा दर्जा व कर्मचाऱ्यांचे मनोबल दोन्ही सुधारले.

उरलेले २५ टक्के गुण दिले, लोकाभिमुख पोलीस प्रशासनाला. जनतेने पोलिसांच्या डोळ्यांची आणि कानांची भूमिका पार पाडली पाहिजे. जनतेने पोलिसांवर 'दबाव' व 'समर्थन' अशा दुहेरी भूमिकेतून नियंत्रण ठेवले पाहिजे. ज्या वेळी चुकीच्या गोष्टी, अवैध धंदे, गुन्हेगारी वाढेल, त्या वेळी दबाव निर्माण केला जाईल. आणि जर आणीबाणीची परिस्थिती निर्माण झाली असेल, मानवनिर्मित किंवा निसर्गनिर्मित संकट येईल; त्या वेळी जनता पोलिसांच्या मागे उभी राहील. मग आपोआपच पोलीस जनतेच्या सेवेसाठी अधिक सक्षमपणे उभे राहतील आणि खंबीरपणे काम करू शकतील. याचे निकष काय तर दृश्यमान पोलिसिंग. यासाठी प्रत्येक पोलीस ठाण्याच्या कार्यक्षेत्रात क्यू. आर. कोड बसवले. मुलींच्या सुरक्षिततेसाठी 'निर्भया पथके' स्थापन केली.

निर्भया पथक

दिल्लीच्या निर्भया प्रकरणानंतर देश हादरला आणि कोपर्डीच्या लेकीवर अत्याचार झाला, त्या वेळी महाराष्ट्र पेटून उठला. अशा घटनांनी समाजाचे नैतिक अधिष्ठान ढासळते आणि जगात आपली मान शरमेने खाली जाते. मला आठवते, मी कोल्हापूरला आय.जी. असताना मुंबईची बैठक आटोपून संध्याकाळी साडेआठची महालक्ष्मी एक्स्प्रेस धावतपळत पकडली. फर्स्ट क्लासमध्ये माझे बुकिंग होते; पण मी वेटिंग लिस्टवर असल्याने नक्की कोणत्या कम्पार्टमेन्टमध्ये सीट कन्फर्म झाली आहे, ते माहीत नव्हते. माझी छोटी ब्रिफकेस घेऊन मी एका कम्पार्टमेन्टमध्ये घामाघूम होऊन धापा टाकत घुसलो. आत एक मध्यम वयाची गोरी परदेशी महिला चिंताग्रस्त अवस्थेत बसलेली दिसली. लांब दाढी असलेले डॉ. अन्सारीदेखील माझ्या मागोमाग कम्पार्टमेन्टमध्ये आले. ती परदेशी बाई भेदरलेली होती; पण अवसान आणत, स्मितहास्य करून तिने ओळख करून दिली, "हाय, आय एम जेनिफर. मी अमेरिकेतून आले आहे. आपण सेल्फी काढूयात का? माझ्या नवऱ्याला पाठवायचा आहे. त्याची माझ्या सोबतीला असणाऱ्या प्रवाशांशी ओळख होईल." आम्ही उत्स्फूर्तपणे 'हो' म्हटले आणि तिच्या समाधानासाठी सेल्फी काढला. तिने तो लगेच व्हॉट्स ॲपवर नवऱ्याला पाठवलादेखील.

माझ्यातला पोलीस अधिकारी जागा झाला होता. मला कळले होते, की तिने

स्वतःच्या सुरक्षिततेसाठी तो सेल्फी काढून पोस्ट केला होता. तिला आम्हा दोन अनोळखी भारतीय पुरुषांसोबत रात्रभर प्रवास करायला भीती वाटत होती. मी एक पोलीस अधिकारी आहे, म्हणून मी मुद्दाम स्वतःची ओळख करून दिली आणि तिला अप्रत्यक्षपणे सुरक्षेची हमी दिली. तिच्या चेहऱ्यावरची चिंता थोडी कमी झालेली वाटली. तेवढ्यात टीसी आला, त्याने माझी सीट शेजारच्या बी कम्पार्टमेन्टमध्ये कन्फर्म झाल्याचे सांगितल्याने मी माझी ब्रिफकेस उचलून निघू लागलो. तेवढ्यात त्या परदेशी बाईने मला आणि टीसीला मला त्याच ठिकाणी रिकाम्या बर्थवर सीट घेण्याचे आर्जव केले. दोघांनीही तिचे म्हणणे मान्य केले. थोड्याच वेळात आमच्या गप्पा सुरू झाल्या.

डॉ. अन्सारी ज्येष्ठ स्त्रीरोगतज्ज्ञ आणि मिरज मेडिकल कॉलेजमध्ये व्हिजिटिंग लेक्चरर होते, हे ऐकताच जेनिफरने तिच्या बॅगेतून सॅनिटरी नॅपकिनचे एक पाऊच काढले. जेनिफरने अमेरिकेच्या एअर फोर्समध्ये १५ वर्षे नोकरी केल्यानंतर आफ्रिकी आणि आशियाई देशांमध्ये मुलींच्या आरोग्यासाठी सॅनिटरी नॅपकिनच्या वापरासाठी कॅम्पेन सुरू केले होते. तिच्याजवळचे सॅनिटरी नॅपकिन हे कमी किमतीचे आणि धुऊन वापरता येणारे होते. ते शुभ्र रंगाचे आणि कॉटनचे बनवलेले होते. ते नॅपकिन गरीब मुलींसाठी कसे वरदान ठरले आहेत, याचे अनुभव तिने सांगितले. मी दिवसभराच्या कामाने थकलो असल्याने पटकन झोपी गेलो. सकाळी सहा वाजता मला जाग आली. डोळे चोळत पाहिले, तर सांगली स्टेशन आले होते. अजून एक व्यक्ती आमच्या कम्पार्टमेन्टमध्ये आली होती आणि ते तिघे जण हसतखिदळत गप्पा मारत होते. मी जागा झालेला पाहून जेनिफरने ऑकवर्ड करणारा प्रश्न मला विचारला, "विश्वास, तुझा धर्म कोणता बरं?" मी हिंदू असल्याचे तिला सांगितले. हे ऐकताच जेनिफर आनंदाने हरखून बोलली, "मला या छोट्या कम्पार्टमेन्टमध्ये आज अख्खा भारत भेटला! हे मिस्टर रबी, तमिळ ख्रिश्चन आहेत, हे डॉ. अन्सारी आगरीपाड्याचे मुस्लीम आहेत, त्यांनी इथेच नमाजपठण केले. आणि विश्वास, तरुण पोलीस अधिकारी जो हिंदू आहे आणि आमच्या सगळ्यांचे रक्षण करतो आहे. मी अमेरिकन ज्यू नशीबवान आहे, की मी आज भारताच्या सांस्कृतिक आणि स्वस्थ अशा एकोप्याची व सलोख्याची साक्षीदार आहे. इथे मी सुरक्षित आहे. 'अतिथी देवो भव' असे पाहुण्यांना ईश्वराचे स्थान देणाऱ्या या भारतीय भूमीला माझे शतशः प्रणाम." जेनिफर भावनिक झाली होती. कोल्हापूर स्टेशनवर आम्ही एकमेकांचा प्रेमाने निरोप घेतला आणि अजूनही ई-मेलद्वारे आम्ही एकमेकांच्या संपर्कात आहोत.

पण, खरेच सर्वत्र असेच चित्र दिसते का? आलेले परदेशी पाहुणे अशाच चांगल्या भावना घेऊन परततात का? निर्भया घटना झाल्यानंतर एकट्या येणाऱ्या परदेशी महिला पर्यटकांची संख्या लक्षणीयरीत्या घटली. बलात्कारांच्या अनेक

घटनांचा पडसाद उठून हिंसक आंदोलने झाली, जातीय ध्रुवीकरण झाले. कायदे बदलले. कठोर शिक्षाही झाल्या; पण अजूनही स्त्री भ्रूणहत्यांपासून बलात्कारापर्यंत अत्याचारांचे सत्र चालूच आहे. महिला व मुलींची सुरक्षितता हा पोलीस दलासाठी नेहमी ऐरणीचा विषय असतो. अर्थातच समाजही याबाबत प्रचंड आग्रही व संवेदनशील असतो. याबाबत अनेक ठिकाणी अनेक प्रयोग झाले आहेत. हैदराबादच्या 'She' टीमची मात्रा मात्र अत्यंत प्रभावीपणे लागू झाली आहे. पोलीस उपस्थित असताना सुरक्षित वाटणे स्वाभाविक आहे; पण पोलिसांच्या अनुपस्थितीत सुरक्षिततेचे कवच तयार होणे जरुरीचे आहे. त्यासाठी क्षेत्रनिहाय निर्भया पथकांची स्थापना करण्यात आली. ही पथके साध्या वेषात कार्यरत असतात. त्यांच्याकडे छुपे कॅमेरे दिले जातात. स्त्रियांची व मुलींची वर्दळ असणाऱ्या शहराच्या हद्दीतील ठिकाणांची 'हॉट स्पॉट' म्हणून यादी बनविण्यात येते. मग त्या ठिकाणी क्यू. आर. कोड बसवण्यात येतात. घड्याळाच्या काट्याच्या आणि उलट्या काट्याच्या पद्धतीवर पेट्रोलिंगचा आराखडा बनविण्यात येतो. सकाळच्या वेळी जॉगिंग ट्रॅक, शाळा, महाविद्यालये; दुपारच्या वेळी मॉल, मल्टिप्लेक्स; सायंकाळच्या वेळी बाजारपेठा, उद्याने अशा पद्धतीने पेट्रोलिंगची टीम मार्गस्थ होते. ज्या ठिकाणी टुकार आणि टवाळखोर उपद्रव करताना आढळतात, त्यांना हेरले जाते. ठरल्याप्रमाणे त्यांचे कृष्णकृत्य छुप्या कॅमेऱ्यामध्ये रेकॉर्ड केले जाते. मग शिताफीने टीम त्यांच्यावर झडप घालून पकडते. टीम त्यांच्यावर त्यांच्या गुन्ह्यांच्या स्वरूपानुसार खटले दाखल करून कायदेशीर कारवाई करते. यामध्ये जे पहिल्यांदा सापडतात, त्यांच्यावर खटले दाखल न करता, त्यांना समुपदेशकांसमोर उभे केले जाते. शाळा, कॉलेजला जाणारी मुले असतील, तर त्यांना त्यांच्या पालकांसोबत समुपदेशनासाठी बोलवण्यात येते. त्यांनी केलेले कर्तृत्व त्यांना स्क्रीनवर दाखवण्यात येते. यामध्ये सुमारे ३०टक्के लग्न झालेले पुरुषही आढळून आले आहेत. त्यांना मात्र त्यांच्या पत्नीसोबत बोलावले जाते. पत्नीसमोर पतीच्या चावट चाळ्यांची चित्रफित दाखवली जाते. मग पोलिसांच्या दंडुक्याची गरज पडत नाही. पत्नीचे लाटणे आवश्यक ती प्रतिबंधक कारवाई करण्याचे काम प्रभावीपणे करते.

कोपर्डीच्या घटनेच्या पार्श्वभूमीवर आम्ही पश्चिम महाराष्ट्रात याच धर्तीवर 'निर्भया पथके' सुरू केली. त्यात काही आवश्यक बदलही केले. विनयभंगासारख्या खटल्याचे २४ तासांत कोर्टात दोषारोप दाखल होईल, याची दक्षता घेतली. कोर्टातसुद्धा काही खटल्यांत सुनावणी लवकर होऊन दोषसिद्धी त्वरेने कशी होईल, याचा पाठपुरावा केला. त्याचे परिणाम दृश्य स्वरूपात दिसायला लागले. उदाहरणादाखल सांगायचे झाले तर, आपल्याला माहीत आहे की आळंदी तीर्थक्षेत्री महिला इंद्रायणीमध्ये घाटावर स्नान करायला उतरतात. तिथे हौशे, गवशे, नवशे जमा होतात. काही

आंबटशौकिनांकडून महिलांची छेड काढण्याच्या तक्रारी प्राप्त झाल्या. आम्ही निर्भया पथक पाठवून तिथे ट्रॅप लावला. आमची एक तरुण महिला पोलीस कर्मचारी जीन्स टीशर्ट परिधान करून पाठीवर हॅवर सॅक घेऊन कॉलेजकन्या दिसेल अशा आविर्भावात घाटावर रेंगाळत होती. अर्थातच एक आंबटशौकीन तिच्याजवळ येऊन तिच्याशी लगट करण्याचा प्रयत्न करू लागला. तिच्याकडे छुपा कॅमेरा होता. त्यात या सगळ्या कृतींचे रेकॉर्डिंग होत होते. त्याने तिला त्याच्या मोटारसायकलवरून हॉटेलवर येण्यासाठी आग्रह केला. ती जिथे जाईल, तो तिच्यामागे घुटमळू लागला, इशारे करू लागला. तिचा इशारा होताच तिथेच साध्या वेषात असणाऱ्या निर्भया पथकातील इतर कर्मचाऱ्यांनी त्याला लीलया पकडले. 'आयपीसी ३५४ ड'नुसार त्याच्यावर विनयभंगाचा गुन्हा दाखल करून २४ तासांत कोर्टात चार्जशीट दाखल केली गेली. आणि सर्वांत मोठे यश म्हणजे न्याय दंडाधिकाऱ्यांनी त्याला १३व्या दिवशी दोन वर्षे कैद आणि पाच हजार रुपये दंडाची शिक्षा सुनावली.

खरे तर शाळा-कॉलेजांत जाणाऱ्या मुलींना जर कोणी येता-जाता त्रास देत असेल किंवा कामावर जाणाऱ्या महिलेचा जर कामाच्या ठिकाणी कोणी लैंगिक छळ करीत असेल, तर ती मुलगी किंवा महिला पुढे येऊन तक्रार करायला घाबरते; कारण मुलींना वाटते की, या प्रकारांमुळे पालक त्यांचे शिक्षण थांबवतील. कुठेतरी लग्न लावून दिले जाईल. सगळी स्वप्ने मातीत मिळतील. आणि कामावर जाणाऱ्या महिलेला तर तोंड दाबून बुक्क्यांचा मार असतो. तिचा रोजगार किंवा नोकरी बंद होण्याची भीती असते. अशा वेळी आम्ही पोलिसांनी खंबीरपणे आणि प्रोॲक्टिव्हली अशा महिलांच्या आणि मुलींच्या पाठी उभे राहिले पाहिजे. त्यांना आत्मविश्वास दिला पाहिजे. जर त्यांना स्वत:चे नाव गुप्त ठेवायचे असेल, तर स्वत: पुढे येऊन त्या अबलेला न्याय मिळेल, यासाठी पुढाकार घेतला पाहिजे.

महाराष्ट्रात पोलीस दलामध्ये आता उपअधीक्षक, फौजदार व कॉन्स्टेबल या तीनही स्तरांवर ३०टक्के महिला भरती होत आहेत. त्यांच्यातील उत्साह व उमेद दांडगी आहे. सर्वांत महत्त्वाचे म्हणजे महिलांच्या बालपणापासून नव्हे, तर भ्रूणअवस्थेत असल्यापासून ते वृद्धापकाळापर्यंत भेडसावणाऱ्या सर्व मानसिक आणि शारीरिक गुन्ह्यांना व प्रश्नांना त्या अधिक समानुभूतीने आणि संवेदनशीलतेने हाताळू शकतील. त्यांच्या सक्रिय सहभागाने खात्याबद्दलची विश्वसनीयता व आश्वासकता वाढू लागली आहे. सांगली जिल्ह्यातील वाळवा तालुक्यातील एका आश्रमशाळेतील विद्यार्थिनींनी एक निनावी पत्र पोलीस ठाण्यात पाठवले. संस्थाचालककाकडून होणाऱ्या लैंगिक शोषणाची हकिकत त्यात विस्तृतपणे मांडली होती. तिथल्या महिला कर्मचाऱ्यांची त्या नराधमाला साथ होती. त्या बंद पत्राच्या लखोट्यावर मात्र तिथल्या निर्भया पथकाच्या प्रमुख असणाऱ्या महिला फौजदाराचे नाव लिहिले होते. आणि

तिच्याखेरीज ते पत्र इतर कोणीही उघडू नये, असे स्पष्टपणे सूचित केले होते. आणि खरेच आमच्या रणरागिणी महिला उपनिरीक्षकाने त्या आश्रमशाळेला गुप्तपणे भेट दिली. तिथल्या मुलींमध्ये आत्मविश्वास निर्माण केला. पालकांना समजावून सांगितले. त्यामुळे वर्षानुवर्षे बिनबोभाट चालणाऱ्या नरकयातनांतून त्या मुलींची सुटका केली आणि राजकीय कवचकुंडले घालून निर्लज्जपणे अल्पवयीन मुलींचे शोषण करणाऱ्या संस्थाचालकाला आणि त्याला साहाय्य करणाऱ्या सर्वांना बेड्या ठोकल्या.

ध्येयनिश्चिती

समाजातील तळागाळातील, पिचलेल्या वर्गातील दुर्बल घटकांबाबत संवेदनशील राहून आपल्या कामाच्या ध्येयांची निश्चिती केली पाहिजे. त्या ध्येयांची उतरंड ठरवावी आणि मग त्यांना स्मार्ट पद्धतीने हाताळावे. एकदा असे स्मार्ट गोल समोर पक्के उभे केले की, मग गोंधळ, द्विधा आणि द्वंद्व पळून जाते. तुमचा आत्मविश्वास वाढतो आणि तुम्हाला कमालीचे सुरक्षित वाटते. मग ऊर्जेचे उमाळे आपसूक सुरू होतात. अखंडपणे, अविरतपणे हे ऊर्जेचे झरे तुम्हाला शक्तीने ओतप्रोत भरतात. तुम्हाला मग कोणी रोखू शकत नाही. कोणी ध्येयापासून दूर खेचू शकत नाही. हो, काही नकारात्मक शक्तींना जवळपास भटकू द्यायचे नाही. अपयशाच्या कटू स्मृती, भूतकाळातील नैराश्याचे प्रसंग आणि भविष्यकाळाविषयी वाटणारी अनाठायी चिंता यांना वेसण घालायची; मधूनच ही चिंतारूपी अवदसा उसळी मारायला लागली, तर करकचून लगाम खेचायचे आणि तिला हतबल करायचे. हा लढा सदैव चालत राहतो. आयुष्यात सगळे कसे मनाप्रमाणे आणि अपेक्षित गतीने घडत नसते. येणाऱ्या समरप्रसंगी दिशा मात्र भटकू द्यायची नाही. आपल्या ध्येयाप्रती आवश्यक असणाऱ्या सर्व प्रवाहांना व क्रियांना प्रवण करण्यासाठी ऊर्जास्रोत वापरायचे. हाताने फक्त तांत्रिकपणे काम होते. नावीन्यपूर्णता, कर्तव्याबद्दल निष्ठा आणि दूरदृष्टी सोबत असेल; तर हाताने केलेली कृती ही असामान्य ठरते, पूर्णत्वास उतरते. हात, मस्तक आणि हृदय या तिन्हींच्या सलोख्यातून उत्तम घडते.

जगातील सगळ्या यशस्वी व्यक्ती या एकाग्रचित्त आणि कमालीच्या निग्रही असतात. ध्येय स्पष्ट असल्याने त्यांना कोठे आणि कसे जायचे, हे नेमके ठाऊक असते. आणि मग ते त्या ईप्सित स्थळी येनकेन मार्गाने पोहोचतातच. अपयशाला यशाची पायरी करतात. तरीपण एक प्रश्न अजूनही नीट सुटलेला नाही. ध्येय असावे तरी कसे? काय असावे त्याचे स्वरूप? कशी असावी त्याची रचना आणि कसे ओळखायचे ते आपले खरेखुरे ध्येय आहे? ध्येय ही अखंडितपणे प्रगल्भित

होणारी प्रक्रिया आहे. गरजांचा निकष तर त्यात अंतर्भूत असतोच. मास्लोने सांगितल्याप्रमाणे चांगले जीवन जगण्यासाठी भौतिक, शारीरिक, मानसिक आणि आध्यात्मिक गरजा पूर्ण होणे आवश्यक असते. ध्येयही अशाच पद्धतीच्या गरजांच्या सभोवताली विकसित होत असते. स्वार्थ आणि परमार्थ यांचे संतुलित मिश्रण ठेवून त्याची जडणघडण कालानुसार, प्रसंगानुसार बदलत असते; मात्र यासाठी काही महत्त्वाचे निकष आहेत.

तुम्ही ज्या वेळी उपस्थित नसता, त्या वेळी तुम्हाला तुमच्याविषयी लोकांनी काय बोलावे असे वाटते? तुमच्या पत्नीला तुम्ही पती म्हणून कसे वागवता, मुलांनी तुमच्याकडे पाहताना कसा आदर्श ठेवावा आणि तुमच्या म्हाताऱ्या आईवडलांना आपल्या मुलाचा अभिमान वाटावा, असे आपले स्वत:चे व्यक्तिगत चित्र रेखाटा. तुमच्या मित्रांना, सहकाऱ्यांना तुमच्या आठवणी काढल्यावर काय वाटावे? आणि तुमचे नाव निघाले की समाजातून कोणत्या प्रतिक्रिया उमटाव्यात, असे काही प्रश्न स्वत:ला विचारा आणि त्याची उत्तरे एका कागदावर रेखाटा. तुम्ही तुमच्या ध्येयाचा आरसा उभा केलेला दिसेल. खरे तर त्या कल्पनाचित्रात तुमच्या अंतर्मनातील आदर्श उभे ठाकतील. तुमच्या अपूर्ण राहिलेल्या; पण तुम्हाला तळमळ असलेल्या इच्छाआकांक्षा दिसतील. तुमच्या मूल्यव्यवस्था आणि संस्कार खळखळ बाहेर येतील. तुमच्या स्वार्थाच्या बेड्या तुटायला सुरुवात होईल. तुमच्या सभोवताली उभ्या राहिलेल्या संकुचितपणाच्या भिंती पडू लागतील आणि मग स्वार्थ, द्वेष, लालसा, ईर्ष्या, तिरस्कार आणि मक्कारीची पळता भुई थोडी होईल. मग तुमच्यासमोर तुम्हाला अपेक्षित असणारी, तुमच्या स्वप्नातली आदर्श 'व्यक्ती' सिद्ध होईल, ती मग तुम्हाला स्वप्ने देईल, आशा आणि जिद्द देईल. मग दिव्यासारखी असो की सूर्यासारखी, तुमची प्रतिभा तुमच्या ध्येयाकडे बोट दाखवील. मग ते ध्येय प्राप्त करण्यापासून तुम्हाला कोणी रोखू शकणार नाही. तुमचा स्वत:वरचा विश्वास अढळ होईल. मग तुमच्यातून तेजाचे फुलोरे बाहेर पडतील. दुष्काळाने करपलेल्या मातीतून तुम्हाला अगणित सूर्यांची प्रेरणा मिळेल. कोणी तुमच्या आतल्या पेटलेल्या अग्नीवर कितीही पाणी टाकले तरी विझवू शकणार नाही. तुमच्या हृदयावर लिहिलेली समर्पणाची अक्षरे कोणी मिटवू शकणार नाही. तुम्ही तुमच्या हाताने घडणार, तुम्हाला कोणी पुन्हा वाकवण्याचा प्रयत्न केला, संकटात ढकलण्याचा कितीही मोठा संकल्प केला; तरी तुम्ही सोन्यासारखे तळपून, अजून निखरून बाहेर येणार. विजिगिषू वृत्तीने विजयी होण्यासाठी, ध्येय गाठण्यासाठी!

अकादमीतील बोधवाक्यात सत्य, सेवा आणि सुरक्षा अभिप्रेत असते. अर्थातच त्यामुळे पोलीस सेवेतील ध्येयनिश्चिती स्पष्ट झाली होती; पण वैयक्तिक आणि सार्वजनिक जीवनात अनेक टप्प्यांवर विभिन्न ध्येये उभी राहतात. त्या ध्येय आणि

उद्दिष्टांच्या पायऱ्या चढत आयुष्याच्या अंतिम ध्येयाकडे झेपावायचे असते. गावातून सुरू झालेला प्रवास रंजक आणि सम्यक होता. त्यात चढ-उतार होते. त्यात २३व्या वर्षी एक उंच शिखर सर करता आले होते. आणि आता अकादमीत एव्हरेस्ट पादाक्रांत करायला लागणाऱ्या ज्ञानाच्या आणि शक्तीच्या कक्षा रुंदावल्या जात होत्या. ते अंतिम ध्येय अजून स्पष्ट होत नव्हते; पण मला खात्री आहे, एक दिवस अचानक ते स्पष्ट होईल. प्रत्येकाला ते वेगवेगळ्या स्वरूपात दिसते, भेटते; पण आयुष्यात एक अंतिम ध्येय असतेच असते. त्याचे मग छोटे छोटे टप्पे असतात. जसे एखाद्या युद्धात अनेक छोट्या लढाया जिंकाव्या लागतात. त्या ध्येयसिद्धीचा रस्ता पार करताना रस्त्याची दिशा दाखवणारे फलक दुर्लक्षित करून सोप्या आणि आरामदायी वळणाकडे आकर्षित होण्याची शक्यता अधिक असते. मध्येच एखादा आल्हाददायक थांबा लागतो. तिथेच विरंगुळा मिळतो, मग तिथेच रमण्याची वृत्ती ही ध्येयापासून विचलित करते. त्यासाठी मनावर नियंत्रण आणि स्वयंशिस्त पाळून दक्ष राहत सिंहावलोकन करीत मजल-दरमजल चढाई करीत अंतर कापावे लागते. त्या प्रवासातच आयुष्याची खरी नशा मिळते. 'सफर खूबसूरत है मंझिल से भी ।।' तो ध्येय गाठण्याचा प्रवासच अधिक सुंदर आहे. त्याच्या प्रत्येक थांब्यागणिक आणि टप्प्यागणिक उद्दिष्टपूर्तीचा आनंद मिळतो आणि अखेर अंतिम ध्येय गवसते.

अमृता प्रीतम यांची एक अप्रतिम कविता आहे. त्यात त्यांनी त्यांच्या मृत्यूपश्चात विरासतीत ठेवलेल्या वस्तूंची आणि भावनांची कल्पक वाटणी केली आहे. खरे तर त्यांची वसीयत त्यांनी लिहिली आहे. त्या म्हणतात,

'माझ्या घराची सगळी कुलपं उघडी आहेत आणि सगळ्या वस्तू खोल्यांमध्ये विखुरलेल्या अवस्थेत पडलेल्या आहेत. ज्या स्वप्न पाहायच्या विसरून गेल्या आहेत व चूल आणि मूल या दुष्टचक्रात अडकलेल्या आहेत, त्या सर्व महिलांना माझी स्वप्ने द्या. ज्यांची मुले अमेरिकेतील झगमगाटात हरवली आहेत, अशा वृद्धाश्रमातील म्हाताऱ्यांना माझी खोकल्याची उबळ आणि ठसके द्या. माझ्या टेबलावर काही रंग ठेवलेले आहेत. काल सीमारेषेवर झालेल्या धुमश्चक्रीत एक जवान शहीद झाला आहे. त्याचा देह तिरंग्यात लपेटून ठेवला आहे. त्याच्या नुकत्याच विधवा झालेल्या पत्नीला ते रंग देता येतील का ते पाहा. माझी सारी आसवे सर्व कवींना द्या; कारण माझी खात्री आहे त्या प्रत्येक अश्रूतून एक कविता जन्म घेईल. जी वेश्या आपल्या मुलीला शिक्षण देण्यासाठी आपले शरीर विकते, तिच्या नावावर माझा सन्मान आणि अब्रू ठेवा. आणि या देशातील प्रत्येक युवकाला पकडून माझ्या आक्रोशाची इंजेक्शने द्या; कारण क्रांतीच्या काळात त्यांना या डोसाची गरज भासेल. सगळे सोडून जो त्या ईश्वराच्या शोधात निघाला आहे, त्या सुफीच्या हाती माझे वेडेपण सोपवा. आणि

मग उरलीसुरलेली माझी ईर्ष्या, स्वार्थ, लालच, क्रोध, खोटारडेपणा! त्यांचे असे करा, त्या सगळ्यांना माझ्या मृतदेहासोबतच शेवटचा अग्नी द्या.'

किती उद्‌बोधक शब्दांत कवयित्री तिच्या आयुष्याचा, तिला अभिप्रेत असलेला अर्थ मांडते. आपल्या आयुष्यातील सर्व भावनांचा आणि वस्तूंचा लिलाव करायचा झाल्यास त्याची गोळाबेरीज जिवंतपणीच केली पाहिजे. त्यातून पुढच्या पिढीला काहीतरी संस्कारशील आणि जीवनोपयोगी मिळेल, याची शिदोरी जिवंतपणी रोज थोडी थोडी जमा केली पाहिजे.

अकादमीतील श्रमाने माझ्या शिदोरीत घाम साठला होता. माझ्या पोटावरची चरबी कमी झाली होती आणि पीळ तयार झाले होते. माझ्या ज्ञानाच्या आणि विचारांच्या पंखांना बळ मिळाले होते. हे सगळे मला आयुष्यभर पुरणार होते. पुरून उरणार होते; कारण मी त्या मिळालेल्या प्रत्येक गोष्टीची साधना करून माझी शिदोरी रिकामी होणार नाही, याची दक्षता घेणार होतो.

◆

अडथळे आणि आत्मघात

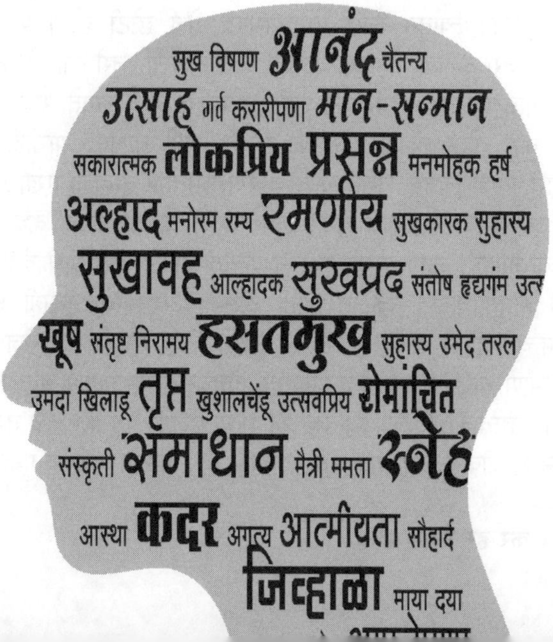

आयुष्य घडत असते, बिघडत असते. त्यात प्रसंगानुरूप सर्व भावना आणि संवेदना दाटून उभ्या असतात. त्यांना योग्य वेळी योग्य दिशा देणे, हे मनाच्या प्रशिक्षणाने शक्य होते. ज्या वेळी आपण उदास होतो, खचतो; त्या वेळी परमेश्वराची प्रार्थना करतो. अनेकदा दुःखे घेरतात, वेदना बेजार करतात; त्या वेळी दैवाला, नशिबाला दोष देणे सुरू होते. अनेकदा संकटांची आणि समस्यांची मालिका सुरू होते, त्या वेळी त्यातून सुटका होण्यासाठी अंधश्रद्धा आणि कर्मकांडे घेरायला लागतात. अनेक वेळी प्रेरणादायी पुस्तके वाचून काही आधार मिळतोय का, याची चाचपणी केली जाते. आणि ज्या वेळी मोठे संकट, आणीबाणीची परिस्थिती व भलीमोठी जबाबदारी येते; त्या वेळी सगळा प्लॅन, सगळ्या योजना चौपट होऊन जातात. तरीही त्यातून बाहेर पडण्यासाठी रोज छोटी छोटी पावले टाकावीच लागतात. जरी आपण मोहाच्या आहारी जात असलो, तरी त्या मोहजालातून बाहेर पडण्यासाठी स्वतःला स्वयंसूचना आणि ताकीद द्यावीच लागते. रोज आपण अधिक प्रगल्भ कसे होऊ आणि चांगल्या सवयी अंगी बाणवू, याचीही जाणीवपूर्वक खबरदारी घ्यावी लागते. तरीही काही कारण नसताना तुम्हाला एखाद्याविषयी मत्सर आणि असूया वाटते. कधी तुम्ही खूप चांगले वागता आणि कधी एकदम दुष्ट प्रवृत्तींच्या आहारी जाता. तुम्ही इतरांना फायदा होईल असे सत्कार्यही करता आणि तुमच्या हातून कळत-नकळत काही अक्षम्य अशा घोडचुकाही घडतात. रोज व्यक्तिमत्त्व, चारित्र्य आणि सदसद्विवेकबुद्धीचे हे द्वंद्व सुरू असते. रोज आपले जीवन नवे परिमाण धारण करते. रोज आपल्या अंतरात्म्याचा आकार बदलतो आणि रोज आपल्या महत्त्वाकांक्षा नव्या क्षितिजाच्या शोधात बाहेर पडतात. हेच तर जीवन आहे. परिवर्तन हा जीवनाचा मूलमंत्र आहे. त्यामुळे या सगळ्या प्रक्रियेत पुन्हा पुन्हा उसळी

मारून उभे राहणे; न खचता, न डगमगता आपल्या ध्येयाचा पाठलाग करणे; कधी ठेचा लागणार, कधी थकवा येणार; त्या वेळी अविरतपणे आशावादाचे टॉनिक सोबत ठेवणे आणि आत्मविश्वासाने प्रत्येक अडथळ्याला तुडवून पुढे जाणे, हेच तर तेज:पुंज आयुष्याचे प्रतीक आहे.

मन आणि बुद्धीचा संघर्ष चिरंतनपणे चालूच असतो. बुद्धी नेहमी शांत, व्यवहारी आणि कोणत्याही धोक्यापासून सावध राहायला सांगते. कोणताही निर्णय घेताना भविष्याचा विचार करण्यासाठी भाग पाडते. याउलट मन मात्र बंडखोर असते. जर काही त्याच्याविरुद्ध झाले, तर त्याला काबूत ठेवणे जिकिरीचे असते. ते धाडस करायला भाग पाडते. त्याच्या आग्रहाखातर अनेकदा आततायी वाटणारी कृती करावी लागते. ते हमसून हमसून रडायला लावते. तक्रारींचा पाढा वाचते आणि आतून-बाहेरून आंदोलन सुरू करते. एखादा अन्याय किंवा भेदभाव झाला, तरी बुद्धी गाऱ्हाणे मांडण्यासाठी योग्य वेळेची आणि संधीची वाट पाहायला सांगते. मन मात्र अशा वेळी नीट झोपू देत नाही. चुळबूळ सुरू करते. मग हृदयाचे ठोके आपसूक वाढतात आणि तणावामुळे शरीरात वेदना निर्माण होतात. अशा वेळी प्रशिक्षण आणि संस्कारांनी सक्षम केलेला तो विवेक जागा होतो व मन आणि बुद्धीमध्ये सुवर्णमध्य साधण्याचा आटोकाट प्रयत्न करतो. जर अशा बिकट प्रसंगी एकट्या बुद्धीचा विजय झाला, तर तुम्ही सकृत्‌दर्शनी यशस्वी होता; पण कराव्या लागलेल्या समझोत्यामुळे तुमचे मणके खळ्ळखळ्ळ निखळतात आणि हळूहळू तुम्ही कणाहीन होण्याकडे वाटचाल करता. जर तुम्ही फक्त मनाचे ऐकले, तर तुमच्या भावनांचा निचरा होतो आणि तुमची मानसिक ओझी हलकी होतात; पण अशा वेळी तुम्हाला व्यवहारी अपयश येण्याचा संभव असतो. तुमच्या वागण्याने अनेक नाती दुखावली जातात आणि संबंध दुरावतात. असे म्हणतात, घरात तुमच्या मनाची हुकूमत पाहिजे आणि व्यवसायात बुद्धीची. म्हणजे घरात तुम्ही जास्त भावनिक असावे आणि कामाच्या ठिकाणी अधिक व्यावसायिक; पण दोहोंचा समतोल ठेवला पाहिजे. विवेक जेवढा ताकदवर, तेवढी स्वतःवर चांगली पकड येते. पाप जेवढे कमी, तेवढे टेन्शन आटोक्यात राहते. भानगडी केल्या नाहीत, तर या दोन घटकांत लढाई होतच नाही. सौहार्दाचे वातावरण राहते. म्हणूनच समाजाचे देणे फेडत राहणारा मनुष्य तणाव आणि अडचणींपासून कोसो दूर राहतो.

अलीकडे किरकोळ तणावातून अनेक जण आत्मघात करताना दिसतात. कोविडच्या काळात नाशिकमध्ये एका युवकाने त्याला कोरोनाची लागण होईल आणि मग इस्पितळात त्याला सलाईन लावतील, इंजेक्शन देतील म्हणून आत्महत्या केली. लौकिक अर्थाने यशस्वी असणारे अनेक उद्योजक आणि गुणी कलाकार

तणावातून जीवनाला रामराम करतात. मी एका सुपर मॉडेल आणि एका अभिनेत्रीच्या आत्महत्येचा तपास जवळून पाहिला होता. मला त्यात पेज ३ नामक जीवनक्षेत्रातील कुरूप बाजू प्रकर्षाने दिसली. या सुंदरीने फॅशनचे जग लीलया जिंकले; मात्र नैराश्य, अपेक्षाभंग, एकटेपणा आणि औदासीन्याने तिचा जीव घेतला. कॉर्पोरेट जगताने तिला टिश्यू पेपरसारखे वापरले आणि फेकून दिले. खरे तर ही मॉडेल परदेशात दोन पिढ्यांपूर्वी स्थलांतरित झालेल्या एका मराठी कुटुंबातील होती. तिने परदेशातील राष्ट्रीय पातळीवरची सौंदर्य स्पर्धा जिंकली आणि आपले नशीब आजमावायला मुंबईच्या चंदेरी दुनियेत आली. सुरुवातीला तिने रॅम्पवर साम्राज्य गाजवले; पण जसे जसे सौंदर्य फिकट होऊ लागले, व्यसनाच्या आहारी गेली आणि पेज ३ पार्ट्यांमध्ये अनेकांच्या हातचे खेळणे बनू लागली. एका प्रख्यात उद्योगपतीच्या मुलाच्या नजरेत ती भरली. आपल्या राजबिंड्या व्यक्तिमत्त्वाने आणि अमर्याद ऐश्वर्याने त्याने तिच्यावर भुरळ पाडली. दोघांचा लग्नापूर्वीच गोव्याला हनिमून पार पडला. तिला वैवाहिक जीवनाची स्वप्ने पडू लागली. त्याच्यापेक्षा ती वयाने चार वर्षे मोठी होती, त्यामुळे नंतर काही संततीसंबंधाने प्रश्न उभे राहतील काय, यासाठी एका स्त्रीरोग तज्ज्ञाशीही तिने सल्लामसलत केली होती. बिचारीने आपल्या आईला दोघांच्या कुंडल्या जुळताहेत का, हे पाहण्यासाठीही पाठवल्या; मात्र ज्या वेळी हा राजपुत्र त्याच्या आईवडलांकडे तिला घेऊन गेला, त्या वेळी त्याच्या आईने शेलक्या शब्दांत तिची खालची लायकी दाखवत तिचा अपमान केला. तिला स्पष्ट शब्दांत नाकारले. आणि नेभळट राजपुत्रानेही आईच्या शब्दापलीकडे जाऊ शकत नाही म्हणून हात वर केले. ती हा अपमान आणि नकार पचवू शकली नाही. ज्या वेळी पेज ३चे विश्व नाचून-थकून झोपी गेले होते, त्या वेळी झोपेच्या गोळ्या घेऊन दारूच्या नशेत एका रात्री तिने आपली नस कापली. तीन दिवस मृतदेह पाहायला कोणी आलेही नाही. या सौंदर्यवतीच्या मृतदेहाचा उग्र वास ज्या वेळी आसपासच्यांना आला, त्या वेळी पोलिसांना कळवले गेले. तिने रक्ताने भिंतीवर मित्राचे नाव लिहून 'तू मला मारलेस', असे तीन शब्द लिहिले होते. दुर्दैवाने पुरेशा पुराव्यांअभावी कायद्याचे हात अपुरे पडले आणि तो राजपुत्र निर्दोष सुटला.

मिस यू हिमांशू सर

माझ्या व्यक्तिमत्त्वावर प्रभाव असणारे व्यक्तिमत्त्व म्हणजे हिमांशू सर! अत्यंत यशस्वी कारकीर्द. अतिशय उमदे आणि डॅशिंग व्यक्तिमत्त्व. नाशिकला पोलीस कमिशनर असताना मी त्यांना पहिल्यांदा पाहिले होते. मी त्या वेळी नगरला एस.पी. होतो. राज्यस्तरीय पोलीस क्रीडा स्पर्धांच्या आयोजनाच्या अनुषंगाने त्यांचे आम्हा

ज्युनिअर अधिकाऱ्यांना मार्गदर्शन मिळाले. उंच, भारदस्त आणि करारी असणाऱ्या या अधिकाऱ्याच्या आत एक उत्तम, अभिजात आणि प्रगल्भ व्यक्ती क्षणोक्षणी प्रकट होत असे. इंग्रजी आणि मराठी दोन्ही भाषांवर कमालीची पकड. त्यांच्या सुसंस्कृत वाणीतून बाहेर पडणारे इंग्रजी शब्दांचे आविष्कार ऐकतच राहावे असे वाटायचे. त्यांच्या बोलण्यात एकही वावगा शब्द शोधून सापडायचा नाही. त्यांना कोणाविषयी गॉसिप करताना मी पाहिले नाही की ऐकले नाही. २६/११च्या हल्ल्यानंतर माझ्या सुदैवाने मला त्यांच्यासोबत काम करण्याची संधी मिळाली. शांत, मनमिळाऊ आणि संयमी हिमांशू सर व्यावसायिकदृष्ट्या निष्णात होते. त्यांच्या नावानेच परिस्थिती अनेकदा आटोक्यात यायची आणि गरज असेल तर ते नेतृत्व करायला तातडीने फील्डवर यायचे व कसल्याही पेचप्रसंगावर पकड घ्यायचे. मला आठवते, एकदा अमेरिकेच्या माजी राष्ट्रपतींच्या दौऱ्यावेळी अमेरिकन सुरक्षा अधिकाऱ्यांनी मुंबई पोलिसांना कमी लेखून आपले अधिपत्य गाजवणे सुरू केले होते. मी ज्या वेळी सरांना याबाबत माहिती दिली, त्या वेळी ते तातडीने ताज हॉटेलला पोहोचले आणि "आम्ही मुंबई पोलीस तुमच्या राष्ट्रपतींची सुरक्षा करायला सक्षम आणि खंबीर आहोत, आणि कृपया आमच्या कामात उगाच लुडबुड करू नका." असा अस्खलित इंग्रजीत सज्जड दम भरला होता. सरांच्या शब्दांनी आमच्या अंगात दहा हत्तींचे बळ येई.

खरा लीडर कसा असावा, याचे ते मूर्तिमंत उदाहरण होते. त्यांचा निर्णय आणि आदेश दोन्ही स्पष्ट आणि असंदिग्ध असायचे. निर्णय घेतल्यावर जे काही विपरीत घडेल, त्याची जबाबदारी स्वतः घ्यायला ते कधीही मागे हटले नाहीत. त्यामुळे अधिकाऱ्यांचा आणि कर्मचाऱ्यांचा गोंधळ व्हायचा नाही. एकदा अंध व्यक्तींच्या संघटनेने आपल्या मागण्यांसाठी अगदी ऐन गर्दीच्या वेळी सीएसटी स्टेशनसमोर रास्ता रोको केले. रास्ता रोकोमुळे तारांबळ उडाली. ट्रॅफिक जॅम झाले आणि मुख्य रस्त्यावर गोंधळ उडाला. तशात अंध व्यक्तींचा संयम संपला आणि मोर्चा हिंसक झाला. अंध युवक आणि युवतींनी पोलिसांवर हल्लाबोल केला. सोबत आणलेली मिरची पावडर पोलिसांच्या डोळ्यांवर फेकायला सुरुवात केली. आपल्याजवळच्या सफेद पथदर्शक काठ्यांनी पोलिसांना फटके द्यायला सुरुवात केली. अशा अनपेक्षित आणि अचानक झालेल्या हल्ल्याने पोलीस सैरभैर झाले. मी घाईघाईने घटनास्थळी पोहोचलो. उपस्थित एसीपींनी मला बळाचा वापर करण्याची परवानगी मागितली. अंध व्यक्तींवर बलप्रयोग करणे आणि परिस्थिती आटोक्यात आणणे, हाच एक पर्याय दिसत होता. मी तातडीने सहआयुक्त रॉय सरांना फोन केला आणि आम्ही अंधांच्या अनियंत्रित मोर्चावर लाठी चार्ज करीत आहोत, असे सांगितले. सरांनी स्पष्ट नकार दिला आणि सांगितले, ट्रॅफिक पुण्यापर्यंत जॅम झाले तरी पर्वा नाही; पण

एकही काठी अंधांवर चालता कामा नये. ते स्वतः स्पॉटवर आले आणि मोठ्या हिकमतीने मोर्चेकऱ्यांची समजूत घालून परिस्थिती नियंत्रणात आणली. काय करायचे आणि काय करायचे नाही, याबद्दल त्यांच्या ठाम भूमिका होत्या. त्यांचा ज्ञानसंग्रह प्रचंड होता. सगळ्या क्षेत्रांत त्यांचे मित्र होते.

आम्ही दोघे एकाच जिममध्ये व्यायाम करायचो. रेखीव आणि प्रचंड अशा त्यांच्या स्नायूंसाठी तिथली सारी वजने अपुरी पडायची. रॉय मॅडमही व्यायामासाठी येत. गमतीने सर मॅडमनाही हातांनी सहज उचलून घ्यायचे. दोघांच्यातील केमिस्ट्री अद्‌भुत होती. सर्वांशी हसतखेळत व्यायाम करणारे रॉयसाहेब मात्र कानाला लावलेल्या हेडफोनमध्ये शास्त्रीय संगीत ऐकायचे. आजपर्यंत भारतीय शास्त्रीय संगीतावर जिममधील अवजड वजने उचलताना मी इतर कोणाला पाहिलेले नाही. 'उमंग ' या पोलीस कल्याण कार्यक्रमाच्या निमित्ताने अनेक बॉलिवूड कलाकारांशी बोलण्याचा योग आला. सर्वांना रॉय सरांबद्दल कुतूहल असायचे. सरांबद्दल बोलताना त्यांच्या डोळ्यांत नेहमी कौतुक आणि न्यूनगंडही दिसायचा. 'आम्ही तर रीळ हिरो आहोत, रॉय सर हे रिअल हिरो आहेत,' असे उद्‌गार त्यांच्या तोंडून ऐकताना भारी वाटायचे.

लेखी संवादातही त्यांची अप्रतिम शैली पाहायला मिळायची. एकदा ज्युनिअर अधिकाऱ्याला मी अशासकीय पत्रात संतापून 'बुलशीट' हा असंसदीय शब्द वापरला होता आणि त्या पत्राची प्रत त्यांना दिली होती. सरांनी मला बोलवून सभ्य आणि परिणामकारक लेखनशैली कशी असावी, याचे सम्यक आणि समर्पक बौद्धिक दिले होते. त्यांनी कधी मला मेमो किंवा नाराजीचे पत्र दिल्याचे आठवत नाही. कनिष्ठ अधिकाऱ्यांनाही जर चूक केली असेल, तर बोलवून एकट्याची चांगली खरडपट्टी करायचे; पण त्यांनी कोणाचे कागदावर नुकसान केल्याचे माझ्या ऐकिवात नाही. पोलीस कर्मचाऱ्यांना तर 'बेटा' म्हणून हाक मारायचे, खांद्यावर हात ठेवून विचारपूस करायचे. अधिकाऱ्यांनाही त्यांच्यामध्ये नेहमी मोठ्या भावासारखा मार्गदर्शक आणि खंबीर नेता जाणवायचा. अशा सर्वगुणसंपन्न, हरहुन्नरी, चौफेर व्यक्तिमत्त्वाला दृष्ट लागली. त्यांना अचानक कर्करोगाने ग्रासले. बातमी कळताच मी त्यांना भेटायला गेलो. त्यांना पाहून अश्रू आवरले नाहीत. त्यांनीच माझी समजूत घातली आणि म्हणाले, "विश्वास, आपण लढवय्ये आहोत आणि या नव्या संकटाला आपण नेस्तनाबूत करू. रडायचे नाही, आता लढायचे." हळूहळू केमोमुळे त्यांची प्रकृती कृश होऊ लागली. केसही कमी होऊ लागले; पण त्यांच्या शरीरातील रोग बरा होतोय, हे जाणवू लागले. ते काठीचा आधार घेऊन व्यायाम करायला येऊ लागले; पण अचानक एका दुर्बल क्षणाने घात केला आणि भरलेल्या पिस्तुलातून त्यांनी स्वतःवर गोळी झाडली. एक भयानक पोकळी तयार झाली.

या चटका लावणाऱ्या एक्झिटने माझ्यासमोर अनेक प्रश्न उभे ठाकले. जो माणूस प्रेरणा आणि आशावादाचे द्योतक होता; जो आनंदाने कसे जगायचे, आव्हानांना कसे लीलया पेलायचे हे शिकवणारा खंबीर असा धीरोदात्त पुरुष होता, तो का बरे प्रकृती सुधारत असताना अचानक खचला असेल? ज्यानी दुष्ट प्रवृत्ती आणि समाजकंटकांना सहज हरवले, जो मानसिक आणि शारीरिकदृष्ट्या बाहुबली होता; त्याच्यासाठी दैव इतके निष्ठुर कसे बरे होऊ शकते? जो इतका राजबिंडा, हुशार आणि मोहक व्यक्तिमत्त्वाचा धनी होता, ज्याचे सगळ्या क्षेत्रांत इतके सारे स्नेही होते, मित्र होते; ज्याची अतिशय जीव लावणारी सहचारिणी होती; तरीही आशेचे हत्यार खाली ठेवून भरलेले हत्यार का बरे स्वतःवर झाडले! मोठा भाऊ या नात्याने संवेदनशील मनाने सर्व सहकाऱ्यांना आयुष्यभर ज्याने आधार दिला, त्याने का बरे शेवटी जाताजाता स्वतःच्या युद्धात हार मानून सगळ्यांना गोंधळात पाडले? जीवनाविषयी प्रचंड आस्था आणि आदर असताना कोणालाही विश्वासात न घेता सरांनी एकट्यानेच असा तडकाफडकी अंतिम निर्णय का घेतला?

व्हिक्टर फ्रॅन्कल या विसाव्या शतकातील मानसशास्त्रज्ञाने जीवनाचा अर्थ शोधण्यासाठी माणसाच्या ध्यासाबद्दल मत मांडले आहे. तो नाझींच्या छळछावणीतून सुखरूप परत येऊ शकला होता. व्हिक्टरने एका महिलेची कहाणी सांगितली आहे. एका मध्यरात्री त्याला फोन करून अत्यंत निर्विकार आणि थंडपणाने ती आत्महत्या करीत असल्याचे तिने सांगितले. व्हिक्टर मात्र फोन कट न करता, न थांबता तिच्याशी बोलत राहिला. नैराश्य किती तात्पुरते आहे आणि जगणे किती मौल्यवान आहे, हे तिला पटवून देत राहिला. तिचे म्हणणे ऐकत राहिला आणि तिला अखंडपणे समजावत राहिला. अखेरीस तिने माघार घेतली आणि आत्मघाताचा निर्णय बदलल्याचा शब्द व्हिक्टरला दिला. ज्या वेळी ते दोघे भेटले, त्या वेळी कोणत्या कारणामुळे तू आत्महत्येचा निर्णय बदलला, असे व्हिक्टरने तिला विचारले. त्याचा कोणता युक्तिवाद तिला पटला? तिने उत्तर दिले, कोणताच नाही! मध्यरात्री व्हिक्टरची तिला समजून घेण्याची, तिचे सगळे ऐकून घेण्याची तयारी आणि मानसिकता तिला तिचा आत्मघातकी निर्णय बदलण्यास कारणीभूत ठरल्याचे तिने सांगितले. या भूतलावर तिच्या वेदना, संवेदना समजून घेणारे कोणीतरी आहे, याचाच तिला पुढचा जीवनप्रवास करण्यासाठी खूप मोठा आधार वाटला. त्यामुळे अत्यंत पांडित्यपूर्ण पोपटपंचीपेक्षा शांतपणे दुसऱ्याचे ऐकून घेणे, हे त्याच्या आयुष्याला अर्थपूर्ण कलाटणी देऊ शकते!

कुब्लर रॉसने एक मानसशास्त्रीय सिद्धान्त मांडला आहे. एखादे महाभयंकर संकट, आपत्ती, अपघात किंवा मानसिक आघातातून जाताना व्यक्ती पाच टप्प्यांतून जात असते. नकार, संताप, समजूत, नैराश्य आणि स्वीकार! आधी तर आपण त्या

संकटाला सामोरे जायला तयार नसतो. त्याच्या परिणामाची भीती आपल्याला उगाचच त्याच्या आक्रमणाला नाकारायला लावते. संकट येतंय, यावर आपण विश्वास ठेवायला तयार नसतो. मांजर डोळे मिटून दूध पिते, तशा कोशात आपण जातो आणि एकदा पेकाटात काठी बसली व कंबरडे मोडले की संकट आल्याचे कळते. असे वादळ आले की आपली चिडचिड आणि संताप वाढतो. आपल्याला झालेल्या हानीबद्दल आपण त्रागा करायला लागतो आणि दुसऱ्याला दोष द्यायला लागतो. उगाचच मनाची समजूत घालायला लागतो. जर-तरची भाषा सुरू होते. मी असे केले असते तर, या सगळ्या दुष्टचक्रात मी अडकलोच नसतो. नशिबाला कोसायला सुरुवात करतो. मग नैराश्य घेरायला लागते. मानसिक हिंदोळ्यांनी मन खचायला लागते आणि कोमाकडे वाटचाल करते. या वेळी कोणीतरी आधार देऊन आहे त्या प्राप्त परिस्थितीला कसे स्वीकारायचे, कसे त्या आपत्तीशी सर्वंकषपणे तोंड द्यायचे याचा परखडपणे परिपाठ दिला; तर तात्पुरता का होईना नैराश्याच्या गर्तेला ब्रेक लागतो. माणूस हा मूलतः धडपडणारा, लढणारा प्राणी आहे. त्याला फक्त काही नाजूक क्षणांपासून जपायला पाहिजे. यासाठीच चांगले मित्र आणि सुदृढ नाती महत्त्वाची असतात.

अकादमीत जोडलेले जिवाभावाचे बॅचमेट मला जीवनातील प्रत्येक खड्ड्यात शॉक ॲबसॉर्बरसारखा आधार देतात. आय.पी.एस. अधिकारी काटेरी मुकुट घालून आपले जीवन व्यतीत करतात. अनेकदा जीवघेणे तणाव आतून पोखरत असतात. आमचा प्रवीण सिंग असाच हरहुन्नरी, मस्त-मौला. 'आनंद' सिनेमातला जणू राजेश खन्नाच. अकादमीत सगळ्यांना त्याचा सहवास हवाहवासा वाटायचा. सेवेत आल्यावर अतिशय प्रभावी कारकीर्द आणि प्रत्येक कार्यकाळ त्याने कर्तृत्वाने गाजवला. हजारीबागमध्ये एस.पी. असताना नक्षलवाद्यांशी दोन हात केले. त्याच्या घराला घेरून नक्षलवाद्यांनी हल्ला चढवला, ज्यात प्रवीण गंभीर जखमी झाला होता. त्याला खास विमानाने कोलकात्याला नेले, त्यामुळे त्याचे प्राण वाचले. त्या वेळी दैव बलवत्तर होते; पण नंतर त्याला रेनल सेल कार्सिनोमाने गाठले. हा आमचा मित्र गुपचूप आम्हाला सोडून गेला. जो भेटल्यावर फक्त आनंदच वाटायचा, खळखळून हसायचा, जोकवर जोक सांगायचा; तो मात्र त्याच्या आजाराविषयी कोणालाच बोलला नाही.

गौरी करोल ही अशीच बॅचमेट. मसुरीला फाउंडेशन कोर्समध्ये गौरी सर्वांचा जीव की प्राण होती. सगळ्यांशी मिळूनमिसळून राहणारी, सामाजिक उपक्रमात अग्रभागी असणारी भारतीय वित्त आणि लेखा शाखेतील ही अधिकारी जगभर भटकायची. तिनेही जीवनाला अचानक फुल स्टॉप दिला. फेसबुक आणि व्हॉट्स ॲपवर ॲक्टिव्ह असणारी गौरी कोणत्या गर्तेतून प्रवास करत आहे, हे कळलेच

नाही. तिच्या मनात कोणते वादळ घोंगावत होते, हे तिने का वेळेवर कोणाशी शेअर केले नाही.

अभ्यास करून एवढी मोठी भौतिक विश्वातील गगनचुंबी शिखरे गाठणाऱ्यांची अशी गत का होते? काय असते जीवन बरे? तुम्ही कष्ट करता, पैसे मिळवता. ते तुमच्या स्वतःसाठी असते. खरेच हे जीवन आहे का? तुम्ही बाहेर जाता. ज्यांना गरज आहे, अशा लोकांसाठी उभे राहता. त्यांचे जीवन सुधारता. तुम्ही सगळी नकारात्मकता शोषून घेणारा स्पंज बनता. तुमच्यातून पॉझिटिव्ह ऊर्जा निर्माण होते. तुमच्यामुळे कोणाच्यातरी जीवनात इच्छित परिवर्तन झाले आहे, कोणाच्यातरी आयुष्यात प्रकाश पसरला आहे, कोणाच्यातरी भवितव्याने रचनात्मक आकार घेतला आहे, तुमच्यामुळे कोणीतरी अखेरच्या लढाईच्या क्षणी हार मानली नाही, तुमच्या आधारामुळे त्याचा धीर खचला नाही; हेच तुमच्या जीवनाचे सार्थक असते. खऱ्या आयुष्याचा अर्थ यातूनच कळतो.

घडणं आणि बिघडणं

आपण आजवर आय.क्यू.बद्दल ऐकत आलो आहे. मानसशास्त्रज्ञांनी आय.क्यू.सोबतच माणसाच्या सुदृढ जगण्यासाठी इक्यू, एसक्यू आणि एक्यूदेखील महत्त्वाचा आहे, असे मत मांडले आहे. तुमचा बुद्ध्यांक हा तुमची आकलनशक्ती, स्मरणशक्ती, पाठांतर, गणिताची कौशल्ये मोजत असतो. तुमचा इक्यू म्हणजे 'इमोशनल कोशंट' तुमची इतरांशी असलेल्या नातेसंबंधातील सुदृढता आणि भावनांची सत्यता मोजतो. तुमचा वक्तशीरपणा, जबाबदार वृत्ती, प्रामाणिकपणा, मनमिळाऊपणा आणि प्रगल्भता या गुणांचाही भावनांकाच्या आकडेमोडीत समावेश होतो. तुमचा एसक्यू म्हणजे 'सोशल कोशंट' हा तुम्ही किती समाजशील प्राणी आहे, ते तपासतो. तुमचा मित्रपरिवार आणि सामाजिक बांधिलकी कशी आणि किती आहे, याचा त्यात ऊहापोह होतो. आपण शिक्षणात आयक्यूला अवास्तव महत्त्व देतो; पण खरेतर जीवनात ज्यांचा इक्यू आणि एसक्यू चांगला, त्यांनी यशाची शिखरे सहज चढल्याचे दिसून येते. अनेकदा उच्च बुद्ध्यांक असणारे लोक अगदी सामान्य बुद्ध्यांक असणाऱ्या पण उत्कृष्ट भावनांक आणि समाजांक असणाऱ्या व्यक्तीकडे नोकरी करताना दिसतात. तुमचा इक्यू तुमच्या चारित्र्य आणि मानसिक आरोग्याचा द्योतक असतो. एसक्यू हा तुमच्या आकर्षक आणि मोहक व्यक्तित्वाशी संबंधित असतो. त्यामुळे बुद्ध्यांकासोबत या दोहोंची वाढ होण्यासाठी आवश्यक सवयी योग्य वयात जडवायला हव्यात. अलीकडे चर्चेत आलेला चौथा एक्यू म्हणजे खडतर परिस्थितीवर मात करण्यासाठी 'ॲडव्हरसिटी कोशंट' हा अधिक महत्त्वाचा ठरतो.

हा संकटांक तुमचा संकटाशी झुंजण्याच्या, त्याच्यातून सहीसलामत बाहेर येण्याच्या क्षमतांचे मोजमाप करतो. तुमचा पळपुटेपणा, धरसोडवृत्ती आणि हाराकिरीसारख्या अवगुणांचाही त्यात समावेश होतो. तुमच्यातील धैर्य, धाडस, आत्मबल, स्वयंपूर्णता, आत्मविश्वास यांचा योग्य समतोल त्यात निश्चित केला जातो. कोरोनाकाळात संकटांना सामोरे जाताना अनेक यशस्वी व्यक्ती गर्भगळीत झालेल्या दिसल्या, खचल्या आणि गळफास लावून गेल्यादेखील! सुशांतला काय बरे कमी होते? आणि असणारे संकट कितीही गंभीर असले, तरी कितपत आणि किती वेळ तग धरणार होते? गणिताच्या ऑलिम्पियाडचा चॅम्पियन असणाऱ्या या बॉलिवूडच्या चॉकलेट बॉयला याचे गुणोत्तरच मांडता आले नाही. कोणीतरी त्याला शिकवायला हवे होते, 'संकटासही ठणकावून सांगावे आता ये बेहत्तर, नजर रोखुनी नजरेमध्ये आयुष्याला द्यावे उत्तर!'

म्हणूनच नुसते अभ्यासापेक्षा मुलांना बाहेरचे जग कळू द्या. त्यांना मैदानावर खेळू दे, त्यांचे गुडघे फुटले पाहिजेत आणि ढोपरं सालपटली पाहिजेत; तरच अचानक रक्तपात पाहिला की त्यांना चक्कर येणार नाही. त्यांना कलेची ओढ लावा. त्यांना शरीरश्रमाचे महत्त्व कळू दे. एकोणिसाव्या शतकात अब्राहम लिंकनने त्यांच्या मुलाच्या हेडमास्तरांना लिहिलेल्या पत्राचा मथितार्थ लक्षात घेतला आणि मुलांना तो समजला, तर या निष्ठुर जगात एकही आत्महत्या होणार नाही. ते म्हणतात –

"माझ्या मुलाला शिकवा की जगातली सगळीच माणसं न्यायप्रिय आणि सत्यनिष्ठ नसतात; पण प्रत्येक वाईट व्यक्तीमागे एक सज्जन वृत्तीची आदर्श व्यक्तीही असते. कुटिल आणि स्वार्थी राजकारण्यांच्या बरोबरीने निःस्वार्थ सेवा करणारे समर्पित नेतेदेखील असतात. टपलेले शत्रू असतात, तसे जिवाला जीव देणारे सवंगडीदेखील असतात. घाम गाळून कमवलेला एक रुपयादेखील घबाड म्हणून सापडलेल्या किंवा फसवून, भ्रष्ट मार्गानं कमवलेल्या कोटींपेक्षा अधिक मौल्यवान आहे. हार दिलदारपणे स्वीकारायची आणि विजय संयमानं घ्यायचा. त्याला सांगा, जग निष्ठुर असतं. इथं समाजविघातक गुंड आणि त्रासदायक गुंडदेखील असतात; पण त्यांचं राजकारण भयावर चालत असतं. त्यांना भ्यायचं नाही. त्यांची गचांडी पकडून जाब विचारायचा. निर्भय बनायचं. त्यांना नमवणं सोपं असतं. भल्याशी भलं वागावं आणि बदमाशांना अद्दल घडवावी."

पुढे हेडमास्तरांना ते हेही सांगतात, *"त्याला पुस्तक आणि अभ्यासाबरोबर पक्ष्यांची अस्मानभरारी आणि डोंगरावरची फुलंपानं पण दाखवा. त्यांच्याकडे आकर्षित होणारे भुंगे आणि पाखरं दाखवा. त्याच्या मनाला त्यातून आल्हाद, उत्साह आणि उमेद मिळेल. त्याला आयुष्याचा अर्थ कळेल. सृष्टीचं शाश्वत*

सौंदर्य उमगेल. विश्वाचं अगाध आणि गूढ स्वरूप उलगडेल. फसवून आलेल्या यशापेक्षा अपयश लाखपटीनं परवडलं. रडीचा डाव खेळायचा नाही. अगदी सगळ्यांचं ऐकायचं; पण सत्याच्या कसोटीवर उतरणारं आणि आपल्या अंतर्मनाला पटणारं, तेवढंच स्वीकारायचं. भले तर अख्ख्या जगाचा त्यासाठी रोष पत्करावा लागला तरी बेहत्तर! काही झालं, तरी भाऊगर्दीत आणि चुकीच्या प्रवाहात सामील व्हायचं नाही. उरातलं दुःख दाबून हसत राहावं; पण योग्य वेळी आपल्या अश्रूंचा बांधदेखील फोडून भावनांना वाट करून दिली पाहिजे, हेही शिकवा. ताकद आणि अक्कल विकून पैसे कमव; पण हृदय आणि आत्म्याचा सौदा कधीही करू नकोस. धिक्कार करणाऱ्यांच्या, दोष काढणाऱ्यांच्या आणि टीका करणाऱ्यांच्या झुंडी येणारच; पण पाय रोवून खंबीरपणे उभं राहायचं. तावूनसुलाखून निघाल्याशिवाय लोखंडाचं रूपांतर कणखर पोलादात होत नसतं. स्वतःवर विश्वास हवा, तरच मानवजातीशी इमान राहू शकेल.''

खरंच या शब्दांनी व्यवहारज्ञान आणि जीवनविषयक जाणिवा अलगद समजतात. दृष्टिकोन प्रगल्भ होतात; पण खरेच शाळा-कॉलेजांत हे सगळे नीट शिकवले जाते का? अमाप डोनेशन आणि न पेलणारी फी भरून टॉप स्कूलला गेल्यावर कोणते मूल्यशिक्षण आणि नैतिक धडे शिक्षक देणार, हा एक अनुत्तरित प्रश्न आहे.

प्रत्येक जण या जगात स्पेशल आहे. प्रत्येकात क्षमता आणि कमतरता असतात. आपल्याला पालक म्हणून वा शिक्षक म्हणून विद्यार्थ्यांतील पॅशन शोधायला हवे. त्या मुलाला कशात आनंद मिळतो, याचा शोध घेऊन त्याला तो घेण्यासाठीचा प्रवास सुलभ करून देणे, हे आपले काम आहे. कुठल्याही शाळेत गेले की पास किती झाले, बोर्डात किती आले, नव्वद टक्क्यांच्या वर किती आहेत यावरूनच शाळेच्या यशापयशाचे निकष लावले जातात; पण किती मुले आनंदी आहेत, याची मात्र चाचपणीच होत नाही. 'स्कूल के बोझ से मारा इसे चाहिये सिंकारा' अशी बिचाऱ्यांची स्थिती झालेली आहे. रट्टा मारून परीक्षा देऊन मिळालेली डिग्री खरेच आयुष्याला समर्थ आणि सक्षम बनवायला उपयोगी पडते का? शिक्षण हे डिग्री, मार्क्स, ग्रेडच्या पलीकडेही असते. ज्ञानासोबत मुलांना व्यक्ती म्हणून जे संस्कार हवे असतात, त्यांचाही त्यात सहभाग हवा. पुढे जाऊन एक चांगली व्यक्ती कशी बनेल आणि सन्मानाने कशी जगेल, याचे बाळकडू त्यातून मिळाले पाहिजे. दुसऱ्यांचाही विचार करावा, कोणालातरी मदत करावी आणि स्वतःसोबत इतरही कसे आनंदी राहतील, हे सतत त्यांच्यावर बिंबवले पाहिजे. शाळेतून मूल घरी आले की आपण पहिला प्रश्न विचारतो, मार्क्स किती मिळाले. जर चांगले मार्क्स मिळाले असतील, तर कितवा नंबर आला? जर दुसरा आला असे सांगितले, तर हाहाकार माजतो!

पहिला का नाही? अरे, काय मशीन आहे का ते? जे नापास होतात किंवा टॉपर्समध्ये नसतात, त्यांचे हाल तर विचारूच नका. यामुळे त्या मुलाच्या डोक्यात पक्के भिनते की, काही झाले तरी मला फर्स्ट यायला हवे. इतरांच्यापेक्षा पुढे मला धावायला हवे. आणि या रॅट रेसमुळे ज्या वेळी हा शिक्षण संपवून बाहेर पडतो, त्या वेळी कमालीचा आत्मकेंद्री आणि स्वार्थी झालेला असतो. तो फक्त आपला आणि आपलाच विचार करतो. काही झाले, तरी मला 'बाय हूक ऑर क्रुक' यश मिळालेच पाहिजे. बाकी दुनिया भाड में जाय. आणि या सगळ्या अधःपतनासाठी आणि अवमूल्यनासाठी आपण शिक्षक आणि पालक जबाबदार आहोत. आमची दोषपूर्ण सिस्टीम जबाबदार आहे.

पालकांना, मुलांना जे काही बेस्ट उपलब्ध आहे, ते सगळे द्यायचे असते. सकाळी शाळा संपल्यानंतर सलग ट्यूशनचा भडिमार सुरू होतो. आयआयटीपासून भरतनाट्यम्, गिटार, बुद्धिबळ, टेनिस अशा सगळ्या प्रकारांचे कोचिंग त्याच्या बालमनावर खचाखच ढोसले जात असते. त्याच्या आवडीचा, मनाचा कोणी विचार करीत नाही. ज्या वेळी सगळे बेस्ट असे कोंबून भरले जाते, त्या वेळी मुलांमध्ये भौतिक यशासाठी भुकेला बाळराक्षस जागा व्हायला लागतो. त्याच्यावर मत्सर, न्यूनगंड, भयगंड, औदासीन्य आणि सुस्ती स्वार होते. या आजाराला पालकनिर्मित अपव्यय म्हणता येईल. बालवयात बिचारी दबून अन्याय, अत्याचार सहन करतात; पण हळूहळू किशोरवयात आपले टॅन्ट्रम दाखवायला सुरुवात करतात. कोणत्याही शाखेत प्रवेश घेतला, तरी त्यांचे मन रमत नाही. चुळबूळ सुरू होते. सारखी ध्येये बदलत जातात आणि गोंधळलेले करिअर समोर उभे ठाकते. पालकही टेन्शन घेऊ नको, जमत नसेल तर दुसरे काही बघू, अशा मानसिकतेने त्यांना जपत असतात. वैतागलेला आणि लाडावलेला बबड्या घरून पाहिजे तेवढे पैसे घेऊन जातो. ओशाळपणे आपल्या समवयस्क आणि समदुःखी मित्रांसोबत सिगारेटचे पफ मारत 'मैं हर फिक्र को धुए में उडाता चला गया' गायला लागतो. हळूहळू टेन्शन वाढते, तशी व्यसनांची तीव्रताही वाढते. बिअरपासून व्हिस्की आणि मग वीड कधी कब्जा घेते कळत नाही. तिशीत काहीबाही जॉब मिळाला, तरी फार काळ त्यात जीव रमत नाही. लग्न झाले, तरी नवराबायकोचे पटत नाही. मग प्रत्येक वेळी आईवडलांकडे आधार मागायला जायचे. तेही त्याला स्वतःच्या पदराखालून बाहेर काढायला तयार नसतात. हा सगळा त्या बालवयात आपल्या बबड्याला कुठलाही काडीचा त्रास झाला नाही पाहिजे, या मानसिकतेचा परिणाम असतो.

तुमचे मुलांवर प्रेम आहे, जीव आहे मान्य! पण त्याला सारखे स्वच्छ आणि सुरक्षित कोशातच कसे ठेवणार? सारखे त्याला प्रदूषणापासून दूर कसे ठेवणार?

ज्या वेळी बाहेरच्या जगात स्वतःच्या पायावर उभे राहण्याची वेळ त्याच्यावर येते, त्या वेळी पुरेशी प्रतिकारशक्ती नसल्याने प्रतिकूल परिस्थितीत अशी परावलंबी मुले कोलमडून, उन्मळून कोसळतात. संघर्ष आणि विरोध असणाऱ्या प्रत्येक गोष्टीपासून पळ काढायला लागतात आणि पुन्हा त्या आरामदायी कोशाच्या कवचात घुसायचा प्रयत्न करतात. पालकांनो, जर खरेच तुमचे तुमच्या मुलांवर प्रेम असेल, तर त्यांना स्वबळावर या जगात जगू द्या. अनेक आया मुलांना जेवू घालायच्या वेळी सॅनिटायझरनी भांडी धुतात आणि नंतर उकळत्या पाण्यातून दोनदा विसळतात. का, तर मुलांना जंतूंचा संसर्ग होऊ नये. अशा चिंतातुर जंतूंना ओरडून सांगा, की त्या मुलांना अशा हवाबंद डब्यात ठेवले, तर त्यांचा जीव गुदमरेल. त्यांना भविष्यासाठी सिद्ध करायचे असेल; तर त्यांना बुल्लिंग, शत्रू, अपेक्षाभंग, वेदना, शरीर श्रम, जीवघेणी स्पर्धा या सगळ्यांशी स्वतःहून भिडू द्या. हो, आवश्यक तेवढा आणि योग्य वेळी आधार द्यायचे काम निश्चित आपलेच आहे; पण पाण्यात जायच्या आधी, कपडे काढायच्या आधी त्याला लाईफ गार्ड आणि ऑक्सिजन मास्क लावू नका. जीव गुदमरेल हो त्याचा! त्याला सांगा, पैसे कमवावे लागतात आणि पटवून द्या, ते गरजेपुरतेच खर्च करायचे असतात, उधळायचे नसतात. आणि 'नाही' हा शब्दही त्याला ऐकायला आणि पचवायला शिकवा.

मी व्हॉट्स ॲपवर वाचले होते; आपण नाटक पाहायला गेलो की पुढची सीट मागतो आणि सिनेमा पाहायला गेलो की मागची. तुमचे जगातील स्थान सारखे बदलत असते. साबण तयार करायला तेल लागते आणि तोच साबण तेलाचे डाग साफ करायला लागतो, असे विरोधाभास आयुष्यात पाहायला मिळतात. जगात लहान मुले आणि वेडी माणसे धमाल आनंदात असतात. त्यामुळे चांगल्या कामासाठी ध्येयवेडे व्हायचे आणि एकदा ध्येयसिद्धी झाली की लहान मुलांसारखा त्याचा मनमुराद आनंद घ्यायचा. किती सोपे सूत्र आहे जीवनाचे! आरसा तोच असतो, त्यात हसत पाहिले की आपण आनंदी दिसतो आणि रडत पाहिले की दुःखी! जीवन तेच आहे, त्याकडे रटाळपणे पाहायचे का त्याला प्रेयसीसारखे आनंदाने निरखायचे, हे तुम्हीच ठरवत असता. शाळा-कॉलेजमध्ये जीवशास्त्र शिकवतात; पण आयुष्यात जीवनशास्त्र अधिक समजले पाहिजे. भाषेच्या व्याकरणापेक्षा अंतःकरणाच्या भाषेची ओळख अधिक मोलाची आहे. गणितातील काटकोन, चौकोन, त्रिकोणापेक्षा आयुष्याकडे पाहण्याचा दृष्टिकोन संकटकाळात तारून नेतो, हे योग्य वेळी कळले पाहिजे. जर सिस्टीम बदलायची असेल, तर विचार आणि दृष्टिकोन बदलावा लागेल. जर मुलांना घरी आल्यावर मार्कांच्याऐवजी विचारले, आज तू कोणाला मदत केलीस? किती जणांशी तू हसून बोललास आणि त्यांना हसवलेस? तर त्याला हे नक्की पटेल की आयुष्यात इतरांना मदत करणे, प्रेम देणे, सेवा करणे

हेही खूप महत्त्वाचे आहे. अशी मुले ज्या वेळी नागरिक होतील, त्या वेळी अख्खा समाज बदललेला दिसेल. मग पर्यायाने देश आणि जगही सुंदर होईल. ज्या वेळी नागरिकांची नियत साफ असते, त्या वेळी भेदभावाची भावना लोप पावते. भेदाभेद नष्ट झाले की तणाव भुरर्कन पळून जातो. ज्या वेळी तणाव निवळतो, त्या वेळी सामाजिक सौहार्द नांदायला लागते.

मोबाइल, नाती आणि मनाचे आरोग्य

तुकोबा म्हणतात, 'मन करा रे प्रसन्न सर्व सिद्धीचे कारण!' मी लहानपणी 'मनाचे श्लोक' पाठ केले होते. केवढी ताकद आहे त्या श्लोकांच्या अर्थात. त्यातून जे आत्मबल मिळायचे, ते मनाला अजिबात कुठे भटकू द्यायचे नाही. आणि जर मन चुकून भटकले, तर त्वरेने पुन्हा विवेकाच्या मार्गावर खेचायचे; पण आज चारी बाजूंनी मोबाइल आणि इंटरनेट क्रांतीचा भडिमार होत आहे, त्याने समाजमन आणि मुलांचे भावविश्व अंतर्बाह्य प्रभावित झाले आहे. आजच्या पिढीला भेडसावणाऱ्या परिस्थितीचे चित्रण दलाई लामांनी त्यांच्या कवितेत अचूक आणि भेदक शब्दांत केले आहे. ते म्हणतात–

आज घरे मोठी आहेत, प्रशस्त आहेत; पण कुटुंबे छोटी झाली आहेत. खूप सुखसोयी झाल्या; पण त्यांचा उपभोग घ्यायला वेळच नाही. पदव्या खूप घेतात; पण सारासार विवेक गंजला आहे. माहितीचे जंजाळ सगळीकडे पसरलेय; पण नेमकेपणा आटलाय. खूप सारे विशेषज्ञ असतात; पण रोजचे जीवन पराकोटीचे आजार, व्याधी आणि समस्यांनी वेढले आहे. औषधे खूप झाली; मात्रा मात्र लागत नाही. आम्ही वाटेल तसा खर्च करतो, हसायला वेळ नाही. गाडी वेगात असते, राग खूपदा आणि खूप लवकर येतो. उशिरापर्यंत जागायला आवडते. टीव्ही, मोबाइल सुटत नाही. प्रार्थना करायची असते, हे तर विसरलोच आहे. आमची संपत्ती वाढली, पण मूल्ये ढासळली. आम्ही बडबड खूप करतो. जिव्हाळा संपत चाललाय, खोटे बोलणे अंगवळणी पडलंय. इमारतींची उंची वाढली; पण सहनशक्ती खुंटली. मोठे रस्ते झाले; पण दृष्टिकोन छोटे झाले. चंद्र गाठला; पण रस्ता ओलांडून शेजारच्याला भेटायला सवड नाही. बाहेरचे विश्व जिंकले; पण मन:शांती हरवून बसलो. अणू भेदला; पण पूर्वग्रह फोडता येईना. लिहितो जास्त; पण शिकतो कमी. नियोजन खूप; पण हाती काही लागत नाही. सारखी पळापळ; पण वाट पाहायला जमत नाही. उत्पन्न वाढले; पण नैतिकता ढासळली. फास्ट आणि जंक फूडने अपचन वाढले आहे. शरीराची उंची वाढली; पण चारित्र्य खुजे झाले आहे. दोन दोन उत्पन्न; पण

तेवढेच घटस्फोट. चकाचक निवास; पण आतून दुभंगलेली घरे. कसा शोधायचा यावर मार्ग?'

किती बोलक्या आहेत दलाई लामांच्या या ओळी! त्यातच या नवीन पिढीच्या हाती मोबाइल आणि इंटरनेट नावाची दुधारी शस्त्रे लागली आहेत. यांचा मोहजाल मेनका-उर्वशीपेक्षा मोहक आणि मादक आहे. एकदा या जंजाळात अडकले की सुटका नाही. त्यात टीन एज पिढीतील अनेक जण या व्यसनापायी ठार वेडे होताना दिसताहेत. रोज किमान चार तास त्यांचा स्क्रीन टाइम आहे. त्यातही सोशल मीडियावर अनुत्पादित गोष्टींवर सर्वाधिक वेळ वाया जाताना दिसतो. त्यातून अनेक मनोवैज्ञानिक आजार सुरू झालेले दिसतात. 'ब्लू व्हेल' नावाच्या गेमने अनेक चिमुरड्यांचा जीव घेतला आहे. पब्जी, सीओडी, माईनक्राफ्ट यांसारख्या गेमने तर हाहाकार माजवला आहे. कुटुंबव्यवस्था, पालकांचा मुलांशी संवाद व इंटरनेटचे घोंघावते मायाजाल अशा विषयांवर विचारमंथन होण्याची गरज आहे. सर्व घरांत सुन्न आणि भीषण भीती निर्माण झाली आहे.

या मोबाइल क्रांतीचा भारतीय समाज आणि कुटुंब व्यवस्थेवरील परिणाम तपासून पाहू. गेल्या काही वर्षांत आमची संवादाची भाषा बदलली आहे. आम्ही वायरलेस फोनच्या गर्तेत खोलवर अडकलो आहोत. त्या फोनशिवाय आमचे पानसुद्धा हलत नाही. पूर्वी केबलचा फोन असायचा आणि आम्हाला त्याला चिकटून बोलावे लागे. आता केबलशिवाय फोन आहे; पण तो आम्हाला २४/७ चिकटला आहे. जणू काही हा फोन आमच्या शरीराचा अविभाज्य भाग बनला आहे. इंटरनेटचे जंजाळ तर मनाच्या आणि शरीराच्या प्रत्येक अंगाला गुरफटले आहे. गुंता एवढा भयानक आहे की, अनेकदा प्रयत्न करून त्यातून मिनिटाकरिता सुटका करून घेणे अशक्य झाले आहे. फोन आणि इंटरनेट सोबत नसेल, तर जीव कासावीस होतो. कोणीतरी आपल्यापासून जगायला आवश्यक असणारा ऑक्सिजन काढून घेतला आहे का, अशी मानसिकता तयार होते. ही २१व्या शतकातली गुलामगिरी बीभत्स रूपाने बाहेर पडू लागली आहे. ड्रग्ज, सेक्स, हिंसा, आत्महत्या, डिप्रेशन, नैराश्य अशा नानाविध व्याधी या नवसंस्कृतीतून निर्माण झाल्या आहेत.

मी तीन रेव्ह (ड्रग्ज) पार्ट्यांवर धाडी घातल्या आणि अनेक तरुण-तरुणींवर कारवाई केली म्हणून खूप गदारोळ झाला होता. तिन्ही रेव्ह पार्ट्यांचे निमंत्रण हे सोशल मीडियाच्या माध्यमातून देण्यात आले होते. 'आयसिस' या दहशतवादी संघटनेने इंटरनेट व सोशल मीडियाच्या माध्यमातून अनेक तरुणांना आपल्या कडव्या विचारसरणीच्या प्रभावाखाली आणून आपल्या जाळ्यात ओढले आहे. जात, धर्म, पंथ, भाषेच्या नावावर रोज लाखो विषारी पोस्ट शेअर केल्या जातात. जातीय

तणाव वाढतात आणि दंगली घडवून आणल्या जातात. मुळात हे सर्व संसर्गजन्य आहे. खूप वेगाने फोफावले आहे. प्रत्येक घरात घुसत आहे आणि मनात घर करून बसले आहे. त्याच्या नियमनासाठी कशी आचारसंहिता बनविता येईल, त्यात वय, दर्जा, शिक्षण, सामाजिक व सांस्कृतिक पार्श्वभूमी यांचा कसा विचार करता येईल, यावर विचारमंथन सुरू आहे.

लहान मुलांच्या हातात हा भस्मासुर पालकच देतात. हातात मोबाइल आल्याबरोबर चिमुरडी चिडिचूप होऊन जातात. वाद घालत नाहीत, हट्ट करीत नाहीत किंवा त्रासही देत नाहीत. रोबोटसारखी मोबाइलमध्ये नजर घुसवून, मान खाली घालून तासन्तास मंत्रमुग्ध अवस्थेत मग्न होऊन जातात. अलीकडेच मुक्ता पुणतांबेकरांचा एक लेख माझ्या वाचनात आला होता. त्यांच्या व्यसनमुक्ती केंद्रात १६ वर्षांच्या मुलाला पालक घेऊन आले होते. तो एवढा इंटरनेट-ॲडिक्ट झाला होता, की मोबाइलवर गर्क असताना पॅन्टमध्ये लघवी झाली, हेही त्याला कळले नव्हते. भयानक मानसिक आजाराचे हे प्रातिनिधिक उदाहरण असू शकेल. आई-बाबा नोकरीवर जातात. त्यामुळे मुलांना वेळ देता येत नाही. कुटुंब छोटे असल्यामुळे मुलांचा कुणाशीही संवाद होत नाही. शाळेत, मैदानावर रूढ मैत्रीची संकल्पना व मैदानी खेळ हे हळूहळू कालबाह्य होऊ लागले आहेत. त्यामुळे इंटरनेटच्या व्हर्च्युअल जगात सेल्फी, लाईक्स, शेअरिंग आणि कॉमेंट्समध्येच त्यांच्या भावनिक संवादाचा विचकट 'इमोजी' झाला आहे. सगळे खोटे, बेगडी आणि कल्पनेतले. वास्तविकता आणि तार्किकता याचा अर्थाअर्थी काही संबंध नाही. पालकही मुले गोंधळ घालत असतील, घरी एकटी असतील, घरात पाहुणे आले असतील किंवा कार्यक्रमात किरकिर करीत असतील, तर मुलांच्या तोंडाला मोबाइलरूपी चिकटपट्टी बांधतात. मग काय, तेरी भी चूप मेरी भी चूप. अनेक हिंसक व्हिडिओ गेम्समुळे मुलांच्या संवेदनाही बोथट होऊन ती आक्रमक बनतात. त्यांचा निसर्गसुलभ खोडकरपणा, बागडणे बंद होऊन जाते आणि त्यांच्यातले उर्मट, आक्रमक व भावनिक अतिरेकाने ओतप्रोत असे बालराक्षस जागे होतात. त्यांच्या भौतिक मागण्या वाढत जातात. त्यांच्या मनाचा ओढा चंगळवादाकडे आणि व्यसनाधीनतेकडे अधिकाधिक वाढतो. स्नॅप चॅट, व्हॉट्सॲप, फेसबुक, इन्स्टाग्रामवर आपली नको ती चित्रविचित्र चित्रे ते बेदरकारपणे अपलोड करतात आणि अनेक जण कामांध व वासनांध अशा इंटरनेटवर छुप्या वावरत असणाऱ्या प्रीडेटरच्या जाळ्यातही ओढले जातात.

प्रत्येक जण म्हणतो, की यावर उत्तर एकच आहे. ते म्हणजे आईवडलांचा मुलांशी असणारा संवाद वाढवणे, त्या संवादाला रचनात्मक व क्रियाशील बनवणे. एकमेकांना वेळ देणे. पालक असे करीत नाहीत, असे नाही. अनेक पालक पूर्ण वेळ

देऊनही हे झंझावाती संकट रोखू शकत नाहीत. कुमारवय हे अत्यंत स्फोटक असते. अमेरिकेत याबाबतीत सर्व्हे झाला आहे. १२वीचे शिक्षण पूर्ण होईपर्यंत मुले अंदाजे वीस हजार तास इंटरनेटवर असतात. त्यात ते हजारो खून, आत्महत्या आणि बलात्कार पाहतात आणि लाखाच्यावर पोर्नोग्राफिक क्लिप्स पाहतात. याच वयात मेंदूचा पुढचा भाग विकसित होत असतो. चांगल्यावाइटाची समज नसते. त्यामुळे मुले भावनिक द्वंद्वातून प्रवास करीत असतात. त्यांना समजून घेणे, हे खूप जिकिरीचे असते. अनेकदा ती खोटे बोलतात, आपल्या चुका लपवण्याचा प्रयत्न करतात. पालकांनी त्यांना एकदम उघडे पाडले, तरी त्यांच्या भावनिक कोंडीचा विपरीत स्फोट होतो. त्यामुळे प्रश्न अजून चिघळतात आणि अनेकदा हाताबाहेर जातात. माझ्या एका पोलीस निरीक्षकाच्या मुलाने तर समजावून सांगणाऱ्या आईचा सपासप वार करून गळाच चिरला. तो म्हणे तिच्या कटकटीला वैतागला होता. सहनशक्ती, संयम या गोष्टी मुलांच्या व्यक्तिमत्त्वातून गायब होऊ लागल्या आहेत. फोन दिला तरी प्रॉब्लेम, नाही दिला तरी महाप्रॉब्लेम. त्यांचे टॅन्ट्रमस् आणि मूडची स्थित्यंतरे ही आकलनाच्या पलीकडे गेली आहेत.

ऑफिसमधून घरी आल्यानंतर आई-बाप दोघेही व्हॉट्सअॅप, फेसबुक, इन्स्टाग्रामवर व्यस्त असतात. पोर जवळ येते, आई-बाबांचे पापे घेते, थोडावेळ घुटमळते. काही प्रश्न विचारायचा प्रयत्न करते; पण आई-बाबांचे लक्षच नाही. ते त्याच्याकडे न पाहता मोबाइलवरच्या कॉमेंट्स पाहून हसत असतात. हे स्वतःबद्दलचे औदासीन्य पाहून, निराश होऊन ते मूल आपल्या खोलीत जाऊन आयपॅडवर, टॅबवर गेम खेळायला लागते. आई-बाप, पोरांचे मोबाइल व्यसन सुटत नाही म्हणून टाहो फोडतात; पण ही सुरुवातच मुळी आई-बाबांच्या स्क्रीनटाइमच्या आकर्षणाने झालेली असते. मोबाइलने पालक-पाल्य नात्यावर आणि मुलांच्या भावनिक व सामाजिक वर्तनावर विपरीत आघात केले आहेत. ज्यांचे पालक मोबाइलव्यसनी आहेत, ती मुले सार्वजनिक ठिकाणी जास्त गोंगाट घालतात, इतरांना वैताग आणतात. मोबाइल हा चांगल्या पालकत्वाचा आणि संस्कारांचा क्रमांक एकचा शत्रू आहे. मुलं आईवडलांच्या पावलांवर पाऊल ठेवून चालतात, ही म्हण नकारार्थी स्वरूपात मोबाइलच्या दुष्परिणामांनी सत्यात उतरली आहे. ज्या आया काम करताना फोनचा अतिवापर करतात आणि स्वत:ला बहुआयामी समजतात, त्यांच्या घरात संयम आणि सहनशीलता लयास जाते, तिथे अशांती नांदायला सुरुवात होते. सोशल मीडियावर चॅट करीत असताना पाय कधी घसरतो, हे कळतही नाही. मग गैरसमज विकृत रूप धारण करतात, वैवाहिक संबंधाचे बंध निखळून पडतात, विश्वासाचे बुरूज ढासळतात आणि संसार लीलया कोसळतात. फक्त मोबाइलमुळे वैवाहिक बंध तुटू लागणाऱ्या जोडप्यांची अनेक प्रकरणे पोलिसांच्या सायबर सेलला हाताळावी लागतात. अनेकदा अतिरेक

झाला की कितीतरी कुटुंबांत घटस्फोट होतात, आत्महत्या घडतात आणि खूनही पडतात.

असेही बाप असतात, जे सुट्ट्यांच्या दिवशी मुलांसोबत वेळ घालवण्याऐवजी लॅपटॉपवर बिझी असल्याचे दाखवतात. अशा अनावश्यक आणि घातकी सवयीने लोकांची एकाग्रता घटू लागली आहे. मेंदूवर या सवयीचे विपरीत परिणाम होतात आणि त्याची परिणती मानसिक आजारात होत आहे. चिडचिडेपणा, विसराळू वृत्ती, लक्ष विचलित होणे अशा त्याच्या प्राथमिक लक्षणांनी तरी डोळ्यांवरची इंटरनेटी झापड उघडायची गरज आहे. या डिजिटल साधनांच्या वापरावर योग्य आणि विवेकी अंकुश लावणे, हे व्यक्ती आणि कुटुंबाच्या शारीरिक व मानसिक स्वास्थ्यासाठी अनिवार्य झाले आहे. ज्या वेळी पालक मुलांकडे पूर्णपणे अविभाजित लक्ष देतात, त्या वेळी त्या मुलांची वाढ ही आरोग्यदायी आणि सर्वांगीण होत असते. त्या मुलांचा आत्माभिमान आणि स्वयंस्फूर्ती आपसूक उंचावलेली असते; पण ज्या क्षणी पालक मोबाइलवर हूक होतात; त्यांची मुले अनेकदा हिरमुसतात, आतून घुसमटतात आणि मग विचित्र, विकृत आणि अविवेकी आवेगाने व्यक्त होतात.

यावर काय मार्ग? टीन एजला कसे सांभाळायचे, त्यांच्यावर बंधने कशी ठेवायची. त्यांना जबाबदारीची जाणीव कशी करून द्यायची. आयफोन भेट देते वेळी एका आईने आपल्या १३ वर्षांच्या मुलाला लिहिलेले पत्र माझ्या वाचनात आले होते. हे पत्र म्हणजे पालकांनी मुलाशी केलेल्या कराराचाच एक आदर्श नमुना आहे. फोन देतेवेळी मुलाकडून असणाऱ्या तिच्या अपेक्षा तिने स्पष्ट आणि असंदिग्ध शब्दांत मांडल्या आहेत. ती सांगते की,

'तंत्रज्ञानाबरोबर तुला सहजीवन जगताना एक तंदुरुस्त आणि सर्वगुणसंपन्न युवक बनवणे, हीदेखील आम्हा पालकांची जबाबदारी आहे. ज्या अटी या करारात आम्ही घालत आहोत, त्यांचे पालन केले नाही तर तुझा आयफोन काढून घेण्यात येईल. हा फोन माझा आहे, तो मी विकत घेतला आहे आणि तुला तो उसनवारीने दिला आहे. बरे, मला त्या फोनचा पासवर्ड नेहमी माहीत असेल. तो फोन जर वाजला, तर तो रिसिव्ह कर. मम्मी व डॅडी असे स्क्रीनवर शब्द दिसले, तर टाळू नकोस. रोज शाळेच्या दिवशी साडेसात वाजता आणि सुट्टीच्या दिवशी नऊ वाजता तू तो फोन आई किंवा बाबांच्याकडे जमा करशील. फोन करायचा असेल, तर रात्री तू लँडलाइनवरून कर. आणि हो, फोन तुझ्यासोबत शाळेत जाणार नाही. तू मित्रांशी गप्पा माराव्यास. हे सुखी आणि आनंदी सहजीवनाचे गुपित आहे. हा फोन कुणाला फसवण्यासाठी, खोटं बोलण्यासाठी किंवा मूर्ख बनवण्यासाठी वापरणार नाहीस. दुसऱ्याला दुखावणार नाहीस. तू समोरासमोर प्रत्यक्ष बोलू शकणार नाही, असे

कोणालाही काहीही टेक्स्ट करू नकोस. पालकांसमोर जे मोठ्याने बोलू शकणार नाहीस, असेही काही तू त्यांना ई-मेल किंवा मेसेजेसने पाठवणार नाहीस. अश्लील फोटो आणि व्हिडिओ, स्ट्रिक्टली नाही. माझ्याशी निर्धास्तपणे शेअर करू शकशील, अशीच माहिती तू इंटरनेटवर शोधशील आणि याबाबत तुझ्या मनात कोणतीही शंका असेल, तर मला किंवा बाबांना विचारशील.

जेव्हा तू सार्वजनिक ठिकाणी असशील, सिनेमा बघत असशील, रेस्टॉरंटमध्ये मित्रांसोबत जेवत असशील किंवा कोणाशी बोलत असशील, तर कृपया फोन बंद कर, किंवा तो सायलंट कर. तुझी प्रतिमा उर्मट मुलगा अशी नाहीये. त्यामुळे तुझ्या फोनला तुझे नकारात्मक प्रतिमेत रूपांतर करू देऊ नकोस. तुझ्या स्वतःच्या किंवा इतरांच्या खाजगी अवयवांची चित्रे कुणाला पाठवू नकोस. हसू नकोस! तू हुशार मुलगा असलास, तरी एके दिवशी असे काही तरी करण्याचा मोह तुला आवरता येणार नाही. हे अत्यंत घातक आहे आणि त्यामुळे तुझे कुमारवय, तारुण्य आणि शिक्षण तिन्ही धोक्यात येऊ शकते. सायबरची दुनिया ही अत्यंत विस्तारलेली आणि आक्रमक आहे आणि तुझ्यापेक्षा खूप अधिक शक्तिशाली आहे. एकदा त्यात तुझ्या एखाद्या मूर्खपणाच्या विकृत कृतीने शिरकाव केला, तर त्याला त्या सायबर विश्वातून काढून टाकणे केवळ अशक्यप्राय आणि दुरापास्त आहे. तुझी बदनामी तुला आयुष्यभर चिकटून राहील आणि भुतासारखी झपाटेल. प्रत्येक क्षणी स्वतःचा सेल्फी आणि व्हिडिओ काढू नकोस.

प्रत्येक खाजगी गोष्ट सार्वजनिक करण्याची गरज नाही. जीवनाच्या प्रत्येक प्रसंगाचा आणि क्षणाचा निरपेक्षपणे आनंद घे. या सगळ्या गोष्टी तुझ्या स्मरणात आयुष्यभर राहतील. कधीतरी घरी फोन ठेवून बघ. तो तुझ्या सजीव शरीराचा भाग नाही. त्याच्याशिवायही जगून बघ. ते वेगळे आणि अधिक हॅपनिंग असेल. खूप चांगले, अर्थपूर्ण आणि शास्त्रीय संगीत तू या फोनवर ऐकू शकतोस. तुझे मित्र ऐकत असतील, अशा त्याच त्या ट्यून्समध्ये अडकू नकोस. तुझी क्षितिजे खूप खूप रुंदावतील आणि या फोनला तुझा रचनात्मक व सर्जनशील साथीदार बनवशील, अशा या इंटरनेटच्या विश्वात सवयी शोध ना! तुझ्या मेंदूला आणि बौद्धिक क्षमतांना प्रगल्भ बनवणारे आणि आव्हान देणारे गेम्स खेळायला हरकत नाही. आणि हो, डोळे वर आणि नजर समोर ठेव. सभोवताली काय घडतंय, याची जाणीव तुला असू दे. खिडकीतून डोकावून पाहा. पक्ष्यांची किलबिल ऐक, अनोळखी व्यक्तीशी बोल आणि गूगल न करता भटकंती कर.'

खूप बोलके आहेत आईचे हे शब्द. सगळ्यांनी हे सगळे समजून आणि उमजून घेण्यासारखे आहे. मुले कशी भराभर वाढतात. त्यांच्या आकांक्षांचे पंख खूप वेगाने

अवकाशात झेपावतात. हे सगळे नियम खरेतर रोजची दिनचर्या कशी असावी, यासाठीही चपखल लागू आहेत. अलीकडेच मी आय.ए.एस. टॉपर प्रांजल पाटीलचा सत्कार केला. देवाने तिला दृष्टी दिली नाही; पण दूरदृष्टी मात्र भरभरून दिली आहे. तिने यू.पी.एस.सी.च्या अभ्यासासाठी मोबाइल आणि इंटरनेटचा पुरेपूर उपयोग करून घेतला. नेटवर अनेक भाषणे ऐकली. 'इंडिया आफ्टर गांधी' या रामचंद्र गुहांच्या पुस्तकाची तर तिने यू ट्यूबवर पारायणे केली. अभ्यासाचे अनेक ऑडिओ तिने मोबाइलवर डाउनलोड केले. त्यांचा खूप जिद्दीने अभ्यास केला आणि डोळे नसणारी ही वीरांगना देशात टॉपरच्या यादीत झळकली.

'जस्ट डिस्कनेक्ट' हाच या भस्मासुरी संकटावरचा एकमेव उपाय आहे. हे मोबाइल आता कॅन्सरसारख्या भयानक रोगाची त्सुनामी घेऊन येणार, असे भाकीत शास्त्रज्ञ वर्तवू लागले आहेत. कॉर्डलेस फोनमधून निघणारी विद्युत चुंबकीय प्रारणे मानवी आरोग्यासाठी घातक असतात. मोबाइल शरीराच्या जितका जवळ, तितका त्याचा धोका अधिक असतो. मोबाइल वापरामुळे डीएनए तुटते आणि फ्री रॅडिकल तयार होतात. त्यामुळे कॅन्सरसह विविध आजारांना निमंत्रण मिळते. आजपर्यंत फोनच्या जैवरासायनिक परिणामांचा विचार करताना 'डोपामाईन' या हार्मोन्सचाच विचार व्हायचा. डोपामाईन हे हॅपी हार्मोन आहे; पण त्याचा अतिरेक घातक असतो. डोपामाईनच्या अतिरेकामुळे माणसाला व्यसने जडतात. मोबाइलच्या वापराने डोपामाईन शरीरात स्रवते, त्यामुळे फोन हातातून सुटत नाही. भान मात्र सुटते; कारण कॅसिनो किंवा जुगाराच्या स्लॉट मशिनप्रमाणे मोबाइलमधली वेगवेगळ्या ॲपलिकेशन्सची संरचनाच मुळी मोहपाशात गुंडाळण्यासाठी केलेली असते; पण काहीवेळा 'डोपामाईन' बरे अशी परिस्थिती झाली आहे.

आजकाल मोबाइलमुळे शरीरात निर्माण होणाऱ्या 'कॉर्टिझॉल' या विषारी हॉर्मोनची अधिक चिंता आहे. 'कॉर्टिझॉल' खरे तर आपण 'फाइट किंवा फ्लाइट' मोडमध्ये असतो, त्या वेळी तयार होते. आपण संकटात ज्या वेळी संघर्ष किंवा सुटका यासाठी जीव एकवटतो, त्या वेळी कॉर्टिझॉल आपल्या शरीरामध्ये बदल घडवते. आपले बी.पी. वाढते, दरदरून घाम येतो, रक्तामधील साखर वाढते, हृदयाचे ठोके गतिमान होतात; जेणेकरून आपण त्या संकटावर मात करायला सिद्ध होत असतो; पण हे खऱ्या संकटाच्या वेळी ठीक आहे; पण मोबाइलच्या स्वतःहून ओढवून घेतलेल्या आक्रमक शिरकावामुळे तणाव निर्माण करणाऱ्या अनेक ई-मेल्स, मेसेजेस हे 'कॉर्टिझॉल'चा विखारी डोस देऊन जातात. पूर्वी पत्र लिहिताना विचार व्हायचा. डोके शांत झाल्यावर लिहायला सुरुवात होई; पण आता फटाफट, क्षणाचीही उसंत न दवडता नातेसंबंध, मैत्री, जिव्हाळा, आपुलकीचे बंध उद्ध्वस्त करणारे 'चॅट' तयार होतात. मानसिक व्याधी जडण्याचे आणि घर दुभंगण्याचे मूळ

सोशल मीडिया आणि चॅटिंगच्या मायाजालात दिसते.

आजकाल प्रत्येकाचा मोबाइलचा साधारण वापर चार तास आहे. इतर वेळी तो हाताच्या अंतरावरच ठेवला जातो. त्यामुळे अनेक ॲप्स, सोशल मीडिया, ई-मेल यांचा आपसूक दबाव त्या व्यक्तीवर तयार होतो. त्यानेच कॉर्टिझॉलची पातळी वाढते. त्याचा मेंदूच्या पुढच्या भागावर परिणाम होतो. याच भागात माणसाच्या निर्णयक्षमता आणि विवेकबुद्धीचा पाया असतो. हाच भाग आपल्याला मूर्ख आणि अविवेकी वर्तनापासून परावृत्त करतो. आपल्याला मोबाइलला टाळता येणार नाही; पण त्याच्या उन्मादक उच्छेदाला वेसण तर घालता येईल. एक तर येणारी सर्व अनावश्यक नोटिफिकेशन्स बंद करणे आणि जी ॲप आपल्या डोक्यात घरघर करीत आहेत, उगाच धाकधूक वाढवत आहेत; त्यांना एकतर फोल्डरवर लपवावे किंवा थेट डिलिट करावे. फोनपासून ठरावीक वेळ पूर्ण मुक्तता हाही चांगला उपाय आहे. आठवड्यातून एक दिवस फोनचा पूर्ण उपवास ठेवता येईल. सुरुवातीला जेवताना फोनला हात लावायचा नाही, येथून सुरुवात करता येईल. आपल्या जीवनाचा अविभाज्य भाग होऊन आपल्या मनावर बांडगुळाप्रमाणे वाढून अधिराज्य गाजवणाऱ्या मोबाइलचा बंदोबस्त येनकेन मार्गाने करावाच लागेल.

पालकांनो, वेळीच जागे व्हा आणि आपल्या नव्या पिढीला त्यांच्या उत्तुंग स्वप्नांना गाठायला मदत करा. त्यांच्या पायांना वेटाळू पाहणाऱ्या विषारी सर्पांना वेळीच ठेचा. मला माहीत आहे, हे सगळे सांगणे सोपे आहे; पण प्रत्यक्षात अमलात आणणे कठीण आहे. दुर्दैवाने चुकीचे, फसवे, विकृत आणि बेगडी खूप वेगाने पसरते. चांगल्या आणि रचनात्मक गोष्टी पसरायला जाणीवपूर्वक, पद्धतशीर प्रयत्न करावे लागतात. आज पालक, शिक्षक, माध्यमे, स्वयंसेवी संस्था आणि शासन या सर्वांनी एकत्र येऊन या घोंगावणाऱ्या अक्राळविक्राळ झंझावाताला कसे सामोरे जाता येईल, याची रूपरेषा ठरवली पाहिजे. काही बंधने, नियम आणि आचारसंहिता घालून दिली पाहिजे. समाजात जर हा चांगला संसर्गही पसरला, तर आपण अवकाळी येणाऱ्या वितुष्टांना वेळीच थांबवू शकू. शासनाने सायबर पोलीस ठाणी निर्माण केली आहेत, हे होकारात्मक पाऊल आहे; पण परमेश्वराला प्रार्थना आहे की, कोवळ्या जीवांच्या भावनिक विश्वाला चक्काचूर करणाऱ्या सायबर हल्ल्यांचा तपास करायचे काम या पोलीस अंमलदारांना करायची वेळ येऊ नये.

एक प्रार्थना आहे की, ‘हे ईश्वरा, ज्या गोष्टी मी बदलू शकत नाही, ते स्वीकारण्याचे मला धैर्य दे. ज्या गोष्टी बदलू शकतो, त्या बदलण्याचे सामर्थ्य दे. ज्या गोष्टी मी बदलू शकतो आणि ज्या बदलू शकत नाही, या दोन्हींमधला फरक ओळखण्याचे शहाणपण दे.’ मला वाटते की, हा बदल रचनात्मक आणि होकारात्मक कसा होईल, यासाठी आपण सर्वांनी जाणीवपूर्वक प्रयत्न करायला हवा. चांगल्या

समाजाची स्थापना करायची असेल, तर व्यक्तीच्या विकासापासून सुरुवात केली पाहिजे. त्यासाठी मूलभूत पाया विचारांचा आहे. मनातले विचार शब्दांत परावर्तित होतात. शब्दांतून कृती घडतात. ज्या कृती आपण सतत करतो, त्यातून सवयी जडतात. चांगल्या कृती केल्या तर चांगल्या आणि वाईट कृती केल्या तर वाईट सवयी अंगवळणी पडतात. सवयींतूनच चारित्र्य आणि चारित्र्यातूनच भविष्यकाळ आकारास येतो.

◆

युवा ऊर्जा, सुरक्षा आणि विचारांची संसद

अकादमीचे वातावरण शिस्तप्रिय आणि पारंपरिक असले, तरी आमचे विचार आणि दृष्टिकोन व्यक्त करायची संधी दिली जायची. दरवर्षी होणाऱ्या वादविवाद स्पर्धा ही अशीच एक संधी असायची. विश्व रोज बदलते आहे. त्या बदलांमुळे जगाच्या आणि देशाच्या पातळीवर वैचारिक उलथापालथ व व्यवस्थेतील स्थित्यंतरे होत असतात. अकादमीत सुरक्षितता आणि सार्वजनिक सुव्यवस्थेतील बदलांना कसे सामोरे गेले पाहिजे, यावर विचारमंथन केले जायचे. तंत्रज्ञान आणि दळणवळणातील उत्क्रांतीमुळे २१व्या शतकातील आव्हानांना समर्थपणे सामोरे जायचे असेल, तर वैचारिक फड भरलेच पाहिजेत. या संक्रमणात युवा शक्तीला वाममार्ग आणि आत्मघातकी प्रवृत्तीपासून दूर ठेवण्यासाठी सर्व स्तरांतून संघटित आणि पद्धतशीरपणे प्रयत्न होणे आवश्यक आहे. मी पश्चिम महाराष्ट्राचा आय.जी. होतो, त्या वेळी अकादमीतील वादविवाद स्पर्धेच्या धर्तीवर युवक संसद स्पर्धेचा प्रयोग केला. माझ्याकडे १४६ पोलीस ठाणी होती. प्रत्येक ठाण्याच्या क्षेत्रातील दहा शाळा आणि महाविद्यालये निवडून अशा १४६० शाळांतून १४,६०० विद्यार्थी-विद्यर्थिनींना पोलिसांच्या व्यासपीठावर बोलायला लावले. सुमारे १५ लक्ष युवकांनी या स्पर्धेत वेगवेगळ्या ठिकाणी प्रेक्षक म्हणून हजेरी लावली. ज्या विषयावर कधी शाळेत शिकवले जात नाही, महाविद्यालयात मोकळेपणाने बोलले जात नाही; असे विषय आम्ही निवडले होते. अर्थातच हे विषय 'पोलीस खात्याशी', 'गुन्हेगारीशी' किंवा 'कायदा सुव्यवस्थे'शी निगडित होते. 'महिला आणि बालकांवरील लैंगिक अत्याचार', 'इंटरनेट आणि सोशल मीडियाचा अतिरेक', 'ड्रग्स', 'सायबर गुन्हे', 'विद्यार्थी आत्महत्या', 'मूलतत्त्ववाद', 'जातीय दंगली', 'भ्रष्टाचार', 'घरगुती हिंसाचार', 'चांगला आणि वाईट स्पर्श', 'दहशतवाद', 'सायबर गुन्हे', 'ट्रॅफिकचे व्यवस्थापन'

या व यांसारख्या विषयांवर या संसदेत सकारात्मक आणि उपाययोजनांवर फोकस करून चर्चासत्रे घडवून आणली.

आपण आज ज्या जगात राहतो, तिथे वंगाळ वेगाने पसरते. ते आपण राहतो त्या गल्ल्यांतच पसरत नाही, तर आपल्यावर जे गारूड करून राहते, त्या मनाचाही ते अल्पावधीत ताबा घेते. किशोरवयात इंटरनेट तर पोषक मन आणि बुद्धीच्या चारी बाजूंनी घोंगावू लागले आहे. त्यामुळे दहशतवादाविरुद्धचा रणसंग्राम हा मनसंग्राम करावा लागणार आहे. किशोरवयात मनावर आसपासच्या घडामोडींचा प्रभाव जलद गतीने पडत असतो. त्या मनात प्रचंड जिज्ञासा असते. याच वयात ते मन विचारांची मशागत करते आणि त्यानुसार पुढच्या अनेक दशकांसाठीचे व्यक्तिमत्त्व घडते. हा युवक भविष्यकाळातील समाजाभिमुख नेता होणार असतो, तो विषारी विचारांनी प्रदूषित होऊन स्वतःला समाजविघातक शक्तीच्या हवाली करतो. अशा विकसनशील आणि संस्कारशील युवा मनांना साद घालण्यासाठी रान उठवण्याची गरज आहे. शाळेच्या वर्गात अशा संस्कारांची आणि विचारांची पोपटपंची पढवून चालणार नाही. त्यासाठी विद्यार्थ्यांनी स्वतः अभ्यास, संशोधन, चर्चा आणि वादविवाद घालून निष्कर्ष काढले पाहिजेत. स्वतःच्या आणि समाजाच्या भवितव्याची योग्य वाट कोणती आहे, हे त्यांच्या तर्कनिष्ठतेने त्यांनीच ठरवले पाहिजे.

युवा संसद हे त्या दृष्टीने टाकलेले पाऊल होते. आम्ही पोलीस समाजातल्या विषवल्लींना ठेचण्यासाठी रोज प्रयत्न करीत असतो. अनेकदा या देशाला अस्थिर करू पाहणाऱ्या, जनसामान्यांच्या जिवावर उठलेल्या विषारी शक्ती संघटितपणे ताकदीने वाढण्याचा प्रयत्न करत असतात. अक्राळविक्राळ फोफावण्यासाठी त्यांना हवे असते खतपाणी आणि कच्चा माल युवाशक्तीचा! एकदा युवकांची माथी भडकावली आणि मने काबीज केली की, मग त्यांना नंगा नाच घालता येतो. ही स्पर्धा आमच्या छोटेखानी कार्यक्षेत्रात सहभागी झालेल्या युवकांची बुद्धी आणि मानसिकता बदलू शकली. त्यांची जगाला, देशाला आणि समाजाला भेडसावणाऱ्या समस्यांशी ओळख झाली. त्यावर काय उपाय आहेत, याचीही आखणी त्यांनीच केली. एका वेळी एका संघात चार वक्ते असायचे. पहिला वक्ता विषयाची मांडणी करायचा. दुसरा मी जर जिल्हाधिकारी किंवा कमिशनर झालो, तर नोकरशाही मार्गाने दिलेल्या समस्येवर कसा मार्ग काढू शकेन, याविषयी बोलायचा. तिसरा जर मी आमदार, मंत्री किंवा मुख्यमंत्री झालो, तर राजकीय परिप्रेक्षात कसा प्रश्न सोडवू शकेन याविषयी, तर चौथा युवकांची ऊर्जा आणि युवाशक्ती या प्रश्नावर विजय मिळवण्यासाठी कशी उपयुक्त ठरू शकेल याविषयी बोलायचा. असे निश्चित दिशेने वक्त्यांचे विचारमंथन व्हायचे. मग परीक्षक सर्वांना मिळून काही प्रश्न विचारायचे. त्यांची उत्तरे मुले एकत्र बसून चर्चा करून द्यायला लागली. त्यांच्यातील

संघभावना आपोआप वाढली. त्यांच्या उत्तरातून युवाशक्तीची नावीन्यपूर्ण आणि रचनात्मक भूमिका पुढे येऊ लागली.

अगदी सोप्या आणि आगळ्यावेगळ्या कल्पना घेऊन मुले व्यक्त होऊ लागली. घरगुती हिंसाचारावर बोलताना एक मुलगी म्हणाली, "आपण घराची 'बेल वाजवू' हे अभियान चालवायला काय हरकत आहे. ज्या वेळी एखाद्या घरात हिंसेचा, मारहाणीचा किंवा भांडणाचा आवाज येत असेल, आपण त्या ठिकाणी धाडसाने त्या घराची बेल वाजवली पाहिजे. या बेलच्या आवाजाने ती हिंसा निश्चित थोड्या वेळासाठी का होईना थांबेल किंवा हिंसक वृत्तीला थोडा ब्रेक लागेल आणि पुढे घडणारे अघटित टळेल." एक स्पर्धक म्हणाला, "जर तुम्हाला रस्ते आणि सार्वजनिक ठिकाणांवरचे बॉम्बस्फोट रोखायचे असतील; तर तुम्ही भिकारी, कचरा गोळा करणाऱ्यांची मदत का घेत नाही. त्यांना पोलिसांचे कान आणि डोळे बनवा." आणि खरेच आम्ही त्यांना चौकाचौकांत 'कान आणि डोळे समित्या' बनवून पोलीसमित्र बनवले. भुरट्या साखळी चोरांपासून ते दरोडेखोरांपर्यंतचे सराईत गुन्हेगार पकडायला त्यांची मदत होऊ लागली.

सायबर गुन्हेगारी

नवी पिढी संगणकावर स्वार झाली आहे. इंटरनेट, सोशल मीडिया हा त्यांच्या जीवनाचा अविभाज्य भाग बनला आहे. सोशल मीडियावर एक जोक फिरत होता. लग्नासाठी स्थळ पाहायला गेल्यावर मुलाचे वडील विचारतात, 'मुलगी काय करते?' मुलीचे वडील सांगतात, 'ती हिरोईन आहे. टिकटॉकमध्ये! आणि तुमचा मुलगा काय करतो?' मुलाचे वडील सांगतात, 'फौजी आहे! पबजीमध्ये!' विनोद बाजूला ठेवू; पण सायबरच्या अतिरेकाने मानवी जीवन कसे गुरफटले आहे, हे युवा संसदेच्या व्यासपीठावर 'सायबर गुन्हेगारी' विषयावरचे नव्या पिढीचे विचार ऐकताना खास जाणवले. साध्यासोप्या भाषेत मुलांनी या गुन्हेगारी विश्वाचा उलगडा केला. पूर्वीच्या साक्षरतेची परिभाषा बदलून रोजच्या जीवनात आज सायबर साक्षरता अनिवार्य झाली आहे. यात आता ग्रामीण, शहरी असा भेद राहिलेला नाही. अगदी खेडेगावातही आज व्हॉट्स ॲप वापरले जाते. गावातली आजी शहरातल्या नातवाबरोबर व्हिडिओ कॉलवर बोलत असते. जगातील सगळे व्यवहार आता ऑनलाइन होण्याच्या मार्गावर आहेत. त्यातून सुलभता आणि पारदर्शकता वाढताना दिसते आहे; पण याबरोबरच या नव्या देणगीला गुन्हेगारीचा शापही लागला आहे. सायबर गुन्हे दोन प्रकारांचे असतात. एक, ज्यामध्ये संगणक हा गुन्हेगाराचे टार्गेट असतो. हॅकिंग किंवा वेबसाईटची डिफेसमेन्ट असे गुन्हे यात येतात. दुसरा प्रकार म्हणजे जिथे

संगणक हा साधन म्हणून वापरला जातो. फसवणुकीसाठी, बदनामी करण्यासाठी, मानसिक छळ करण्यासाठी. या दोन्ही प्रकारांच्या गुन्ह्यांना प्रतिबंध घालण्यासाठी शासनाने माहिती व तंत्रज्ञान कायदा पारित केला आहे. पारंपरिक गुन्हेगारांची आपल्याला माहिती असते; पण सायबर गुन्हेगार कुठे बसलेला आहे? देशात आहे की परदेशात? पुरुष आहे की स्त्री, काहीही कळायला सहज मार्ग नसतो. या अनोळखीपणामुळे गुन्हेगारांचे धाडस वाढत आहे. त्यांना कायद्याचीही भीती वाटत नाही. म्हणून अशा गुन्ह्यांचा छडा लावणे, हे यंत्रणांसमोरचे खूप मोठे आव्हान बनले आहे.

या गुन्ह्यांना प्रतिबंध करण्यासाठी काही मूलभूत दक्षता घेणे आवश्यक आहे. इंटरनेटवर तुमची ओळख ही फक्त तुमचा पासवर्ड आहे. तो पासवर्ड एकदा फुटला किंवा चुकून किंवा फसून शेअर झाला की संपले. तुमची आर्थिक फसवणूक होऊ शकते, तुमचा महत्त्वाचा डेटा चोरीला जाऊ शकतो. त्यामुळे पासवर्ड हा महिना-दोन महिन्यांतून एकदा बदलला पाहिजे. पासवर्ड हा सोपा नसावा. कोणाला त्याचा अंदाज बांधता आला नाही पाहिजे. जगातील ३० टक्के लोकांचा पासवर्ड हा 'पासवर्ड' या शब्दाचे अल्फाबेट असतात किंवा नावासमोर १, २, ३ अशा डिजिटने शेवट होणारे असतात. त्यामुळे गाडीचा नंबर, मुलांची नावे, जन्मतारीख यांचा त्यात समावेश नसावा. पासवर्ड हा किचकट ठेवावा. त्यात व्याकरणातील स्वल्पविराम, अपोस्टपी, उद्गारवाचक, प्रश्नचिन्ह अशी वेगवेगळी चिन्हे वापरावीत. कॅपिटल आणि स्मॉल दोन्ही प्रकारांचे अल्फाबेट व आकडेही असावेत. हॅकर तुमच्यावर डिक्शनरी अॅटॅक करत असतो. तुमच्या आणि तुमच्या कुटुंबीयांच्या नावासमोर १, २, ३ किंवा जन्मतारखा टाकून सलगपणे सगळे पर्याय तपासले जातात. हॅकरकडे असणाऱ्या अद्ययावत संगणकात एका सेकंदाला हजारो अटेम्प्ट होतात आणि तुमचा पासवर्ड सोपा असेल, तर सहज क्रॅक केला जातो. मग काय, तुमच्या वतीने हॅकर धमकी देऊ शकतो, फेसबुकवर आक्षेपार्ह पोस्ट लिहू शकतो, ई-मेल पाठवू शकतो. तुम्ही हे कृत्य केलेले नाही; हे सिद्ध करणे, पटवून देणे खूप कठीण आहे.

आमची पिढी तंत्रज्ञान शिकली; पण नवी पिढी ही तंत्रज्ञानासोबतच जन्माला आली आहे. त्यांना संगणकाचे बाळकडू लवकर मिळते. त्यांचे ज्ञान अगाध आणि गतिमान आहे; मात्र सुरक्षिततेबद्दल त्यांना तेवढी माहिती आणि प्रगल्भता नाही. सगळ्या गोष्टी ते या आभासी जगतात शेअर करत असतात. पालकांनी किमान पाहावे की, ती मुले कोणते अॅप्स वापरतात, त्यांच्या फ्रेंडलिस्टमध्ये कोणकोण आहे. अनेक लैंगिक राक्षस इंटरनेटवर खोट्या नावाने वावरत असतात. अगदी कोवळ्या वयाच्या मुलांचे प्रोफाईल फसवून ठेवतात. फेसबुकवर २२ वर्षांचा देखणा प्रोफाईल फोटो असणारा कदाचित ५५ वर्षांचा लिंगपिसाट असू शकतो. पालकांनीही

जरी रस नसला, तरी फेसबुकचे अकाउंट उघडावे आणि मुलांना सांगून त्यांच्या फ्रेंडलिस्टमध्ये शिरकाव करावा. हो, त्यामुळे मुलांचा खाजगीपणा थोडा कमी होतो; पण हे रस्ता क्रॉस करण्यासारखे आहे. थोडा त्यांचा हात पकडून अपघातापासून बचाव करावाच लागेल. या सगळ्या धोक्यांबाबत आणि खबरदारीबाबत योग्य मार्गदर्शन होईल, असे संगणकाच्या आणि इंटरनेटच्या वापराचे धडे शाळाकॉलेजांत दिले पाहिजेत. घरी मुलांनी आणि पालकांनी बसून इंटरनेट करार करावा. ही संकल्पना पाश्चात्त्य देशांत अवलंबली जाते. त्यात सोशल मीडियावर तुम्ही कोणते फोटो शेअर करणार, बंद खोलीत कॅमेरा वापरणार नाही, आक्षेपार्ह आणि दुसऱ्याच्या भावना दुखावल्या जातील असे काहीही शेअर करणार नाही, घरात सर्वांना दिसेल असा हॉलच्या मध्यभागी टेबलवर लॅपटॉप ठेवला जावा, असे सर्वानुमते ठरवले जाते आणि त्याची अंमलबजावणी करण्यात येते. आपणही अशा करार पद्धतीचे अनुकरण करायला हरकत नाही. तुमचा संगणक नेहमी अद्ययावत ठेवा. जुन्या ऑपरेटिंग सिस्टिममधल्या त्रुटी, बग्ज या हॅकरला माहीत असतात. या त्रुटी जगातील लाखो संगणक हॅकर हे त्यांच्या कृष्णकृत्यासाठी 'बॉट' म्हणून वापरत असतात. अनेकदा हॅकर तुमच्या घरातील जुन्या सिस्टिमच्या संगणकाचा रिमोट कन्ट्रोलने गुन्ह्यासाठी वापर करत असतो आणि तुम्हाला त्याची सुतराम कल्पनाही नसते. त्यासाठी अद्ययावत अँटी व्हायरस टाकणे, सिस्टिम अपडेट करणे आवश्यक आहे. शक्यतो परवाना असणारे सॉफ्टवेअर वापरावे आणि ते नको असतील तर ओपन सोर्सवर असणारे मोफत सॉफ्टवेअर वापरावे. अशांना शक्यतो बॅकडोअर प्रवेश नसतो. त्यांचा सोर्स कोड उपलब्ध असतो आणि ते आपोआप अपग्रेड होत राहतात.

आज मोबाइल आपल्या हातात आहे. तो एक सुपर कॉम्प्युटरच आहे. आज आपण नेटबँकिंगच्या माध्यमातून सगळे वित्तीय व्यवहार सुरू केले आहेत. आजकाल बँक फ्रॉड आणि क्रेडिट कार्ड फ्रॉड मोठ्या प्रमाणात वाढले आहेत; पण त्याचे रिपोर्टिंग अत्यल्प दिसते. बँका किंवा कॉर्पोरेट हाउसेस विश्वसनीयतेला आणि रेप्युटेशनला तडा जाईल, या भीतीपोटी पुढे येत नाहीत. नाव खराब होऊ नये म्हणून अनेकदा पीडित व्यक्तीला नुकसानभरपाई देऊन सेटलमेन्ट केली जाते. त्यामुळे गुन्हेगार मोकाटपणे गुन्हे करत आहेत. ई-मेल आणि क्रेडिट कार्डाच्या माध्यमातून विशेषतः ज्येष्ठ नागरिकांना फसविल्याची उदाहरणे तर रोज ऐकायला मिळतात. याबाबत काही बेसिक खबरदारी घेतली, तर आपण यापासून दूर राहू शकतो. सगळ्यात महत्त्वाचे म्हणजे आपले बँक स्टेटमेंट तपासले पाहिजे. 'सलामी' नावाचा एक ॲटॅक असतो. त्यामध्ये प्रत्येक अकाउंटमधून फक्त पन्नास रुपयेच काढले जातात. अशा छोट्या रकमा लाखो अकाउंटमधून काढल्या जातात. त्यामुळे अशी कोणतीही संशयास्पद एन्ट्री झाली असेल, तर बँकेला त्वरित कळवा आणि

आपला पिन नंबर बदला. आपण क्षुल्लक रक्कम आहे म्हणून दुर्लक्ष करतो; पण जो पन्नास रुपये काढू शकतो, तो पन्नास लाखही काढू शकेल.

आपला पिन नंबर सतत बदलत राहिले पाहिजे. सुरुवातीला बँकेने दिलेला पिन तर त्वरित बदलला पाहिजे. पोस्टाने येणारे कार्डाच्या संबंधातील जे काही पत्रव्यवहार असतात, ते निष्काळजीपणे फेकू नयेत. त्यात काही बारकोड असतात, तुमची वैयक्तिक माहिती, अकाउंट नंबर असतो. त्याचाही दुरुपयोग होऊ शकतो. बँकेचे सुरक्षित ॲप असेल, तर त्यावरून व्यवहार करण्यास हरकत नाही; कारण त्याच्या सुरक्षिततेबाबत बँकेनी सर्व प्रकारची दक्षता घेतलेली असते. तुमच्या मोबाइल नंबरशी ते लिंक असते. ओटीपीद्वारे खातरजमा केली जाते आणि मगच व्यवहाराला हिरवा कंदील दाखवला जातो. तुम्ही पब्लिक वायफायवरून किंवा सायबर कॅफेमधून शक्यतो बँकिंग व्यवहार करू नयेत. जर केलेच, तर त्यातून व्यवस्थितपणे लॉगआउट व्हा. फिशिंग नावाचा फसवणुकीचा प्रकार सध्या खूप प्रचलित आहे. तुम्हाला अगदी खरा वाटेल, असा बँकेच्या नावाने ई-मेल येतो. त्यात बँकेच्या संबंधित काहीतरी महत्त्वाचे अपडेट करण्यासाठी ई-मेलच्या शेवटी असणाऱ्या लिंकवर क्लिक करायला सांगितले जाते. तुम्ही भोळेपणाने त्या लिंकवर क्लिक करून अगदी हुबेहूब दिसणाऱ्या वेबसाईटवर जाता. अगदी तुमच्या बँकेशी मिळतीजुळती म्हणजेच क्लोन केलेली वेबसाईट तुम्हाला खरी भासते. त्यावर तुम्ही तुमचा लॉगिन आयडी आणि पासवर्ड टाकला रे टाकला की तुमच्या अकाउंटवर दरोडा पडला हे निश्चित! त्यामुळे अशा कोणत्याही फसव्या ई-मेलला बळी पडायचे नाही की अशा लिंकवर क्लिक करायचे नाही, हा नेट बँकिंग करतानाचा मूलमंत्र ठेवावा. ज्या बँकिंग साईटवर एचटीटीपीएस आणि लॉकचे बोधचिन्ह नसेल, तिथे खतरा आहे. 'एस' हे सिक्युरिटीसाठी असते.

कोणतेही ॲप आंधळेपणाने डाउनलोड करू नये. गुगल स्टोअरवरचे 'स्मेश' नावाचे एक ॲप हे पाकिस्तानच्या 'आयएसआय'नी बनवून घेतले होते आणि भारतीय लष्कराच्या सगळ्या हालचाली आणि माहिती चोरण्यासाठी त्यांनी त्याचा वापर केला होता. ते ॲप मोबाइलमधील सगळे कॉल लॉग, लोकेशन, संदेश आणि डॉक्युमेंट्स सफाईने चोरायचे. ज्या वेळी तुम्ही कोणतेही ॲप फोनवर अपलोड करता, त्या वेळी त्याला सगळ्या प्रकारांचे फोटो, लोकेशनसाठी ॲक्सेस देता. वस्तुतः तुम्ही फोनवरच्या इन्स्टॉल केलेल्या ॲपपैकी फक्त पाच टक्के ॲपच वापरता. या इंटरनेटच्या विश्वात काहीही फुकट मिळत नसते, हे पक्के लक्षात ठेवा. प्रत्येक ॲपच्या मागे काहीतरी दडलेले असते. तुमची माहिती चोरून गुन्हेगारी स्वरूपाच्या नसल्या तरी कुठल्या न कुठल्या जाहिरातीच्या किंवा सर्व्हेच्या कारणासाठी वापरली जातेच. त्यामुळे आवश्यक नसेल, तर ॲपचा बोजा फोनवर ठेवू नका. ॲप

डाउनलोड करण्यापूर्वी गुगल प्ले स्टोअर किंवा आय ट्यून किंवा ॲपल स्टोअरवर फीडबॅक कॉलममध्ये लोकांनी दिलेल्या प्रतिक्रिया वाचा. जर त्या प्रतिकूल असतील, तर त्यापासून चार हात दूर राहा.

'जमतारा' नावाची एक चांगली वेबसिरीज सध्या चर्चेत आहे. त्यामध्ये दाखवल्याप्रमाणे बिहारमधील या एका आडवळणावरच्या गावात सायबर फसवणूक करणाऱ्यांचे नेटवर्क उभे राहिले आहे. ते असे गुन्हे करण्यासाठी कॉल सेंटरची यंत्रणा स्थापित करतात. तुम्हाला लॉटरी लागली आहे. तुमच्या विम्याची रक्कम पाठवायची आहे. तुम्हाला बँकेने बोनस दिला आहे. तुम्हाला रिवॉर्ड पॉइंट मिळाले आहेत आणि तुम्हाला कुटुंबीयांसोबत परदेशवारीची भेट देण्यात आली आहे, अशी प्रलोभने दाखवून सफाईदारपणे हे भामटे तुमच्याशी संवाद प्रस्थापित करतात. तुम्हाला ते तुमचीच सखोल माहिती देतात; त्यामुळे तुमचा पटकन विश्वास बसतो. अनेकदा जी माहिती तुम्ही निष्काळजीपणे सोशल मीडियावर किंवा बोगस ॲपवर एखाद्या क्विझमध्ये भरलेली असते, ती तुमचा घात करते. तुमचा आवडता रंग कोणता, तुमचा जन्म कुठे झाला, तुमच्या कुत्र्याचे नाव काय; हे सुरक्षिततेबाबत विचारले जाणारे प्रश्न असतात. आणि मग हळूच तुमचा पासवर्ड,. ओटीपी चतुराईने बोलता बोलता काढून घेतात. खरे तर तुमचे बँकेचे खाते त्या वेळी हायजॅक होत असते. त्यामुळे कृपया कोणतीही माहिती तुम्ही फोनवर देऊ नका. अशा प्रकारची माहिती कोणतीही बँक फोनवर विचारत नाही. आणि हो, आपल्या फोनचा आयएमइआय नंबर तुम्हाला ज्ञात असणे आवश्यक आहे. तुम्ही *#06# डायल केले की तुम्हाला दहा अंकी आयएमइआय नंबर मिळेल. तुमचा फोन चोरीला गेला किंवा हरवला, तर या संकेतांकाच्या आधारे त्याच्यापर्यंत पोहोचता येते. आय फोन आणि गुगलच्या फोनवर 'ट्रॅक माय फोन' ही सुविधा असते, ज्याच्याद्वारे तुम्ही तुमचा फोन लॉक करू शकता. त्याच्यावरचा डेटा नष्ट करू शकता. त्या फोनवर थांबवता येणार नाही, अशा मोठ्या आवाजात रिंग करू शकता. आणि हो, जुना फोन विकतेवेळी किंवा दुसऱ्याला भेट म्हणून देतेवेळी त्याचे मेमरी कार्ड काढून घ्या आणि त्याच्यावरचा डेटा सहा-सात वेळा फॉरमॅट करून द्या; कारण एकदा संगणकावर किंवा मोबाइलवर नोंद झालेली माहिती किंवा फोटो कधीही डिलिट होत नाहीत. डिलिट केलेले सहज रिकव्हर करता येते. तर त्याच्यावर अनेकदा लिहिल्याने ते फॉरमॅट करता येते.

सायबर गुन्हेगार हे पायाभूत सुविधा, सुरक्षा यंत्रणा आणि शासकीय कार्यालयांना नेहमी टार्गेट करीत असतात. खरे तर हे सायबर युद्ध सतत सुरू असते. जगात आपल्या देशातले संगणकतज्ज्ञ हे सर्वांत अधिक कार्यक्षम आहेत. तरीही आपल्याला खूप सावध राहावे लागते. ज्यामुळे जातिधर्मांमध्ये तणाव निर्माण होईल, फूट पडेल, समूहाच्या भावना दुखावतील अशा प्रकारचे संदेश सीमेपलीकडे जाणीवपूर्वक तयार

केले जातात. आपल्या देशात अशांतता निर्माण होण्यासाठी आणि दंगली घडवण्यासाठी त्यांचा बेमालूमपणे दुरुपयोग केला जातो. असे संदेश फेसबुक, ट्विटरसारख्या प्रसिद्ध सोशल माध्यमांतून पेरले जातात. हे रोज घडत असते आणि आपल्या सायबर यंत्रणा त्यांना थांबवण्याचा प्रयत्न सतत करत असतात; पण तरीही अशा भावनिक पोस्टला अनेक जण बळी पडतात आणि त्या विध्वंसक व आक्षेपार्ह पोस्ट शेअर करतात किंवा पुढे पाठवतात. त्यांना वाटते की, आपण तर घरबसल्या हे दुष्कृत्य केले आहे आणि आपल्याला काय होणार; पण तसे नसते. जे कृत्य प्रत्यक्ष जगात गुन्हा आहे, तो आभासी जगातही अपराधच असतो. तुमचा आयएमइआय नंबर जसा असतो, तसा तुमचा इंटरनेटचाही आय. पी. ॲड्रेस असतो. त्याआधारे पोलीस यंत्रणांना तुम्हाला पकडणे सहज शक्य असते. व्हॉट्सॲप ग्रुपचा जो ॲडमिन असतो, तोही यासाठी जबाबदार धरला जातो. त्यामुळे असे समाजविघातक आणि गुन्हेगारी स्वरूपाचे नसते उद्योग व उचापती करू नयेत, नाहीतर कारागृहात रवानगी होते.

नाशिकला असताना शासनाकडून अठरा मुलांवर कारवाई करण्यासाठी मला आदेश आले होते. या मुलांनी मेसेंजरवरून चाइल्ड पोर्नोग्राफीच्या व्हिडिओ क्लिप्स शेअर केल्या होत्या. ही सगळी मुले चांगल्या उच्चभ्रू घरांतील होती. एक मुलगा तर अतिवरिष्ठ अधिकाऱ्याचा भाऊ होता. अनेक पालक येऊन धाय मोकलून रडले. मुलांनी पश्चात्ताप व्यक्त केला; पण कायद्यामध्ये अजाणतेपणाला माफी नाही. सर्वांवर अतिशय कठोर कारवाई करावी लागली. असे रेकॉर्ड तयार झाले की, करिअर आणि जीवनाचे मातेरे व्हायला लागते. पासपोर्ट नाही, व्हिसा नाही, सरकारी नोकरी नाही. जो बट्टा लागतो, तो कधीही पुसला जात नाही. त्यामुळे नेटच्या या मोहक मायाजालात पाऊल टाकतेवेळी सावध पवित्रा आणि परिपूर्ण खबरदारी घेतली पाहिजे.

अपघात आणि आपण

युवा संसदेत 'वाहतूक, अपघात आणि त्यात होणारे मृत्यू' या विषयांवरची मुलांची वक्तव्ये डोळ्यांची झापडे उघडणारी होती. भारतामध्ये दरवर्षी दोन लाखांच्यावर लोक वेगवेगळ्या अपघातांमध्ये मृत्युमुखी पडतात. मी असे अनेक अपघात जवळून पाहिले आहेत. अनेक गंभीर अपघातांच्या घटनास्थळांना भेटी दिल्या आहेत. अपघातांना कसा ब्रेक लावता येईल, यावर खूप प्लॅन आणि उपाययोजना करण्यात आल्या आहेत; पण तरीसुद्धा असा एकही दिवस जात नाही, ज्या दिवशी वर्तमानपत्रांचे मथळे अपघातातील मृतांच्या रक्ताने माखलेले नसतात. मी पश्चिम मुंबईचा

अतिरिक्त आयुक्त असताना जुहूला मध्यरात्री झालेल्या अपघातात एकोणीस वर्षांची एक युवती ठार झाली आणि तिच्या दोन मैत्रिणी गंभीररीत्या जखमी झाल्या. वांद्र्याला एका पबमध्ये 'मजा' करून हे सहा तरुण मित्र-मैत्रिणी ह्युंदाई कारमधून घरी जात होते. सगळे जण नुकतेच टीनएज संपलेल्या वयोगटातील होते. मध्यरात्रीचे दोन वाजले होते. जाता जाता त्यांना वाटले, काहीतरी खावे म्हणून त्यांनी चौपाटीच्या दिशेने कार वळवली; पण गाडी चालवणाऱ्या राहुलचे नियंत्रण सुटले आणि गाडी एक रिक्षा, एक झाड आणि नंतर डिव्हायडरवर आदळली. मागच्या सीटवर एका मित्राच्या मांडीवर बसलेली ही मुलगी जबर जखमी झाली आणि त्यातच गेली. राहुलवर आम्ही कलम ३०४ लावले. सदोष मनुष्यवधाचा गुन्हा. त्याला पाच दिवसांची पोलीस कोठडी मिळाली. ज्याच्या मांडीवर ती मुलगी बसली होती, त्या मणीलाही कलम ३०४ लावता येते का, याचा मी अंदाज घेत होतो, तसा प्रयत्न करत होतो. राहुल प्यायलेला आहे, हे मणीला ठाऊक होते. तसे ते गाडीत बसलेल्या सर्वांनाच माहीत होते; पण जेव्हा गाडीला अपघात झाला, तेव्हा मणीच्या मांडीवर बसलेली ती मुलगी मणीसाठी 'शॉक ॲबसॉर्बर' ठरली आणि तिचे स्वत:चे मात्र यात सँडविच झाले आणि बळी गेला. कळत नाही, पालक या मुलांना पिऊच कसे देतात? प्यायल्यावर गाडी चालवूच कसे देतात? रात्री इतक्या उशिरापर्यंत त्यांना घराबाहेर, तेही पबमध्ये राहूच कसे देतात? 'ड्रंक ड्राइव्हिंग'वर नियंत्रण ठेवणे हे आमचे कर्तव्य आहे, खरे आहे; पण हजारो 'ड्रंक ड्राइव्हर्स'ना तुरुंगात धाडूनही ते गुन्हे कमी का होत नाहीत? याचा अर्थ त्याचे गांभीर्य कोणाला जाणवत नाही, असा आहे का? मध्यंतरी एका ठिकाणी वाचले होते, अमेरिकेत एक एनजीओ आहे, 'मॅड्ड' (MADD - Mothers Against the Drunken Drivers) अशाच अपघातात आपला तरुण मुलगा गमावलेल्या एका आईने सुरू केलेली ही संस्था आहे. अमेरिकेतील ज्या आयांनी आपल्या मुलांना अशा अपघातात गमावले आहे, त्यांची संघटना तिने बांधली. येनकेन प्रकारे आंदोलनांच्या माध्यमातून तिथल्या शासनव्यवस्थेवर तिने प्रचंड दबाव निर्माण केला. पर्यायाने दारू पिऊन गाडी चालवणाऱ्याविरुद्ध कडक कारवाईसाठी मोटर परिवहन कायद्यात आवश्यक ते बदल करण्यात आले. अमेरिकेत आज वाहतुकीचे नियम मोडण्याची कोणाची हिंमतच होत नाही.

कोल्हापूरला आय. जी. असताना असाच एक भयानक अपघात पाहिला होता. एका डम्परच्या उघड्या कंटेनरमध्ये टिकाव, खोरी, पहार, कुदळ अशी आपली बांधकामाची सगळी आयुधे तळाला ठेवून त्यावर ताडपत्री टाकून चाळीस मजूर रात्रीच्या वेळी प्रवास करीत होते. मृत्यूच्या साधनांवर त्यांना गाढ झोप लागली होती. भोर घाटात चालकाचा तोल सुटला आणि डम्परने रस्त्याच्या कठड्याला जोरात

ठोस दिली. या जोरदार धक्क्याने झोपलेली माणसे हवेत उडाली आणि जमिनीवर पडली. सोबतच ताडपत्रीच्या खाली असणारी त्यांची धारदार हत्यारेही हवेत उडाली आणि खाली पडलेल्या महिला, मुले, वृद्धांसह पस्तीस कामगारांच्या शरीरात वेगाने घुसली. पोलिसांना अनेकांच्या शरीराचे तुकडे गोळा करून साताऱ्याच्या सिव्हिल इस्पितळात आणावे लागले. असे भयानक अपघात रस्त्यावरच नाही, तर पाण्यातही होत असतात. इंदापूरजवळ उजनीच्या पाण्यात दारू पिऊन सेल्फी काढताना बोटीच्या एका कोपऱ्यात जमल्याने बोट कलंडून अकरा जणांना जलसमाधी मिळाल्याची घटना जुनी नाही. पुणे ग्रामीणला मी पोलीस अधीक्षक होतो, त्या वेळी भाटघर धरणाच्या पाण्यात होडी पलटी होऊन सत्तावीस जणांचा मृत्यू झाला होता. होडीची क्षमता वीस जणांची होती; पण एका वेळी ३५ लोक दाटीवाटीने तिच्यात बसले होते. बोट धरणात मध्यभागी आल्यावर कोलमडली. त्यातले सात जण पट्टीचे पोहणारे होते, त्यामुळे वाचले. बाकीच्या अठ्ठावीस जणांचे मृतदेह शोधायला आणि बाहेर काढायला आम्हाला दोन दिवस लागले. मला त्यावेळचे हृदय पिळवटून टाकणारे एक दृश्य अजूनही आठवते. सगळ्यांचे मृतदेह रिगर मॉर्टिसने ताठ झाले होते; पण एका आईच्या हाताच्या मुठीत तिच्या मुलाचा सदरा घट्ट पकडलेला होता. मी त्या मुलाचा मृतदेह पाहिला, तर त्याचा सदरा नव्हता; मात्र हात वरच्या दिशेने खेचलेले होते. ते मृतदेह पाहताना मला आईची शेवटच्या क्षणी आपल्या पोटच्या लेकराला वाचविण्यासाठीची केलेली केविलवाणी धडपड जाणवली. त्या आईने जिकिरीने त्याचा सदरा पकडला; पण तो मुलगा त्या शर्टातून सुटून दूर दूर निघून गेला. अशी उदाहरणे रोज घडत असतात. घरातील कर्त्याचे अपघाती निधन झाल्याने अनेक कुटुंबे उघड्यावर पडत असतात.

कोल्हापूरला आय.जी. असताना मी हेल्मेटबाबत आग्रह धरला; पण लोकांनी उग्र आंदोलन सुरू केले. आमचा कोल्हापुरी फेटा हेच आमचे हेल्मेट आहे. गाडी पार्क केल्यावर हेल्मेट ठेवायचे कुठे? हेल्मेटमुळे मानेचे त्रास सुरू होतात. जीव आमचा आहे, पोलिसांना काय पडले आहे. हेल्मेट घालून चोर महिलांची मंगळसूत्रे खेचू लागले आहेत, ते आधी बंद करा; यांसारखे अनेक युक्तिवाद आणि कारणे देऊन आमच्या मोहिमेचा पुरता फज्जा उडवण्याचा प्रयत्न झाला. ज्या वेळी नाशिकला पोलीस आयुक्त म्हणून मी चार्ज घेतला, शहरात रोज अपघाती मृत्यू होत होते. रस्त्यावरच्या झाडांना ठोकरून तरुण मुले मृत्युमुखी पडत होती. रस्त्यावरची पन्नास-शंभर वर्षे जुनी झाडे अपघाताचे कारण आहेत, म्हणून ती तोडून टाकण्याची मागणी होऊ लागली. मी या अपघातांची मालिका खंडित करण्याचा विडा उचलला. शुक्रवार, शनिवारी 'ड्रंक आणि ड्राइव्ह'ला प्रतिबंध करण्यासाठी रात्रीच्या वेळी नाकाबंदी लावली. मी स्वतः एका नाकाबंदीच्या पॉइंटवर उभा राहून दहा वाहनांच्या

चालकांना तपासले. बहुतांश आपल्या कुटुंबासह पार्टी करून येत होते. त्यातले नऊ जण दारू पिऊन गाडी चालवत होते. अशा पेताडांना रस्त्यातील मध्ये येणारी भलीमोठी झाडे दिसणार कशी? मी ट्रॅफिक शाखेकडे तपासणी केली, तर ब्रेथ ॲनालायझरच्या फक्त चार मशीन आमच्याकडे होत्या. सोलापूरसारख्या छोट्या शहरात अशी एकशे वीस यंत्रे होती. मी पोलीस महासंचालकांना विनंती करून त्यातली साठ यंत्रे मिळवली आणि दारू पिऊन गाडी चालवण्याविरुद्ध धडक कारवाई सुरू केली. हेल्मेटची सक्ती करण्यासाठी जनजागृती, प्रबोधन आणि कायद्याची अंमलबजावणी करण्याचे अभियान सुरू केले. त्याला अभूतपूर्व असा होकारात्मक प्रतिसाद मिळाला. आश्चर्यकारक, आशादायक परिणाम दिसले. गतवर्षाशी तुलना करता एका वर्षात अपघाती मृत्यू एकावन्नने कमी झाले. इतर अपघातांचे प्रमाणही लक्षणीयरीत्या घटले.

बदल हा नव्या रक्ताकडूनच अपेक्षित असतो. म्हणूनच युवा वर्गाची या विषयाबाबत काय मानसिकता आहे, हे जाणून घेण्यासाठी 'अपघात आणि कायदे' हा विषयही आम्ही स्पर्धेसाठी निवडला.

ट्रॅफिक आणि अपघातातले मृत्यू या विषयावरचे त्यांचे विश्लेषण आणि निष्कर्ष आश्चर्यजनक आणि धक्कादायक होते. रोज कामावर गेलेले किंवा प्रवासात असणारे हजारो लोक घरी परत येत नाहीत. त्यांचा रस्त्यावर कुठेतरी अपघातात मृत्यू होतो. मरणाऱ्याचा बऱ्याचदा दोष नसतोच. कुणीतरी दारू पिऊन गाडी चालवणारा, मोबाइलवर बोलत गाडी चालवणारा किंवा ओव्हरलोड वाळूचा ट्रक ड्रायव्हर त्यांच्या जिवावर उठलेला असतो. अनेकदा आईबापांनीच १४-१५ वर्षांच्या मुलाला ट्यूशनला जायला मोटरसायकल दिलेली असते. तोही मग मित्रांना ट्रिपल सीट घेऊन धमाल मजा करतो. बिअर ढोसतो आणि नशेत डिव्हायडरवर आदळतो. अधू होतो किंवा मरतो. आई-वडील त्या एकुलत्या एक मुलाच्या मृत्यूचे ओझे घेऊन आयुष्यभर पश्चात्तापाच्या भोवऱ्यात फिरत राहतात. अपघातात मृत्युमुखी पडणाऱ्यांपैकी दोन तृतीयांश ही १५ ते ३५ वयोगटातील आहेत. हातातोंडाशी आलेल्या या तरुणांची संख्या युद्धात आजवर मृत्युमुखी पडलेल्या सैनिकांच्या संख्येच्या कितीतरी पटींनी अधिक आहे.

रात्रीच्या वेळी असणारी वाहतूक ही तुलनेने ३०टक्के आहे; पण अपघातांचे प्रमाण मात्र दिवसाच्या तुलनेत ७०टक्के आहे. मरणाऱ्यांमध्ये ८०टक्के हे मोटरसायकलस्वार किंवा पादचारी आहेत. अनेक ठिकाणी आपापला धंदा वाढवण्यासाठी किंवा सोयीसाठी दुभाजक बेकायदेशीरपणे तोडलेले दिसतात. त्यामुळे तयार होणाऱ्या ब्लाइंड टर्नवर पटकन फेटल अपघात होतो. कुठलेही रेडियम न लावणाऱ्या ऊस

वाहतूक करणाऱ्या ट्रॅक्टरच्या ट्रॉल्या, बैलगाड्या, साईडला पार्क करून ठेवलेले अपघातग्रस्त किंवा बंद पडलेले वाहन हेही अशा गंभीर अपघातांना निमंत्रण देत असते, आणि हो, लेनची शिस्त तर आम्हाला लागूच नसते. ओव्हरटेक करताना सर्वाधिक जीव जातात.

ट्रीपल सीट, लायसन्स नसताना गाडी चालवणे, गाडी चालवताना मोबाइलवर बोलणे, दारू पिऊन वाहन चालवणे हे तर आम्हाला आमचे जन्मसिद्ध अधिकार वाटतात. सीटबेल्ट लावायला लावणे, हेल्मेट परिधान करायची सक्ती करणे, ओव्हरसीटवर बंधने आणणे, पार्किंगमधल्या गाड्या उचलणे, वन वेमधून घुसण्यावर दंड करणे, सिग्नलवर जम्प करणे किंवा झेब्रा क्रॉसिंगवर थांबू न देणे अशा कारवाया करणारे ट्रॅफिक पोलीस म्हणजे भ्रष्ट व जुलमी यंत्रणा वाटायला लागते. आम्ही आमच्या सोयीने अशा नियमभंगासाठी व कायद्याच्या उल्लंघनासाठी उत्तरे शोधायला लागतो. सगळ्यात सोपे म्हणजे शासन आणि यंत्रणेला दोष देणे. रस्ते खराब आहेत, पथ दिवे बंद पडले आहेत. सिग्नलची दुर्दशा आहे. साईनेजस लावलेले नाहीत, पार्किंगच्या सुविधा नाहीत असे अनेक दोष आम्हाला प्रकर्षाने दिसायला लागतात. आम्हाला आमच्या डोळ्यांतले मुसळ मात्र दिसत नाही. आम्ही आमच्यापुरती शिस्त पाळत नाही. ही मानसिकता जोवर राहणार, तोपर्यंत रस्त्यावर माणसे मरत राहणार आणि मेलेल्यांचा हा आकडा दरवर्षी फुगतच राहणार.

आपण आपल्या परीने सुरुवात केली पाहिजे. पूर्ण जग आम्ही बदलू शकत नाही; पण चालताना रस्त्यावरचे जितके काटे, दगडगोटे दूर करता येतील; तेवढे करण्याचा चंग बांधला पाहिजे. जनजागृती, शिक्षण व कायद्याची अंमलबजावणी या त्रिसूत्रीचा अवलंब करून वाहतुकीला शिस्त लावण्याचे पराकाष्ठेचे प्रयत्न सगळ्यांनी एकत्र येऊन केले पाहिजेत. सर्वप्रथम सगळ्या शहराचे व हायवेचे सुरक्षा ऑडिट करून ट्रॅफिक आराखडा बनवावा. पोलिसांनी हायवे बीट सिस्टिम सुरू करावी. त्यांना १० ते १२ कि.मी.चा टप्पा देऊन क्रॉस पेट्रोलिंग सुरू करावे. हायवे हे शरीरातील रक्तवाहिन्यांप्रमाणे असतात. या हायवे बीट स्टाफनी या रक्तवाहिन्यांचा रक्तप्रवाह सुरळीत ठेवावा. ट्रॅफिक इंजिनिअर, इंजिनिअरिंग व आर्किटेक्ट कॉलेजचे विद्यार्थी व एन.जी.ओ.च्या मदतीने हा सर्व्हे करावा. ड्रोन कॅमेऱ्यांच्या मदतीने ट्रॅफिकचा प्रवाह अभ्यासावा. मुख्य चौकांमध्ये सीसीटीव्ही कॅमेरे लावून त्याचे नियंत्रण पोलीस कन्ट्रोल रूममध्ये ठेवावे. रस्त्यावर पोलिसांनी चलान करू नये. त्याऐवजी नियमनावर लक्ष द्यावे. सध्या जगभरात ऑटोमॅटिक नंबरप्लेट, लाल सिग्नल तोडणारे नंबर ओळखणारे अत्याधुनिक सीसीटीव्ही कॅमेरे उपलब्ध आहेत. अशा सीसीटीव्ही कॅमेऱ्यांच्या मदतीने नियमभंग करणाऱ्यांना पकडावे आणि त्यांच्या घरी ई-चलान पोहोचवण्यात यावे. सिग्नल सुरू करून त्यांचे सिंक्रोनायझेशन आवश्यक आहे.

अपघातप्रवण व ट्रॅफिक खोळंबण्याची ठिकाणे निश्चित करावी. त्यावरच्या उपाययोजना विहित कालावधी निश्चित करून शास्त्रोक्त पद्धतीने अमलात आणाव्या. ज्या अपघातात इसम मृत्युमुखी पडला आहे, त्यातील ड्रायव्हरचे रक्त व लघवीचे नमुनेही घ्यावेत आणि ज्यात चालक अशा अमली पदार्थांच्या नशेत आढळून येतो, त्यात सदोष मनुष्यवधाचा गंभीर गुन्हा दाखल करावा. पालकांनी लहान मुलांना वाहने चालवण्यास दिली असतील, तर पालकांनाही सहआरोपी करण्याचे धोरण राबवावे. बेकायदेशीर पद्धतीने तोडलेले दुभाजक दुरुस्त करून, ज्यांनी हे तोडण्याची कृत्ये केली आहेत अशांवर 'डॅमेज टू पब्लिक प्रॉपर्टी अॅक्ट'अंतर्गत दखलपात्र गुन्हे दाखल करावेत. सूत्रबद्ध केलेल्या सामूहिक प्रयत्नांमुळे चित्र बदलू शकेल.

खरे तर ही सुरुवात शाळांपासून, कुटुंबापासून होणे आवश्यक आहे. अजूनही चालक परवाना एजंटकडे विनासायास मिळू शकतो, असा गैरसमज युवकांमध्ये आहे. वाहनचालक परवाना अटी अजून कडक करणे आवश्यक आहे. परदेशात असणाऱ्या प्रचलित पद्धतीप्रमाणे वाहनचालक परवाने हे ठरावीक नियमभंगानंतर जप्त झाले पाहिजेत. ट्रॅफिक हे एक शास्त्र आहे, त्याचे शास्त्रशुद्ध प्रशिक्षण शाळामहाविद्यालयांमध्ये दिले पाहिजे. नियम काय असतात, त्यांची गरज कशासाठी याचे तर्कशुद्ध स्पष्टीकरण बालवयात कळले, तर मुले पालकांनाच नियम तोडल्यावर जाब विचारतील. त्यासाठी अशा प्रकारचे प्रशिक्षण व ज्ञान देणारे ट्रॅफिक पार्क उभे करणे शक्य आहे. सध्या 'मोटार व्हेइकल अॅक्ट'मध्ये सुधारणा केल्या आहेत, त्याची अंमलबजावणी सुरू झाली की बेशिस्तीला अजून प्रभावी लगाम लावता येईल. वाहनांची संख्या, रस्त्याची परिस्थिती, सार्वजनिक वाहतूक असे धोरणात्मक विषयही टप्प्याटप्प्याने ऐरणीवर शासनाने घ्यावेत.

दिल्लीमधील प्रदूषणाने भयंकर रूप धारण केले आणि सर्व यंत्रणांनी हात टेकले. एकदा वेळ निघून गेली की मग हातपाय हालवून उपयोग होत नाही. इतिहासात असेही दाखले मिळतात, ज्यात एखाद्याकडून अजाणतेपणी घडलेल्या क्षुल्लक चुकांची शिक्षा पुढच्या अनेक पिढ्यांना भोगावी लागली आहे. आपण तर पर्यावरण आणि निसर्गाशी खेळताना अनेक घोडचुकांची अखंडित मालिका सुरू ठेवली आहे. परिणामी, पुढच्या पिढ्या आपल्याला माफ करणार नाहीत, हे निश्चित आहे.

एक छोटी उद्‍बोधक कविता आहे. एखाद्या छोट्याशा चुकीने साम्राज्य गोत्यात येते, याचे सोप्या भाषेत अचूक वर्णन त्यात केले आहे.

For want of a nail the shoe was lost.
For want of a shoe the horse was lost.
For want of a horse the rider was lost.

For want of a rider the message was lost.
For want of a message the battle was lost.
For want of a battle the kingdom was lost.
And all for the want of a horse shoe nail.

घोड्याचा नाल निकामी झाला. घोडा थांबला आणि संदेशवाहक युद्धमैदानात वेळेत नाही पोहोचला. संदेश नाही पोहोचला आणि सेनापतीचा घात झाला. सेनापती पडला तसा युद्धात राजा हरला. युद्ध राजा हरला आणि बलाढ्य साम्राज्याचा अस्त झाला. जर घोड्याच्या नालाचा खिळा व्यवस्थित बसवला असता तर ही नामुष्की आलीच नसती.

आपण आपल्या हातात असणाऱ्या घोड्याच्या नालाच्या खिळ्याची दुरुस्ती करू. गांधीजींनी म्हटल्याप्रमाणे आपण अपेक्षा करीत असणाऱ्या परिवर्तनाला आपल्यापासून सुरुवात करू या. परिस्थिती निश्चितपणे होकारात्मकतेकडे वाटचाल करेल, रस्त्याला शिस्त लागेल, अनेक जीव वाचतील आणि अवेळी उघड्यावर पडणारी कुटुंबं आपल्याला सावरता येतील. हे सगळे विद्यार्थ्यांचे विचारमंथन खरे तर शालेय अभ्यासक्रमाचा भाग झाला पाहिजे.

महिला आणि बालकांवरील अत्याचार

महिला आणि बालकांवरील अत्याचार हा विषय आम्ही युवासंसद स्पर्धेच्या अंतिम फेरीसाठी निवडला होता. या विषयावर तर एखादा पीएच.डी.चा प्रबंध लिहिता येईल एवढे सखोल विचारमंथन झाले. चपखल उपाययोजनाही विद्यार्थ्यांच्या सर्जनशील विचारांतून पुढे आल्या. हुशार व्यक्ती ही संकटातून कसे बाहेर पडायचे ते जाणते, तर शहाणी व्यक्ती संकटापासून कसे दूर राहायचे याचे भान ठेवते. त्याचाच मूलमंत्र मुलींनी आपल्या भगिनींना दिला. पहिला मार्ग आहे बचावाचा, संकटाची परिस्थिती टाळण्याचा. मला कसे कळेल, मी धोक्यात आहे. ज्या वेळी हल्लेखोर हा शस्त्र, संख्या आणि ताकदीने तुमच्यापेक्षा सरस असतो, त्यांच्या दृष्टीने वेळ आणि जागा तुमच्यावर हल्ला करायला अनुकूल असते आणि अर्थातच त्याच्यातला राक्षस जागा झालेला असतो. ज्या वेळी हे तीन सिग्नल मिळतील, त्या वेळी ती जागा त्वरित सोडा. जर तुम्ही निसटू शकत नसाल; तर पोलिसांना, आप्तांना फोन करा. तुम्ही कुठे आहात, ते कळवा. जे मानसिकदृष्ट्या अस्थिर आहेत किंवा ज्यांना ड्रग्ज, नशा, दारू, सेक्स यांबाबत आकर्षण आहे; अशा मित्रांचा, अपरिचित लोकांचा संपर्क

टाळा. जर पर्याय नसेल, तर किमान असे मित्र सोबत राहू देत, जे तुमची संकटसमयी काळजी घेतील. दुसरा मार्ग आहे सावधानतेचा. तुम्ही भक्ष्य होणार नाही आणि हल्लेखोर तुमच्या जवळ येणार नाही, यासाठी काय अडथळे उभे करता येतील? घरातल्या खिडक्या, दरवाजे हे दुहेरी सुरक्षा असणारे असावेत. दरवाज्याबाहेर ग्रीलचे गेट आवश्यक आहे. तुम्ही एकट्या राहत असाल, तर धोक्याचा अलार्म घरी बसवा. जमले, तर घरी कुत्रे पाळा. बागेतील झाडाच्या फांद्या कापा, जेणेकरून हल्लेखोराला दबा धरून लपता येणार नाही, बाहेरून स्पष्ट दिसणार नाही यासाठी घरातील खिडक्यांना पडदे लावा.

आजकाल ऑनलाईन धोके अधिक घातक ठरत आहेत. फेसबुक, इन्स्टाग्राम यांसारख्या सोशल मीडियावर असणाऱ्या प्रायव्हसी सेटिंगचा नीट अभ्यास करून योग्य फिल्टर बसवावेत. स्वतःचे खाजगी फोटो, माहिती आणि लोकेशन सर्वांसोबत शेअर करू नयेत. चांगले अँटी व्हायरस इन्स्टॉल करून घ्यावे. तुम्हाला शक्य असेल तेवढे अडथळे तुमच्यात आणि संभाव्य धोक्यात तयार करावेत. लक्षात ठेवा, गुन्हेगार आपली खरी ओळख नेटवर कधीही देत नाहीत; पण तुम्ही एकट्या आहात का, तुम्ही भावनिक आणि मानसिक खचलेल्या आहात का, हे ते चॅटिंगमध्ये लगेच ओळखतात. मग तुम्हाला सावज ठरवून खेळ सुरू होतो आणि तुम्ही त्याने टाकलेल्या जाळ्यात ओढले जाता. नेटवर आभासी जग असते. दिसते तसे नसते. टिंडरसारख्या डेटिंग वेबसाईटवर तुम्ही अनोळखी लोकांशी मैत्री करता. अत्यंत विश्वासू वाटणारा, देखणे प्रोफाईल असणारा एखादा माणूस प्रत्यक्ष भेटीत एखादा वासनांध आणि धोकादायक माथेफिरू असू शकतो. त्यामुळे कधीही तुम्ही दुर्बल दिसता किंवा वागता, हा संदेश जाता कामा नये. माझ्याशी मस्ती नाही, मला खेटल्यास खेटर पडेल हा स्पष्ट सिग्नल गेला पाहिजे. सगळ्यात सहजसोपे वाटणारे भक्ष्य हा शिकाऱ्याचा सावज टिपण्याचा मंत्र असतो. त्याच नियमाने तुम्हीही जर विनासायास, सहज सावज भासत असाल; तर स्वतःची देहबोली आणि भाषा बदला. जर गुन्हेगाराला तुमच्याशी झगडावे लागणार असेल, तुमच्यामुळे तो गोत्यात येणार असेल; तर तो तुमचा नाद सोडून देतो. त्यामुळे स्वतःवर विश्वास आणि कडक देहबोली हा सुरक्षेचा मंत्र आहे. खांदे, पाठ आणि मान ताठ पाहिजे. आतून जरी तुम्ही गोंधळलेल्या किंवा घाबरलेल्या असाल, तरी ते चेहऱ्यावर दिसता कामा नये. डोळे बोलके असतात. थेट डोळ्यांत पाहा; पण न्याहाळू नका. ज्याच्या मनात काळंबेरं असतं, तो डोळ्यांत पाहणे टाळतो; त्यामुळे तुम्हाला वेळीच सूचनाही मिळते; पण याचा अर्थ अतिआत्मविश्वास किंवा मूर्खपणाही करू नये. खंबीरपणे चालणे, ताठ कणा आणि भेदक नजर ही आत्मविश्वासाची त्रिसूत्री आहे. आपल्या सभोवतालच्या व्यक्ती आणि त्यांचे वर्तन यांबाबत नेहमी सचेतन असावे.

धोक्याची घंटी डोक्यात अगोदरच वाजली पाहिजे. काहीही अनपेक्षित आणि रूटीनपलीकडचे घडत असेल, तर तुमचा अँटेना उभा राहिला पाहिजे. एखाद्या आडवळणावर एकांतात काही इसम गाडीत बसलेले असतील किंवा बाईकवर हेल्मेट घालून असतील, तर तो रस्ता बदलावा. हो, आजकाल रोज दिसते, ते चित्र अतिशय घातक आहे. रस्त्यावर चालताना किंवा एकट्या असताना मोबाइलवर किंवा आयपॉडवर हरवून जाऊ नका. जोराचा झटका कधीही बसू शकतो. तुमचा बेसावधपणा तुम्हाला खोल गर्तेत ढकलू शकतो. शिकारी आपले सावज एकटे आणि बेसावध आहे का, हे नेहमी हेरत असतो.

जर काहीही अनाकलनीय घडत असेल, तर पळ काढा किंवा लढ्याला सिद्ध व्हा. तुमच्या गट्स आणि अंतर्मनाचे आवाज प्रतिकूल असतील, तर निसटा. अशा धोकादायक परिस्थितीत तुम्हाला सालस, सरळ आणि गोड वागायची गरज नाही. उर्मट आणि निष्ठुर भाषा हवी. ते जमत नसेल, तर फोन आल्याचा बहाणा करून तेथून निघा. तुम्हाला भुरळ पाडणाऱ्या व्यक्ती आणि प्रसंग हे आभासी असू शकतात. अनेक खुनी, बलात्कारी आणि लहान मुलांचे शोषण करणारे निष्णात खोटारडे असतात. खूप सभ्य आणि मैत्रिपूर्ण असल्याचा सहजपणे आव आणतात आणि सावज आपल्या जाळ्यात खेचतात. तुम्ही तुमची सीमारेषा आखा आणि मधले अंतर गुन्हेगार पार करणार नाही, याची दक्षता घ्या. सहज पत्ता विचारायच्या बहाण्याने तुमच्याशी संवाद सुरू होऊ शकतो. एकांतात अशी लगट करण्याचा कोणी प्रयत्न केला, तर किमान सहा फूट अंतरावरून बोलायची स्पष्ट सूचना द्या. अशा कृतीने लक्ष्मण रेषा ओलांडायचा त्याने प्रयत्न केला, तर तुम्हाला सावध पवित्रा घेता येईल. दारुड्याला आणि वासनांध व्यक्तीला सूचक शब्द समजत नाहीत. कडक, जालीम आणि स्पष्ट धमकीवजा इशाराच त्यांना रोखू शकतो. विशेषकरून लहान मुलींना हे व्यवस्थित शिकवा. ज्या वेळी परिचयातील व्यक्ती त्यांच्याशी चाळे करण्याचा प्रयत्न करते, त्या वेळी त्या गोंधळून जातात. त्यांना चांगला आणि वाईट स्पर्श काय, याचे व्यवस्थित मार्गदर्शन करा. थोडक्यात आपला संदेश स्पष्ट आणि नेमका असला पाहिजे.

संकटात आणि धोक्याच्या परिस्थितीत अनेक जण गांगरून जातात. त्यांचे हातपाय गळतात आणि पराभूत मानसिकतेत जातात. भीती आणि दहशत त्यांना नेस्तनाबूत आणि गर्भगळीत करते. अशा खचलेल्या सावजाचा फडशा पाडणे, हे शिकाऱ्याला सोपे असते. त्यामुळे परिस्थितीचे भान आणि प्रसंगाचे आकलन करता आले पाहिजे. योग्य प्रशिक्षणाने हे शक्य होते.

कोल्हापूरला आय.जी. असताना माझी अपघातातून झालेली सुखरूप सुटका हे त्याचेच उदाहरण म्हणता येईल. मी मुख्यमंत्र्यांना विमानतळावर भेटायला जात

असताना वेगात असलेली माझी गाडी अवघड वळणावर घसरली आणि खड्ड्यात कोसळली. मी अपघातातून सुरक्षित बचावलो होतो; दोन कारणांनी, एक तर मागच्या सीटरवर बसलो असतानाही सीटबेल्ट परिधान केला होता. माझ्या गनमॅन व ड्रायव्हरनेही तो घातला होता. त्यामुळे ज्या वेळी गाडी खड्ड्यात कोसळली, त्या झटक्याने आमचे डोके समोर आदळून आम्हाला गंभीर इजा झाली नाही. दुसरे, माझ्या रिफ्लेक्सनी मला साईडच्या काचेवर किंवा कडेवर आदळू दिले नाही. नेहमी सभोवतालच्या परिस्थितीबद्दल दक्ष असले पाहिजे. गाडीच्या अनपेक्षित हेलकाव्याने माझे अंगभूत गार्ड क्षणार्धात जागे झाले. आता आपल्या गाडीचा अपघात होतोय, हे माझ्या लक्षात आले; पण मी गर्भगळीत न होता, माझी डाव्या हाताची हॅण्डलवरची मूठ अधिक मजबूत केली. शरीराला धक्क्याला सामोरे जायला आपसूक तयार केले आणि गाडी स्कीड होऊन खड्ड्यात जातेवेळी शरीर विरुद्ध दिशेने खेचले. त्यामुळे हातात असलेली हॅण्डलची मूठ उखडून हातात आली. माझ्या दक्षतेमुळे मी काचेवर न आदळता कोपऱ्यातील कुशनवर आदळलो आणि हॅन्डलची मूठ माझ्या कपाळाच्या मधोमध खरचटली. थोडक्यात काय, तर सीटबेल्टची ट्रॅफिक शिस्त, परिस्थितिजन्य प्रसंगावधान व प्रशिक्षित शरीरामुळे वाचलो. क्षणभरही गांगरलो नाही. मदत करायला आलेल्या एका तरुण शेतकऱ्याचा हात हातात घेऊन बाहेर आलो. गणवेश गुडघ्याजवळ चुरगळला होता. तो सरळ केला व कर्तव्यासाठी मार्गस्थ झालो. अनेकदा वीज कोसळते तेव्हा, बिनविषारी साप चावतो तेव्हा लोक हृदयविकाराच्या झटक्याने मरतात. कोरोनाकाळातही टेस्टचा रिझल्ट पाहताच अनेक जण गर्भगळीत झालेले मी पाहिले आहेत. त्यामुळे शरीराची प्रतिकारक्षमता कमी होते आणि शरीर व्हायरसबरोबर युद्ध करायला स्पष्ट नकार देते. अकादमीत ट्रेनिंग म्हणजे दुसरेतिसरे काही नाही, तर गंभीर संकटांना सामोरे जाताना मन आणि शरीर कसे जागरूक व खंबीर ठेवायचे यासाठीची तयारी असते. त्यामुळे सिम्युलेशन सरावाने मुलींना आत्मसंरक्षणाचे धडे शाळाकॉलेजात देणे खूप गरजेचे आहे.

भीती हे सगळ्या अनर्थाचे मूळ आहे. जे आपल्या हातात नाही, अस्थिर आहे ते न स्वीकारणे म्हणजे भीती. एकदा ते स्वीकारले की, त्याच भीतीचे रूपांतर साहसात होते. त्यासाठी प्रसंगावधान, अखंड दक्षता, प्रशिक्षित मन आणि शरीर साथ देते. त्यामुळे आपण कमजोर आणि सहज काबीज होईल असे सावज नाही, हे हल्लेखोराला कळले की अर्धी लढाई जिंकली. राजमार्ग आहे, तो सुटका करून घेणे, अर्थातच पळ काढणे. शक्य आहे तेवढ्या वेगाने पळा. पळताना पटापट दिशा बदला. जर हल्लेखोर दारूच्या नशेत असेल, तर त्याला चकवणे शक्य आहे. शक्यतो गर्दीकडे पळा. लोकांचे लक्ष वेधून घ्या. अनेकदा लोकांनाही काय करावे, हे कळत नाही. कशाला नसती उठाठेव म्हणून ते अशा प्रसंगात पडत नाहीत. लोक

आपल्याला संकटात पाहून आपसूक मदत करतील, या भ्रमात राहू नका. त्रेधातिरपिटीत काय बोलावे, हे समजत नाही. शब्दही सुचत नाहीत आणि जीभही वळत नाही. त्यामुळे स्पष्ट आवाजात मदत मागा. 'दूर हो, वाचवा, रेप, हेल्प' असे शब्द मोठ्याने किंचाळा. लोकांना कळेल. मुलांना हे शिकवा. त्यांना आपल्या आई-बाबांचा मोबाइल नंबर आणि पत्ता पाठ असू द्या. त्यांना लगट करणाऱ्या आगंतुकाचा चावा घेऊन सुटका करून पळायला शिकवा.

अनेक महिला 'हल्लेखोरांचे आपण काहीही बिघडवू शकत नाही,' या भ्रमात आणि मानसिकतेत असतात. समजा, जर तुमच्यासमोर तुमच्या मुलीवर किंवा बहिणीवर कोणी लैंगिक हल्ला केला आहे, अशा वेळी तुम्ही बघ्याची भूमिका घेणार का? अशा वेळी दहा हत्तींचे बळ तुमच्यामध्ये संचारते. अंगात वाघिणीची ताकद आणि विजेची चपळाई भिनते. कोपऱ्यात अडकलेल्या मांजरीसारखा तुम्ही हल्लेखोराच्या गळ्याचा वेध घेता. आपल्या नखांची आणि दातांची शस्त्रे करून त्याला रक्तबंबाळ करता. मग स्वतःवर बेतल्यावर हतबल व्हायचे नाही. तुमच्याजवळ असणारी बॅग किंवा जवळ उपलब्ध असणाऱ्या खुर्चीला ढाल बनवा. छत्री किंवा झाडूला लाठी बनवा. पेन, काटा चमचा किंवा कात्री ही तुमचे संरक्षण करणारी समशेर बनू शकते. डोळे उघडा आणि बघा, पेपर वेट, काचेच्या वस्तू, भांडी तुम्ही दगडासारख्या वापरू शकता. माती, वाळू, अल्कोहोल, अत्तर, डिओडरंट थेट डोळ्यांत फेका. रणरागिणीचं रूप धारण करा. लाथ घाला, ओरबाडा आणि किंचाळा.

संकटात अंगभूत शक्ती शतपटींनी वाढते. जंगलात ज्या वेळी चित्ता शिकारीसाठी हरिणीच्या मागे धावतो, त्या वेळी ती जिवाच्या आकांताने धावणारी हरिणी त्याच्या पंज्यात सापडत नाही; कारण तो तिच्या जीवनमरणाचा प्रश्न असतो.

युवा संसदेच्या समारोपाच्या कार्यक्रमाला मी डॉ. अमोल कोल्हेंना बोलावले होते. त्यांनी त्यांच्या भाषणात एक उदाहरण दिले. दोन भाऊ शेतात गेले होते. मोठा चौदा वर्षांचा अंगाने स्थूल, धाकटा दहा वर्षांचा किरकोळ शरीरयष्टीचा होता, दोघांनाही पोहता येत नव्हते. आपल्या पडक्या आडातून ते कासऱ्याने पाणी खेचत होते. मोठ्याचा पाय अचानक घसरला आणि तो खोल आडात कोसळला. आपल्या बुडणाऱ्या भावाला बघून प्रसंगावधानाने त्याने कासरा पाण्यात फेकला. सुदैवाने तो त्याच्या भावाच्या हाती लागला. अर्धमेल्या झालेल्या भावाने त्याचा विळखा शरीराभोवती आवळला. मग काय, आपल्या अवजड शरीराच्या जिवलग भावाला किरकोळ प्रकृतीच्या भावाने पूर्ण ताकदीनिशी खेचायला सुरुवात केली. आपले असणारे नसणारे अवसान, नखापासून ते केसापर्यंतची शक्ती आणि नसानसांत असलेली ऊर्जा एकवटून या पठ्ठ्याने भावाला मृत्यूच्या खाईतून अलगद बाहेर काढले. ही बातमी गावात कळली, तेव्हा कोणीही या घटनेवर विश्वास ठेवायला तयार नव्हते.

पोरे खोटे बोलताहेत आणि काहीतरी लपवताहेत, असाच सर्वांचा सूर होता. संध्याकाळी गावाच्या चावडीवर यावर चर्चा झाली. सर्वांनी अनेक तर्कवितर्क बांधले. ३५ किलो वजनाचे पोर ७० किलोच्या भावाचे शरीर ३० फूट वर कसे बरे खेचू शकेल?

कोपऱ्यात शांत बसून ऐकणारे शाळेतले मास्तर उभे राहिले. सर्वांना त्यांच्याबद्दल आदर होता. ते म्हणाले, ''हे शक्य आहे. कारण दहा वर्षांच्या छोट्या भावाला ७० किलोच्या मोठ्या भावाला तो खेचू शकतो, हे आजपर्यंत कोणी सांगितलेच नव्हते. आपणच आपल्या शक्तींना बांध घालतो. आपणच आपल्या क्षमतांच्या मर्यादा ठरवतो आणि आपणच आपल्या व सभोवतालच्या जगाच्या सीमारेषा आखतो. दिसणारे क्षितिज हे आभासी आहे. कोलंबस सागराला उद्देशून म्हणतो ना 'अनंत आमुची ध्येयासक्ती, अनंत अन् आशा, किनारा तुला पामराला!'' सर्वांनी माना डोलावल्या. मास्तरांच्या शब्दांनी या कोड्याचे उत्तर सापडले होते. आणि हो, हे शक्य आहे, जर तुमच्या कृतीमागचा ड्रायव्हिंग फोर्स जर जिवापाड प्रेम, जीवघेणी भीती किंवा जबरदस्त आकर्षण असेल तर! सामान्य माणूस 'हल्क'सारखा फुगू शकतो. सुप्त अवस्थेत असणारे दहा हत्तींचे बळ त्याच्यात जागृत होते आणि तो प्राप्त परिस्थितीत विक्रमी चमत्कार करू शकतो.

आमच्यात लपलेली विचारांची आणि क्षमतांची अशीच ताकद बाहेर काढण्यासाठी अकादमीत जंगजंग पछाडले जात होते. खरे तर सिनेमात सिंघमसारखा अधिकारी दहा जणांना लोळवताना दाखवला जातो. प्रत्यक्षात हे अशक्यप्राय असते; पण एक एस.पी. त्याच्या प्रभावी व्यक्तिमत्त्वाने लाखोंच्या जीवनात प्रकाश आणू शकतो. त्याच्या कार्यक्षेत्रातील सर्व अवैध आणि अन्यायकारी प्रवृत्तींचा नाश करू शकतो. हे शक्य आहे, जर दिलेल्या अधिकारांचा विवेक आणि सद्‌बुद्धीने सर्वसामान्यांसाठी वापर केला तर. अकादमीतील विचारमंथनातील सर्व रत्नमाणके नव्या पिढीला कशी मिळतील, याच्या क्लृप्त्या त्या त्या वेळी उलगडल्या पाहिजेत. हैदराबादच्या खडतर प्रशिक्षणाने मिळवलेल्या युक्त्याही सहजरीत्या सामान्यांच्या हितासाठी वापरता आल्या पाहिजेत. भान आणि अवधान ट्रेनिंगच्या प्रत्येक क्षणी मी डोक्यात ठेवले होते.

◆

दीक्षान्त परेड

दहा महिन्यांचे प्रशिक्षण संपत आल्याचे पडघम वाजू लागले. सर्वांत प्रतिष्ठेच्या पासिंग आउट समारंभीय कवायतीची तयारी सुरू झाली. प्रशिक्षणाची अखेर या अत्यंत दिमाखदार, शिस्तबद्ध आणि देखण्या सोहळ्याने होत असते. या सोहळ्यानंतर आम्ही आपापल्या नेमलेल्या राज्यात उर्वरित फील्ड प्रशिक्षणासाठी रवाना होणार होतो. कांजी केलेल्या गणवेशात कडक उन्हात दिवसातून दोनदा प्रॅक्टिस होत असे. सावधान आणि विश्राममध्ये कुठेही बारीकशी हालचाल होता कामा नये. पूर्ण परेडमधील सर्व प्रशिक्षणार्थी निश्चल उभे राहतील आणि सर्वांच्या हालचाली एका रेषेत होतील, यासाठी पूर्ण ताकद लावली जात होती. रायफल घेऊन रपेट करताना किंवा मुख्य अतिथींचे भाषण सुरू असताना कोणी चक्कर येऊन पडणार नाही, यासाठी छोट्या छोट्या टिप्स देण्यात आल्या. गरम झालेल्या बुटांत पायांची बोटे कशी हलवायची, नजर समोर असतानाच फक्त बुबुळे कशी हलवायची, शिंक आली तर ओठ कसे चावायचे; याचे धडे गिरवले जाऊ लागले. आम्हीही आता फील्डवर जायचे, या उत्सुकतेमुळे या शेवटच्या कसोटीच्या कवायतीमध्ये उत्कृष्ट प्रदर्शन करण्यासाठी पुरेपूर मेहनत घेतली. अखेर तो दिवस येऊन ठेपला. अकादमीत सगळ्या प्रशिक्षणार्थींच्या नातेवाइकांची गर्दी झाली होती. कुणाचे आई-वडील, नवीन लग्न झालेल्यांचे सासू-सासरे, मित्रमंडळी सगळे आपल्या लाडक्या हिरोचे सीमोल्लंघन पाहण्यासाठी अधीर झाले होते. पासिंग आउट परेडच्या वेळेच्या एक तास अगोदर सर्व पाहुणेमंडळींना त्यांच्या विहित स्थानांवर बसवले गेले. विशेष कक्षामध्ये उच्चपदस्थ अधिकारी सपत्नीक दाखल होऊ लागले.

विशेष अतिथी येण्याची वेळ झाली होती. आम्ही परेड ग्राउंडवर दाखल होण्यासाठी किल्ल्याच्या तटबंदीसदृश भिंतीच्या पलीकडे खांद्यावर रायफल घेऊन

दाखल झालो होतो. प्रत्येक प्रशिक्षणार्थीने कडक स्टार्च केलेला गणवेश आणि चकाचक पॉलिश केलेले बूट आणि क्रॉस बेल्ट परिधान केला होता. प्लाटूनप्रमाणे आमचे प्रशिक्षक आम्हाला चार्ज करीत होते. ''यहीं इम्तिहान की घडी है, साहब। पूरी हिंमत, फुर्ती और हौसले के साथ कवायत होनी चाहिये। अपना बेस्ट देना, साहब। ५१ आर आर की इज्जत का सवाल है!'' आमचे बाहू स्फुरू लागले आणि डोळ्यांत चमक आली. बस अब कर दिखाना है! हौसला बुलंद है और सीने मे जुनून है ।। भारतमातेच्या जयघोषाची वेळ झाली. एका सुरात सर्व प्रशिक्षणार्थींनी 'भारत माता की जय, माता की जय! माता की जय!'चा जयजयकार केला. वातावरण मंतरले गेले. नसानसांत ऊर्जा संचारली. बिगुल वाजले. आम्हाला मैदानात प्रस्थान करण्यासाठी कमांड देण्यात आली. शुभ्र वेषातील बँडपथकाच्या ठेक्यावर तेज चालच्या लयबद्ध आणि सुसंगत कदम तालावर आमचे मार्चिंग सुरू झाले. नजर समोर, छाती ताणून, खांद्याच्या रेषेत हातांची शिस्तबद्ध हालचाल करत आम्ही प्लाटूनप्रमाणे परेड ग्राउंडवर प्रवेश केला.

परेड कमांडरच्या आदेशानुसार 'परेड थम' करण्यात आले. प्रेक्षकांच्या गॅलरीमधून एकसंगत अशा या सुरेख हालचालींना नातेवाइकांच्या टाळ्यांनी वाहवा मिळत होती. अतिथींच्या आगमनाकडे डोळे लागले होते; पण डोळ्यांच्या मागे स्वप्ने भिरभिरत होती. त्यावेळचे केंद्रीय गृहराज्यमंत्री श्री. विद्यासागर राव हे दीक्षान्त समारंभाचे मुख्य अतिथी होते. त्यांचे आगमन झाले. त्यांना 'जनरल सॅल्यूट सलामी शस्त्र' देऊन स्वागत करण्यात आले. परेड कमांडरच्या विनंतीवरून एका सुसज्ज अशा जीपमधून त्यांनी परेडचे निरीक्षण केले. निशाण टोळीला सर्वांनी मानवंदना दिली. त्यानंतर समारंभीय कवायतीच्या प्रदर्शनाने सर्वांना मंत्रमुग्ध केले. कदम कदम मिळवून, खांद्याला खांदा लावून एकदिलाने, समर्पित वृत्तीने 'धीरे चाल'ची संयमी आणि संयत चाल नेत्रदीपक ठरली. ऊर्जामय आणि तेजस्वी तेज चाल परेडच्या मैदानात झंझावात घेऊन आली. आसमंतात टाळ्यांचा कडकडाट होत होता. प्रत्येक क्षण मोजून, तोलून पुढे सरकत होता. हीच तर दहा महिने केलेल्या मेहनतीची आणि ओतप्रोत प्रयत्नांची आल्हाददायक परिणती होती. प्रेक्षकगॅलरीत बसलेले माझे वृद्ध आई-तात्या हे दृश्य त्यांच्या किलकिलणाऱ्या डोळ्यांत साठवून, भरून ठेवत होते. केवढा अभिमान वाटत असेल त्यांना आपल्या लेकाचा! देवळात भरणाऱ्या शाळेत पायांत खडावा घालून खाट खाट आवाज करणारी तीच गावठी पावलं आज अत्यंत प्रतिष्ठेच्या दीक्षान्त परेडमध्ये मजबूतपणे आणि सन्मानपूर्वक पडत होती. तेच कोकरूडसारख्या छोट्या खेड्यातले कोकरू आज हैदराबादच्या बादशाही बडदास्तीमध्ये सर्वोच्च सेवेत 'आय.पी.एस. अधिकारी' म्हणून शपथग्रहण करणार होते. आई-वडिलांच्या समाधानाच्या विचारांनी माझी गात्रे आनंदित होत होती.

आज एक शपथ घेणार होतो. ती शपथ आयुष्याची दिशा, मूल्ये आणि निष्ठा ठरवणार होती. शपथ हे शब्दरूपी प्रमाण आहे. शपथ हे सर्वोच्च वचन आहे. आज या शपथरूपी बंधनात स्वतःला प्रतिबद्ध करण्याचा दिवस आहे. हे शपथेतील शब्द हीच आमची शस्त्रे आणि हीच आमची कवचकुंडले आहेत. ही शपथ म्हणजे या राष्ट्राप्रती तन-मन-सर्वस्व अर्पण! दोन कथा आहेत. दोन्ही कथा वाचल्या तर आपल्या लक्षात येईल की, आपण आज जे काही ठरवतो, करतो; त्याचा स्वतःच्या आणि पुढील पिढीच्या आयुष्यावर कसा परिणाम होतो.

पहिली कथा! अल कॅपिनो हा एके काळचा शिकागोचा सर्वांत मोठा डॉन. त्या खलपुरुषाने आपले अवैध आणि बेकायदेशीर सिंडिकेट उभे करून शिकागोवर अक्षरशः राज्य केले. खून, दरोडे, जुगार, वेश्यागृहे आणि ड्रग्ससारख्या अवैध धंद्यांचा आणि गुन्हेगारी विश्वाचा तो अनभिषिक्त सम्राट होता. तुम्ही ज्या कुठल्या गुन्ह्याची कल्पना करू शकाल, ते सगळे गुन्हे अल कॅपिनोनी केले होते. कायद्याला वाट्टेल तसं वाकवू शकणाऱ्या 'इझी ऐडी' नावाच्या वकिलाच्या मदतीने कायद्याच्या कचाट्यातून हा माफिया मात्र नेहमीच सुटत असे. या बदल्यात इझी ऐडीला अल कॅपिनोने बक्कळ पैसा, आलिशान घर, सर्व प्रकारचे भौतिक वैभव देऊ केले होते. या ऐडीचा जीव मात्र त्याच्या एकुलत्या एका मुलात होता. गुन्हेगारी विश्वाचा एवढा मोठा वकील; पण त्याने आपल्या मुलाला मात्र या सगळ्यापासून दूर ठेवले. सत्य-असत्याची शिकवण दिली, विवेक-अविवेकाची जाण करून दिली. ऐडीला नेहमी वाटायचे की, आपला मुलगा मोठा झाला की त्याला समाजात आदरयुक्त स्थान असावे. इतकी प्रचंड संपत्ती असून ऐडी मात्र आपल्या मुलाला चांगले नाव देऊ शकत नव्हता. त्याला आदर्श वडील म्हणून स्वतःचे उदाहरण देता येत नव्हते, याची त्याला प्रचंड खंत होती आणि तो आतून कुढत होता. एके दिवशी ऐडीला ही घुसमट पेलवेना आणि त्याने अल कॅपिनोची साथ सोडण्याचा निर्णय घेतला. त्याला याची काय किंमत मोजावी लागणार, याची कल्पना होती. शिकागोवर हुकूमत गाजवणाऱ्या डॉनच्या विरुद्ध तो उभा होता. पोलिसांना आणि कर अधिकाऱ्यांना त्याने अल कॅपिनोविरुद्ध सगळी माहिती आणि पुरावे दिले. परिणाम भीषण झाला. एके दिवशी भर रस्त्यात ऐडीची हत्या झाली; पण त्याने त्याच्या मुलासाठी मात्र एक प्रेरक आदर्श उभा केला होता आणि उदाहरण निर्माण केले होते. सत्यासाठी जीवही जाऊ शकतो. 'राह कठीन है मगर अंतिम जीत सत्य की ही होती है! सत्य परेशान हो सकता है लेकिन पराजित नहीं हो सकता!' पोराला हे शिकवण्यासाठी त्याने सर्वोच्च बलिदान दिले होते!! पोलिसांना ऐडीच्या खिशात रोझरी आणि एक कविता सापडली. 'आयुष्याच्या घड्याळाला एकदाच चावी दिली जाते. कोणालाही खचितही कल्पना नसते की, तो वेळ दाखवणारा काटा नक्की कोणत्या क्षणी थांबेल. आताची

हीच वेळ तुझ्याजवळ आहे. ऊठ, जग, प्रेम कर आणि स्वेच्छेने इमानदारीने घाम गाळ! घड्याळाच्या काट्याकडे पाहू नको; तो कधी थांबेल आणि घात करेल, कोणीही सांगू शकत नाही.'

याला जोडून दुसरी कथा सांगितली जाते. दुसऱ्या महायुद्धाने जगाला अनेक हिरो दिले. 'बच ओ हेर' हा असाच एक धाडसी फायटर पायलट होता. दुसऱ्या महायुद्धाच्या शिखर काळात साउथ पॅसिफिकमध्ये तैनात असणाऱ्या 'लेक्सिन्गटन' या विमानवाहक युद्धनौकेवर त्याला ड्यूटी होती. एके दिवशी अख्ख्या स्क्वाड्रनला एका मिशनवर पाठवण्यात आले. आकाशात उड्डाण घेतल्यावर बचच्या लक्षात आले की, त्याच्या विमानात पुरेसे इंधन नाही. बेसकॅम्पनी त्याला परतण्याचा इशारावजा आदेश दिला. खट्टू मनानी बचनी फॉर्मेशन सोडले आणि परत यायला निघाला. परत निघालेल्या बचला रक्त गोठवणारे दृश्य दिसले. सुसज्ज आणि ताकदवर जपानी स्क्वाड्रन बचच्या युद्धनौकेवर चाल करून येत होते. अमेरिकन स्क्वाड्रन सोर्टीवर दूरवर गेले होते. त्यामुळे युद्धनौका कमकुवत आणि हतबल होती. बचाव करायला नौकेवर एकही विमान नव्हते. बचच्या विमानात पुरेसे इंधन पण नसल्यामुळे तो अमेरिकन स्क्वाड्रनला परत आणू शकणार नव्हता. जपानी स्क्वाड्रनशी लढणे, हा एकमेव पर्याय बचला दिसला. हा पर्याय साहसी दिसत असला, तरी आत्मघातकी आणि अगतिकपणाचा होता; पण बच बेभानपणे जपानी फॉर्मेशनमध्ये घुसला. जवळ असणारी सगळी शस्त्रे आणि दारूगोळा वापरून त्याने अनेक जपानी विमानांना नेस्तनाबूत केले. दारूगोळा संपल्यावर विमानाचे पंख त्याने शस्त्र म्हणून वापरायला सुरुवात केली. जपानी स्क्वाड्रनची पाच विमाने त्याने पाडली होती आणि उरलेल्या जपानी स्क्वाड्रनला माघार घ्यायला प्रवृत्त केले. आपल्या शरपंजर झालेल्या विमानाला बचने कसेबसे युद्धनौकेवर उतरवले. विमानात असलेल्या कॅमेऱ्याने बचचा भीम पराक्रम रेकॉर्ड केला होता. बचच्या या अभूतपूर्व पराक्रमाला आणि लढवय्या बाण्याला सगळ्यांनी दाद दिली. आसमंतात ऐकू जातील एवढ्या टाळ्या वाजवण्यात आल्या. २० फेब्रुवारी १९४२ला केलेल्या या पराक्रमासाठी बच नौसेनेचा दुसऱ्या महायुद्धातील 'फर्स्ट एस' झाला आणि शौर्यपदकांनी त्याचा सन्मान करण्यात आला. अवघा २९ वर्षांचा हा महान योद्धा पुढील वर्षी एका हवाई कारवाईत शहीद झाला. त्याचे मूळ शहर शिकागो त्याला विसरू शकणार नव्हते. त्याच्या शहराने त्या शहरातील विमानतळाला त्याचे नाव दिले. 'ओ हेर' या आंतरराष्ट्रीय विमानतळावर टर्मिनल १ आणि २च्या मध्ये या वीराचा पुतळा उभा करण्यात आला आहे.

आता मूळ प्रश्न असा की, या दोन कथांचा एकमेकांशी काय संबंध? त्याचे धक्का देणारे उत्तर असे आहे की, 'बच ओ हेर' हा 'ईझी ऐडीचा' मुलगा होता. आता या दीक्षान्त परेडशी याचा संबंध काय? याचे उत्तर असे की, कोणत्याही पार्श्वभूमीतून

आला असाल, कितीही प्रतिकूल परिस्थिती असली; तरी आयुष्य तुम्हाला समान संधी देत असते. तुमची जिद्द आणि इच्छाशक्ती तुम्हाला इच्छित स्थळी पोहोचवतेच. तुम्हाला वाटते, आता आपण पूर्ण पराभूत झालो आहे. पूर्ण कोलमडून पडलो आहे. सगळे संपले आहे! असे सगळे कधी संपत नसते. त्या वेळी शपथ ताकद देते आणि अंगात प्रचंड ऊर्जा भरते. पडता पडता उलट दिलेला ठोसा अनेकदा समोरच्याला नॉक आउट करू शकतो. ती शपथ घेण्याची वेळ आली आहे. माझ्या देशासाठी, माझ्या मातीसाठी, माझ्या लोकांसाठी सर्वस्व अर्पण करण्यासाठीची ती शपथ मी आज घेणार आहे. ऐडीच्या रोझरी आणि शेवटच्या ओळी ती सर्व ताकद त्याच्या पुढच्या पिढीला देऊन गेल्या. त्या सात्त्विक आणि पवित्र भावनांनी 'ओ हेर' घडला आणि त्याचा विक्रम इतिहासात अजरामर ठरला.

'वेडात मराठे वीर दौडले सात' ही अशीच एक शौर्यगाथा! आपल्यासाठी सर्वस्व असणाऱ्या राजाचे मन दुखावते आणि त्याचे नाराजीचे शब्द जिव्हारी लागतात, त्या वेळी स्फुलिंग कसे पेटते आणि नसानसांत वीज कशी संचारते, त्याचे हे ज्वलंत उदाहरण! 'क्षण एक पुरे प्रेमाचा, वर्षाव पडो मरणांचा!' हे प्रेम ज्या वेळी राष्ट्राप्रती असते, मातीशी एकनिष्ठ असणारे असते; त्या वेळी प्रतापरावांसारखा अविश्वसनीय पराक्रम घडतो. 'बहलोल खानाला मारल्याशिवाय मला तोंड दाखवू नका!' हे राजांचे नाराजीचे शब्द ऐकून प्रतापराव घोड्यावर मांड टाकून नेसरीजवळ खानाच्या बारा हजार सैन्याच्या तळावर एकटे चालून गेले. त्यांचे सहा विश्वासू मावळेही त्यांच्या मागोमाग त्या चक्रव्यूहात घुसले. या सात वीरांनी शेकडो गनिमांना ठार मारले; पण अखेरीस प्रतापराव आणि सहा वीरही लढता लढता धारातीर्थी पडले. पराभव पक्का आहे हे पुरते माहीत असताना, मृत्यू समोर असताना त्यांचे पाय लटपटले नाहीत किंवा माघार घेण्याचा विचारही त्यांच्या जवळपास फिरकला नाही. छत्रपती शिवाजी राजे हे त्यांच्यासाठी जीव की प्राण होते. स्वराज्यासाठी घेतलेली शपथ आणि निष्ठा त्यांना त्या पवित्र आत्माहुतीसाठी आत्मबळ देत होती. अशीच या भारतभूसाठी शपथ घेण्याची आमची पाळी होती!

या अकादमीच्या कणकण यत्न आणि प्रयत्नाने आमच्यातले कनक झळाळले होते. जोपर्यंत चांदीमधील अशुद्धता नष्ट होत नाही, तोपर्यंत तिला ज्वालांच्या मधोमध धरले जाते. एक सेकंद जरी जास्त तापवले, तरी नुकसान होते. ज्या क्षणी त्या तप्त चांदीत तापवणाऱ्याचा चेहरा दिसतो, त्या क्षणी तिला बाजूला काढावे लागते. आज आमचा तो तप्त बिंदू आला होता. आज आम्हाला आमचा घडलेला, जडलेला आणि धगधगलेला चेहरा दिसत होता. आता हा प्रशिक्षणाचा परमोच्च बिंदू होता. ही अकादमी अशी भट्टी होती की, जिच्यातून आम्ही तावूनसुलाखून तयार झालो होतो. तुम्हाला स्वतःला स्वेच्छेने त्या भट्टीत जोखून द्यावे लागते; तरच जसा

आकार कुंभाराला द्यायचा आहे, त्याप्रमाणे तुम्ही घडत असता. तुमचा आत्माच तुमचा मुख्य प्रशिक्षक असतो. घोड्याला पाण्यापर्यंत आणतात, तसे त्या ज्ञान आणि कौशल्यांच्या साठ्याजवळ इतर सर्व जण तुम्हाला आणून सोडतात. त्याचे ग्रहण तुम्हालाच करायचे आहे.

मुख्य अतिथींनी त्यांच्या भाषणात भविष्यकाळातील आव्हानांबद्दल एक नवी आशावादी उमेद स्पष्ट केली. सर्वप्रथम त्यांनी परेडच्या अप्रतिम संचालनाबद्दल तोंडभरून कौतुक केले. परेडमध्ये कोणतीही कमतरता किंवा त्रुटी न ठेवता सर्व कमांडचा अंमल सुबकपणे केला होता. युनिफॉर्म कडक होता, कदम मिळालेले होते, ठेका चुकला नव्हता. त्यांना त्यापेक्षा अधिक भावली ती देहबोली! ते म्हणाले, "माझ्या अधिकाऱ्यांनो, तुमच्या देहबोलीतून तुमचा आत्मविश्वास प्रकट होत होता, डोळ्यांमध्ये दूरदृष्टी होती, डोक्यामध्ये स्वप्ने दिसत होती, आणि सर्वांत महत्त्वाचे या सर्व्हिसला आणि पर्यायाने देशाला वैभवशाली व समृद्ध करण्यासाठी संघभावनेने काम करण्याची तयारी तुमच्या प्रत्येक हालचालीत स्पष्टपणे प्रतीत होत होती. तुम्ही आजपर्यंत जे जग पहिले आहे, समाजजीवन अनुभवले आहे; त्यापेक्षा खूप वेगळे जग एक आय.पी.एस. अधिकारी म्हणून तुम्ही पाहणार आहात. तुम्ही वेगवेगळ्या शैक्षणिक पार्श्वभूमींतून, देशाच्या विविध संस्कृतींतून इथे आलेले आहात. तुम्हाला एक अतिशय वैभवशाली परंपरा असलेल्या भारतीय पोलीस सेवेत या अकादमीने एकरूप केले आहे. खरे तर आज तुमचे इथल्या संस्कारांनी सृजन झाले आहे. हा नवा जन्मच आहे जणू. आय.पी.एस अधिकारी म्हणून तुमच्या जीवनामध्ये आजचा दिवस सर्वाधिक महत्त्वाचा आहे. तुम्ही ज्या दिवशी सन्मानाने सेवानिवृत्त होणार, तो दुसरा सर्वाधिक महत्त्वाचा दिवस असेल. आज तुम्ही तुमच्या करिअरला सुरुवात करणार आहात. तुमची घट्ट मूल्ये, धारणा, दृष्टिकोन आणि या मातीत घडलेले संस्कार तुम्हाला तुमच्या आयुष्याची दिशा ठरवायला मदत करणार आहेत. आज तुम्ही तुमच्या जीवनातील निग्रह आणि निश्चय करणार आहात.

"देश बदलतो आहे आणि जगाचे नेतृत्व आपला देश करणार, हे निश्चित आहे. एनपीएने अशा उज्ज्वल भारतातील पोलीस सेवेसाठी लीडर तयार केले आहेत. आजपर्यंत तुम्ही जे थिअरी म्हणून शिकलात, त्याला तुम्हाला वास्तव जगात काम करताना प्रॅक्टिकल स्वरूपात अमलात आणावे लागणार आहे. इथे शिकलेल्या अत्याधुनिक जंगल युद्धकौशल्यांनी आणि फील्ड टॅक्टीक्समुळे दहशतवादी आणि नक्षल्यांचा खात्मा करताना तुम्ही वरचढ ठरणार आहात. सुरक्षेबरोबर तुम्हाला सर्वसामान्य जनतेबद्दल संवेदनशीलता, समानुभूती आणि त्यांच्या मानवाधिकारांबद्दल योग्य आणि होकारात्मक दृष्टिकोन ठेवावा लागणार आहे. उद्याचे जग हे अत्यंत पारदर्शक असणार आहे. कास्टिजम, कम्युनॅलिझम्, लिंग्विझम्, रिजनॅलिझम्,

सेक्टरियानिझम्, नक्षलीझम्, टेररिझम्, एक्स्ट्रिमिझम् अशा अनेक इझम्सशी संघर्ष करायचा आहे. तिथे पारंपरिक पद्धतीने, सरंजामशाही वृत्तीने काम करून चालणार नाही.

'तुम्हाला महिला सक्षमीकरण आणि सुरक्षेला प्राधान्य द्यावे लागेल. जातीय सलोखा अबाधित ठेवण्यासाठी जनतेचा मित्र बनावे लागेल. लहान मुले, महिला, ज्येष्ठ नागरिक, दलित आणि अल्पसंख्याकांचे हित व अधिकारांबद्दल सजग आणि संवेदनशील राहणे, हा तुमचा धर्म असावा. शेतकरी, कामगार आणि विद्यार्थ्यांची आंदोलने हाताळताना तुम्हाला संयम आणि प्रगल्भता बाळगावी लागेल. सज्जनांचे संरक्षण आणि दुर्जनांचा निग्रह हे तुमचे कर्तव्य असले, तरी कायद्याचे राज्य सुरक्षित ठेवणे, ही तुमची प्राथमिकता राहिली पाहिजे. क्रिमिनल जस्टीस सिस्टीम प्रक्रिया ही रिले रेससारखी असते. त्यात सुरुवात पोलिसांनी करायची आहे आणि पुढे टप्प्याटप्प्याने ते बॅटन प्रॉसिक्युशन, न्यायालये आणि तुरुंगव्यवस्थेकडे द्यायचे आहे. त्यासाठी सर्व संस्थांचा समन्वय आणि समतोल खूप महत्त्वाचा आहे. आफ्रिकेमध्ये 'उबुंटू' नावाची तत्त्वज्ञानातील जुनी संकल्पना आहे. तुम्ही आहात म्हणून मी आहे. मानव हा एकांतवासात रमत नाही. आपण एकमेकांपासून विभक्त आणि आत्मकेंद्री राहू शकण्याचा विचारदेखील करू शकत नाही. आपण जे बोलतो, जे करतो; त्याचा इतरांवर परिणाम होत असतो. ज्या वेळी तुम्ही चांगले, भले काही करता; ते पसरत असते. म्हणून प्रशिक्षणार्थी अधिकाऱ्यांनो, आज तुम्ही या अकादमीतून समृद्ध आणि संपूर्णपणे सिद्धहस्त होऊन बाहेर पडत आहात. तुम्ही तुमची शक्ती, अधिकार आणि कौशल्ये दुर्बलांना व पीडितांना न्याय देण्यासाठी वापराल आणि सुरक्षित आणि सबल भारत निर्माण करण्यासाठी सदैव कटिबद्ध राहाल, अशी मी अपेक्षा करतो.'' हे अतिथींचे विचारांचे आणि अपेक्षांचे प्रबोधन टाळ्यांच्या कडकडाटात संपन्न झाले.

दरवर्षी दीक्षान्त समारंभातील प्रत्येक अतिथींचे भाषण हे नेमक्या आणि प्रेरक शब्दांनी गुंफलेले असते. अलीकडे २०१४च्या बॅचच्या दीक्षान्त परेडवेळी राष्ट्रीय सुरक्षा सल्लागार श्री. अजित डोवाल सरांनी केलेले अप्रतिम भाषण माझ्या ऐकण्यात आले होते. त्यांचा प्रत्येक शब्द अनुभव, शहाणपण, व्यावसायिक नैपुण्य आणि कमालीची समर्पित वृत्ती दर्शवित होता. प्रत्येक युवकाने दीपस्तंभाप्रमाणे समोर तेवत ठेवावे, असे त्यांचे शब्द होते. ते म्हणाले, ''सत्तेचाळीस वर्षांपूर्वी मी तुमच्याप्रमाणे या अकादमीतून असाच आय.पी.एस.चे ट्रेनिंग घेऊन बाहेर पडलो. ही महान अल्मा माटर आहे. तिने जे काही मला दिले, त्याबद्दल अजूनही मी तिचा उपकृत आहे. तुमच्यात आणि माझ्यात या सर्व्हिसच्या कॅमराडरीच्या अनोखेपणाचे नाते आहे. तुमच्याशी काय बोलावे, याबद्दल माझ्या मनात गोंधळ होता. तुम्हाला आलंकारिक,

बढाया मारणारे भाषण द्यायचे की अकादमी सोडल्यापासून आजपर्यंतचा प्रवास केल्यानंतर मला वळून पाहताना काय वाटते ते सांगायचे, ही द्विधा होती. आज मला या अकादमीचा आयुष्यात कसा फायदा झाला, माझे दृष्टिकोन, मूल्यव्यवस्था आणि मानसिकता या ट्रेनिंगने कशा बदलल्या, यांबद्दल बोलणार आहे. ट्रेनिंगमध्ये दोन भाग असतात. एक हार्डवेअरचा भाग ज्यात पीटी, हॉर्सरायडिंग, फॉरेन्सिक्स, कायद्याचे ज्ञान, परेड या सगळ्या इनडोअर आणि आउटडोअर प्रशिक्षणाचा समावेश होतो; पण याचा खरेच मला फार फायदा झाला नाही; पण प्रत्येक ट्रेनिंगच्या मागे एक विशिष्ट उद्देश होता. स्पिरिट होते. ते तुमच्यामध्ये आपोआप भिनले जायचे. अंगवळणी पडायचे. जर माझा इथल्या पीटी ग्राउंडवर रोज रगडा निघत असेल, मी रोज व्यायाम आणि घामाने निथळून निघत असेन; तर मला त्यातून रोज धडा मिळे की पोलीस अधिकारी हा शरीराने तंदुरुस्त असला पाहिजे. जर शरीराने फिट असाल, तरच तुम्ही मानसिकदृष्ट्या तंदुरुस्त राहाल. त्यामुळे आयुष्यभरासाठी हा मंत्र बनवा. तुम्हाला आयुष्यात काही मोठे करायचे असेल, तर तुमच्या आरोग्याची योग्य काळजी घ्या. निगा राखा. परेड तुम्हाला टीम स्पिरिट शिकवते. तुम्ही एकत्र मार्च करू शकता, काम करू शकता, एकमेकांशी सामंजस्याने राहू शकता; ही शिकवण कवायतीतून मिळते. तुमच्यातील लीडर, सांगाती आणि शिष्य हे तिन्ही रोल त्यातून प्रकटपणे आत्मसात होतात. नेतृत्व करायला आणि नेतृत्व स्वीकारायला आपण शिकतो. आज्ञा द्यायला आणि हुकूम शिरसावंद्य मानून अंमल करायला आपण बिनाझिजक तयार होतो.

''दुसरी महत्त्वाची देणगी म्हणजे मला इथून मिळालेले बॅचमेट्स. माझे आयुष्यभराचे जिवाभावाचे सोबती! माझ्या वैयक्तिक आणि व्यावसायिक गरजेवेळी हे माझे सांगाती माझ्यामागे खंबीरपणे उभे राहिले. त्यामुळे या मैत्रीचा सन्मान करा आणि तिला जपा; पण सगळ्यात मौल्यवान गोष्ट वेगळी आहे, जी मला या अकादमीने दिली; पण ती सांगण्यापूर्वी मला तुम्हाला एक बोधकथा सांगायची आहे. गौतम बुद्ध ज्या वेळी अंतिम क्षण व्यतीत करीत मरणशय्येवर होते, त्या वेळी त्यांचे सर्व शिष्य त्यांच्याजवळ जमा झाले. प्रत्येक जण व्यथित आणि चिंतित होता. प्रत्येक जण त्यांना भेडसावणारा प्रश्न गौतम बुद्धांना विचारत होता की, आता आमचे कसे होणार? कोण आम्हाला प्रकाश दाखवेल? कोण आम्हाला खरा आणि सत्याचा मार्ग दाखवेल? त्या वेळी त्या मरणासन्न अवस्थेत बुद्धांनी त्यांना मार्ग दाखवला. ते म्हणाले 'अत्त दीपो भव:' - तुम्ही स्वत:च तुमचे नंदादीप बना. तुम्ही इथे जे शिकला आहात; तसे ते तुम्हाला स्वतःचा गुरू, स्वतःचा मार्गदर्शक बनण्यासाठी सिद्धहस्त करणार आहे. हेच सगळ्यात मोठे या अकादमीचे योगदान आहे. तुम्ही उद्यापासून सतत स्वतःला ट्रेन करायचा संकल्प घेऊन येथून जा. तुम्हीच

तुमचे उस्ताद असणार, गुरू असणार आणि शिष्यही असणार, ही खूणगाठ मनाशी बांधा. नाहीतर काय, उद्या तुम्ही तुम्हाला नेमलेल्या जिल्ह्यात जाणार आहात. तिथे सगळ्या सुखसोयी, मानमरातब आणि अनेकदा त्यामुळे येणारे प्रश्न हात जोडून तुमच्या स्वागतास तयार असतील; पण त्या सगळ्यांच्या आहारी गेलात, तर तुम्ही स्वतःला पतनाकडे घेऊन जाल. आहे तिथेच कुंठित व्हाल. कुजाल! तुमची मानसिक, वैयक्तिक, व्यावसायिक वाढ खुंटेल आणि तुमची अधोगती होईल. म्हणून आत्मदेवो भव! या अकादमीने तुम्हाला स्वतःला सतत प्रशिक्षित करण्यासाठी सशक्त आणि सक्षम केले आहे. तुमचे नेटवर्क तयार केले आहे. हे सततचे प्रशिक्षण तुम्हाला येणाऱ्या बहुविध आव्हानांना पेलण्यासाठी समर्थ बनवणार आहे. इथून पुढे तुम्हाला अजून काही शिकवायला लागेल, असे मला वाटत नाही. अनेक मोठी आव्हाने येतील आणि तुम्ही त्यांना लीलया पेलालही! त्याची कुठे फार नोंद घेतली जाईल, असे नाही; पण एक चूक आणि त्यासाठी तुम्हाला अग्निदिव्यातून जावे लागेल. तयार व्हा, अशा कठीणतम परीक्षांसाठी! त्यामुळे डोळे मिटून एकच संकल्प करा; तुम्हाला देशासाठी, या सेवेसाठी आणि स्वतःसाठी सतत आणि कायम स्वतःला ट्रेन करावे लागणार आहे.

"आज तुमच्यासमोर नानाविध आव्हाने आहेत. अंतर्गत सुरक्षेपासून, सायबर क्राईम, संघटित गुन्हेगारी, जातीय दंगली ते वंचितांच्या हक्कांपर्यंत रोज अनेक समस्यांना तुम्हाला भिडावे लागणार आहे. दुसऱ्या महायुद्धानंतर ३७ देशांचे पतन आणि ऱ्हास झाला. त्यांपैकी फक्त नऊ देशांचे पतन हे परकीय आक्रमणामुळे झाले. २८ देशांचे पतन त्यांच्या अंतर्गत सुरक्षेची योग्य काळजी न घेतल्यामुळे झाले. पाकिस्तानला पूर्व पाक सांभाळता आला नाही. युगोस्लाव्हिया, झेकोस्लोव्हाकियाचे विघटन, सोव्हिएत युनियनचे बाल्कनीकरण ही त्याचीच उदाहरणे आहेत. म्हणून अंतर्गत सुरक्षा ही सर्वाधिक महत्त्वाची आहे. पहिल्या पिढीतील सतराव्या शतकातील 'तीसवर्षीय' पारंपरिक युद्ध आणि वेस्ट फॅलियाच्या तहापासून आज आपण अत्याधुनिक चौथ्या पिढीतील युद्धाला सामोरे जात आहोत. आजचे युद्धतंत्र अत्यंत अदृश्य आणि घातक झाले आहे. इथे आता सामान्य जनतेशी आणि विचारधारेशी भिडावे लागते. अशा युद्धात शक्तिमान देश जिंकेलच, असे नाही. बलाढ्य अमेरिकेने व्हिएतनामकडून मार खाल्लाच की! सगळे असताना सोव्हिएत रशिया अफगाणिस्तानात आपली योजना यशस्वी करू शकला नाही. ही युद्धे लष्करी सेनेची राहिली नसून, त्यात पोलीस दलाची भूमिका अतिशय महत्त्वाची झाली आहे. तुम्ही जिंकलात तर देश जिंकेल आणि तुम्ही हरलात तर देश हरेल. हे युद्ध कुठल्याही भूभागाला काबीज करण्यासाठी होत नाही. हे जनतेचे युद्ध असते. त्या जनतेचे मन आणि हृदय तुमच्यासोबत असेल, तर ते युद्ध तुम्ही जिंकता. तुमची गुप्तचर यंत्रणा चांगली

असेल, तुमचा जनतेत चांगला आणि दृढ संबंध असेल, तर तुमच्या यशाचे गुणोत्तर अनुकूल होते. तुम्ही पस्तीस, सदतीस वर्षांच्या प्रदीर्घ सेवेनंतर सेवानिवृत्त व्हाल, त्या वेळी हा देश बदललेला असेल. हा देश आर्थिक महासत्ता झाला असेल. त्या वेळी सुबत्तेबरोबर अंतर्गत सुरक्षेविषयी प्रश्नही निर्माण होतील. जर ते तुम्ही कौशल्यपूर्णतेने आणि व्यावसायिकतेने हाताळले नाहीत, तर हा देश सुबत्ता असली तरी कमकुवत राहील आणि कोणाच्यातरी आक्रमणात तोंडघशी पडेल. ही अंतर्गत सुरक्षा ही पोलिसांची जबाबदारी आहे आणि त्या पोलीस दलाचे नेतृत्व ही तुमची जबाबदारी आहे. त्यामुळे बौद्धिक, मानसिक, भावनिकदृष्ट्या सक्षम आणि ताकदवर बना. भविष्यकाळ तुमचा आहे.

"आधुनिक आणि सतत बदलणारे तंत्रज्ञान आत्मसात करा. भविष्यकाळ अत्याधुनिक अशा तांत्रिक आणि किचकट गुन्हेगारीचा आहे. सायबर क्राईम, बँक फ्रॉड, सीमा सुरक्षा, संघटित अंडर वर्ल्ड सगळे तुम्हाला तंत्रज्ञानाने नियंत्रित करावे लागेल. अशा गुन्हेगारांच्या दोन पावले पुढे राहावे लागणार आहे. या छोटेखानी प्रवचनातील शेवटचा डोस! तुम्हाला वाद, तंटे, संघर्ष सोडवण्याची तंत्रे विकसित करावी लागतील. त्यासाठी लागणाऱ्या सर्व क्षमता, कौशल्ये आणि सामग्री जमा करावी लागेल. पोलीस सेवेइतका आपल्या वैयक्तिक आणि व्यावसायिक हितसंबंधांतील संघर्ष इतर कोणत्याही क्षेत्रात सापडणार नाही. ९/११च्या दहशतवादी हल्ल्यानंतर ज्या वेळी राष्ट्रपती बुश राष्ट्राला संबोधित करत होते, त्या वेळी त्यांनी एक महत्त्वपूर्ण विधान केले. ते म्हणाले, 'अमेरिका ही स्वातंत्र्य आणि मुक्ततेचा पुरस्कार करते; पण त्याचबरोबर राष्ट्राच्या सर्वोच्च हिताचेही ती संरक्षण करते. जर या दोहोंत संघर्ष निर्माण झाला, तर राष्ट्राची सुरक्षितता आणि हित हेच अंतिम राहील.' असा संघर्ष तुमच्यासमोर रोज उभा राहणार आहे. कायदा एक सांगतो आणि दुसरे कोणीतरी कायद्याचे ऐकू नका म्हणून दबाव टाकत असते. तुमच्या घरी एखादे मंगल कार्य असते आणि जातीय दंगल सुरू होते. तुम्ही थकलेभागलेले आहात किंवा आजारी आहात आणि दहशतवादी हल्ला होतो. अनेकदा नैसर्गिक न्याय आणि कायद्यात संघर्ष होतो. एखाद्या व्यक्तीने खूप भोगलेले असते आणि त्याच्या हातून अघटित घडते. त्याला गुन्हेगार म्हणून शिक्षा देण्यास तुमचे हात कच खातात. तुमच्याबद्दल चुकीचे पसरवले जाते, तुम्हाला टार्गेट करून बदनाम केले जाते आणि मीडिया, राजकारणी त्याच्यावर विश्वास ठेवतात. अशा अनेक हितसंबंधांतील संघर्षाला तुम्हाला सामोरे जावे लागणार आहे.

"या सगळ्या संघर्षावर एक रामबाण उपाय आहे. तुमचा ब्रँड तयार करा. अत्यंत प्रामाणिक, निग्रही आणि सच्चा अधिकारी असे नाव कमवा. धाडस, धैर्य, निष्ठा, कष्ट, कायद्याचे ज्ञान आणि सेवेविषयी गौरव हे अंगाअंगात भिनवा. जात,

धर्म, प्रांत, भाषा या सगळ्यांच्या पलीकडे जा. तुम्ही हा गणवेश का घातला आहे, त्या खांद्यावर तुम्ही आय.पी.एस. का लिहिले आहे. या गणवेशाने तुम्हाला एक ब्रँड दिला आहे. हा ब्रँड जर तुम्ही प्रामाणिकपणे सांभाळलात, तर तुमच्यावरचे दबाव आपोआप ढासळतील. तुमच्या हितसंबंधांतील संघर्ष विरून जातील. तुमची निर्णयक्षमता मूल्याधिष्ठित आणि सत्याच्या कसोटीवर उतरलेली असेल, तर लोक तुमचा आदरही करतील आणि तुम्हाला घाबरतीलदेखील! तुमचा ब्रँड हा काही सर्व प्रश्नांचे उत्तर नसेल; पण त्यामुळे तुमची द्विधा मन:स्थिती होणार नाही. अनेकदा तुम्ही करता वेगळे आणि ते करताना तुमची नकारघंटा सुरू असते. त्यामुळे संघर्ष तयार होतो. तुम्ही काही गोष्टी भीती, दबाव, पूर्वग्रह किंवा पक्षपाताच्या आधारे करता, त्या वेळी समस्या आणि संकटे उभी राहणारच. म्हणूनच पोलादासारखी हिंमत आणि जजबा घेऊन डोळ्यांत लोहपुरुषांची स्वप्ने घेऊन आज तुम्ही येथून बाहेर पडणार आहात. आय.पी.एस. ही ग्रेट सर्व्हिस आहे. एका उज्ज्वल करिअरमध्ये तुमची सुरुवात होत आहे. उद्या सकाळी उठल्यावर आरशात पाहाल, त्या वेळी तुम्ही तुमचा ब्रँड तपासा. तुमचे जवळचे कुटुंबीय, मित्रमंडळी, आप्तेष्टांनी तुमच्याबद्दल काय विचार करावा असे तुम्हाला वाटते? तुमचे कनिष्ठ, वरिष्ठ आणि ज्यांच्यासाठी तुम्ही काम करणार, त्या जनतेने तुम्हाला कोणत्या छबीत पाहावे असे तुम्हाला वाटते आणि हो, ज्या वेळी तुम्ही प्रदीर्घ सेवेनंतर सेवानिवृत्तीच्या क्षणी तुमची बॅटन द्यायला जाल, त्या वेळी तुमच्या चेहऱ्यावरच्या समाधानाच्या सुरकुत्याच सांगतील की, माझे आयुष्य या सेवेत सफल झाले. मी माझ्या देशासाठी आणि समाजासाठी समर्पित भावनेने झिजलो आणि समृद्ध झालो!''

प्रमुख अतिथींचे भाषण संपले. कर्तव्यनिष्ठ आणि कार्यक्षम जीवनाचे सूत्र आणि ज्ञान त्यांनी सोप्या आणि प्रभावी शब्दांत मांडले होते. अंगावर देशसेवेचे शहारे आणि डोक्यात आय.पी.एस. ब्रँडच्या मुंग्या आणणारे भाषण आयुष्यभरासाठीची शिदोरी होते.

परेड कमांडरने निष्क्रमण करण्याची अनुमती घेतली. निशाण टोळीचे प्रस्थान झाले. सर्वांनी उभे राहून निशाणास मानवंदना दिली. 'दीक्षान्त परेड निष्क्रमण के लिये चार चार की बारी मे दाहिने बाये से दाहिने बाये को धीरे चल!' या ऐतिहासिक मैदानातून आयुष्याच्या मैदानात प्रवेश करण्यासाठी संथ चालीत पावले मंचाच्या दिशेने मार्गक्रमण करत होती. ज्या पायरीवरून बाहेर पडणार होतो, तिच्यावरचे शब्द अंतःकरणावर कोरून घेतले, 'THE FIRST STEP IN SERVICE TO THE PEOPLE.'

काय आहे एका पोलीस अधिकाऱ्याचे काम, काय आहे त्याची जबाबदारी. ज्या वेळी एखादी व्यक्ती संकटात सापडली असेल, ज्या वेळी एखाद्याचे जीवित किंवा

मालमत्ता धोक्यात आली असेल; त्या वेळी मी त्या गरजू आणि संकटात सापडलेल्या व्यक्तीच्या मागे खंबीरपणे उभा राहीन, माझी वर्दी मला ओळख देणार नाही, मी माझ्या वर्दीला ओळख देईन. मी या वर्दीसाठी वर्दी होण्याचा प्रयत्न करीन.

मन भरून आले होते. डोळे स्वप्नांत रमले होते. हृदय हाका मारत होते. शरीरात ऊर्जा संचारली होती. ज्या वेळी त्या पायरीवर पाऊल ठेवले, जणू काही परिसस्पर्श झाल्याची भावना होती. जीवनातली ती घडी आली, ज्या घडीसाठी आपण जन्म घेतला. तो क्षण आला, ज्यासाठी जीव तीळ तीळ तुटला. आयुष्याशी गोड गुंजारव संपले. आता कर्तव्यकाळ सुरू झाला. आता ध्यासपर्व सुरू झाले. इथून पुढचे प्रत्येक पाऊल हे माझ्यासाठी नाही तर देशासाठी. असे म्हटले जाते की, एक चांगले गीत रचायचे असेल, तर तुमच्याजवळ काय असावे लागते? त्यासाठी जरुरी नाही की तुमचा आवाज मधुर असला पाहिजे. तुम्हाला सगळी वाद्ये वाजवता आलीच पाहिजेत, हा अट्टहासही नको. तुम्ही संगीतशास्त्राचे पंडित असायलाच हवे, असेही काही नाही. तुमच्याकडे फक्त एक हळवे हृदय हवे, जे जगातील अवतीभोवतीच्या वेदना जाणून घेऊ शकेल, समजू शकेल. त्यातून निश्चितच एक अप्रतिम गीत तयार होईल. त्यातून आपले वाटतील असे स्वर स्रवतील. त्यातून मनाच्या अंतरंगातील तारा छेडल्या जातील. हो, या सेवेसाठी असे संवेदनशील हृदय आयुष्यभरासाठी जतन करण्याचे व्रत घ्यायचा निश्चय पायरीजवळच्या त्या पावलांनी केला होता. पंढरपुरातील नामदेव पायरी आणि आळंदीची हैबत पायरी या दोन पायऱ्या वारकरी संप्रदायातील भक्ती आणि समर्पित वृत्तीचे प्रतीक आहेत. या हैदराबादच्या पायरीने समाज सेवाभाव आणि देशभक्तीची सिद्धी दिली. जीवनाचे ध्येय निश्चित केले.

कुठेतरी वाचले होते की, भगवद्‌गीतेत दोन प्रकारांच्या कृती सांगितल्या आहेत. एक क्रिया आणि दुसरे कर्म. रोजचे दैनंदिन जीवन जगण्यासाठी आपण जे काही करतो ती क्रिया. आपण पैसे कमवतो, मुलांचा सांभाळ करतो, त्यांना चांगले शिक्षण देतो, बाजारात जाऊन खरेदी करतो. आईवडलांची देखभाल करतो. आपल्यासाठी आणि आपल्या कुटुंबासाठी जे काही आपण करतो, ती क्रिया. लक्षात घ्या, अशी क्रिया थोड्याफार फरकाने सर्व प्राणीसुद्धा करतात. कर्म मात्र निष्काम असते. माणसाने जीवन जगताना रोजच्या व्यवहारात क्रिया आणि कर्माची योग्य सांगड घातली पाहिजे. कर्मासाठी आपल्याला कोणताही मोबदला किंवा मानधन मिळत नाही. कर्म केल्याने मिळणारे समाधान हे जीवनाला अर्थ प्राप्त करून देते.

उत्तरेतील सुफी परंपरेतील कबीर असोत किंवा आमचे तुकोबा किंवा ज्ञानोबा असोत. हीच विचारसरणी समाजात रुजविण्याचा प्रयत्न त्यांनी केला. ज्ञानेश्वरांनी ज्या वेळी ज्ञानेश्वरी लिहून पूर्ण केली, त्या वेळी परमेश्वराकडे पसायदान मागितले. हे परमेश्वरा, जर तू माझ्या गीतेवरील या निरुपणाने प्रसन्न झाला असशील, तर

मला हे दान दे. ते काय दान मागतात. स्वतःसाठी किंवा स्वतःच्या आप्तेष्टांसाठी काहीही मागत नाहीत. ते मागतात,

जे खळांची व्यंकटी सांडो । तया सत्कर्मी रती वाढो ।
भूतां परस्परे पडो । मैत्र जीवांचे ॥

ईश्वरा, ऐक माझे मागणे. या जगामध्ये जे काही वाईट प्रवृत्तीचे लोक आहेत, त्यांच्या त्या वाईट प्रवृत्तीचा नाश कर; कारण कुठलाही मनुष्य हा कधी वाईट नसतो, त्याचे गुण वाईट असू शकतात. तू फक्त तेच काढून टाक आणि दुष्प्रवृत्ती काढून टाकल्यावर त्यांच्या सत्कर्मामध्ये वाढ कर. हे जर केलेस, तर नक्कीच या पृथ्वीतलावरील सर्व जीव आनंदाने आणि प्रेमाने एकत्र राहतील.

पुढे ते म्हणतात,

दुरिताचे तिमिर जावो । विश्वस्वधर्म सूर्ये पाहो ।
जो जे वांछिल तो तें लाहो । प्राणिजात ॥

जगामध्ये पाप हे फक्त अज्ञानरूपी अंधारामुळे आहे. हा अंधार नाहीसा होण्यासाठी जगात स्वधर्मरूपी सूर्याचा उदय होवो. प्राणिमात्रांच्या मंगल इच्छा पूर्ण होवोत. इथे विश्व स्वधर्म म्हणजे लौकिक अर्थाचा हिंदू, इस्लाम किंवा बौद्ध इत्यादी धर्म नव्हेत; तर 'माणुसकी' हा धर्म अभिप्रेत आहे. या धर्माचे सार तीन क्रियापदांत आहे. प्रेम करणे, मदत करणे आणि सेवा करणे. हा धर्म जर आचरणात आणला, तर समस्त प्राणिमात्रांसही त्यांच्या इच्छेप्रमाणे सर्व काही मिळेल.

आपण ही विचारधारा आत्मसात केली की आपल्या व्यवसायाकडे पाहण्याचा दृष्टिकोन निमिषार्धात उदात्त आणि मानवतावादी होतो. आपल्या व्यवसायाचा परमोच्च बिंदू काय असू शकेल? ज्या वेळी आपल्या व्यवसायाला अर्थ राहणार नाही किंवा त्याचा उद्देश संपुष्टात येईल, त्या वेळी तो बिंदू आपण गाठलेला असेल. म्हणजे जर डॉक्टरने समाजातील रोगराईचा समूळ निःपात करायचे ठरवले किंवा पोलिसांनी गुन्हेगारीची पाळेमुळे खोदून नष्ट केली, तर तो स्वप्नातला समाज अस्तित्वात येऊ शकतो.

हे सगळे विचार कपोलकल्पित वाटतात किंवा या विचाराला तर्कशास्त्र लावता येत नाही; पण त्या वेळी ते शपथ घेणारे वय वेडे होते. ते वय अशक्य वाटणारी स्वप्ने पाहण्याचे आणि त्यांना वास्तवात उतरवण्यासाठी रात्रीचा दिवस करण्याचे होते. स्वतःचा शोध सुरू झाला होता. निराशा आणि औदासीन्याला तिलांजली दिली

होती. माझ्या इच्छाशक्ती तीव्र होत्या आणि दूर खोलवरच्या भविष्याची मला ओढ होती. जे दोरखंड आणि बेड्या आजवर मला रोखत होत्या, त्याच बेड्यांना वितळवून मी माझी हत्यारे बनवेन आणि येणाऱ्या प्रत्येक आव्हानाला सामोरे जाण्यासाठी त्यांना धार लावून पाजळून ठेवेन. मनात सळसळता उत्साह आहे, अंगात रसरसती ऊर्जा आहे, मनगटात ताकद आहे आणि चारित्र्य शुद्ध आहे, तर कशाला कुणाची फिकीर? वाट चालतो मी निर्भयपणे माझ्या ध्येयाप्रती. शिवरायांच्या मावळ्यासारखी! 'खबरदार जर टाच मारूनी जाल पुढे, चिंधड्या उडवीन राई राईएवढ्या!' माझ्याशी कुणी विनाकारण नडण्याचा प्रयत्न केला, माझ्या पायात आडकाठी केली आणि माझ्या त्या ईप्सितापासून मागे ओढण्याचा प्रयत्न केला, तर गाठ माझ्याशीच आहे; कारण मी कटिबद्ध आहे माझ्या शपथेशी आणि कर्तव्यांशी. अजून गरजलो नाही, हे माझ्या शत्रूंना जरा समजावून सांगा. जे काही दुष्ट आहे, क्रूर आहे, अमानवी आहे; ते सगळे जाळून खाक करायचे आहे. जे काही विघातक आहे, असामाजिक आहे; ते भस्मसात करायचे आहे. तू आता मिणमिणता तारा राहिला नाहीस, तर एक तेजस्वी मशाल बनला आहेस. तुझ्यातील ज्वालामुखीला आता वाट करून दे.

असे म्हणतात की, जिला किनाऱ्यावरची सुरक्षितता देणारी नजर सुटू द्यायची नसते, ती व्यक्ती नव्या अथांग महासागरांचा शोध घेऊ शकणार नाही. एकंदरीत तेरा महिन्यांच्या काळात मी मात्र व्यक्तिमत्त्वातील अनेक महासागर शोधले होते. मी गेले दहा महिने हैदराबादच्या कठीण प्रशिक्षण कालावधीत स्वतःला आव्हान देऊन माझ्यातल्या क्षमता आणि कौशल्यांना घडवले होते, विकसित केले होते. अकादमीने मला भय आणि संकटांशी लढायला शिकवले होते. ते भय मग उंच पहाडांचे असो, पाण्याचे असो, घोड्यांचे असो किंवा लोकांसमोर व्यक्त होण्याचे असो; या सगळ्या भयावर विजय मिळवण्याची प्रेरणा याच अल्मा माटरमध्ये मिळाली. 'मनके हारे हार हो, मनके जीते जीत' या म्हणीची प्रत्यक्ष प्रचिती या दहा महिन्यांत घेतली होती. दिवसभराच्या लांबलचक ट्रेनिंगने माझ्यात संयम भरला होता. संकटात न ढळता उभे राहण्याचे सामर्थ्य मला प्राप्त झाले होते. भविष्यकाळातील आव्हानांना समर्थपणे सामोरे जाण्यासाठी नवनवे तंत्रज्ञान शिकलो होतो. गुन्हेगारी, गुप्तचर यंत्रणा आणि कायदा व सुव्यवस्था सांभाळण्यासाठी आवश्यक ते मूलभूत पोलिसिंग शिकलो होतो. बदलत्या समाजव्यवस्थेत पोलिसांच्या प्रगत आणि प्रगल्भ होणाऱ्या भूमिकेविषयी ज्ञान प्राप्त केले होते. समाजापासून अलिप्त राहून आता पोलिसिंग करता येणार नाही. समाजाला सोबत घेऊन त्यांच्या हितासाठी ही यंत्रणा राबवायचा प्रण केला होता. 'पब्लिक पोलीस आहे आणि पोलीस पब्लिक आहे,' या रॉबर्ट पीलच्या ओळी अंतरंगात भिनल्या होत्या. लोकांच्या इच्छा आणि गरजा परमोच्च धरून पोलिसिंग करायचे आहे. शांततेच्या काळात लोकांना सोबत ठेवले, तर आणीबाणीच्या

काळात त्यांचा बिनशर्त पाठिंबा मिळतो. ही जनता-पोलीस पार्टनरशिप आणि परस्पर विश्वास वृद्धिंगत करायचा आहे. अकादमीत शिकलेल्या प्रत्येक कौशल्याचा राष्ट्रनिर्माण, समाजाचे सशक्तीकरण, सामान्य जनतेला सुरक्षेची हमी देण्यासाठी पूर्णपणे उपयोगात आणण्याचा प्रण आहे. आत्तापर्यंत जे समाजाने दिले आहे, ते व्याजासह समाजाला परत देण्यासाठीच येथून बाहेर पाऊल ठेवायचे आहे. 'सत्यम्, सेवा, सुरक्षणम् ' या अकादमीच्या बोधवाक्याशी कटिबद्ध राहण्याची माझी प्रतिज्ञा आहे.

छत्रपती शिवाजी महाराजांनी सह्याद्रीला शेलापागोटे बांधले आणि शंभू महादेवाच्या पिंडीवर रक्ताभिषेक करून स्वराज्य स्थापनेचे रणशिंग फुंकले.

माझे अंतर्मन साद घालत होते, ऊठ, जागा हो आणि त्या महान राजाच्या आदर्शासाठी, या मातीसाठी काम कर. समर्पण, सेवा आणि त्याग! या भावनेने त्या आकाशाला गवसणी घाल आणि मग बघ, या भूमीतही कंपने निर्माण होतील आणि आकाशात कंपने तयार होतील. आता न थकता, न थांबता, अखंडपणे आणि निश्चितपणे वाट चालायची! कठीण मार्ग आणि तपश्चर्या करायची. जे मला ईश्वराने दिले, त्या सगळ्याची परतफेड करायची! घ्यायचे नाही, द्यायचे! सर्वस्व अर्पण करायचे; माझ्या मातीसाठी, माझ्या देशासाठी! सगळी कवचकुंडले आणि सगळे संकुचित ओळख देणारे अभिनिवेश काढून फेकून द्यायचे. नव्या विश्वासला नव्या ओळखीचे वेगळे आयाम द्यायचे. ना जात, ना धर्म, ना भाषा, ना प्रांत; माझी एकच ओळख, मी आहे या भारतमातेचा सुपुत्र! माझे जीवन, माझा आत्मा, माझे काम, माझी श्रद्धा सर्व आहे माझ्या भारतमातेसाठी! ज्या वेळी मला मोक्षप्राप्ती होईल, ज्या वेळी मी अखेरच्या निवाड्यासाठी ईश्वरासमोर उभा राहीन; त्या वेळी एकच उत्तर देईन,

'माझी एकच ओळख आहे, मी भारतमातेचा पुत्र आहे. मी या भारतमातेचा पुत्र आहे!'

जयहिंद!

◆

“

प्रेरक स्वानुभव...

प्रसिद्ध आयपीएस अधिकारी आणि मुंबईचे विद्यमान पोलीस सहआयुक्त विश्वास नांगरे पाटील यांच्या आत्मकथनाचा दुसरा भाग 'कर हर मैदान फ़तेह' हा 'मेहता पब्लिशिंग हाऊस'ने प्रकाशित केला आहे. या भागात त्यांनी आयपीएस निवडीनंतर कुंभार मातीला आकार देतो, तसे एका युवकाचे एका अधिकाऱ्यात रूपांतर करण्याच्या प्रक्रियेला शब्दबद्ध केले आहे. समाजाला भेडसावणाऱ्या समस्या या पुस्तकातून नांगरे पाटील यांनी युवावर्गाला समजेल, अशा सोप्या शब्दांत सांगितल्या आहेत. सायबर गुन्हे, पोलीस प्रणाली, व्यसनाधीनता, सार्वजनिक जीवनात सुरक्षितता, वैयक्तिक आणि व्यावसायिक जीवनाचे व्यवस्थापन, वेळेचे व कामाचे नियोजन या विषयांना नांगरे पाटील यांनी त्यांच्या अनुभवांच्या आधारे रंजक बनवण्याचा प्रयत्न केला आहे. हे पुस्तक त्यांच्या अनुभवांची, प्रशिक्षणाची व कर्तव्यांची सरमिसळ आहे. ज्याला जे पाहिजे, ते त्यातून निवडून घेऊन ते आपापल्या व्यक्तित्वाशी सांगड घालू शकतील, अशी या पुस्तकाची मांडणी आहे.

”

– दैनिक लोकमत : ०४ जुलै, २०२१

“

आशयसंपन्न जीवनाचा आरसा...

एका पोलीस अधिकाऱ्याचं आयुष्य म्हणजे रोज नवे गड सर करणं. या लढ्याची रंगीत तालीम त्यांच्या प्रशिक्षण कालावधीत होते. त्यातून सामाजिक सुरक्षा कवच मजबूत करण्याचे वस्तुपाठ मिळतात. हे वस्तुपाठ आणि त्यांचा सामाजिक जीवनातील अंगीकार जगणं अधिक आशयसंपन्न करतात. 'कर हर मैदान फ़तेह' अशाच आशयसंपन्न जीवनाचा आरसा आहे.

”

– दिव्य मराठी : १७ मार्च, २०२१

१९९७च्या बॅचचे आय.पी.एस. अधिकारी.

एकाच वेळी आय.पी.एस., उपजिल्हाधिकारी आणि विक्रीकर निरीक्षक या पदावर निवड

शैक्षणिक पात्रता : एम.ए., एम.डी.पी.एम., एलएल.बी.

कारकीर्द :

- लातूर, अहमदनगर, पुणे ग्रामीण आणि ठाणे ग्रामीण जिल्हा पोलीस अधीक्षक
- दक्षिण मुंबई पोलीस उपायुक्त
- पश्चिम मुंबई आणि लाचलुचपत प्रतिबंधक विभाग, मुंबईचे अपर पोलीस आयुक्त
- औरंगाबाद आणि कोल्हापूर परिक्षेत्राचे विशेष पोलीस महानिरीक्षक
- नाशिक शहर पोलीस आयुक्त
- सध्या मुंबई शहराच्या पोलीस सह आयुक्त (कायदा आणि सुव्यवस्था) या पदाची जबाबदारी सांभाळत आहेत.

पदके आणि पुरस्कार :

- २६/११च्या हल्ल्यावेळी दाखवलेल्या कर्तबगारीसाठी 'राष्ट्रपती पोलीस शौर्य पदक '
- गुणवत्तापूर्ण सेवेसाठी 'राष्ट्रपती पोलीस पदक'
- उत्कृष्ट सेवेसाठी 'पोलीस महासंचालकांचे सन्मानचिन्ह'
- धार्मिक सलोख्यासाठी केलेल्या उपक्रमासाठी महाराष्ट्र शासनाचा 'महात्मा गांधी शांतता पुरस्कार'
- 'मन में है विश्वास' या पुस्तकाचे लेखन

विश्वास नांगरे पाटील